காற்றின் நிழல்

காற்றின் நிழல்
நஞ்சுண்டன் (1961–2019)

சேலத்தைச் சேர்ந்த நஞ்சுண்டன் பெங்களூர்ப் பல்கலைக் கழகத்தில் புள்ளியியல் துறையில் பேராசிரியராகப் பணிபுரிந்தவர். 'சிமெண்ட் பெஞ்சுகள்', 'மாற்றம்' ஆகியவை இவரது கவிதைத் தொகுதிகள். மிகக் குறைந்த எண்ணிக்கையில் எழுதியிருந்தாலும், சட்டெனக் கவனத்தைக் கவரும் வகையில் சிறுகதைகள் எழுதியுள்ளார். 'யுகாதி', 'மரணம் மற்றும்', 'அக்கா' ஆகிய சிறுகதைத் தொகுப்புகளையும், யூ.ஆர். அனந்தமூர்த்தியின் 'பிறப்பு', 'அவஸ்தை' ஆகிய நாவல்களையும் கன்னடத்திலிருந்து மொழிபெயர்த்துள்ளார்.

'அக்கா' என்ற சிறுகதைத் தொகுப்பிற்காக மொழிபெயர்ப்பிற்கான சாகித்ய அகாதெமி விருதை 2012ஆம் ஆண்டில் பெற்றுள்ளார். தமிழ் இலக்கணத்தைக் கசடறக் கற்றவர். 'செம்மை' அமைப்பின் மூலம் தமிழ் இலக்கிய உலகில் எடிட்டிங் சார்ந்த விழிப்புணர்வை உண்டாக்கியவர்.

மனைவி காஞ்சனா தமிழ்நாடு அரசுத் தேர்வுத் துறையில் மண்டல துணை இயக்குநராகப் பணியாற்றி ஓய்வு பெற்றவர். மகன் சுகவனன் கலிஃபோர்னியா பல்கலைக்கழகத்தில் முதுகலை மாணவர்.

சிவபிரசாத் (பி. 1981)
தொகுப்பாசிரியர்

சேலம் மாவட்டம் எட்டிமாணிக்கம்பட்டி சொந்த ஊர். கடந்த இருபதாண்டுகளாக இலக்கியச் சூழலின் தீவிர வாசகர். சிற்றிதழ்களிலும் இணைய இதழ்களிலும் சிறுகதைகள், விமர்சனக் கட்டுரைகள் எழுதிவருகிறார். சேலம் 'சொற்சுனை' அமைப்பில் இலக்கியம் சார்ந்த செயல்பாடுகளை மேற்கொண்டு வருகிறார். அரசுப் பள்ளியில் கணித ஆசிரியர்.

மனைவி சுகன்யா, மகள் யாழினி.

நஞ்சுண்டன்

காற்றின் நிழல்

தொகுப்பாசிரியர்
சிவபிரசாத்

காலச்சுவடு பதிப்பகம்

அன்பார்ந்த வாசகருக்கு,

வணக்கம்.

காலச்சுவடு நூலை வாங்கியமைக்கு நன்றி.

நூலின் உள்ளடக்கம், உருவாக்கம், அட்டைப்படம் இன்ன பிற அம்சங்கள் பற்றிய உங்கள் கருத்துகளையும் ஆலோசனைகளையும் காலச்சுவடு வரவேற்கிறது. தகவல், எழுத்து, வாக்கியப் பிழைகள் தென்பட்டால் கட்டாயம் தெரிவித்து உதவுங்கள். நூல் தயாரிப்பில் கடும் குறைபாடு இருப்பின் மாற்றுப் பிரதி உங்களுக்குக் கிடைக்கக் காலச்சுவடு ஏற்பாடு செய்யும்.

மின்னஞ்சல்: **publisher@kalachuvadu.com**

காலச்சுவடு நாகர்கோவில் தலைமையகத்துக்கும் கடிதம் அனுப்பலாம்.

தங்கள்
எஸ்.ஆர். சுந்தரம் (கண்ணன்)
பதிப்பாளர் — நிர்வாக இயக்குநர்

காற்றின் நிழல் ❖ தொகை நூல் ❖ ஆசிரியர்: நஞ்சுண்டன் ❖ தொகுப்பாசிரியர்: சிவபிரசாத் ❖ © சு. காஞ்சனா ❖ முதல் (குறும்) பதிப்பு: டிசம்பர் 2022 ❖ வெளியீடு: காலச்சுவடு, 669, கே.பி. சாலை, நாகர்கோவில் 629001

காலச்சுவடு பதிப்பக வெளியீடு: 1024

kaaRRin nizal ❖ Anthology ❖ Author: Nanjundan ❖ Compiler: Sivaprasath ❖ © S. Kanchana ❖ Language: Tamil ❖ First (Short) Edition: December 2022 ❖ Size: Demy 1 x 8 ❖ Paper: 18.6 kg maplitho ❖ Pages: 280

Published by Kalachuvadu, 669 K.P. Road, Nagercoil 629001, India ❖ Phone: 91-4652-278525 ❖ e-mail: publications@kalachuvadu.com ❖ Printed at Clicto Print, Jaleel Towers, 42 KB Dasan Road, Teynampet Chennai 600018

ISBN: 978-93-5523-008-9

பொருளடக்கம்

தொகுப்புரை — 9

கதைகள்

1. கே. எஸ். சரவணன்: ஓர் அணுகல் — 15
2. ராக்கம்மா அல்லது ஜோர்ஸ் லூயி போர்ஹெஸ்ஸின்... — 23
3. பெருமை — 35
4. காற்றின் நிழல் — 44
5. கிங்ஸ் மெடலும் ஐந்து பைசா நாணயமும் — 56
6. துணைவி — 67
7. நேரெதிர் — 83
8. உருவம் — 102

கட்டுரைகள்

9. தனிச் செங்கல் / ஒற்றைச் செங்கல் — 109
10. கிளிங் என்று ஒரு சத்தம் — 115
11. ஆத்மாநாமின் அவசரம் — 117
12. ஜிம் கார்பெட்டின் புலி — 126
13. கடன்பட்டார் நெஞ்சம் — 132
14. காலமும் நதியும் பின்னோக்கி நகர்வதில்லை — 136
15. கனவு மிருகம் — 142
16. கீழ்வெண்மணி — 146
17. எழுத்தின் ஈர்ப்பும் ஆற்றலும் — 152
18. கவனிப்பாளர்கள் — 161
19. நவீனக் கவிதையில் முகிழும் சங்கப் பாடல் — 168

20. அவளும் தன் பிறவும்	173
21. சூர்யை	183
22. தூதில் வென்ற ஔவை	188
23. கவிதையும் அரசாங்கமும்	191
24. விஸ்வேஸ்வரய்யாவின் பொது ஆளுமை	197
25. ஆசியாவின் முதல் நீர் மின் நிலையத்தை நிறுவிய தமிழர்	200

செம்மைக் கட்டுரைகள்

26. எம்.எஸ்.ஸும் மருத்துவ ஆலோசனைச் செம்மையாக்கமும்	205
27. அல்ல இல்லை அல்ல!	209
28. ஞாயிறு வந்த தபால்	214
29. இயற்கை உபாதையும் இடக்கரடக்கலும்	217
30. அள்ளித் தெளித்த அலங்கோலமும்...	221
31. சுருக்க வடிவங்களும் முற்றுப்புள்ளியும்	225
32. வழக்குச் சொல் விளக்கம்	229
33. விரைவுப் பரவி	231
34. வெற்றுப் பொய்யும் சொற்களின் பொருள் மாற்றமும்	236
35. சிக்மகளூர்	240
36. கால்திருத்தி	243
37. சக்திசாலியும் கழிப்பறையும்	246
38. தொட்டுக்கைகள்	250
39. சொற்பயன்பாட்டின் இரண்டகத் தன்மை	252
40. தவிர்க்கப்பட வேண்டிய ஒரு	256

நினைவுக் குறிப்புகள்

41. நஞ்சுண்டன்: ஆழமான வாசகர்... நுட்பமான ஆய்வாளர்! — சுகுமாரன்	261
42. உற்ற சொல்லைத் தேடி — மு. குலசேகரன்	265

தொகுப்புரை

நஞ்சுண்டன் அவர்கள் எழுதி இதுவரை நூல் வடிவம் பெறாத சிறுகதைகள், கட்டுரைகள், செம்மைக் குறிப்புகள் ஆகியன அடங்கிய தொகுப்பே இந்நூல். கடந்த பதினைந்து ஆண்டுகளாக அவரோடு நெருங்கிப் பழகியவன் என்ற ஒரே தகுதியில்தான் இந்நூலைத் தொகுத்திருக்கிறேன். நான் அவரோடு பழகத் தொடங்கிய காலக்கட்டத்தில் யு.ஆர். அனந்த மூர்த்தியின் கன்னட நாவல் 'அவஸ்தை' புத்தகமாக வெளிவந்தது. அதைப் பின்தொடர்ந்து பல இதழ்களில் அவரின் படைப்புகள் வெளிவந்தாலும் அவற்றை நூல் வடிவில் கொண்டுவர அவர் ஆர்வம் காட்டவில்லை.

அவரின் மறைவிற்குப் பிறகு ஆறு கதைகளை மட்டும் தனித் தொகுப்பாகக் கொண்டுவரும் எண்ணத்தில் அந்தப் பிரதிகளைத் தனிக் கோப்பில் வைத்திருந்ததை, அவரின் மனைவி திருமதி காஞ்சனா அவர்கள் தேடியெடுத்துக் காலச்சுவடு பதிப்பகத்திற்கு அனுப்பியிருந்தார். ஆனால் அது புத்தக வடிவில் அறுபது பக்கங்கள்கூட வரவில்லை. கவிஞர் சுகுமாரன் அவர்களின் ஆலோசனையின் படி இதுவரை நூல் வடிவம் பெறாத படைப்புகள் அனைத்தையும் திரட்டித் தொகுப்பது என்று முடிவானது.

நஞ்சுண்டன் அவர்களின் கணினியில் சேமித்து வைத்திருந்த படைப்புகளை அவரின் மனைவியிடம் கேட்டபோது நஞ்சுண்டன் அவர்கள் பயன்படுத்திய

பொருட்கள் அனைத்தையும் பெங்களூரிலிருக்கும் ஆதரவற்றோர் இல்லத்திற்கு வழங்கிவிட்டதாகச் சொன்னார். அப்போது நான்கைந்து மாதங்களுக்கு மேல் ஆகிவிட்டதால் கணினியில் இருந்த அவரின் எழுத்துக்களை மீட்க முடியவில்லை. ஆனாலும் அவர் எழுதியவற்றைப் படித்துப் பார்த்துத் தங்களுடைய கருத்தைச் சொல்ல சில நண்பர்களுக்கு அனுப்பிவைப்பார். அந்த நண்பர்களில் நானும் ஒருவன் என்பதால் என்னுடைய மின்னஞ்சலில் அவரின் பெரும்பாலான எழுத்தாக்கங்கள் இருந்தன. அவற்றையே இப்போது தொகுத்திருக்கிறோம்.

இதில் அவர் எழுதிய எட்டுச் சிறுகதைகள், பதினேழு கட்டுரைகள், பதினைந்து செம்மைக் குறிப்புகள் ஆகியவை இடம்பெற்றுள்ளன. இதில் கதைகள் விடுபடல்கள் இல்லாமல் கிடைத்துவிட்டன. ஆனால் கட்டுரைகள் சிலவற்றையும் அவர் எழுதிய செம்மைக் குறிப்புகளில் பெரும்பகுதியையும் தொகுக்க முடியவில்லை. கடந்த பத்தாண்டுகளாகக் *காலச்சுவடு*, *உயிரெழுத்து* இதழ்களில் எழுதிவந்திருக்கிறார். அவற்றையெல்லாம் தேடித் தொகுத்தால் தனி நூலாகக் கொண்டுவரும் அளவிற்குக் கட்டுரைகள் தேறும். வரும் காலத்தில் அவற்றைத் தேடித் தொகுக்க வேண்டும் என்று நினைக்கிறேன்.

நஞ்சுண்டன் அவர்கள் எழுதிய எட்டுக் கதைகளில் ‘கே.எஸ்.சரவணன் ஓர் அணுகல்’, ‘கிங்ஸ் மெடலும் ஐந்து பைசா நாணயமும்’, ‘பெருமை’, ‘காற்றின் நிழல்’, ‘ராக்கம்மா’ என்ற ஐந்து கதைகள் தொண்ணூறுகளில் வெளிவந்தவை. தமிழ்ச் சூழலில் பின்நவீனத்துவக் கோட்பாடுகள் பேசப்பட்டு, அவை சார்ந்த படைப்புகள் வெளிவந்த காலகட்டம் என்பதால் அந்த வகைமைக்குள் எழுதப்பட்டவை. ‘நேரெதிர்’, ‘துணைவி’, ‘உருவம்’ முதலான மூன்று கதைகள் 2010க்குப் பிறகு எழுதப்பட்டவை.

இதில் தொகுக்கப்பட்டுள்ள கட்டுரைகளில் ‘கிளிங் என்று ஒரு சத்தம்’ *தமிழ் இந்து* நாளிதழிலும் ‘விஸ்வேஸ்வரய்யா’, ‘கே. சேஷாத்திரி ஐயர்’ குறித்த இரண்டு கட்டுரைகள் *பேசும் புதியசக்தி* இதழிலும் வந்தவை. மற்ற அனைத்துக் கட்டுரைகளும் *உயிர்மை* இதழில் மாதந்தோறும் தொடர் கட்டுரைகளாக வெளிவந்தவை. இதில் இடம்பெற்றுள்ள ‘செம்மைக் குறிப்புகள்’ *உயிரெழுத்து* இதழில் வெளிவந்தவை. அந்த இதழ்களுக்கு நன்றி.

நஞ்சுண்டன் மறைந்தபோது அவர் குறித்த அஞ்சலிக் கட்டுரையைக் கவிஞர் சுகுமாரன் *தமிழ் இந்து* நாளிதழில்

எழுதியிருந்தார். அது நஞ்சுண்டனின் இலக்கியச் செயல்பாடு களைக் கௌரவிக்கும் விதமாக அமைந்தது. அந்தச் சிறப்பான கட்டுரையும், எழுத்தாளரும் நெருங்கிய நண்பருமான மு. குலசேகரன் தனக்கும் நஞ்சுண்டன் அவர்களுக்குமான நட்பின் நினைவுகளைப் பகிரும் கட்டுரையும் இதில் இடம் பெற்றுள்ளன.

இந்த புத்தகத்தைக் கொண்டுவருவதில் ஆர்வமாக இருந்த நஞ்சுண்டன் அவர்களின் மனைவி காஞ்சனா, மகன் சுகவனன் இருவருக்கும் நன்றி. நஞ்சுண்டன் அவர்களின் அம்மா, தங்கை, தம்பி முதலானவர்களையும் இந்தத் தருணத்தில் நினைத்துக் கொள்கிறேன்.

இந்தப் புத்தகம் வெளிவரத் துணைநின்ற பதிப்பாளர் கண்ணன் அவர்களுக்கும், சுகுமாரன், தேவிபாரதி, மு. குலசேகரன் முதலான படைப்பாளுமைகளுக்கும், அட்டை வடிவமைத்த ஓவியர் ரஷ்மி அவர்களுக்கும், இந்த நூலாக்கத்தில் பங்காற்றிய காலச்சுவடு பணியாளர் மஞ்சுவுக்கும் அன்பும் நன்றியும்.

சேலம்   சிவபிரசாத்
நவம்பர் 14, 2022

கதைகள்

கே.எஸ். சரவணன்: ஓர் அணுகல்

முதன்முதலாகக் கே.எஸ். சரவணன் பெயரைத் தமிழ் இலக்கியச் சூழலில் நான் அறிய நேர்ந்தது இலக்கியப் பத்திரிகை ஒன்றில் வெளியான குறிப்பிலிருந்து. 1975க்கும் 1981 க்கும் இடைப்பட்ட காலத்தில் அவ்வப்போது சரவணன் என்னும் பெயரில் சில கவிதைகளை எழுதியவரும் நான் சொல்லும் கே.எஸ். சரவணனும் ஒரே நபரா என்னும் நிச்சயம் இல்லை. ஆனால் மராட்டிய மாநிலப் பல்கலைக்கழகம் ஒன்றில் பணிபுரியும் தமிழ் எழுத்தாளர் ஒருவர் கால சங்கிரண என்ற கன்னட இதழுக்கு அளித்த நேர்காணலில் குறிப்பிடப்படும் சரவணன் இவர் தான். அந்த நேர்காணலில் கே. எஸ். சரவணன் குறித்துச் சொல்லப்பட்ட கருத்துகளைப் பின்னர் சொல்வேன். நான் முதலில் சொன்ன பத்திரிகைக் குறிப்பிலிருந்து அவர் நிறைய எழுதவில்லை எனத் தெரிந்திருந்தாலும், மூன்று வருடங்கள் (1991 ஜூன் – 1994 ஆகஸ்ட்) தேடியும் அவர் எழுதி வெளியான ஒரே ஒரு சிறுகதையை மட்டும் என்னால் கண்டுபிடிக்க முடிந்தது. எனக்குக் கிடைத்த அவரது சிறுகதை வெளியான பத்திரிகை அப்படியொன்றும் பெயர்பெற்றது அல்ல. அதன் மூன்றே இதழ்கள் மட்டும் (நியூஸ் பிரிண்ட் காகிதத்தில் டெமி 1/8 அளவில் 32 பக்கங்கள்) வெளியானதாகப் பின்னர் 'சிறுபத்திரிகை நடத்துவதில் நடைமுறைச் சிக்கல்கள்' என்னும் தலைப்பில் 2 அக்டோபர் 1994 அன்று ராமேஸ்வரத்தில் நடைபெற்ற கூட்டு விவாதத்தின்போது தெரியவந்தது.

எனக்குப் படிக்கக் கிடைத்த அவரது சிறுகதை: *தன்னை அறியும் முயற்சியில் தோற்றவன்.* பொதுவாகப் பகுத்தறிவு பேசும் எழுத்தாளர்கள் கூட அப்படித் தலைப்பிடத் துணியாத அக்கதை மேல் வாசிப்பில் எவருக்கும் சுவாரஸ்யம் அற்றதாகவே தெரியும். தன் சுயசரிதையை எழுத முயன்ற ஒருவனது கதை அது. அதில் வரும் செந்தில்குமார் பிறக்கும்போது அவனது ஊர் கிராமமாக இருக்கிறது. அவன் அக்கிராமத்திலுள்ள எல்லாப் பிள்ளைகளையும் போலவே பக்கத்து ஊருக்குச் சென்று பள்ளிப் படிப்பை முடித்து இன்டர்மீடியட் தேறி சர்க்கார் குமாஸ்தாவாகிறான். பின்,மெல்ல முன்னேறி சூப்பிரெண்டெண்ட் பதவிக்கு உயர்கிறான். இதற்குள்ளாக அவனது ஊர் கிராமமா நகரமா என நிர்ணயிக்க முடியாத இரண்டுங்கெட்டான் தன்மையை அடைகிறது. தன் பிள்ளைகளுக்குத் திருமணம் முடித்து ஓய்வுபெறும் வயதை அடையும் செந்தில்குமாருக்குத் தனது சுயசரிதையை எழுதும் ஆவல் உண்டாகிறது. இப்படித் *தன்னை அறியும் முயற்சியில் தோற்றவன்* வெகுசாதாரணமான ஒரு மனிதனின் கதையாக இதுவரை சொல்லப்படுகிறது. தன் சுயசரிதையை எழுத முயலும் செந்தில்குமாருக்கு அசாதாரண அனுபவங்கள் ஏற்படுவதாகக் கதையில் கூறப்படுகிறது. ஆனால் அவ்வனுபவங்கள் பற்றிய தெளிவான குறிப்புகள் கதையில் இல்லை. மாறாகச் செந்தில்குமாரிடம் ஏற்படும் மாற்றங்கள் கோடிட்டுக் காட்டப்படுகின்றன. வாசிப்பவர்கள் வியப்புறும்படியாகச் செந்தில்குமார் தன் சுயசரிதையை எழுத வேண்டித் தேடிச் சேகரிக்கும் துணைநூல்கள், காகிதம், பேனா, அவனது சிறுபிராயத்தை நினைவூட்டும் சில பொருட்கள் ஆகியவற்றின் சித்தரிப்பு விலவாரியாகவும் துல்லியமான விவரிப்புகளுடனும் எழுதப்பட்டுள்ளது. தன் சுயசரிதையை ஓரளவு எழுதி முடித்த செந்தில்குமார் அதைச் சரிவர எழுத முடியாமை அல்லது அதற்குச் சரியான தலைப்பிட இயலாமை ஆகிய இவற்றில் எதன் காரணமாக இறக்கிறான் என்னும் சஸ்பென்சுடன் கதை முடிகிறது. *தன்னை அறியும் முயற்சியில் தோற்றவன்* கதையில் குறிப்பிட்டுச் சொல்லப்பட வேண்டியது அமானுஷ்யமானதும் அழகு வர்ணனைகளற்றதுமான அதன் நடை. அதன் ஆசிரியருக்குப் பல்வேறு கருவிகள், எழுதுபொருட்கள் பற்றியிருந்த அறிவு படிப்பவரை ஆச்சரியப்படவைக்கும்.

கே.எஸ். சரவணன் ஊர்க்காரர்கள் அவர் பெயர் உச்சரிக்கப்பட்டதும் மின்சாரம் பாய்ந்ததுபோல் பரவசநிலை அடைவதை அவ்வப்போது கண்டும் கேட்டும் இருக்கிறேன். அவரை மையப்படுத்தி இலக்கிய வட்டாரங்களில் ஏராளமான கதைகள். அவர் எழுதியுள்ளவற்றைக் காட்டிலும் பெரிதாக அவரது

ஊக்குவிப்புகளைப் புகழ்ந்தார்கள். இலக்கிய ஆர்வம்காட்டும் ஓர் இளைஞனைச் சில காலம் கவனித்துப் பின், அவனுக்கு இதுதான் கவிதையின் சூட்சுமம் எனக் காட்டுவார். புரிவைப்பார். அதிலிருந்து அந்த இளைஞன் சிறந்த கவியாக மலர்வான். மற்றொருவனுக்குச் சிறுகதை. வேறொருவனுக்கு நாவல். இப்படிப் பலரையும் புதிய பரிமாணங்களை எட்டவைத்தார். அவரது ஊர்க்கார இலக்கியவான்கள் 'சரவணன் அண்ணன்' எனப் பயபக்தியுடன் குறிப்பிடுவதைப் பலமுறைக் கேட்டிருக்கிறேன்.

இப்போதெல்லாம் இலக்கியக் கூட்டமென்றால் அதைத் தொடரும் இரவில் மதுவருந்தும் அமர்வு என்றாகிவிட்டது. இது புதிய போக்கு. பத்து வருடங்களுக்கு முன் இவ்வாறு இருந்ததாகக் கேள்விப்பட்டதில்லை. இதில் நல்லது அல்லது கெட்டது எது அதிகம் என்பது அமர்வில் இருக்கிறவர்களையும் பேசப்படும் விஷயத்தையும் பொருத்தது. ஒரு கவிஞர் ஏற்பாடு செய்திருந்த இலக்கியப்பட்டறையின்போது அப்படிப்பட்ட ஓர் அமர்வில் கே. எஸ். சரவணனின் ஊர்க்காரர் ஒருவர் (இவரது சிறுகதைகள் இரண்டோ மூன்றோ முனிபுங்கவர் ஒருவரை உவமையாகக் காட்டிப் பேசப்படும் தகுதிபெற்ற இலக்கியப் பத்திரிகையில் வெளியாகியிருந்தன. எனவே அவர் பேசியதைப் பொருட்படுத்த வேண்டியிருந்தது.)

'சரவணன் அண்ணன்போல இலக்கிய மேதை யாரும் தமிழ்ச் சூழலில் இல்லை. சரவணன் அண்ணன் ஓர் அபூர்வம். அவரது முதன்மை ஈடுபாடு சுயசரிதைகள். உலகின் முக்கியமான சுயசரிதைகள் அனைத்தையும் படித்தவர். சுயசரிதைகள் தொடர்பான அவரது குறிப்புகள் மிகநுட்பமானவை. அவற்றிலிருந்து தெரிந்துகொள்ள இலக்கிய நுட்பங்கள் பலவும் இருக்கின்றன...' என்று பேசிக்கொண்டுபோனார். அவரது பேச்சிலிருந்தே கே.எஸ்.சரவணனுக்குச் சுயசரிதைகளின் மீதிருந்த ஈடுபாடு எனக்குத் தெரியவந்தது. 1985க்கும் 1989க்கும் இடைப்பட்ட காலத்தில், இளம் விமர்சகர் ஒருவர் தமிழின் சிறந்த சிறுகதைகளைத் தொகுத்து அதற்கு முன்னுரையும் எழுதினார். அத்தொகுப்பில் தன்னை அறியும் முயற்சியில் தோற்றவன் சேர்க்கப்பட்டிருந்ததையும் அந்தச் சிறுகதை எழுத்தாளரின் மூலம் அறிந்தேன். அவர்மூலம் நான் போனசாகத் தெரிந்துகொண்டவை: கே.எஸ். சரவணன் மொத்தம் எழுதியவை இரண்டு சிறுகதைகளும் ஒரு குறுநாவலும். அந்தக் குறுநாவலும் முடிக்கப்படவில்லை. எனக்குக் கிடைக்காத மற்றொரு சிறுகதை தமிழின் சிறந்த சிறுகதைகளைத் தொகுக்க முயன்ற அந்த விமர்சகரிடம் இன்னமும் (ஏதேனும் ஒரு கோப்பில் புதையுண்டு) இருப்பது நிச்சயம். ஆனால் கே. எஸ். சரவணன் எழுதிய குறுநாவல் தொடர்பான விபரம் எதுவும் அந்தச் சிறுகதை

எழுத்தாளருக்குத் தெரிந்திருக்கவில்லை. கே.எஸ். சரவணனின் ஊரில் வசிக்கும் பாலசுப்ரமணியனைக் கேட்டால் விவரம் தெரியும் எனச் சொல்லி அவர் முகவரியும் கொடுத்தார்.

கே. எஸ். சரவணனின் ஊருக்கே ஒருமுறை சென்றுவர விரும்பி அதைச் செயல்படுத்தவும் முயன்றேன். இவ்வாறான இலக்கியப் பயணங்களை என் வேலைத் திட்டத்தில் நுழைப்பது கடினமல்ல. ஒரு சனிக்கிழமைக் காலை அவ்வூரை அடையும்படி என் பிரயாணத்தை அமைத்துக்கொண்டேன். எனக்குக் கொடுக்கப்பட்ட பாலசுப்ரமணியன் முகவரியைக் கண்டுபிடிப்பது சிரமமாக இருக்கவில்லை. ஆனால் பாலசுப்ரமணியன் வீடு மாறியிருந்தார். அதை நான் முன் கூட்டியே எதிர்பார்த்திருக்காவிட்டாலும், பாலசுப்ரமணியன் முன்னெச்சரிக்கை உடையவராயிருந்தார் என்பதிலிருந்து நான் அப்படி ஒன்றும் அதிர்ஷ்டம் கெட்டவன் அல்ல என்பதை நம்பாமலிருக்க முடியவில்லை.

கே.எஸ். சரவணனிடம் எனக்கிருந்த ஈடுபாடு பாலசுப்ரமணியனுக்கு வியப்பை உண்டாக்கும் என்ற எதிர்பார்ப்பும் பலிக்கவில்லை. எனக்கு மதிய உணவு உபசரித்த பாலசுப்ரமணியன் கே.எஸ். சரவணனைப் பற்றி நிறையப் பேசுவார் என எதிர்பார்த்த வகையிலும் எனக்கு ஏமாற்றம். ஆனால் அவர் சில உபயோகமான தகவல்களைக் கூறினார்.

1. கே.எஸ். சரணவணனுக்குப் புளியோதரை மிகப் பிடித்தமான உணவு. அவர் தயிர்வடையின் மீது மிக்சரைத் தூவிச் சாப்பிடுவார்.

2. அல்ஜீப்ரா என்றாலே கே. எஸ். சரவணனுக்கு ஏக அலர்ஜி.

3. கே.எஸ். சரவணன் டைரி எழுதும் பழக்கமுள்ளவர். அவர் தனது டைரியில் நிறைய இலக்கியக் குறிப்புகளை எழுதிவைத்திருந்தார்.

4. அவரது டைரியில் விசேஷமானவை சுயசரிதை பற்றிய குறிப்புகள்.

5. கே.எஸ். சரவணன், அவரது எழுத்துக்கள் பற்றிய விரிவான தகவல்களுக்குத் தொடர்புகொள்ள வேண்டிய தகுதியான நபர் ஒரு கவிஞர்.

6. அக்கவிஞருக்கு இரண்டு வேலைகள்: (அ) குடிப்பது, (ஆ) கவிதை எழுதுவது.

அன்று மாலைக்குள் என்னால் அக்கவிஞரை மதுபானக் கடை ஒன்றுக்கு அருகில் கண்டுபிடிக்க முடிந்தது.

கே.எஸ். சரவணன் மீது எனக்குள்ள ஈடுபாடு கேட்டு மிகுந்த சந்தோசமடைவதாகக் கூறினார். அவர் தனது சந்தோசத்தை வெளிப்படுத்திய முறையில், நான் அவருக்கு வேண்டிய அளவு மது வாங்கித்தருவேன் என்ற எதிர்பார்ப்பு இருந்ததை என்னால் கவனிக்காமலிருக்க முடியவில்லை. எனக்கு மதுவருந்தும் பழக்கமிருந்தாலும், கே.எஸ். சரவணனின் எழுத்துக்களைத் தேடி அறியும் முயற்சி தடைபடுமென்ற காரணத்தால் அன்று கண்டிப்பாக மதுவருந்தக் கூடாது என மிகுந்த எச்சரிக்கையுடன் செயல்பட முடிவெடுத்தேன். அவருக்கு நிறைய மதுபானம் வாங்கித்தர வேண்டியிருந்தது. சிறிதும் கூச்சப்படாமல் சமீபத்தில் அறிமுகமாயிருந்த குறிப்பிட்ட பிராண்ட் மதுபானம் வாங்கித்தரச் சொன்னார். சுற்றிவளைக்காமல் கே. எஸ். சரவணன் விஷயத்திற்கு வந்தேன்.

உள்ளபடிக்கே கே.எஸ். சரவணன் தொடர்பாக எக்கச்சக்கமான விபரங்கள் கவிஞர் கைவசம் இருந்தன. ஆனால் அவரால் கோர்வையாக அவற்றைச் சொல்ல முடியவில்லை. கே. எஸ். சரவணன் இப்பூவுலகில் தான் மட்டுமே மிக நெருக்கம் என்ற தொனி அவர் பேச்சில் வெள்ளிடைமலையாகத்[2] தெரிந்தது. கவிஞர் என்னிடம் கூறியவற்றில் முக்கியமானவற்றைச் சொன்னால் போதும், எங்கள் உரையாடல் விளங்கும்.

கே. எஸ். சரவணனின் டைரியைக் கவிஞர் வாசித்திருந்தார். அதில் பல்துறை சார்ந்தவர்களும் எவ்வாறெல்லாம் அவரவர் சுயசரிதையை எழுதலாம் என்பதற்கு ஏராளமான குறிப்புகளைக் கே. எஸ்.சரவணன் தந்திருந்தார். சுயசரிதைகளுக்குப் பலரும் வைத்துள்ள தலைப்புகள் அவருக்குத் திருப்தியாக இல்லை. (கே. எஸ். சரவணன் அநேகமாக எல்லா முக்கியமான சுயசரிதை களையும் படித்திருந்ததாகக் கவிஞரும் உறுதிசெய்தார்.) சுயசரிதையின் தலைப்பு அதை எழுதுபவரது வாழ்வின் சாரத்தை ஒரு வார்த்தையில் அல்லது மிஞ்சிப்போனால் மூன்று வார்த்தைகளுக்குள் சொல்லுவதாக இருக்க வேண்டும்.[3] கே. எஸ். சரவணன் வெவ்வேறு நபர்களின் சுயசரிதைகளுக்குத் தலைப்புகளைப் பரிந்துரைத்துள்ளார். அப்பரிந்துரைப் பட்டியல்:

நபர்	தலைப்பு
1. விளையாட்டு வீரன்/வீராங்கனை	எல்லைக்கோடு
2. வழக்குரைஞர்	பொய்கள்
3. தரகர்	இடைவெளி
4. தணிக்கையாளர்	சரிக்கட்டுதல்

5. ஆசிரியர்	பாடம்/மாணவன்
6. ஓவியர்	வண்ணச்சிதறல்
7. சாதாரணன்	நான்
8. சமையல்காரர்	உமிழ்நீர்
9. தையல்காரர்	அளவுகள்
10. அனாதை	......

பல்வேறு துறைகள் சார்ந்த ஒன்பது நபர்களின் சுயசரிதைகளுக்குத் தலைப்புகள் பரிந்துரைத்த கே.எஸ். சரவணன் ஓர் அனாதையின் சுயசரிதைக்கான தலைப்பைத் தன் டைரியில் குறிப்பிடவில்லை. அதற்கான காரணத்தைக் கூறக் கவிஞர் முதலில் மிகத் தயங்கினாலும், அவர் வீட்டிற்கு எடுத்துச் செல்வதற்கென்று தனியே வாங்கித்தந்த முழுபாட்டில் மது அந்த ரகசியத்தைச் சொல்லவைத்தது. கே.எஸ். சரவணன் ஆனாதை. அவர் அனாதை விடுதியில் வளர்ந்தார். அவர் ஓர் அனாதையின் சுயசரிதைக்கு யோசித்துவைத்திருந்த தலைப்பை அவர் தன் வெளிநாட்டு நண்பர் ஒருவருக்கு எழுதிய கடிதத்திலிருந்து கவிஞர் தெரிந்துவைத்திருந்தார்.[4]

அந்த மதுபான விற்பனைக் கடையை ஒட்டி, மதுவருந்துபவர்களுக்கு வசதியாக அமைந்திருந்த செவ்வக வடிவ அறையின் ஒரு மூலையில் இருந்த மேஜைக்கு எதிரெதிராக நாங்கள் அமர்ந்திருந்தோம். அப்போது, அவ்வறையில் அதிகக் கூட்ட மில்லை. எங்களுக்கு நேர் எதிர் (குறுக்காக) மூலையில் இருந்த மேஜைக்கு முன்னால் அமர்ந்திருந்தவர் ஆழ்ந்த கரும்பச்சைநிறச் சட்டை அணிந்திருந்தார். கண்ணை உறுத்தாத அந்த நிறம் என்னை வெகுவாகக் கவர்ந்தது. வேறொரு சந்தர்ப்பமாக இருந்திருந்தால் சட்டைக்கான துணியை அவர் எந்தக் கடையில் வாங்கினார் என விசாரித்திருப்பேன்.

கே.எஸ். சரவணனின் டைரி ஏதும் கிடைக்குமா என்று கவிஞரிடம் விசாரித்தேன். கே. எஸ். சரவணனுக்குக் கடைகளில் விற்கப்படும் டைரிகளில் விருப்பமில்லை. தானே காகிதம் தேர்ந்தெடுத்து புத்தகம்போலப் பைண்டுசெய்து அதில் எழுதியிருக்கிறார். எல்லா நாட்களும் அவர் எழுதவில்லை. அவரது வசதிபோல் தக்க தேதிகளைப் போட்டு எழுதினார். தேதியிடாத குறிப்புகள் பலவும் அவரது டைரியில் உள்ளன. கே. எஸ். சரவணன் இறந்த பின், அவருடைய மனைவி குழந்தைகளுடன் பிறந்த வீட்டிற்குச் சென்றுவிட்டார். கவிஞர் ஒருமுறை அந்த ஊருக்குச் சென்று, கே.எஸ். சரவணனின் மனைவியிடம்

கேட்டும் டைரியைக் கண்டுபிடிக்க முடியவில்லை. அது எங்கோ தொலைந்துவிட்டிருந்தது.

கே. எஸ். சரவணன் எழுதிய (முடிக்கப்படாத) குறுநாவலின்[5] கையெழுத்துப் பிரதி தற்போது கவிஞர் வசம். ஆனால் கவிஞர் அதை யாருக்கும் இப்போதைக்குத் தருவதாக இல்லை. தானே அதை முடித்தபின் அச்சில் வெளியிட விருப்பம்.

கவிஞரிடம் விடைபெற்றுக்கொண்டு ஊருக்குத் திரும்பு வதற்காகப் பஸ்ஸில் உட்கார்ந்திருந்தேன். பஸ்ஸில் அதிகக் கூட்டமில்லை. நான் ஏற்கனவே மதுவருந்துமிடத்தில் பார்த்திருந்த கரும்பச்சைநிறச் சட்டையணிந்தவர் என் அருகில் வந்து உட்கார்ந்தார். அவர் சட்டைத் துணியைக் குறித்து நான் விசாரிப்பதற்குள் என்னை முந்திக்கொண்டு அவரே கேட்டார், 'கே.எஸ். சரவணனைப் பற்றித் தெரிந்துகொள்ள வந்தீர்களா ...?' என்னை முன்தெரியாத நபர் அவ்வாறு கேட்டதில் ஆச்சரியமடைந்த நான் தலையை அசைத்து 'ஆமாம்' என்றேன். தொடர்ந்து, "உங்களுக்கு எப்படித் தெரிந்தது?" என்றேன். எனக்குண்டான ஆச்சரியத்தின் சாயலை முயன்றும் என் குரலிலிருந்து பிரிக்க முடியவில்லை .

'நானும் முன்பொருமுறை கே.எஸ். சரவணனை விசாரித்துக் கொண்டு இவ்வூருக்கு வந்திருந்தேன். நீங்கள் அந்தக் குடிகாரக் கவிஞனிடம் பேசிக்கொண்டிருந்ததை மதுவருந்துமிடத்தில் கவனித்தேன்' என்றார் அவர், சிறிய இடைவெளிவிட்டு அவரே தொடர்ந்தார், 'நம்பாதீர்கள், எல்லாம் சுத்தப் பொய். கே.எஸ். சரவணன் என்ற ஆளே கிடையாது. ஏதோ ஓர் ஆதங்கத்தில் இவ்வூர்க்காரர்களே கே.எஸ். சரவணன் என்னும் ஆசாமியை இட்டுக்கட்டிப் பரப்பி வருகிறார்கள். அசலூர்க்காரர்கள் யாரும் கே.எஸ். சரவணனைப் பார்த்ததே இல்லை. எல்லாம் பித்தலாட்டம். அவரது கோபம் குரலில் சூடாக வெளிப்பட்டது.

கரும்பச்சை நிறச் சட்டைக்காரர் இப்படிச் சொல்லி முடித்த மறுநிமிடம், முன் இருக்கையில் உட்கார்ந்திருந்த இளைஞன் திரும்பி என்னை நோக்கி, "இவரை நம்பாதீர்கள். நன்றாக யோசித்து முடிவு செய்யுங்கள். கே.எஸ். சரவணன் எழுதிய கதை வெளியாகியுள்ளதே. நீங்கள் படித்திருக்கிறீர்களா? யாரோ ஒருவர் அப்பெயரில் எழுதியிருந்தாலும், அக்கதை எழுதப்பட்ட நேரம் அவர் கே.எஸ். சரவணனாக வாழ்ந்தார்தானே? எவ்வளவு நேரமானால் என்ன! கே. எஸ். சரவணன் வாழ்ந்தார் அல்லவா?" என்றான்.

அந்த இளைஞனின் பேச்சிலிருந்த தர்க்கத்தைப் புரிந்து கொள்வதற்குள், அவன் பஸ்ஸிலிருந்து கீழே இறங்கினான்.

நானும் பின்தொடர்ந்து அவனைக் கண்டுபிடிக்கும் முன்பாகவே கூட்டத்தில் கலந்துவிட்டிருந்தான். திரும்பிப் பார்த்தால் பஸ்ஸும் புறப்பட்டுப் போயிருந்தது.

அடிக்குறிப்புகள்

1. இந்த அடிக்குறிப்பு தேவையற்றது.
2. தமிழக முதல்வர் சட்டப்பேரவையில் 1996ஆம் ஆண்டு ஆகஸ்ட் மாதத்தில் ஒரு நாள் தனது பேச்சில் எடுத்தாண்ட உவமை.
3. கே.எஸ். சரவணனுக்குச் சைவ சித்தாந்தத்தில் ஆழ்ந்த ஈடுபாடு. சைவ சித்தாந்தத்தில் சிவபெருமானை நடனமாடும் வடிவத்தில் அமைத்திருப்பதற்கான விளக்கத்திலிருந்து சுயசரிதைகளுக்குத் தலைப்பிட வேண்டிய முறையை அவர் வகுத்திருக்கக்கூடும். ஆனால் இது தொடர்பாக அவர் டைரிக் குறிப்பு ஏதும் எழுதியுள்ளாரர் எனத் தெரியவில்லை .
4. ஆங்கிலத்தில் எழுதப்பட்ட அக்கடிதத்தில் ஓர் அனாதையின் சுயசரிதைக்குக் கே. எஸ். சரவணன் பரிந்துரைத்த தலைப்பு: *Mothers's Lap.*
5. கே.எஸ். சரவணனின் முடிக்கப்படாத இக்குறுநாவல் ஒரு மர்மக்கதையைச் சொல்லுவதாக எழுதப்பட்டுள்ளது. விபர உபயம்: சிறுகதை ஆசிரியர்.

●

ராக்கம்மா அல்லது ஜோர்ஸ் லூயி போர்ஹெஸ்ஸின் காணாமல்போன இரண்டு சிறுகதைகளும் பதினேழு அடிக்குறிப்புகளும்

சேலம் – கள்ளிக்கோட்டைச் சாலையில் திருச்செங்கோடு பிரிவில் உள்ள அரியானூரில் பிறந்து, பெங்களூரில் ஒரு பிரிட்டிஷ் குடும்பத்துடன் சேர்ந்த ராக்கம்மா தொடர்பானது இந்த ஆய்வறிக்கை. ராக்கம்மாவை இந்த ஆய்வாளர் 1992ஆம் ஆண்டு ஏப்ரல் இரண்டாம் நாள் மாலை சேலம் நகரின் பிரபலமான ரொட்டிக் கடை ஒன்றில் பார்க்க நேர்ந்தது. அப்போது ஏற்பட்ட ஆர்வத்தால், பல்வேறு வழிகளில் தேடிச் சேகரித்த தரவுகளிலிருந்தும் செய்திகளிலிருந்தும் இவ்வறிக்கை எழுதப்படுகிறது. ஆய்வுக்குப் பெரிதும் துணைபுரிந்தவர்கள்: 1. ராக்கம்மாவின் தோழி தங்கம்மாள் பாட்டி, 2. தங்கம்மாளின் பேரன் இளங்கோ. இவ்விருவரும் அரியானூரில் வசிக்கிறார்கள். ஆய்வுக்குப் பயன்பட்ட பிரதிகள்: 1. ஜேம்ஸ் கருணாகரன் என்னும் தமிழ் எழுத்தாளரின் சிறுகதை ஒன்று, 2. ப்ளோரா மேரி என்னும் ஆங்கிலோ இந்தியப் பெண் இல்லஸ்ட்ரேடட் வீக்லியில் எழுதிய சிறுகதை, 3. சென்னைப் பல்கலைக்கழகத்திற்குச் சமர்ப்பிக்கப்பட்ட முனைவர் பட்ட ஆய்வேடு ஒன்று, 4. கர்நாடக மாநிலப் பள்ளிக் கல்வி இயக்குநரகம்

1989ஆம் ஆண்டு வெளியிட்ட அறிக்கை, 5. Indian Social Scientist தாளிகையில் வெளியான நமச்சிவாயத்தின் கட்டுரை.

இந்திய விடுதலைக்குப் பின்னரும் பல பிரிட்டிஷ் குடும்பங்கள் தம் வியாபார நிமித்தம்[1] இந்தியாவிலேயே தொடர்ந்து இருந்தன. பெங்களூரில் வசிக்கும் மார்டின் ஆர்னால்ட் ஹியூபர்ட்டின் குடும்பமும் அவற்றில் ஒன்று.

மார்டின் ஆர்னால்ட் ஹியூபர்ட்டுக்கு நிறைய வியாபாரங்கள். அவை பற்றிய விவரங்கள் இந்த ஆய்வுக்குத் தேவையில்லை. தம் வியாபார வேலையாக அவர் 1961ஆம் ஆண்டு ஒரு நாள் கொச்சித் துறைமுகம் சென்று பெங்களூர் திரும்பிக்கொண்டிருந்தார். கோடைக்காலமானதால், இளநீர்க் கடையொன்றைக் கண்டு தம் காரை நிறுத்தி இறங்கி இளநீர் அருந்திய சமயம், அருகிலிருந்த காய்க்குவியலிலிருந்து வெளிவந்த ஒரு பாம்பு அவரைத் தீண்டியது. அவரது அலறல்கேட்டு சிறு கும்பல் கூட, அதிலிருந்த இருபது வயது மதிக்கத்தக்க பெண் சற்றும் தாமதமின்றிக் கடிவாயிலிலிருந்து விஷத்தை உறிஞ்சி எடுத்தாள். பின், அவ்வூரின் வைத்தியர் ஒருவர் சிகிச்சையளிக்க மார்டின் ஆர்னால்ட் ஹியூபர்ட் ஆபத்தின்றி உயிர் பிழைத்தார். அங்கிருந்தவர்களிடம் அவர் கேட்டறிந்தவை: அவரைக் காப்பாற்றிய பெண் ராக்கம்மா. அவள் தந்தை பழனியப்பன். ஊர் அரியானூர். ராக்கம்மா பதினாறு வயதில் திருமணமாகி ஓராண்டுக்குள் கணவனைப் பாம்பு தீண்டியதால் கைம்பெண்ணானாள்.

ராக்கம்மாவையும் அவள் தந்தையையும் பெங்களூர் வந்து தன் குடும்பத்துடன் சில நாட்கள் தங்கியிருக்க ஹியூபர்ட் விடுத்த அழைப்பு தட்டிக்கழிக்கக்கூடியதாக இருக்கவில்லை. நடந்ததை அறிந்த ஹியூபர்ட் குடும்பத்தினர் ஒவ்வொருவரும் நெகிழ்ந்து ராக்கம்மாவுக்கு நன்றி தெரிவித்தார்கள். இனி ராக்கம்மா தங்களுடனேயே இருக்க வேண்டுமெனத் திருமதி ஹியூபர்ட் கண்டிப்பான உத்தரவு ஒன்றை உரிமையுடன் வெளியிட்டார். ராக்கம்மாவுக்கு வீட்டில் ஓர் அறையும் தயாரானது. ஆனால், ராக்கம்மா தன் விருப்பப்படி சமைத்து உண்ண இருக்க என்று அவுட் ஹவுஸைத் தேர்ந்தெடுத்தாள்.

இடமாற்றமும் ஹியூபர்ட் குடும்பத்தாரின் அன்பும் தன் மகளுக்கு ஆறுதலைத் தரும் என்னும் நம்பிக்கையில் மகிழ்ந்த பழனியப்பன் தனியே அரியானூரில் வீடு, தோட்டத்தைக் கவனிக்கலானார். மாதம் ஒருமுறை மகளைப் பார்க்க அவர் பெங்களூர் சென்றார். ராக்கம்மாவுக்குத் தன் உயிர்த் தோழி தங்கம்மாளைப் பிரிந்திருந்ததில் மிக வருத்தம். பெங்களூரில் வசிக்கத் தொடங்கியதிலிருந்து, ஒழுங்கு தவறாமல் ராக்கம்மா கடைபிடித்த பலவற்றில் இரண்டு:

1. வருடா வருடம் ஏப்ரல் முதல் வாரம் நடக்கும் மாரியம்மன் மற்றும் காளியம்மன் பண்டிகையின்போது அரியானூருக்குச் சென்றது.

2. வாரம் ஒருமுறை தங்கம்மாவுக்குக் கடிதம் எழுதியது.

தனக்கு எழுதப்படிக்கத் தெரியாவிட்டாலும், தங்கம்மாள் பிறர் உதவியுடன் கடிதங்களைப் படித்துப் பதில் எழுதிவந்தார்.

ராக்கம்மா ஹியூபர்ட் குடும்பத்தில் தயக்கமின்றிப் பழகக் கீழ்காண்பவை மிக ஏதுவாயிருந்தன:

1. சங்ககிரிப் பத்திரப் பதிவாளர் அலுவலகத்தில் காப்பியிஸ்ட்[2] வேலை பார்த்த பழனியப்பன் தனக்குப் பரிச்சயமான தமிழ், ஆங்கில வார்த்தைகளை அவருடைய மகளின் மனத்தில் புகுத்தியிருந்தார்.

2. மார்ட்டின் ஆர்னால்ட் ஹியூபர்ட் தன் தயாள குணத்தைக் குடும்பத்தில் ஒவ்வொருவருக்குள்ளும் விதைத்திருந்தார்.

ராக்கம்மாவுக்கு இயல்பாகவே இருந்த நுண்ணறிவும் மற்றவர்களுடன் எளிதில் பழகும் தன்மையும் அவள் ஹியூபர்ட் குடும்பத்தில் ஒரு முக்கிய உறுப்பினராவதை விரைவுபடுத்தின. குடும்ப நிர்வாகத்தின் சில பொறுப்புகளும் ராக்கம்மாவிடம் ஒப்புவிக்கப்பட்டன. ஹியூபர்ட்டுக்கு முதலாம், மூன்றாம் வாரிசுகள் ஆண்கள். இரண்டும் நான்கும் பெண்கள். ராக்கம்மா பெங்களூர் செல்வதற்கு முன்னரே முதல் மகனுக்கு மணமாகி மனைவி, குழந்தைகளுடன் லண்டனில் வாசம். இரண்டாம் மகனுக்கு ராக்கம்மாவின் வருகைக்குப் பின் திருமணமாகிப் பெங்களூரிலேயே இருக்கிறான். அவனுக்கு மூன்று குழந்தைகள். தன்னுடன் படித்தவரைக் காதல் மணம்புரிந்த மூத்த மகள் 1985 முதல் அமெரிக்காவில் வசிக்கிறாள்.

வீட்டுவேலைகளைச் செய்வதற்கென்று தேவையான ஆட்கள் இருந்ததால், அதிகமாகக் கிடைத்த ஓய்வு நேரத்தை ராக்கம்மா படிப்பதில் மிகுதியும் செலவிட்டாள். நூலகம் எனச் சற்று மிகைப்படுத்திச் சொல்லத்தக்க ஹியூபர்ட்டின் சொந்தச் சேகரிப்பும் குடும்பத்தின் உரையாடல்களும் ராக்கம்மாவைப் படிக்கத் தூண்டின. அச்சூழல் காரணமாக ராக்கம்மா படிப்பது ஆங்கிலத்தில் என்றானது. தந்தைக்கும் தங்கம்மாளுக்கும் கடிதங்கள் எழுதுவது மட்டும் தமிழில். குழந்தைகளுக்குக் கதைகள் சொல்வதும் அவர்கள் செய்யும் வீட்டுப் பாடங்களை மேற்பார்வையிடுதலும் ராக்கம்மாவுக்கு உகந்த காரியங்கள்.[3] தொடக்கத்தில் தனியே சமைத்து உண்டவளுக்கு நாளடைவில் ஆங்கில உணவும் பழக்கமானது.[4] ஆனாலும் ராக்கம்மாவுக்குத்

தினமும் அரிசிச் சாதத்துடன் சாம்பார்/ ரசம் மதிய அல்லது இரவு உணவுக்கு இருப்பதில் திருமதி ஹியூபர்ட் கவனம் கொண்டார். ஹியூபர்ட்டுகளின் நண்பர் குடும்பங்களும் ராக்கம்மாவுக்குப் பரிச்சயமாயின.[5] கூடவே அவர்ளது லாங்பிளே ரிக்கார்டுகளும் மேற்கத்திய இசையும்.

தன் ஒவ்வொரு பிறந்தநாளிலும் பார்வையற்றோர், காது கேளாதோர் பள்ளி, அல்லது அனாதை விடுதி ஏதேனும் ஒன்றில் உள்ளவர்களுக்கு இனிப்பு வழங்கி மகிழ்வது ஹியூர்பர்ட்டின் வழக்கம். 1984ஆம் ஆண்டு தனது பிறந்தநாளில் இனிப்பு வழங்க அவர் தேர்ந்தெடுத்தது பெங்களூர் மத்திய சிறைச்சாலை. காலை பத்தரை மணியளவில் திருமதி ஹியூபர்ட், அவருடைய மகள்கள், இரண்டாம் மகன், மற்றும் ராக்கம்மாவுடன் சென்று கைதிகளுக்கு இனிப்பு, கேக், மிக்சர் அடங்கிய பொட்டலங்களை ஹியூபர்ட் வழங்கத் தொடங்கினார். வரிசையாக வந்து பெற்றுச் சென்ற கைதிகளில் தாடிவைத்திருந்த ஒருவர் பொட்டலங்களை வாங்கும் முன், அவர்களுக்கு எதற்காக இனிப்பு வழங்கப்படுகிறது என ஹியூபர்ட்டிடம் கேட்டார். ஹியூபர்ட் தனது பிறந்தநாள் என்னும் விவரத்தைச் சொல்ல, அவர் ஹியூபர்டின் கையைக் குலுக்கி ஏதோ சொன்னார். அதைக் கேட்ட ஹியூபர்ட் மிக மகிழ்ந்து 'தேங்க யூ வெரி மச்' என மூன்று அல்லது நான்குமுறைக் கூறினார். சற்றுத் தொலைவிலிருந்து கவனித்த ராக்கம்மாவுக்கு அக்காட்சி மிகுந்த ஆச்சரியத்தை அளித்தது. அதுவரை அவளறிந்த ஹியூபர்ட் எளிதில் ஒன்றையே திரும்பச் சொல்பவரல்ல. கையில் ஒரு புத்தகத்தைப் பிடித்திருந்த அக்கைதியின் தோற்றம் வித்தியாசமாய் ஒருவிதக் கண்ணியத்துடன், நிதானமான அசைவுகளை உடையதாயிருந்தது. கிடைத்த சில கணநேரம் அப்புத்தகத்தை எழுதியவரின் பெயரைப் படிப்பதற்கு ராக்கம்மாவுக்குப் போதுமானதாக இருந்தது. அதற்கு முன் அப்பெயரைக் கேட்டதில்லை.

கைதிகளுக்கு இனிப்புப் பொட்டலத்தை வழங்கிய பின், ஹியூபர்ட் சிறைக் கண்காணிப்பாளர் குருபதையாவிடம் அக்கைதியின் அடையாளங்களைக் கூறி விசாரித்தார். ஹியூபர்டிடம் குருபாதையா கூறியவற்றில் அருகிலிருந்த ராக்கம்மா தன் நினைவில் தங்கியவைகளைத் தங்கம்மாளுக்கு எழுதிய கடிதமொன்றில் பதிவு செய்துள்ளதின் சுருக்கம்: அக்கைதி ஒரு பல்கலைக்கழகத்தில் ஆங்கிலப் பேராசிரியராக இருந்தார். ஒரு கொலைக் குற்றம் தொடர்பாக ஆயுள் தண்டனை பெற்றவர். ஆனாலும் அவர் குற்றவாளியாக இருக்க முடியாது என்றும் வேறு யாரையோ காப்பாற்றுவதற்காகக் குற்றத்தைத் தாம் செய்ததாக வாக்குமூலம் அளித்திருக்கலாம் எனவும் அவரைச் சுற்றியுள்ளவர்கள் நம்பினார்கள். குருபாதையாவும் அப்படியே.

அவர் நிறையப் படித்தவர். ஆங்கில இலக்கியம் படிக்கும் குருபாதையாவின் மகள் சுதா பலமுறை அவரை வீட்டுக்கு அழைத்துப் பாடத்தில் விளக்கங்கள் கேட்பாள். அவரைப் பார்க்கும்போதெல்லாம் அவர் ஒரு கைதி என்ற எண்ணமே குருபாதையாவுக்குத் தோன்றியதில்லை.

அன்று மதிய உணவு மற்றும் இரவு விருந்தின்போது ஹியூபர்ட் பலமுறை தன்னை அது நாள்வரையிலும் அவ்வளவு சிறப்பாக அபூர்வமான வார்த்தைச் சேர்க்கையில் யாரும் வாழ்த்தியதில்லை என்பதாகவும் '*He must be a great man*' என்றும் சொன்னார். ஒரு வாரம் கழிந்தபின், ஹியூபர்ட்டிடம், 'நீங்கள் ஜோர்ஜ் லூயி போர்ஹெஸ் எழுதியவற்றைப் படித்திருக்கிறீர்களா?' என்று ராக்கம்மா கேட்டாள். அதற்கு ஹியூபர்ட் தாம் அவரை அதிகம் படித்ததில்லை என்றாலும் தானும் போர்ஹெஸ்ஸும் வட இங்கிலாந்துப் பிரதேசத்துடன் தொடர்புடையவர்கள்; இருவருக்கும் பாட்டிமார் வழியில் தூரத்துச் சொந்தம் என்றும் கூறினார்.

பின் வந்த சில மாதங்களுக்குள், போர ஹெஸ் எழுதி ஆங்கிலத்தில்மொழிபெயர்க்கப்பட்ட ஏழு சிறுகதைத்தொகுதிகளும் இரண்டு கவிதைத் தொகுதிகளும் ராக்கம்மாவுக்குக் கிடைத்தன. 'பெங்களூர் அறிவுஜீவிகளின் புத்தகநிலையம்' என்றழைக்கப்படும் கடையின் உரிமையாளர் சர்வோத்தம் ஷான்பாக் இதில் ராக்கம்மாவுக்கு உதவினார். தன் வாடிக்கையாளர்கள் கடைக்கு வரும்போது புதிதாகவந்தவற்றில் அவரவர் ரசனைக்கேற்ப நூல்களைக் காட்டுவதில் சமர்த்தரான ஷான்பாக் அதே ஆண்டுக்குள் போர்ஹெஸ்ஸின் மற்ற இரண்டு சிறுகதைத் தொகுதிகளையும் ராக்கம்மாவுக்குக் கொடுத்தார். 1993ஆம் வருடம் பெங்களூரில் மஞ்சள் வண்ண டாபூபியாக்கள் பூத்துக் குலுங்கும் பருவம் ஒரு நாளில், ராக்கம்மா ஹியூபர்ட்டின் இளைய மகளுடன் பிரிட்டிஷ் கவுன்சில் நூலகம் சென்று, பின் ஷான்பாக்கின் கடைக்குள் நுழைந்தவுடன் அவர், '*I have something for you!*' எனப் பல்வரிசை வெளியில் தெரியாத தன் சிரிப்புடன் ராக்கம்மாவிடம் போர்ஹெஸ்ஸின் சிறுகதைத் தொகுதி[8] ஒன்றைக் கொடுத்தார். அது தன்னிடம் ஏற்கனவே இருப்பதாக ராக்கம்மா கூற, அதற்கு ஷான்பாக் அதன் முன்னுரைக்காகவும் நூற்பட்டியலுக்காகவும் வாங்கலாம் என்றார். அன்று மாலை அப்புத்தகத்தைப் படித்த ராக்கம்மா (ஆங்கிலத்தில் மொழிபெயர்ப்பான) போர்ஹெஸ்ஸின் எல்லாச் சிறுகதைகளும் தனக்குக் கிடைத்துள்ளன என்ற தன் எண்ணம் தவறானது என்பதை அறிந்தாள். 'உடன் அவள் நிம்மதி காணாமல்போனது' என்பது ஆய்வுக் கட்டுரையில் எழுதப்படக்கூடிய வாக்கியமல்ல. ஆனால் அக்கதைகளைத்

தேடிப்படிக்க வேண்டுமென்ற ஆவல் ராக்கம்மாவுக்கு உண்டானது.[9] அது விஷயத்தில் ஷான்பாக் தனக்கு உதவ முடியுமா என்றும் முயன்றாள். அடுத்த ஆண்டு செங்கொன்றைமரங்கள் தம் பூக்களை உதிர்த்துத் தீர்க்கிறவரையிலும் முயன்ற ஷான்பாக் தன்னால் ராக்கம்மாவுக்கு உதவ முடியாததை வருத்தத்துடன் தெரிவித்தார்.

இரண்டு மாதங்கள் கழிந்து பிரிட்டிஷ் கவுன்சில் நூலகத்தில் டைம்ஸ் பத்திரிகையின் இலக்கிய இணைப்பைப் படித்துக்கொண்டிருந்த ராக்கம்மாவின் கவனத்தை ஒரு விளம்பரம் கவர்ந்தது. லண்டன் நகரில் உள்ள பழைய மற்றும் அரிய நூல்களை வாங்கி விற்கும் நிறுவனத்தின் விளம்பரம் அது. பிரபலமான மற்றும் அவ்வளவு பிரபலம் இல்லாத சில எழுத்தாளர்களின் கையெழுத்துப் பிரதிகள் விற்பனைக்கிருப்பதாக அவ்விளம்பரம் கூறியது. அந்த எழுத்தாளர்களின் பட்டியலும் வெளியாகியிருந்தது. அதிலிருந்த ஒரு பெயர்: **Norman Thomas Di Giovani.**

ஹியூபர்ட்டின் மூத்த மகள் அமெரிக்கா சென்றதிலிருந்து, ராக்கம்மாவைச் சில மாதங்கள் தன்னுடன் வந்து தங்குமாறு ஒவ்வொரு கடிதத்திலும் எழுதிவந்தாள்.[10] ஹியூபர்ட் தம்பதியினர் இரண்டாண்டுகளுக்கு ஒருமுறை லண்டன் சென்று தம்முடைய மூத்த மகனுடன் சில வாரங்கள் தங்கியிருப்பது வழக்கம். 1994–ஆம் வருடம் அவர்கள் லண்டன் செல்லும்போது தானும் அவர்களுடன் சென்று பின் அங்கிருந்து அமெரிக்கா போகும்தன் விருப்பத்தை ராக்கம்மா தெரிவித்தாள். மகிழ்ச்சியுடன் ஹியூபர்ட் அவர்களது பயண ஏற்பாடுகளைச் செய்தார். ராக்கம்மா அமெரிக்கா செல்ல ஒப்புக்கொண்டதன் நோக்கம் லண்டன் வழியாகச் செல்லும்போது அங்குத் தாமஸ் கியோவானியின் கையெழுத்துப் பிரதிகளில் போர்ஹெஸ்ஸின் காணாமல்போன இரண்டு கதைகளைத் தேடிப்பார்க்கலாம் என்பது.[11] லண்டன் செல்வதற்கு முன், ராக்கம்மா அரியானூர் வந்து தங்கம்மாளுடன் நான்கு நாட்கள் தங்கினாள்.[12]

ஹியூபர்ட்டின் இளைய மகளின் நூற்றுக்கணக்கான அறிவுரைகளைப் பொறுமையுடன் கேட்ட ராக்கம்மா, குழந்தைகளின் முத்தங்களைப் பெற்று அவர்கள் விமான நிலையம் வந்து வழியனுப்ப ஹியூபர்ட் தம்பதியினருடன் லண்டன் பயணமானாள். லண்டன் சேர்ந்து முதல்நாள் (12 நவம்பர் 1994) ஹியூபர்ட்டின் மூத்த மகன் வீட்டில் அவர்கள் பொழுது கழிந்தது. மறுநாள், ராக்கம்மா தேடிவந்த பழைய புத்தகங்கள் விற்கும் நிறுவனத்துக்கு ஹியூபர்ட்டின் மூத்த மகன் காரில் அவளை அழைத்துச் சென்றான். கியோவானியின் கையெழுத்துப் பிரதிகளைப் பார்வையிட விரும்பிய ராக்கம்மாவை

விநோதமாகப் பார்த்த மேலாளர் அவை அடுக்கப்பட்டிருந்த பகுதியைக் காட்டினார்.

கியோவானியின் கையெழுத்துப் பிரதிகள் பன்னிரெண்டு கோப்புகளாகக் கட்டப்பட்டிருந்தன. அவை பெரும்பாலும் ஸ்பானிஷ் மூலத்திலிருந்து அவர் ஆங்கிலத்திற்கு மொழி பெயர்த்தவை. அன்று சுமார் இரண்டு மணிநேரம் செலவிட்டு ராக்கம்மாவால் மூன்று கோப்புகளை மட்டுமே புரட்டிப்பார்க்க முடிந்தது. அவற்றில் போர்ஹெஸ்ஸின் எழுத்து எதுவுமில்லை. ஹியூபர்ட்டின் மகன் வந்து அழைக்கவே, ராக்கம்மா அவனுடன் திரும்பினாள்.

மறுநாள் காலை சற்றுக் கேலியான புன்னகையுடன் ராக்கம்மாவை அந்தப் புத்தகக் கடைக்கு அழைத்துச் சென்ற ஹியூபர்ட் தம்பதியினர் மதிய உணவுக்கான இடைவேளையின் போது வருவதாகக் கூறிப் போனார்கள்.[13] ராக்கம்மா கியோவானியின் மற்ற கையெழுத்துப் பிரதிகள் அடங்கிய கோப்புகளை ஒவ்வொன்றாகப் பரிசீலிக்கத் தொடங்கினாள். சுமார் ஒரு மணிநேரத்துக்குப் பின் அங்கங்கே அடித்தல் திருத்தல்களுடன் போர்ஹேஸ்ஸின் சிறுகதை ஒன்று கிடைத்தது. மேலெழுந்தவாரியாகப் படித்ததில் அதுவரை வெளியாகாத கதை அது எனக் கண்டு, ராக்கம்மா அதைத் தனியே எடுத்துவைத்தாள். அடுத்த சில பக்கங்களில், பல குறிப்புகளுடன் **Guayaquil** கதையின் ஆங்கில மொழிபெயர்ப்பு இருந்தது. பெங்குவின் வெளியீடான போர்ஹெஸ்ஸின் **Doctor Brodie's Report** சிறுகதை எனக் குறிப்புடன் ஒரு கதையின் ஆரம்ப வரிகள் எழுதப்பட்டிருந்தன. அப்போது ஏதேச்சையாக அங்கு வந்த மேலாளரிடம் தான் தேடிவந்த கையெழுத்துப் பிரதிகள் கிடைத்துவிட்டன எனக் கூறி அதைப் படிக்கத் தொடங்கிய ராக்கம்மா ஓரிரு நிமிடங்களுக்குள் எதையோ சத்தமாகச் சொல்லிக் கோப்பின் அந்தப் பக்கம் திறந்தபடி இருக்க அதைக் கையில் பிடித்தவாறே சரிந்து விழுந்தாள்.[14] ராக்கம்மாவின் உயிர் பிரிந்ததைச் சில நிமிடங்கள் தாமதமாகத்தான் மேலாளரால் அறிய முடிந்தது.

ராக்கம்மாவை மதிய உணவுக்கு அழைத்துச் செல்லவந்த ஹியூபர்ட் தம்பதியினரிடம் நடந்ததை விவரித்த மேலாளர் ராக்கம்மா தனியாக எடுத்துவைத்திருந்த கையெழுத்துப் பிரதியையும் அவள் கடைசியாகப் படித்த தாளையும் ஒப்படைத்தார்.[15] அவர் அதற்குப் பணம் வாங்கவும் மறுத்தார். லண்டனிலிருந்து விமானத்தில் பெங்களூர் கொண்டு வரப்பட்ட ராக்கம்மாவின் உடல் பின்னர் அரியானூரில் (அவள் முன்னரே விரும்பியபடி) புதைக்கப்பட்டது.[16] சேலத்திலிருந்து அரியானூர் சென்று திருச்செங்கோடு செல்லும் தார்ச்சாலையில் திரும்பி

நானூறு மீட்டர் கடந்தால் இடது பக்கத் திருப்பத்தில் ராக்கம்மாவின் கல்லறை. ஒவ்வொரு வருடமும் ராக்கம்மாவின் நினைவு நாளன்று ஹியூபர்ட்டின் இளைய மகளும்[17] இரண்டாம் மகனின் பிள்ளைகளும் அக்கல்லறைக்கு வந்து ராக்கம்மாவுக்குப் பிடித்தமான கார்னேஷன் மற்றும் ஜெர்பரா மலர்களை வைத்து அஞ்சலி செலுத்துகிறார்கள்.

முடிவுரை

பாம்பை வணங்கும் கலாச்சாரத்தில் பிறந்து வளர்ந்த ராக்கம்மாவையும் அதைப் பாவத்தின் அடையாளமாகவும் தீமையின் அறிகுறியாகவும் கருதும் பண்பாட்டின் வழிவந்த ஹியூபர்ட்டையும் சந்திக்க வைத்தது ஒரு பாம்பு. ஒரே பொருள் ஒரு ஜோடி எதிர்வுகளை உருவாக்கியும் அவை எழுப்பிய தளங்களைச் சார்ந்த இருவரை இணைத்து ஓர் உறவை ஏற்படுத்தியதும் விந்தை. ராக்கம்மாவின் கவனத்தைக் கவர்ந்த அக்கைதியின் நடத்தையும் பாவனைகளும் அவர் படித்துக்கொண்டிருந்த போர்ஹேஸ்ஸின் எழுத்தைத் தேட அவளைத் தூண்டியிருக்கின்றன. அதாவது, ஒரு நபரின் அசைவுகளுக்கும் அவரது அழகியலுக்குமுள்ள தொடர்பை அனுமானிக்கக்கூடியவளாக ராக்கம்மா இருந்திருக்கிறாள். அவள் வாழ்வின் ஒரு பகுதியின் சுருக்கமானதும் அரைகுறையானதுமான இவ்வரைவைப் படிக்கும்போது 'வயல்கரையில் புற்றுகளில் இருக்கும் சாரைப்பாம்புகளில் ஒன்று மனத்தின் புல்தரையில் நகர்ந்ததைக் கண்ட எல்லையோர ஜனங்கள் இப்போது ஒரு மனிதனைப் பற்றிய விசாரிப்புகளைத் தொடங்கியிருந்தார்கள்' என்னும் வாக்கியத்துடன் தொடங்கும் கடைசி அத்தியாத்தை உடைய நாவலின் தலைப்பு நம் கவனத்திற்கு வருவது தவிர்க்க முடியாத ஒன்று.

ஏற்கனவே சொல்லப்பட்டவைகளின் அடிப்படையில் கீழ்க்கண்ட வினாக்கள் நம்முன் எழுகின்றன:

1. ஒரு கிராமத்தில் பிறந்து பண்பாட்டு வேறுபாடுகளைக் கடந்து ஒரு பிரிட்டிஷ் குடும்பத்துடன் இணைந்த கைம்பெண்ணான ராக்கம்மா ஏன் மறுமணம் செய்து கொள்ளவில்லை?
2. ராக்கம்மாவுக்கு மறுமணம் செய்துவைக்க வேண்டுமென்ற எண்ணம் ஹியூபர்ட்டுகளுக்கும் தோன்றவில்லையா?
3. தன் தயாள குணம் குடும்ப அங்கத்தினர்களின் மனத்துக்குள் புகுந்துள்ளதுடன் வீட்டிலுள்ள ஜடப் பொருட்களையும் ஒரு மெல்லியப் படலமாக வியாபித்துள்ளது என்பதையும் நம்பும் ஹியூபர்ட் ஒரு கதையின் ஆரம்ப வாக்கியங்களே ஓர் உயிரைப் பறிக்கக்கூடியவை என்பதை ஏன் நம்ப மறுக்கிறார்?

மேற்கண்ட கேள்விகளுக்கு விடைகாணும் முகமாக ஆய்வு மேற்கொள்ள வாய்ப்புகள் உள்ளன.

நன்றி

ஹியூபர்ட் குடும்பத்தாருக்கு இவ்வாய்வாளரை அறிமுகப் படுத்தி அவர்களிடமிருந்து பல விபரங்களைத் திரட்ட உதவிய வேளாண் பல்கலைக்கழகத் தாவரவியல் பேராசிரியர் நிஜகுணய்யா அவர்களுக்கும் ஆய்வுக்குத் தேவையான பல பிரதிகளைத் தந்துதவிய தங்கம்மாள், அவருடைய பேரன் இளங்கோ ஆகியோருக்கும் நன்றி. ஆய்வறிக்கையின் முதல் படியைப் படித்துப் பல திருத்தங்களைக் கூறிச் செப்பனிட உதவியவர் முனைவர் ஜி. கே. ராமசாமி.

அடிக்குறிப்புகள்

1. ஹியூபர்ட்டின் வியாபாரங்கள் ஜேம்ஸ் கருணாகரனின் கதையில் விரிவாக எழுதப்பட்டுள்ளன. 'சம்பவங்கள் அனைத்தும் உண்மை. பெயர்கள் மாற்றப்பட்டுள்ளன' என்னும் குறிப்புடன் இவர் கதைகள் அநேகமாக எல்லாத் தமிழ் வாரப் பத்திரிகைகளிலும் வெளியாகியுள்ளன. பெங்களூரில் உறவினர் வீட்டு நிகழ்ச்சிக்கு வந்த இவர் ஒரு ஞாயிற்றுக்கிழமை கிருஸ்துவ தேவாலயம் ஒன்றில், ஓர் ஆங்கிலேயக் குடும்பத்துடன் ஒரு தமிழ்ப் பெண்மணியைக் கண்டு அக்குடும்பத்தாருடன் அவள் பழகிய முறையில் கவனம் ஈர்க்கப்பட்டு அதன் அடிப்படையில் எழுதியதாக ஒரு குறிப்புடன் இவர் பெயரில் தமிழ்க் கதிர் வாரப் பத்திரிகையின் 5 பிப்ரவரி 1989 தேதியிட்ட இதழில் ஒரு கதை வெளியாகியுள்ளது.

2. ஒரு மூலப் பத்திரத்தின் நகல் தேவைப்படும்போது, அதில் உள்ளது உள்ளபடி அடித்தல் திருத்தல்கள் இருப்பின் அவற்றையும் பிழைகளைப் பிழைகளாகவும் படி எடுக்க வேண்டியவர் காப்பயிஸ்ட். மூலப் பத்திரத்தில் மாரிசாமி என எழுதித் அதை அடித்துவிட்டு ராமசாமி என எழுதியிருந்தால் காப்பியிஸ்ட்டும் மாரிசாமி என எழுதி அதை அடித்து மீண்டும் ராமசாமி எனப் படி எடுக்க வேண்டும். சுருக்கமாகச் சொன்னால் காப்பியிஸ்ட்டுகள் மனித நிழற்படிவ இயந்திரங்கள் *(human photo copying machines)*. சங்ககிரிப் பத்திரப் பதிவாளர் அலுவலகத்தில் ஆங்கிலேயர் ஆட்சிக் காலத்தில் பழனியப்பன் காப்பியிஸ்ட்டாகச் சேர்ந்தார். அவ்வேலையில் பதிவு உயர்வு இல்லை.'அரையணா வேலையானாலும் அரசாங்கவேலையாக இருக்க வேண்டும்' என்னும் சொலவடைக்கேற்ப அவர் அவ்வேலையில் சேர்ந்திருக்கலாம். சுமார் இரண்டாண்டுகள்

அப்பணியில் தொடர்ந்த பழனியப்பன் அதிலிருந்து விலகிச் சேலம் பத்திரப்பதிவாளர் அலுவலகத்தில் துணைச் சார்பதிவாளர் ஆனார். உடன் திருமணம். ராக்கம்மா பிறந்த இரண்டாம் வருடம் அவர் மனைவி இறந்த பின், சொந்த ஊரான அரியானூருக்குத் திரும்பினார்.)

3. ஹியூபர்ட் தம்பதியினரின் இளைய மகனுடைய பிள்ளைகளுக்குப் பெரும்பாலும் வீட்டில் பாடம் கற்பித்தது ராக்கம்மா. அவள் பிள்ளைகளுக்குப் பாடம் சொல்லித் தந்த முறையைப் புகழ்ந்து, பெற்றோர்கள் அதைப் பின்பற்றக் கர்நாடக மாநிலப் பள்ளிக் கல்வி இயக்குநரகத்தின் 1989ஆம் ஆண்டு அறிக்கை பரிந்துரைக்கிறது.

4. மேலும் விபரங்களுக்கு விடுதலை இந்தியாவில் வசிக்கும் ஆங்கிலேயரின் உணவுப் பழக்கங்கள் என்னும் தலைப்பில் சென்னைப் பல்கலைக்கழகத் தமிழ்த் துறைக்கு 1978ஆம் ஆண்டு சமர்பிக்கப்பட்ட முனைவர் பட்டத்துக்கான அச்சில் வெளியிடப்படாத ஆய்வேட்டைக் காண்க.

5. *Indian Social Scientisit* தாளிகையில் நமச்சிவாயம் (1980) எழுதியுள்ள *Indian Friends of Britishers: A Cultural Analysis* கட்டுரையில் ஹியூபர்ட் குடும்பத்தாரின் நண்பர்களுடன் ராக்கம்மாவுக்கிருந்த பரிச்சயம் தொடர்பாகச் சில செய்திகள் உள்ளன.

6. ஹியூபர்ட்டிடமிருந்து இதற்கு மேலும் விவரம் ராக்கம்மாவுக்குக் கிடைத்திருக்காது. பொதுவாக அதிகம் பேசாதவர் ஹியூபர்ட். தனக்குத் தெரிந்த விவரங்களை எல்லாம் மற்றவர்களுக்குச் சொல்ல விரும்புகிறவரல்ல அவர். சாட்சாத் இயேசு கிருஸ்துவையே சந்தித்த பின்னும் '*I met an important man*' என்று மட்டும் கூறுகிறவர்.

7. *India: A Travel Survival Kit*இல் இவர்மீதான குறிப்பைப் புத்தகங்களை நேசிக்கும் ஒவ்வொருவரும் படிக்க வேண்டும்.

8. இது போர்ஹெஸ்ஸின் சிறுகதைத் தொகுதியான *Ficciones*. இத்தொகுதியின் பிரெஞ்ச் மற்றும் ஆங்கில மொழி பெயர்ப்புகளினாலேயே போர்ஹெஸ்ஸின் பெயர் ஐரோப்பாவின் தீவிர இலக்கிய வாசகர்களுக்கு அறிமுகமானது. *Ficciones* பல ஆங்கிலப் பதிப்புகளைக் கண்டுள்ளது. இக்குறிப்பிட்ட பதிப்புக்கு (*Everyman's Library (1993)* முன்னுரை எழுதியுள்ள John Sturrockஇன் குறிப்பிடப்பட வேண்டிய நூல் *Structuralism*. அமைப்பியலை விரிவாக அறிமுகம் செய்த முதல் நூல் அது.

9. ராக்கம்மாவுக்குப் போர்ஹெஸ்ஸின் கவிதைகள் அறவே பிடிக்கவில்லை. 'போர்ஹெஸ் கவிதை எழுதாமல் தவிர்த்திருந்தால் நோபல் பரிசு கிடைத்திருக்கும்' என்று ராக்கம்மா ஷான்பாக்கிடம் ஒருமுறை கூறினாளாம்.

10. ஹியூபர்ட் தம்பதியினரின் இளைய மகளுக்கு அதிகம் பேசும் பழக்கம். அதிலும் ராக்கம்மாவுடன் அவளுக்குப் பேசவும் சண்டையிடவும் ஏகப்பட்டவை உண்டு. ராக்கம்மாவை இந்த ஆய்வாளர் சேலம் ரொட்டிக்கடையில் பார்த்தபோது, அவள் ராக்கம்மாவிடம், 'வெயில் வேளையில் வெளியில் திரியாதே. தங்கம்மாள் பாட்டி வீட்டைத் தவிர யார் வீட்டிலும் சாப்பிடாதே. திருவிழா முடிந்தவுடனே பெங்களூர் திரும்பி வா' எனப் பலவற்றைச் சொன்னபடி இருந்தாள். (இன்று அந்த ரொட்டிக் கடையும் இல்லை. நூற்றாண்டுக்கு மேலான அந்தக் கட்டடத்தை இடிக்கச் சென்னை உயர்நீதிமன்றம் அனுமதி வழங்கியுள்ளது. அக்கட்டடத்தின் திட்டவரைபடத்தைத் தயாரித்துத் தந்தவர் பாரத் ரத்னா மோக்ஷகுண்டம் விஸ்வேஷ்வரய்யா, இளையவளுக்கு நேர் எதிர் குணம் மூத்தவளுக்கு. 'Taciturn என்பதற்கு உதாரணம் காட்டப்படுவதற்காகவே இப்பூமியில் பிறந்தவள் ஹியூபர்ட் தம்பதியினரின் மூத்த பெண்' என்று ராக்கம்மா தன் தந்தைக்கு எழுதிய கடிதமொன்றில் வர்ணித்துள்ளாள். ராக்கம்மாவிடம் கலகலப்பாக நெருங்கிப் பழகும் தன் இளைய மகளைவிட மூத்த பெண்ணுக்கே அவளிடம் பாசம் அதிகம் எனத் திருமதி ஹியூபர்ட் இளைய மகள் இல்லாத சில சமயங்களில் வேலையாட்களிடம் சொல்லியிருக்கிறார்.

11. *The Encounter* இதழில் வெளியான *Unpublished Writing of Borges* கட்டுரையில் போர்ஹெஸ்ஸின் காணாமல்போன இரண்டு சிறுகதைகளும் கியோவானியிடம் இருக்கலாம் என்ற குறிப்பு ராக்கம்மாவுக்குக் கிடைத்தது. போர்ஹெஸ் தனது மற்ற கதைகளைப் போலல்லாமல் அவ்விரண்டும் முதலில் ஆங்கிலத்தில் வெளியாக வேண்டுமென விரும்பி, மொழிபெயர்க்கக் கியோவானிக்கு அனுப்பியிருக்கலாம் என்றும் அக்கட்டுரையாளர் கருத்துரைத்திருந்தார்.

12. சுருட்டுப் புகைக்கும் பழக்கமுள்ள தங்கம்மாளுக்கு அரியானூர் வரும் ஒவ்வொருமுறையும் நிறைய வெளிநாட்டு சுருட்டுகளை எடுத்துவருவது ராக்கம்மாவின் வழக்கம் என இளங்கோ இவ்வாய்வாளரிடம் நேர்ப் பேச்சில் தெரிவித்தார்.

13. ஹியூபர்ட் குடும்பத்தார் ஷான்பாக், புத்தகக்கடை மேலாளர் போன்றவர்கள் பேசியதாக சொன்னதாக இந்த

அறிக்கையில் கூறப்படுபவை ஆங்கிலத்திலிருந்து ஆய்வாளரால் மொழிபெயர்க்கப்பட்டவை.

14. ராக்கம்மா சத்தமாகச் சொல்லியது என்னவென்று ஆங்கிலம் மட்டுமே அறிந்த மேலாளருக்குப் புரியவில்லை. அவள் கத்திய வார்த்தைகள் ஆங்கிலம் அல்ல என்பதை அம்மேலாளர் ஹியூபர்ட்டிடம் உறுதியாகக் கூறினார். அநேகமாக, ராக்கம்மா (தன் தாய்மொழியான) தமிழில் ஏதும் சொல்லியிருக்கலாம்.

15. கியோவானி மொழிபெயர்க்கத் தொடங்கித் தொடராமல் நிறுத்திய போர்ஹெஸ்ஸின் அக்கதையின் வரிகள் தமிழில் இப்படி இருக்கின்றன.

‘இந்திய விடுதலைக்குப் பின்னும் இந்தியாவில் வசித்த மார்ட்டின் ஹியூபர்ட் என்னும் பிரிட்டிஷ்காரர் 1961ஆம் ஆண்டு கோடைக்காலத்தில் ஒரு நாள் கொச்சி துறைமுகம் சென்று பெங்களூர் திரும்பும் வழியில், அரியானூர் என்னும் சிற்றூரில் பாம்புக் கடிபட ராக்கம்மா என்ற இளம்பெண் அவரைக் காப்பாற்றினாள். ராக்கம்மாவை ஹியூபர்ட் பெங்களூர்க்கு அழைத்து வந்து தன்னுடைய . . .’

கியோவானியின் மொழிபெயர்ப்பு இத்துடன் நின்றுள்ளது. அக்கதையின் ஸ்பானிஷ் மூலமும் இதுவரை கிடைக்கவில்லை.

16. தன் தந்தை இறந்த பின், அரியானூரில் இருந்த பூர்வீகச் செத்துகள் அனைத்தையும் பள்ளிக்கூடம் கட்டுவதற்காக ராக்கம்மா எழுதிவைத்தாள். தோட்டத்தில் தன் தந்தையின் கல்லறைக்கு அருகிலேயே தானும் அடக்கம் செய்யப்பட வேண்டுமென்ற தன் விருப்பத்தை ராக்கம்மா தங்கமாளிடமும் ஹியூபர்ட்டிடமும் தெரிவித்திருந்தாள்.

17. ராக்கம்மாவைக் கர்ப்பந்தரித்துருந்த அவள் தாய்க்குப் பிரசவ வலி ஏற்பட்டு நெடுநேரமாகியும் குழந்தை வெளிவரவில்லை. சிசேரியன் முறை அறிமுகமாகாத அக்கிராம முறைப்படி, ராக்கம்மாவின் தாய் படுத்திருந்த வீட்டு வாசலில் கோவில் திருவிழாவில் பயன்படுத்தப்படும் வெடியை வெடிக்கச் செய்ததால் ஏற்பட்ட அதிர்ச்சியில் ராக்கம்மா பிரசவிக்கப்பட்டாள். ஹியூபர்ட்டின் இளைய மகளை ராக்கம்மா ஏதும் கண்டித்தால், பதிலுக்கு அவள் ராக்கம்மாவை ‘டுமீல் டெலிவரி’ எனக் கேலி செய்வது வழக்கம்.

●

பெருமை

நினைத்ததைவிட முன்னதாகவே கூட்டம் முடியுமெனச் சிவஞானம் எதிர்பார்க்கவில்லை. அது நெசவாளர்கள் சம்மேளனத்தின் வருடாந்திரக் கூட்டம். தன் பேச்சுக்குக் கிடைத்த வரவேற்பால் நிறைவாகவே உணர்ந்தார். தான் வழக்கமாகப் படிக்கும் தினசரியில் சிவஞானம் சமீபத்தில் எழுதிய கட்டுரை மாநிலச் சட்டமன்றத்தில் பலத்த விவாதத்துக்குட்பட்டு, நெசவுத் தொழில் தொடர்பாகச் சில முக்கியத் தீர்மானங்கள் நிறைவேறக் காரணமானது. கூட்டத்தில் பேசிய பலரும் அதைக் குறிப்பிட்டது சிவஞானத்துக்குச் சந்தோசத்தைக் கொடுத்தது. மாலை நான்கு மணியளவில், ஒவ்வொருவராகக் கிளம்பக் கூட்டம் நடந்த திருமண மண்டபம் காலியாகத் தொடங்கியது. உடனடியாக வீடு திரும்ப வேண்டிய கட்டாயம் அவருக்கு இல்லை. பக்கத்தில்தான் அறிவழகனின் மனைவி வசித்தாள். சாவதானமாக நடந்தாலே பத்து நிமிடம் போதும். வீடு பஸ் நிறுத்தத்துக்கு அருகிலும்கூட. அங்கும் ஓர் எட்டுப் போய்ப் பார்க்கத் தோன்றியது அவருக்கு.

அறிவழகனை நினைத்தாலே சிவஞானத்துக்குத் தவறாமல் அவனது சாவும் இங்கிலீஸ் பேப்பர் படிப்பும் ஞாபகத்துக்கு வரும். இங்கிலீஸ் பேப்பர் படித்த பழக்கத்தால் அறிவழகன் அடைந்த பெருமை இன்றுவரை சிவஞானத்துக்குப் புரியாத விநோதம்.

சிவஞானமும் அறிவழகனும் சம வயதுக் காரர்கள். பள்ளி இறுதிவரை இருவருக்கும் ஒரே

காற்றின் நிழல் ❈ 35 ❈

நண்பர் குழு. பள்ளிப் படிப்புடன் சிவஞானத்தின் கல்வி முடிந்தது. அப்பா ‘வீட்டு வேலையைப் பார்’ என்று சொல்லிவிட்டார். புதிதாக பத்துத் தறி வீட்டை அவர் வாடகைக்குப் பிடித்திருந்தார். அவர் ஒருவர் மட்டுமே அதைச் சமாளிக்க முடியாது. அவனுடைய தம்பியின் படிப்பை நிறுத்தினாலும் பயனில்லை. சிவஞானத்துக்குப் படிப்பில் ஆர்வம் எனத் தயக்கமில்லாமல் சொல்ல முடியாது.

அறிவழகனின் விஷயம் நேர் எதிர். சுகஜீவனம் செய்கிறவரின் மகனுக்கு வீட்டு வேலையென ஏதும் இருக்க நியாயமில்லை. அவன் ஒரு டிகிரி வாங்குவது குடும்ப கௌரவத்துடன் சேர்த்தி. கூடவே கணிசமான வரதட்சிணையுடன் நல்ல இடத்திலிருந்து பெண் கிடைக்கும். அறிவழகனும் படிப்பில் மோசமல்ல. அப்போது எஸ்எஸ்எல்சி பதினோரு வருடம். பின் பியுசி கல்லூரியில் ஒரு வருடம். பிறகு பட்டப் படிப்பு மூன்று வருடம். தடுமாற்றமில்லாமல் அறிவழகனும் ஒரு விஞ்ஞானப் பட்டதாரியானான். கல்லூரிப் படிப்பு அவர்களின் அந்நியோன்யத்துக்கு இடைஞ்சலாக இருந்ததாகச் சொல்ல முடியாது. இங்கிலீஸ் பேப்பரை வீட்டுக்கே வரவழைப்பவனின் உலகம் நெசவுத் தொழில் செய்கிறவனின் விஸ்தாரத்துக்குள் அடங்காதுதான்.

அறிவழகன் பட்டம் வாங்கிய பின், தந்தையின் விவகாரங் களில் ஒத்தாசை செய்வதாகப் பிறர் எண்ணத் தொடங்கியபோது, சிவஞானத்துக்கு ஏற்ற ஒரு பெண் திருமணத்துக்குத் தயாராக இருந்ததை யாரோ அவன் அப்பாவின் காதில் போட்டு வைத்தார்கள். இந்தக் காலத்தைப் போலவே அன்றும் நேரடியாக ‘உன் பெண்ணை என் பையனுக்குத் தருகிறாயா?’ எனக் கேட்டுப் பெண் வீட்டு வாசற்படியேறும் வழக்கம் இல்லை. பொது மனிதர் ஒருவரை அனுப்புவது முறை, பெண் தரச் சம்மதம் என்றால் பதில் நேரடியாக இருக்கும். சம்மதியில்லை என்பதற்குக் கூறப்படும் சாக்குப்போக்குகள் விசித்திர விநோதமாக இருக்கும். ‘எங்கள் வீட்டில் வாழைமரம் இன்னும் குலை தள்ளவில்லை’ என்பதும் சில சமயம் பதிலாக இருக்கும். பெண் கேட்டுப்போகிறவர்கள் கோபப்பட முடியாது. பொறுத்துக்கொள்ள வேண்டும்.

சிவஞானத்துக்குப் பெண் கேட்டுப்போன அறிவழகனின் அப்பாவிடம் பெண் வீட்டார் சுற்றி வளைக்காமல் சொன்னார்கள், ‘உங்க பையன் பட்டதாரி, உங்க ஊர்லியே இங்கிலீஸ் பேப்பர் படிக்கிறவன் அவன் ஒருத்தன்தானாமே? உங்களுக்குச் சம்மதம்னா எங்க லலிதாவை உங்க பையனுக்கே தர்றோம். என்ன சொல்றீங்க?’

‘அதனாலென்னா, அறிவழகனும் என் பையனுக்குச் சமம்தான். அவனுக்காவது இந்தப் பொண்ணு அமைஞ்சா எனக்கும் சந்தோசம். எம் பையனுக்குன்னு எந்தப் பொண்ணாவது

பொறந்திருப்பா' என்று சிவஞானத்தின் தந்தை சொன்னதாக அறிவழகனின் அப்பா மீண்டும் பெண் வீட்டுக்கு வந்து தெரிவித்த போது லலிதாவின் கனவுகள் உச்சத்தையடைந்தன.

சிவஞானத்தின் தந்தை யதார்த்தமாகச் சொல்லியதுபோலவே, பார்வதி அவனைக் கணவனாக அடைவதற்காகவே பிறந்து வளர்ந்து காத்திருந்தாள்.

தனக்குச் சம்பந்தம் பேசப்போன பெண் தன் நண்பனுக்கு மனைவியானதைச் சிவஞானம் பெரிதுபடுத்தவில்லை. இங்கிலீஸ் பேப்பர் படிக்கும் பழக்கத்துக்கு அப்படியொரு மகிமையா என்று மட்டும் சிறிது யோசித்துவிட்டு அப்போதைக்கு அதை மறந்தான்.

தன் கணவன் இங்கிலீஸ் பேப்பர் படிப்பதில் லலிதாவுக்கிருந்த பெருமையைச் சொல்லிமாளாது. அதைச் சொல்லிச் சந்தோஷப்படுவதற்காகவே சதாசர்வகாலமும் அவள் காத்திருந்ததைப் போல ஒரு தோற்றத்தை ஏற்படுத்தியிருந்தாள்.

தன் மதிப்புக்குரிய பத்திரிகையை 'இது தமிழ் மக்கள் மனச்சாட்சி' என்று சிவஞானம் பார்வதியிடம் பெருமையாக ஒருமுறை சொன்னபோது, 'என்ன இருந்தாலும் இங்கிலீஸ் பேப்பருக்கு ஈடாகுங்களா?' என்ற கேள்விதான் கிடைத்தது. அப்போது சிவஞானம் இங்கிலீஸ் பேப்பரின் மகிமையைத் தீவிரமாக யோசித்தான். அவன் வாங்கும் தினசரியில் படங்களோ சினிமாச் செய்திகளோ இல்லாதது பார்வதிக்குப் பெருங்குறை, பெரிய மனுஷியானதால் ஏழாம் வகுப்புடன் படிப்பை நிறுத்தியவளுக்கு அந்தத் தினசரியின் வாக்கியங்கள் கூட நீளமாக இருந்து எரிச்சலூட்டியிருந்தன. பொட்டலம் கட்டுவதற்கும் மாவு சலிப்பதற்கும் பார்வதி அதைத் தொடுவாள். சமயங்களில் தானியங்களை அதில் காயப்போட்டாள்.

அறிவழகனின் மனைவியை முதலில் சிவஞானத்துக்குப் பெண் கேட்டுச் சென்றதும் பார்வதிக்குத் தெரிந்திருந்தது. இம்மாதிரியான விஷயங்களைப் பெண்களின் வாய்க்குள்ளேயே பூட்டிவைப்பது சாதாரண காரியமல்ல. அதுவுமல்லாமல் இவற்றைச் சரியான நபர்களிடம் சொல்வதாலேயே பிறவிப் பயன் கிடைக்கும் என நினைப்பவர்கள் எல்லா ஊர்களிலும் இருக்கத்தானே செய்கிறார்கள். லலிதாவின் அளவுக்குத் தனக்கும் படிப்புண்டு, தன் பிறந்த வீடும் லலிதாவினுடைதற்குச் சற்றும் குறைந்ததல்ல என்பவையும் பார்வதியை இங்கிலீஸ் பேப்பர் படிக்கும் கணவனுக்குச் சில நேரங்களில் ஏங்க வைத்திருக்கலாம்.

நிஜமாகவே அறிவழகன் இங்கிலீஸ் பேப்பரைக் கணிசமான அளவு படித்தானா என்ற சந்தேகம் சிவஞானத்துக்கு உண்டு.

காற்றின் நிழல்

திருமணப் பரிசாக வந்த ஓர் ஆங்கிலப் புத்தகத்தை அறிவழகன் உபயோகித்த விதம் அவனை அவ்வாறு நினைக்கத் தூண்டியது. படுக்கைக்குப் பக்கத்தில் தினமும் டார்ச் லைட்டை அறிவழகன் அதன் மீது வைப்பான். நாளடைவில் அதன் அட்டை கிழிந்தது. பல பக்கங்களும் ஒவ்வொன்றாக அட்டையைத் தேடிச் சென்றன. ஒரு நாள் அவனைப் பார்க்கக் காலையிலேயே சிவஞானம் போயிருந்தபோது, அவன் படுக்கையில் எழுந்து உட்கார்ந்தபடியே காபி குடித்துக்கொண்டிருந்தான். அழுதபடியே அங்கு வந்த தன் பையனுக்குக் காபியை நிறுத்தி அந்தப் புத்தகத்தின் ஒரு தாளைக் கிழித்துக் கப்பல் செய்து கொடுத்துச் சிரிக்கவைக்க முயன்றான். அறிவழகன் செய்த காரியத்துக்கும் அவனுக்கு அப்புத்தகத்தின் மீதிருந்த மரியாதைக்கும் சம்பந்தமில்லை என நினைக்க வேண்டும் எனத் தனக்குத்தானே சிவஞானம் சொல்லிக்கொண்டான். பூப்பந்து விளையாடுமிடத்துக்கு இங்கிலீஸ் பேப்பரை எடுத்துவர வேண்டிய அவசியமும் சிவஞானத்துக்குப் புரியவில்லை. விளையாடுமிடத்தில் படிக்க அவகாசமிருக்கிறதா என்ன?

இதையெல்லாம் அறிவழகனிடமே நேரடியாகக் கேட்டு விடலாம்தான். அதில் சிவஞானத்துக்குச் சிரமம் ஏதுமில்லை. அது அவர்கள் நட்புக்கு முற்றுப்புள்ளி வைத்துவிடாதென்றாலும் தொய்வை ஏற்படுத்தும்.

அறிவழகனைப் பொறுத்தவரையில் அவன் அப்பா சாகும்வரை எல்லாம் அதனதன் அளவில் ஓர் ஒழுங்கில் செல்வதாகப்பட்டது. அவர் மறைந்த துக்கம் மெல்லக் கரைந்த பின்னரே பல சிக்கல்கள் முளைத்தன. வட்டிக்குக் கொடுத்த பணத்தையோ தொழிலில் முதலீடு செய்ததையோ புரட்டுவதும் வேண்டிய நேரத்தில் எடுப்பதும் அவ்வளவு சுலபமல்ல எனத் தெரிந்தது. சொகுசு வாழ்க்கைக்கே பழக்கப்பட்ட அவன் தாய் பல பிரச்சினைகளை உண்டாக்கினாள். ஒவ்வொரு மகளின் வீட்டிலும் முறைபோட்டு விருந்தாடி நாக்கு ருசியிலேயே அந்த அம்மாள் தன் வாழ்வைக் கழித்து வந்தாள். போதாததற்கு அறிவழகனால் தன் தம்பியுடன் ஒத்துப்போக முடியவில்லை. முன்னிரவு நேரங்களில் அவர்களது உரையாடலைக் கேட்ட குழந்தைகள் வீரிட்டு அலறின.

இன்னமும் அந்தப் புரட்டாசிக் கடைசிச் சனிக்கிழமை சிவஞானத்துக்குத் தெளிவாக நினைவிருக்கிறது. முதல் நாளே அறிவழகன் மனைவியையும் குழந்தைகளையும் மாமனார் வீட்டுக்கு ஒருசந்திக்கு அனுப்பியிருந்தான். அவனுடைய தம்பியும் மனைவியும் எங்கோ வெளியூர் சென்றிருந்தார்கள். சிவஞானம் அன்று காலையிலிருந்தே அறிவழகனைப் பார்க்கவில்லை. வீட்டில்

யாரும் இருப்பதற்கான அறிகுறியும் தென்படவில்லை. ஒருவேளை அறிவழகனும் மாமனார் வீட்டுக்குச் சென்றிருக்கக்கூடுமென இவன் நினைத்தான். சிவஞானம் தன் தாய்மாமன் வீட்டுக்கு ஒருசந்திக்குச் சென்று, மாலை ஐந்து மணிக்கு மேல்தான் சாப்பிட முடிந்தது. புரட்டாசிக் கடைசிச் சனிக்கிழமை ஒருசந்தி என்றாலே அதுதான் தொல்லை. தாசாங்கம் செய்பவர்களுக்கு ஏகக் கிராக்கி. அவர்களின் பின்னாலேயே அவர்கள் செல்லும் நாமக்காரர்களின் வீடுகளுக்குச் சென்று அங்கெல்லாம் பூஜை முடியும்வரை காத்திருந்து அழைத்து வர வேண்டும். பெரும்பாலான குடும்பங்களுக்குத் தாசாங்கம் செய்ய இரண்டு பேர் போதும். தாசாங்கம் செய்யும் மூவரை வைத்துப் பூஜை செய்யும் பழக்கமுள்ள குடும்பங்களின் பாடு திண்டாட்டம். பூஜை முடிந்த பின்னரே சாப்பாடு. குழந்தைகளின் பசியைப் பார்க்க யாருக்கும் பொறுக்காது.

நேரங்கழித்துச் சாப்பிட்ட அசதியால் சிவஞானம் தூக்கக் கலக்கத்தில் இருந்தான். சீக்கிரமாகவே படுக்க ஆயத்தம் செய்தபோது, அறிவழகனின் தம்பி பதைப்புடன் ஓடிவந்து சொன்னான், 'வீடு உள்ளே பூட்டியிருக்குது. ரொம்ப நேரம் தட்டியும் அண்ணா தொறக்கல. எனக்குப் பயமாயிருக்கு. வந்து பாருங்க.' உடனே சிவஞானம் ஓடினான். பக்கத்து வீடுகளிலிருந்து பலரும் கூடிவிட்டார்கள். கதவை உடைப்பதைத் தவிர வேறு வழியில்லை என முடிவாகி, கடப்பாறையால் நெம்பியதில் கதவு திறந்தது. வெறும் கைலியுடன் வழக்கமாக அவனுடைய அம்மா தூங்கும் இடத்துக்கு மேலே அறிவழகன் ஒரு சேலையில் தூக்குப்போட்டுத் தொங்கிக்கொண்டிருந்தான். லேசான துர்நாற்றம் வீசியது. இரவு எட்டு மணிக்கு மேல் தூக்கில் பிணம் தொங்குவது யாருக்கும் திகிலேற்படுத்தும் காட்சிதான். அறிவழகனின் தம்பியும் அவன் மனைவியும் அழத் தொடங்கினார்கள். முதலில் சுதாரித்துக்கொண்டவன் சிவஞானம். உடனே அறிவழகனின் மாமனார் வீட்டுக்கு, அவனுடைய அம்மாவை அழைத்து வர என்று ஆளனுப்பினான்.

போலீஸ் வந்து பிணத்தைப் பொது மருத்துவமனைக்கு எடுத்துப் போனார்கள். மறுநாள் மத்தியானம் திரும்ப வந்தது. இழவு வீட்டில் கூடிய பலருக்கும் போஸ்மார்ட்டம் செய்தது பிடிக்கவில்லை. தற்கொலை என்றாலே காதும் காதும் வைத்த மாதிரி பிணத்தை எரிப்பது அவ்வூர் வழக்கம். சிவஞானம் போலீஸுக்குத் தெரிவித்திருக்கக் கூடாது என அவன் முகத்துக்கு முன்னால் சொல்ல யாருக்கும் நாவெழவில்லை. அவன் அருகில் – இல்லாதபோது மட்டும் அதைப் பேசினார்கள்.

சாவு வீட்டில் கூடிய எல்லோரும் அறிவழகனின் குழந்தைகளுக்காகவருந்தினார்கள். பெண்களின் அழுகையில் பாசாங்கிருந்ததாகச் சொல்ல முடியாது. மூன்று வயது நிரம்பாத பையனையும் பொம்மை போன்ற எட்டு மாதப் பெண் குழந்தையையும் பார்த்த யாருக்குத்தான் துக்கம் முட்டிக்கொண்டு வந்திருக்காது?

'சொத்து இருக்குது. மிஞ்சிப்போனா வீட்ட வித்துக் கடன அடச்சிருக்கலாம். அனாவசியமா செத்துட்டானே!'

'சாவுற வயசா அவனுக்கு? தற்கொலை செஞ்சிக்கிற கடனா இதெல்லாம்? அவசரப்பட்டுட்டானே!'

'பாவி. இந்தக் கொளந்திங்கள விட்டுட்டு எப்பிடிச் சாக மனசு வந்திச்சு?'

'சாவுறதுக்கு முன்னால இந்தப் பிஞ்சுக் கொளந்த முகத்தப் பார்த்திருந்தா இப்புடி ஆயிருக்காது.'

'நம்ம ஊருல இங்கிலீஸ் பேப்பர் படிக்கிறவன். இப்பிடி அநியாயமாப் போயிட்டானே.'

'ஏம்பா சிவஞானம் சாவறதுக்கு முன்னாடி அவன் உங்கிட்டக்கூட ஏதும் சொல்லலியா?'

அறிவழகனின் மனைவியைத் தேற்றுவது பெரும்பாடாகப் போனது. ஈடு செய்யக்கூடியதா அவளுடைய இழப்பு? தன் கணவனுடைய முடிவு அப்படியாகுமென அவள் கடுகளவும் நினைத்திருக்கமாட்டாள். தன்னுடைய வாழ்வும் ஒரு முடிவுக்கு வந்துவிட்டதாக உணந்திருப்பாள் போல. அவள் ஒப்பாரி வைத்து அழுதபோது 'இனி யாருக்காக நாங்க இங்கிலீஸ் பேப்பர் வாங்குறது?' எனச் சொன்னது சிவஞானத்தின் நினைவில் அழியாமல் தங்கிவிட்டது.

'ஏழாம் நாள் காரியத்துக்குப் பின், சிவானமும் அவன் அப்பாவும் முன்னால் நின்று கடன்காரர்களை அழைத்துக் கணக்கு வழக்குகளைப் பைசல் செய்துவைத்தார்கள். வீடு மூழ்கியதை யாராலும் தடுக்க முடியவில்லை. வீட்டு விவகாரங்களில் ஈடுபடாமல் அண்ணனிடம் எல்லாவற்றையும் ஒப்புவித்திருந்த அறிவழகனின் தம்பி இழந்தது அதிகம். எஞ்சியிருந்த தொகையில் பெரும்பங்கு அவனைச் சேர்ந்தது. சிவஞானத்திடமும் அவன் அப்பாவிடமும் நம்பிக்கை வைத்து, 'நீங்க எப்பிடிச் சொல்றீங்களோ அப்பிடியே செய்றேன்' என்றார் லலிதாவைப் பெற்றவர். ஏதும் பேசக்கூடிய நிலையிலும் அவர் இல்லை. லலிதாவையும் குழந்தைகளையும் தன்னுடன் அழைத்துக்கொள்ள

ஒப்புக்கொண்டார். வசதியானவர். அது அவருக்குப் பாரமும் அல்ல. ஆனால் தினமும் கண்முன்னே தன் மகளைப் பார்ப்பதால் உண்டாகிற துக்கத்தைப் பொறுத்துக்கொள்வது அவருக்குப் பெரும்பாடாக இருந்திருக்கும்.

லலிதா குழந்தைகளுடன் தாய் வீட்டுக்குப்போன பிறகு, சிவஞானமும் பார்வதியும் அவளைப் பலமுறை போய்ப் பார்த்து வந்தார்கள். சிரமமில்லாத முக்கால் மணி நேரப் பயணம். ஒருமுறை திரும்பி வரும்போது பார்வதி சொன்னாள், 'என்ன இருந்தாலும் இங்கிலீஸ் பேப்பர் படிச்சவருடைய குடும்பமில்லயா பொளச்சிக்குங்க'.

அறிவழகன் போய்ச் சேர்ந்து இருபத்திரண்டு வருஷங்கள் ஓடிவிட்டன. அறிவழகனின் குடும்பம் எப்படியோ பிழைத்துக்கொண்டு இருக்கிறது. லலிதாவின் அப்பா இறந்தும் ஐந்து வருஷங்களுக்கு மேல் இருக்கும். அவர் போன பின் லலிதா தனியே வந்துவிட்டாள். லலிதாவின் தம்பி மனைவிக்கு நாக்குக்குப் பதில் தேள் கொடுக்கு. அவள் கணவன் வீட்டில் இல்லாத நேரங்களில் மட்டும் அது வெளியேவரும். அப்பா அவளுக்கென ஒதுக்கிய வீட்டில் லலிதா இருக்கிறாள். பையனுக்குக் கைத்தறி சொசைட்டியில் வேலை. அது சிவஞானத்தின் முயற்சியில் கிடைத்தது. பெண்ணும் ஸ்பின்னிங் மில் வேலைக்குப் போகிறாள். அவளது வருமானமும் குடும்பத்துக்கு அவசியம்.

சிவஞானம் போன சமயம் லலிதாவும் பெண்ணும் இருந்தார்கள். பார்வதியை அழைத்துப் போகாததில் அவர்கள் இருவருக்கும் வருத்தம்.

'உங்கப்பா எப்பிடி இருக்காங்க? பாத்து ஆறு மாசத்துக்கு மேல இருக்கும்?' லலிதா விசாரித்தாள்.

'அப்பாவால முன்ன மாதிரி ஓடியாட முடியரதில்ல. சொல்ற மாதிரி எந்தத் தொந்தரவும் இல்ல.'

அறிவழகனின் பெண் கேட்டாள், 'நமச்சி அண்ணன் சௌக்கியமா? அடிக்கடி லட்டர் போடுதா? அடுத்து எப்ப வருது?'

'நல்லா இருக்கான். இப்ப எங்க வீட்டுக்கே போன் வந்துடுச்சில்ல. அடிக்கடி பேசுறான். லட்டர் வர ரொம்ப நாளாகுது. இருபதாயிரம் மைல் இல்லியா? அடுத்த மாசம் அவன் ஊருக்கு வரணும்.'

பேச்சு எங்கெங்கோ போய் அறிவழகனைத் தொட்டது. சிநேகிதனின் நினைவில் சிவஞானத்தின் மனசும் இளகிக் கொஞ்சம் வெறுமையாய் உணர்ந்தார்.

‘உம் என்ன இப்பிடித் தவிக்கவிட்டுட்டுப் போயிட்டாரே. அவுரு இருந்திருந்தா என் நெலம இப்பிடி ஆயிருக்குமா? எவ்வளவு படிச்சாரு? தெனமும் இங்கிலீஸ் பேப்பர் படிப்பாரே. இங்கிலீஸ் பேப்பர்ல வந்தத நெறைய வெட்டி ஃபைல்ல சேத்து வச்சிருந்தாரே!’

புதைத்த பிணத்தை யாரோ மீண்டும் தோண்டி எடுத்துப் போட்டதைப் போலச் சிவஞானத்துக்குக் குமட்டிக் கொண்டு வந்தது. அறிவழகனின் இங்கிலீஸ் பேப்பர் படிப்பின் பெருமை இருபத்தைந்து வருஷங்களுக்கு மேல் நீடித்து நின்றதைக் கேட்க அவருக்கு ஆச்சரியமாகவும் சங்கடமாகவும் இருந்தது. தன் மனசில் பல வருஷங்களாகத் தேக்கி வைத்திருந்ததை லலிதாவிடம் கேட்டுவிடலாமா என்ற எண்ணம் அவருக்கு உதித்தது. அது நண்பனின் விதவையைக் காயப்படுத்தும் என நினைத்து உடனே தன்னை அடக்கிக்கொண்டார். தவிரவும் வளர்ந்து விட்ட பெண்ணின் முன்னிலையில் அவளுடைய பெற்றோர்களை விமர்சிப்பது அவருக்கு உசிதமாகப்படவில்லை. எதையோ சிந்தித்தவராக வெறுமனே தலையை மட்டும் ஆட்டிவைத்தார். ஒவ்வொருவரும் அவரவர் யோசனையில் இருந்ததால் அங்கே அமைதி நிலவியது.

திடீரென விழித்துக்கொண்டவர்போலச் சிவஞானம் சொன்னார், ‘சரி. நேரமாச்சி. நான் புறப்படறேன். பையன் வந்தா சொல்லுங்க. அந்தப் பக்கமா வந்தா வீட்டுக்கு வராம இருந்துடாதீங்க. உங்க தம்பிய நான் விசாரிச்சதா சொல்லுங்க.’ சிவஞானம் புறப்பட எழுந்து நின்றார்.

லலிதா எதுவும் பேசவில்லை. கணவனின் நினைவில் ஆழ்ந்திருப்பாளாக இருக்கும். பெண் சொன்னாள்,

‘நமச்சிவாயம் வந்தா சொல்லியனுப்பறேன். கண்டிப்பா வீட்டுக்கு வா. உன்னப் பாத்தா ரொம்ப சந்தோசப்படுவான். ‘என்ன சித்தப்பா அவசரம்? அண்ணன் வந்துடும். இருந்து சாப்டப்புறம் போலாமே.’

‘இல்லம்மா. நேரமாச்சு. இன்னொரு நாள் வர்றேன். பார்வதியைக் கூட்டிட்டு வர்றேன். நமச்சிவாயம் வந்தா சொல்லியனுப்பறேன். கண்டிப்பா வீட்டுக்கு வா. உன்னைப் பார்த்தா ரொம்ப சந்தோசப்படுவான்.’

சிவஞானம் மெதுவாகப் பஸ் நிறுத்தத்தை நோக்கி நடக்க ஆரம்பித்தார். அவர் மனசில் ஏதோ வெறுமையாய் உணர்ந்தார். கார்த்திகை மாசமானதால் சீக்கிரமாகவே இருட்டத்தொடங்கியது. அங்கங்கே வீடுகளில் விளக்கு வெளிச்சம் தலைகாட்டியது. சிவஞானம் பஸ் நிறுத்தத்தை அடைந்தார். நிறைய பஸ்கள் உண்டு.

கூட்டம் அதிகமில்லாத பஸ்ஸில் போகலாம். ஐந்து நிமிடம் ஆகியிருக்கும். அப்போது அறிவழகனின் மகன், 'சித்தப்பா' எனக் கூப்பிட்டுக்கொண்டே வந்தான்.

'வீட்டுக்குப் போன ஒடனே நீங்க அப்பத்தான் கௌம்புனதா சொன்னாங்க. உங்கள பாக்கலாண்ணு வேகவேகமா வந்தேன்.' அவன் பலமாக மூச்சுவாங்கிக்கொண்டே நின்றான். அவன் சற்று ஆசுவாசமாகட்டும் என்றிருந்து, சிவஞானம் நிதானமாக அவன் வேலை தொடர்பாக விசாரித்தார்.

திடீரென நினைவுக்கு வந்ததைப்போல அறிவழகனின் மகன் கேட்டான், 'நீங்க பேப்பர்ல எழுதுன கட்டுரைக்கு நான்கூட கடிதம் எழுதியிருந்தேனே. அதக் கட்டம் கட்டிப் போட்டிருந்தாங்க. நீங்க படிச்சிங்களா?' கடிதத்தில் தான் எழுதியிருந்ததையும் சுருக்கமாகச் சொன்னான்.

'நல்லா ஞாபகமிருக்கே. ஆனா அத எழுதுனது நீதான்னு தெரியாது. இப்ப நீ சொன்னப்புறந்தா நீ எழுதுனதுன்னு தெரியுது.'

நழுவிப்போன எதுவோ கைக்குச் சிக்குவதுபோலச் சிவஞானத்துக்குத் தோன்றியது. புதுத்தெம்புடன் தன் கால்கள் ஸ்திரமாக நிற்பதாக அவர் உணர்ந்தார். அதுவரையிலும் திசை தவறித் தேடியவனாகத் தன்னை நினைத்துக்கொண்டார். அறிவழகனின் மகன் தோள்மீது கைபோட்டு அவன் முகத்தை உற்றுப் பார்த்தார். பின் அவன் முதுகைத் தடவிக்கொடுத்தார். அதில் ஒரு தந்தையின் வாஞ்சை இருந்தது. ஒரு சிநேகிதனின் தோழமை உணர்வு இருந்தது.

மகன் நமச்சிவாயத்தின் முகம் நினைவுக்கு வந்தது. சில நொடிகளிலேயே தன் அப்பாவைப் பார்க்க வேண்டுமென்ற ஆவல் அவருக்கு உண்டானது.

அதிகக் கூட்டமில்லாமல் ஒரு பஸ் வந்தது. அது அவர் வீட்டுக்கு மிக அருகில் போகக்கூடிய பஸ்தான். அறிவழகனின் மகனது கையைப் பிடித்து மெதுவாக அழுத்தி, 'நான் வர்றேன். அடிக்கடி வீட்டுக்கு வா' சொல்லியபடியே பஸ்ஸுக்குள் ஏறினார்.

பஸ் புறப்படும் முன் சிவஞானம் திரும்பி ஒருமுறை அவனைப் பார்த்துக்கொண்டார். காலியாக இருந்த சீட்டில் உட்கார்ந்து தன் அப்பாவைப் பற்றி எதையோ யோசிக்கத் தொடங்கினார்.

●

காற்றின் நிழல்

Preamble

‘எனக்கு இலக்கியம் தெரியாது’ என்று தன்னை அறிமுகம்செய்துகொண்டவரை ஆச்சரியத்துடன் பார்த்தார் பிரான்சிஸ் அற்புதராஜ். தலைநகரில் நடந்த ‘இருபதாம் நூற்றாண்டின் இறுதியில் இந்தியக் கலையும் பண்பாடும்’ கருத்தரங்கம் அது. ஓர் அமர்வு முடிந்து, கட்டுரை வாசித்தவர்கள் நன்றி கூறப்பட்டு ஒவ்வொருவராகக் கிளம்பிக்கொண்டிருக்க, அற்புதராஜின் அருகில் வந்து அவர் தன்னை அறிமுகம் செய்து கொண்டார். தொடர்ந்து அவரே, ‘நான் ராதாகிருஷ்ணன். எனக்கும் தமிழ்நாடுதான். நேற்று உங்கள் கட்டுரையைக் கேட்டேன்’ என்றார். இருவரும் பேசிக்கொண்டே கருத்தரங்க அறையைவிட்டு வெளியேறித் தேநீர் வழங்கிய இடம் வந்து, கோப்பைகளைப் பெற்றுக் காரிடாரின் ஒரு மூலைக்குச் சென்றார்கள். ராதாகிருஷ்ணன் பிரான்சிசைப் பொதுவாகக் கேட்டறிந்தார். ‘நீங்கள் என்ன செய்கிறீர்கள்? எப்படி இந்தக் கருத்தரங்குக்கு வந்தீர்கள்? ஆர்வத்தோடு அற்புதராஜ கேட்டார். ராதாகிருஷ்ணன் ‘ராயல் ஃபிலசாஃபிக்கல் சொஸைட்டியின் சார்பாகக் கலந்துகொள்கிறேன். நாளைக் காலை என் தலைமையில் ஓர் அமர்வும் பிற்பகல் என்னுடைய பேச்சும்’ என்றார். ராதாகிருஷ்ணன் பிரான்சிசுக்கு அறிமுகமானது இப்படி. பின், நேரடிச் சந்திப்பு, கடிதங்கள் மூலம் அவர்கள் அறிமுகம் வளர்ந்தது.

பிரான்சிஸ் அற்புதராஜ் (வெவ்வேறு நாட்களில்) சிலமுறை ராதாகிருஷ்ணனைச் சந்தித்துப்பேசியதிலிருந்தும் ராதாகிருஷ்ணன் அவருக்கு எழுதிய கடிதங்களிலிருந்தும் ராதாகிருஷ்ணன் சித்திரம் கீழ்வருமாறு.

Body

பிரான்சிஸ்: ராதாகிருஷ்ணன், நீங்கள் இப்போது என்ன செய்கிறீர்கள்?

ராதாகிருஷ்ணன்: நாடாறு மாசம் காடாறு மாதம்போல் வெளிநாடுகளிலும் இந்தியாவிலும் வசிக்கிறேன். அமெரிக்காவின் மஸ்ஸ சூசெட்ஸ் தொழில்நுட்பக் கழகத்தில் *artificial intelligence* துறையின் தர்க்க வியல் பகுதியில் ஆலோசகனாக ஒரு வேலை. வருடத்தில் நான்கு அல்லது ஐந்து மாதங்கள் அங்கே. கேம்பிரிட்ஜ் பல்கலைக்கழகத் தத்துவத் துறையில் மூன்று மாதம். பின், இந்தியாவில் அரசாங்கத்துக்காகச் சில வேலைகள்.

அற்புதராஜ்: கேட்கச் சற்று விநோதமாக இருக்கிறது. அடிப்படையில் உங்கள் கல்வித் தகுதி என்ன? இப்படிக் கேட்பது சற்று அநாகரிகமானதென்றாலும், பொறுத்துக் கொள்ளுங்கள். வேறு மாதிரி கேட்க எனக்குத் தோன்றவில்லை. நீங்கள் எங்கெல்லாம் படித்தீர்கள்?

ராதாகிருஷ்ணன்: பரவாயில்லை. (சற்று யோசனைக்குப் பின்) எங்கள் ஊருக்கு அருகிலேயே உள்ள அரசுக் கல்லூரியில் பிஎஸ்ஸி கணிதம். சென்னை மாநிலக் கல்லூரியில் எம்எஸ்ஸி கணிதம். பின், கல்கத்தாவிலுள்ள இண்டியன் ஸ்டாடிஸ்டிகல் இன்ஸ்டிடியூட்டில் தர்க்கத்தில் டாக்டர் பட்டம்; அசோக் மைத்ரா என்பவரின் மேற்பார்வையில். தர்க்கத்திலிருந்து தத்துவ இயலுக்கு வந்தேன்.

பிரான்சிஸ்: எதைக் குறித்து டாக்டர் பட்ட ஆய்வுசெய்தீர்கள்?

ராதாகிருஷ்ணன்: என் தீஸிஸ் தலைப்பைச் சொல்லுகிறேன். *(A Treatise of the Structure in Tibetan Theology.)*

அற்புதராஜ்: உங்கள் ஆய்வின் முக்கிய முடிவுகளைக் கூற முடியுமா?

ராதாகிருஷ்ணன்: அவற்றைப் புரிந்துகொள்ளப் பல்வேறு கோட்பாடுகளை நீங்கள் அறிந்திருக்க வேண்டும். அவை வேறோரு சந்தர்ப்பத்தில், என் ஆய்வின் முக்கியத்துவத்தை விளக்க ஒரு நிகழ்ச்சியைச் சொல்கிறேன். என் பிஹெச்டி ஆய்வை முடித்த சில மாதங்களுக்குள் ஸ்மித்சோனியன் கழகம் திபெத்தியயியல் மாநாடு நடத்தியது. நான் அதில் கட்டுரை வாசித்தேன். தலாய் லாமா

அங்கிருந்தார். அதன் பின், தலாய் லாமாவின் அணுகுமுறையில் நிறைய மாற்றங்கள். காரணம் என் ஆய்வு முடிவுகள்.

பிரான்சிஸ்: அதைத் தொடக்கமாக வைத்து நீங்கள் சர்வதேச அரசியலில் பிரவேசித்திருக்கலாமோ?

ராதாகிருஷ்ணன்: அறிவுஜீவிகள் அரசியலில் செயலாற்றி மதிக்கப்படுதல் லத்தீன் அமெரிக்க நாடுகளில் மட்டுமே சாத்தியம் என நினைக்கிறேன். அதுமட்டுமல்ல, எனக்கு அரசியல் ஈடுபாடும் இல்லை; லீடர்ஷிப் குவாலிட்டியும் கிடையாது.

அற்புதராஜ்: தர்க்க நிபுணரான உங்கள் மீது அதன் தாக்கம் என்ன? அதாவது உங்கள் இயல்பு வாழ்வில்.

ராதாகிருஷ்ணன்: உங்களால் அதை நம்ப முடியாது! நான் சொல்வதைக் கேட்டு நீங்கள் சிரிக்கக் கூடாது.

பிரான்சிஸ்: சரி. சிரிக்கவில்லை சொல்லுங்கள்.

ராதாகிருஷ்ணன்: என்னால் ஜோக்கடிக்க முடியாது. யாரேனும் ஜோக்கடித்தாலும் சிரிக்க முடியாது.

அற்புதராஜ்: (புன்முறுவலுடன், நம்ப முடியவில்லை . ஏன்?

ராதாகிருஷ்ணன்: சொல்கிறேன். தாமாஷ் என்பதே தர்க்கத்தை நிராகரிப்பது; தர்க்கத்தை மீறுவது. யாராவது ஜோக்கடித்தால், உடனே அதிலுள்ள தர்க்கச் சிதைவை நான் யோசிக்கத் தொடங்கிவிடுவேன். அதனால், ஜோக் கேட்டு என்னால் சிரிக்க முடியாது. அதற்காக நான் சிரிக்கவேமாட்டேன் என முடிவுகட்டிவிடாதீர்கள். சந்தோசத்தில் சிரிப்பேன்.

பிரான்சிஸ்: சரி, ஒரு சமூகத்தில் தர்க்கம் எவ்வாறு செயல்படுகிறது என்பதைச் சொல்ல முடியுமா?

ராதாகிருஷ்ணன்: ஒவ்வொரு சமூகத்திலும் தர்க்கம் ஒவ்வொரு விதமாகச் செயல்படுகிறது. வேறு மாதிரியும் சொல்லலாம். சமூகத்திற்குச் சமூகம் தர்க்கத்தின் பரிமாணங்கள் மாறுகின்றன. காரணம் ஒவ்வொரு சமூகத்திலும் தர்க்கத்தின் இயங்கு தளம் வெவ்வேறு.

அற்புதராஜ்: தமிழ்ச் சமூகத்திற்கென விஷேசமான தர்க்க இயங்கு தளம் ஏதும் உண்டா?

ராதாகிருஷ்ணன்: நிச்சயமாக. இது தொடர்பாக நான் நிறைய யோசித்திருக்கிறேன். நான் புரிந்துகொண்டவற்றைக் கோர்வையாக இப்போது என்னால் சொல்ல முடியுமா எனத் தெரியவில்லை. ஒன்றை மட்டும் என்னால் சொல்ல முடியும். தமிழ்ச் சூழலில்

மொழியில் சிக்கிய ஒரு தர்க்க அமைப்பு செயல்படுகிறது. இதற்கு உதாரணமாக எனக்கேற்பட்ட ஓர் அனுபவம். ஒருமுறை நான் லண்டனிலிருந்து இந்தியா திரும்பியபோது, சென்னை விமான நிலையத்தில் வழக்கமான கஸ்டம்ஸ் சோதனை. அப்போது, நான் ஒரு வீடியோ கேசட் எடுத்துவந்திருந்தேன் அது பிபிசிக்காக *Bronowski* தயாரித்த *The Ascent of Man* தொடரின் வீடியோ கேசட். அது மிகப் பிரபலமான தொடர். புத்தகமாகக்கூட வந்திருக்கிறது. என் பையைச் சோதனையிட்ட கஸ்டம்ஸ் அதிகாரி *'ascent', 'man'* என்பவற்றை நேரடியாகத் தமிழ்ப்ப டுத்தி, அது ஏதோ *pornograpiy* கேசட் என முடிவுசெய்து ரொம்பத் தொல்லை கொடுத்துவிட்டார். கொடுமை. வீடியோ கேசட் பிளேயர் தருவித்துக் கேசட்டைப் பார்த்த பிறகுதான் அவர் சமாதானமடைந்தார்.

பிரான்சிஸ்: (சிரிக்கிறார்) கொடுமைதான். பாமர மக்களும் இப்படித்தானா?

ராதாகிருஷ்ணன்: பொதுவாக அப்படித்தான். ஆனால் கல்வியறிவில்லாத மக்கள் ஆச்சர்யமூட்டும்படி தர்க்கத்தைப் பயன்படுத்துவதைப் பார்த்திருக்கிறேன். உதாரணத்திற்கு ஒரு சம்பவம். ஒருமுறை நான் பெங்களூருக்குப் பஸ்ஸில் போய்க்கொண்டிருந்தேன். பஸ்ஸில் ஒரு வெள்ளைக்காரப் பெண். அநேகமாக அமெரிக்காவைச் சேர்ந்தவளாக இருக்க வேண்டும். இடையே பஸ் ஓரிடத்தில் நின்றது. அங்கிருந்த கடையில் டீ சாப்பிட தானும் இறங்கினேன். கடையைக் கவனித்துக்கொண்டிருந்தவர் சாதாரணமான கிராமத்துப் பெண். எனக்கு முன்னதாக டீ சாப்பிட்டு முடித்த அந்த வெள்ளைக்காரப் பெண் கடைக்காரப் பெண்ணிடம் *'How much?'* என்றாள். அப்போது நான் நினைத்துக்கொண்டேன்: கடைக்காரப்பெண் அந்த வெள்ளைக்காரி சொன்னதை என்னைத் தமிழ்ப்படுத்தச் சொல்வாளென்று. ஆனால் நடந்ததே வேறு. மிக இயல்பாக எனக்கு டீ கிளாசை நீட்டிய கடைக்காரப்பெண் ஓர் ஐம்பது காசு, ஓர் இருபத்தைந்து காசு நாணயங்களை எடுத்து உள்ளங்கையில் வைத்து அந்த வெள்ளைக்காரப் பெண்ணிடம் நீட்டினாள். வெள்ளைக்காரப்பெண் ஒரு ரூபாய் நாணயம் ஒன்றை வைத்துவிட்டு இருபத்தைந்து காசு நாணயத்தை எடுத்துக்கொண்டாள். இருவரும் புன்னகைத்துக்கொண்டார்கள். எனக்கு ஆச்சரியமான சந்தோசம்.

அற்புதராஜ்: எனக்கும் அப்படித்தான். இனி, தர்க்கவியலிலிருந்து தத்துவத்திற்கு எப்படி வந்தீர்கள் என்பதைச் சொல்லுங்கள்.

ராதாகிருஷ்ணன்: தர்க்கத்திலிருந்து தத்துவத்திற்கு ஒருவர் வந்து சேர்வதில் ஆச்சரியப்பட ஏதுமில்லை. கணிதத்திலிருந்து தர்க்கம்.

தர்க்கத்திலிருந்து கணிதத் தத்துவயியல். அதிலிருந்து தத்துவயியல். இதற்கு மிகச் சிறந்த உதாரணம் பெர்ட்ரண்ட் ரஸ்ஸல். நீங்கள் இப்படிக் கேட்பதுதான் எனக்கு ஆச்சரியமாக இருக்கிறது.

பிரான்சிஸ்: இருக்கட்டும். தத்துவயியலில் நீங்கள் என்ன எழுதியிருக்கிறீர்கள்? அல்லது அத்துறையில் உங்கள் ஆய்வுகள் என்ன?

ராதாகிருஷ்ணன்: தத்துவயியலில் நான் எழுதிய பெரும்பாலான கட்டுரைகள் *Transactions of Royal Philosophical Society*இல் வெளியாகியுள்ளன. நானும் லியோன் ரொபேரும் இணைந்து எழுதிய கட்டுரைகள் பிரெஞ்சு ஆய்விதழ்களில் வெளியாகியுள்ளன. எனக்குப் பிரெஞ்சில் அவ்வளவாகப் புலமை கிடையாது. நான் ஆங்கிலத்தில் எழுதுவேன். ரொபேர் அதைப் பிரெஞ்சில் எழுதுவார். நானும் ரொபேரும் சேர்ந்து ஆங்கிலத்தில் எழுதிய ஒரு கட்டுரையால் நான் திடீரெனப் பிரபலமடைந்தேன்.

அற்புதராஜ்: அது என்ன?

ராதாகிருஷ்ணன்: *Unscientific Articles in Scientific Journals.* அது ஒன்றுதான் அந்த நோக்கில் நாங்கள் எழுதிய கட்டுரை. நானும் ரொபேரும் இணைந்து ஆங்கிலத்தில் எழுதிய ஒரே கட்டுரையும் அதுதான். ஆனால் தத்துவயியலில் என் ஆய்வுகளுக்கு வேறொரு சிறந்த அங்கீகாரம் உண்டு. 'இருபதாம் நூற்றாண்டின் பிற்பாதியில் கடவுளில்லாத உலகில் மனிதனின் இடம்' என்னும் புத்தகத்தை எழுதியுள்ள அமந்தா கிறிஸ்டி தன் முன்னுரையிலேயே என்னைக் குறித்துள்ளார். அது எனக்கு மிகப் பெரிய கௌரவம்.

பிரான்சிஸ்: தத்துவத்தில் நீங்கள் எதுவும் புத்தகமாக எழுதி யுள்ளீர்களா?

ராதாகிருஷ்ணன்: நான் தத்துவயியலில் புத்தகமாக எதையும் வெளியிடவில்லை. நான் புத்தகம் எழுத வேண்டுமென்று ரொபர் சொல்லிக்கொண்டே இருக்கிறார். ஒரு விஷயத்துக்காக அதைச் செய்ய வேண்டும்.

அற்புதராஜ்: எதற்காக?

ராதாகிருஷ்ணன்: எனக்கு ஜேம்ஸ் பாண்ட் படங்கள் ரொம்பப் பிடிக்கும். ஒரு ஜேம்ஸ் பாண்ட் படம் பார்த்தால் தொடர்ந்து பத்து நாட்கள் உற்சாகமாக இருப்பேன் பல ஜேம்ஸ் பாண்ட் படங்கள் எனக்கு மனப்பாடம். ஜேம்ஸ் பாண்டுகளில் எனக்கு மிகப் பிடித்தமானவர் சான் கானரி. ஒருமுறையேனும் அவரை நேரில் பார்த்துப் பேச எனக்கு ஆசை.

பிரான்சிஸ்: இதில் ரொபேர் எங்கே வருகிறார்?

ராதாகிருஷ்ணன்: சொல்கிறேன். ரொபேரும் சான் கானரியும் *Monte Carlo* நண்பர்கள். நான் புத்தகத்தை எழுதி முடித்தால் கானரியை எனக்கு அறிமுகம் செய்துவைப்பதாக ரொபேர் சொல்லியிருக்கிறார்.

அற்புதராஜ்: நீங்கள் வெகுவிரைவில் சான் கானரியைச் சந்திக்க என் வாழ்த்துகள்!

ராதாகிருஷ்ணன்: ஆஹா

பிரான்சிஸ்: நீங்கள் தமிழ்ச் சினிமா பார்ப்பதுண்டா? என்ன மாதிரிப் படங்கள் பார்ப்பீர்கள்?

ராதாகிருஷ்ணன்: பிஎஸ்ஸி படித்த காலத்துக்குப் பின் தமிழ்ப் படங்கள் பார்த்ததில்லையென்று சொன்னால் பெரிய தவறொன்றுமில்லை. என்.எஸ். கிருஷ்ணன், தங்கவேல், பாலையா, நாகேஷ் இவர்களைப் பிடிக்கும். என் சின்ன வயதில் டூரிங் டாக்கீஸில் படம் பார்த்த ஞாபகம் இன்னும் இருக்கிறது. சினிமாக்கள் ஞாபகமில்லை. சினிமாவுக்கும் எங்கள் குடும்பத்துக்கும் சுவாரஸ்யமான தொடர்பு உண்டு.

அற்புதராஜ்: உங்கள் குடும்பத்திலிருந்து யாராவது சினிமாவில் நடித்திருக்கிறார்களா?

ராதாகிருஷ்ணன்: இல்லை. கே.பி. சுந்தராம்பாளும் என் பாட்டியும் நெருங்கிய சிநேகிதிகள். K.B. சுந்தராம்பாள் என்பது கொடுமுடி பாலாம்பாள் சுந்தராம்பாள். என் சின்ன வயதில் அவர் என்னைத் தூக்கிக் கொஞ்சியிருக்கிறார். அவரிடம் நானும் என் அக்காவும் நிறைய கதைகள் கேட்டிருக்கிறோம். எங்கள் வீட்டுக்கு இரண்டு கி.மீ. தூரத்தில் கொடுமுடி செல்லச் சாலை இரண்டாகப் பிரியும். அந்த இடத்தில் சுந்தராம்பாளின் கார் டிரைவர் அவரிடம் எந்த வழியில் செல்லலாம் எனக் கேட்பாராம். வலது புற வழியில் வந்தால் எங்கள் வீடு. கொடுமுடி போகும்போதோ சென்னை திரும்பும்போதோ கேபிஎஸ் என் பாட்டியைப் பார்க்காமல் போகமாட்டார். இதெல்லாம் என் பெரியம்மா சொல்லக் கேட்டிருக்கிறேன்.

பிரான்சிஸ்: கேபிஎஸ் தொடர்பான நிகழ்ச்சி எதுவும் உங்களுக்கு நினைவிருக்கிறதா?

ராதாகிருஷ்ணன்: அவர் தொடர்பான நிகழ்ச்சி எதுவும் எனக்கு ஞாபகமில்லை. அவரது சினிமா முகம்தான் என் நினைவில் பதிந்துள்ளது.

அற்புதராஜ்: சினிமாவைப் பற்றிச் சொன்னது போதும்.

ராதாகிருஷ்ணன்: சரி.

பிரான்சிஸ்: இப்போது எதைக் குறித்து ஆராய்ந்து கொண்டிருக்கிறீர்கள்?

ராதாகிருஷ்ணன்: ரொபேரும் நானும் தர்க்கத்தில் ஒரு விஷயத்தைப் பற்றி ஆராய்ந்துகொண்டிருக்கிறோம். அதை இப்படி எளிமைப்படுத்திச் சொல்லலாம். இருக்கிற ஒன்றை இருக்கிறதென நிரூபிப்பது சுலபம். ஆனால் இல்லாத ஒன்றை இல்லையென நிரூபிப்பது கடினம். இந்த விஷயத்தில் ஏற்படும் தர்க்கச் சிக்கல்கள் தொடர்பாக நாங்கள் சிந்தித்துக்கொண்டிருக்கிறோம்.

அற்புதராஜ்: உங்கள் ஆய்வு முடிவுகள் எதற்குப் பயன்படும்?

ராதாகிருஷ்ணன்: பயன்பாடு கருதி மட்டுமே கல்வித் துறை ஆய்வுகள் செய்யப்படுவதில்லை. கணிதம், இயற்பியல் என ஒவ்வொரு துறைக்கும் அதற்கேயான பல சிக்கல்கள், முடிச்சுகள் இருக்கும். அவற்றுக்குத் தீர்வுகாண்பது அத்துறை தொடர்ந்து முன்னேற அவசியமானதாக இருக்கும். அப்படிப்பட்ட ஆய்வுகளால் மக்களுக்கு நடப்பு வாழ்வில் உடனடியாகப் பயன் ஏதும் இல்லாமல் போகலாம். ஆனால் அந்த ஆய்வுகள் முக்கியமல்ல எனச் சொல்ல முடியாது. ரொபேரும் நானும். ஈடுபட்டிருக்கும் இந்த ஆய்வின் முடிவுகள் தர்க்கத்துறைக்கு மட்டுமல்லாது *artificial intelligence* துறையிலும் பயன்படும் என்று நம்புகிறோம்.

பிரான்சிஸ்: கல்வித் துறை ஆய்வுகள் தொடர்பாகப் பேசினீர்கள். இங்கே கல்வித் துறை அவ்வளவு ஆரோக்கியமானதாகவோ பெருமைப்படத்தக்கதாகவோ இல்லையே?

ராதாகிருஷ்ணன்: நீங்கள் இங்கேயுள்ள மொழி, இலக்கியத் துறைகளை மனத்தில் வைத்துக்கொண்டு இதைச் சொல்லுகிறீர்கள் என நினைக்கிறேன். நான் முழுக்க முழுக்க மேற்கத்தியக் கல்வித் துறையைச் சார்ந்தவன். அங்குக் கல்வித் துறையின் செயல்பாடும் மதிப்பும் இங்குள்ளதைப் போல இல்லை. மேற்கில் கல்வித் துறை ஆய்வுகள் உடனடியாகத் தொழில் துறையில் தாக்கம் விளைவிப்பதைப் பார்க்க முடியும். எழுத்தாளர்களுக்கும் கல்வித் துறைகளுக்கும் நெருங்கிய தொடர்பிருக்கும். பெரும் சிந்தனையாளர்களில் பலர் பல்கலைக் கழகப் பேராசிரியர்கள். அவ்வளவு ஏன் கம்ப்யூட்டர் படிப்பால் ‘ஏட்டுச் சுரைக்காய் கரிக்குதவாது’ என்னும் பழமொழி இங்கேயும் காலாவதியாகிவிட்டதே.

பிரான்சிஸ்: நீங்கள் இலக்கியத் துறையைச் சார்ந்தவர். அதனால் உங்கள் மனத்தில் கல்வித் துறை என்பது தமிழ்த் துறை என்பதாகப்

பதிந்துள்ளது என நினைக்கிறேன். அதனால்தான் அப்படி நினைக்கிறீர்கள். மேற்கில் கல்வித் துறை அதாவது academy என்னும் அமைப்பு எப்படி வந்தது என நீங்கள் தெரிந்துகொள்ள வேண்டும். சாக்ரடீஸ்தான் முதலில் academy என்னும் சொல்லைப் பயன்படுத்தினார். Academy is a system where knowledge is gained. tested, and shared என்பது அவர் கருதியது. அதனால்தான், மேற்கத்தியக் கல்வியில் class room, examination, Conference/Journal என்பவை இருக்கின்றன.

மேற்கிலும் கல்வித் துறை என்னும் அமைப்பை அவர்களால் சுலபமாக நிர்மாணிக்க முடியவில்லை. பலர் நிறையக் கொடுமைகளை அனுபவித்திருக்கிறார்கள். இத்தாலியில் மரியா கக்டெளஸா அக்னேசி என்று பெண் கணித மேதை ஒருவர் இருந்தார். வடிவக் கணிதத்தில் பிரபலமானவர். சூனியக்காரியாகக் கருதப்பட்டுப் பல சித்திரவதைகளுக்கு ஆளானார். இதுபோல் இன்னும் எத்தனையோ.

அற்புதராஜ்: கல்வித் துறை சார்ந்த உங்களுக்கு நடப்பு உலகில் கிடைத்த அங்கீகாரம் அல்லது பெருமை ஏதாவது?

ராதாகிருஷ்ணன்: அங்கீகாரம் எனச் சொல்லலாமா எனத் தெரியவில்லை. அது சற்று விநோதமானதும்கூட. பன்னாட்டு நிறுவனம் ஒன்றின் இந்திய ஆலையில் பெரும் விபத்து நடந்து ஆயிரக்கணக்கில் மக்கள் பலியானார்கள். லட்சக்கணக்கானவர்கள் பாதிக்கப்பட்டார்கள். இந்தியாவில் நடந்த மிக மோசமான விபத்துகளில் அதுவும் ஒன்று. நஷ்டஈடு கேட்டு இந்திய அரசாங்கம் தொடர்ந்த வழக்கை நடத்த அந்த நிறுவனம் என்னை ஆலோசகனாக அழைத்தது. Of course, as a logic consultant. மிகப் பெரிய தொகையை எனக்குத் தரவும் முன்வந்தது. நான் மறுத்துவிட்டேன். அதை நினைத்து இன்றும் எனக்குப் பெருமிதம்தான். அப்போது நான் இந்திய அரசாங்கத்துக்காக வேலை செய்பவனாகக்கூட இல்லை.

பிரான்சிஸ்: நீங்கள் இந்திய அரசாங்கத்துக்காக எப்போதிருந்து வேலைசெய்கிறீர்கள்?

ராதாகிருஷ்ணன்: 1981இலிருந்து.

அற்புதராஜ்: அது என்ன மாதிரியான வேலை?

ராதாகிருஷ்ணன்: அது ரகசியமானது. அதன் விவரங்கள் என் மனைவிக்கே தெரியாது.

பிரான்சிஸ்: சரி. என்னிடம் சொல்லக் கூடாதென்றால் வேண்டாம். இனி, உங்கள் குடும்பப் பின்னணியைக் கூறுங்கள்.

ராதாகிருஷ்ணன்: ஏற்கனவே என் பாட்டி, அப்பாவைப் பற்றிக் கொஞ்சம் சொல்லியிருக்கிறேன். என் தந்தை வழியில் சைவ வைதீகக் குடும்பம். பாட்டியும் அம்மாவும் வைணவக் குடும்பங்களிலிருந்து வந்தவர்கள். ஆகவே சின்ன வயதிலேயே எனக்கும் அக்காவுக்கும் தேவாரம், திருவாசகம், திவ்யப்பிரபந்தங்களில் நிறைய பாடல்கள் மனப்பாடம். ஒவ்வொரு சனிக்கிழமையும் விடியற்காலையில் பாட்டிக்கு வேங்கடேச சுப்ரபாதம் பாடிக்காட்ட வேண்டும். இப்போதும் ஊரிலிருக்கும் நாட்களில் அம்மாவுக்குப் பாடிக் காட்டுவேன். வைதீகக் குடும்பமானாலும் பெரியாருடன் தாத்தாவும் அப்பாவும் நெருக்கமான தொடர்புவைத்திருந்தார்கள்.

அற்புதராஜ்: உங்கள் தாத்தா என்னவாக இருந்தார்?

ராதாகிருஷ்ணன்: அவர் டிஸ்ட்ரிக்ட் மாஜிஸ்ட்ரேட். அவர் லண்டன் சென்று வந்த ஞாபகமாக நிறுவியதுதான் எங்கள் ஊர் வள்ளுவர் சிலை.

பிரான்சிஸ்: உங்கள் குடும்பப் பின்னணியை வைத்துப் பார்த்தால் நீங்கள் நிறைய இலக்கியம் படித்திருக்க வேண்டுமே?

ராதாகிருஷ்ணன்: இல்லை. பத்திரிகைகளில் வரும் கதைகள் ஒன்றிரண்டு அவ்வப்போது படிப்பேன் அவ்வளவுதான். எனக்கு இலக்கிய நுணுக்கமெல்லாம் தெரியாது. அப்பாதான் இலக்கியவாதி. நானல்ல. என் மனைவியும் படிப்பதுண்டு. கணையாழி என்று ஒரு பத்திரிகை. You must be knowing. ஒருமுறை அதில் பெரியாரின் பேட்டி வெளியாகியிருந்தது. அதற்காக அப்பா கணையாழிக்குச் சந்தா கட்டியிருந்தார் அது எங்கள் ஊர்க் கடைகளில் கிடைக்கவில்லையென்று. அப்போது பெரியாரைப் பேட்டி கண்டு எழுதியவர் பின்னாளில் மத்திய அமைச்சரான ப. சிதம்பரம். இன்றும் அந்தப் பத்திரிகை வெளிவருகிறதா?

அற்புதராஜ்: இன்னமும் வருகிறது. தமிழில் அது முக்கியமான இலக்கிய இதழ்.

ராதாகிருஷ்ணன்: இன்னொரு நிகழ்ச்சியைச் சொல்கிறேன். கேளுங்கள். கன்னட எழுத்தாளர் அனந்தமூர்த்தியை உங்களுக்குத் தெரிந்திருக்கும். ஞானபீடப் பரிசுகூட வாங்கியிருக்கிறாரே? அவருடைய மகன் சரத் அமெரிக்காவில் ஐயோவா யூனிவர்சிடியில் படித்தபோது என் சொற்பொழிவு ஒன்றுக்கு வந்திருந்தார். அதனால் எங்களுக்குள் பரிச்சயம். இந்தியாவுக்கு வரும்போதெல்லாம் அவர் குடும்பத்தாரைச் சந்திப்பேன். அப்போது ஒருமுறை அனந்தமூர்த்தி பேச்சுவாக்கில் தமிழில் மௌனி என்பவர் மிகச் சிறந்த எழுத்தாளர். அவரை நான் படித்துப் பார்க்க வேண்டுமென்றார்.

நஞ்சுண்டன்

அற்புதராஜ்: ஓஹோ! நீங்கள் படித்தீர்களா?

ராதாகிருஷ்ணன்: ஆமாம். மௌனியின் சிறுகதைத் தொகுதியை என் மனைவி கொடுத்தார். படித்த பின் அதைப் பற்றி நான் தெரிவித்த கருத்து என் மனைவியைக் கோபப்படுத்தியது.

பிரான்சிஸ்: அப்படியென்ன சொன்னீர்கள்?

ராதாகிருஷ்ணன்: சொல்கிறேன். நீங்களும் அதை சீரியசாக எடுத்துக்கொள்ளாதீர்கள். எனக்கு இலக்கிய நுணுக்கங்கள் தெரியாதென ஏற்கனவே சொல்லியிருக்கிறேன்.

மௌனியின் கதைகளைத் தமிழ்ப் புலவரிடம் பிழைகளைத் திருத்தச் சொல்லிப் பிறகு படித்துப் பார்த்தால் அவருடைய கதைகளில் ஒன்றுமே இருக்காது. என் மனைவி அப்படிக் கோபப்பட்டு நான் பார்த்ததேயில்லை. ஆனால் மௌனி நிச்சயம் மிகச் சிறந்த எழுத்தாளராக இருக்க வேண்டும்.

பிரான்சிஸ்: உங்களுக்கு இலக்கிய நுட்பங்கள் புரியவில்லை என்று நீங்களே சொன்னாலும் உங்களை வேறொன்று கேட்கத் தோன்றுகிறது.

ராதாகிருஷ்ணன்: என்ன? கேளுங்கள்.

அற்புதராஜ்: சின்ன வயதிலிருந்து தேவாரம், பிரபந்தங்கள் படித்திருக்கிறீர்கள். தர்க்கம், தத்துவத் துறைகளில் அங்கீகாரம் பெற்ற நிபுணராக இருக்கிறீர்கள். இந்தப் பின்னணியிலிருந்து சொல்லுங்கள். நீங்கள் கதை எழுதினால், இதுவரை எழுதாமல் விடுபட்டுப்போனது என்று எதைத் தேர்ந்தெடுத்து எழுதுவீர்கள்?

ராதாகிருஷ்ணன்: தர்க்கவியல் பின்னணியில் அதை நான் யோசித்திருக்கிறேன். முன்பு பிராமணப் பெண் ஆண்டாள் கடவுளான நாராயணனையே திருமணம் செய்துகொள்ள விரும்பினாள். இன்று நான் கதை எழுதினால் ஆண்டாள், நாராயணன் ஜோடிக்கு எதிரான ஜோடியை மையப்படுத்துவேன். இப்படி யோசித்துப் பாருங்கள். ஆக்ரோசமான தலித் இளைஞன் வீரியமான தன் காமம் தணிக்கக் காளி தேவியை அழைக்கிறான். என்னால் கதை எழுத முடிந்தால் அதை எழுதுவேன்.

பிரான்சிஸ்: உங்கள் தர்க்கம் என்னைச் சிந்திக்க வைக்கிறது. யதார்த்த வாழ்வில் உங்களைப் பாதித்த விஷயம் ஏதாவது ஒன்றைச் சொல்லுங்கள்.

ராதாகிருஷ்ணன்: அப்படி நிறைய உண்டு. வறுமை என்னைக் கலக்கமடையச் செய்கிறது. யாருடைய வறுமையாக இருந்தாலும்

சரி, ஒரு விஷயத்தை யாரிடமாவது சொல்ல வேண்டுமென்று நீண்ட நாட்களாகக் காத்துக்கொண்டிருக்கிறேன். ரயில் நிலையங்களின் பக்கம் அடிக்கடி பிணங்களைக் கிடத்தி மாலை போட்டு, ஊது வத்தியெல்லாம் கொளுத்தி வைத்திருப்பார்கள். அனாதைப் பிணம் என்று சொல்லி, அடக்கம் செய்யக் காசு கேட்பார்கள். அதைப் போல நீங்கள் பல இடங்களில் பார்த்திருக்கலாம். குறிப்பிட்ட இடத்தில் ஒரே ஆள் பணம் வசூலிப்பான். அவன் போன்றவர்களுக்கு எப்படியாவது எங்கிருந்தாவது வாரத்திற்கு மூன்று அல்லது நான்கு பிணங்கள் கிடைத்துவிடுகின்றன. அந்த அனாதைப் பிணங்களைவிட அவற்றைக் காட்டிப் பணம் வசூலிப்பவர்கள் மேல் எனக்கு அதிக இரக்கம் உண்டாகிறது.

அற்புதராஜ்: உங்கள் உணர்வைப் புரிந்துகொள்ள முடிகிறது. கடைசியாக ஒரு கேள்வி. உயர்ந்த கல்வி, அதற்கான அங்கீகாரம், செல்வாக்கு என வாய்த்துள்ள நீங்கள் மனித வாழ்க்கையை இப்போது எப்படி உணர்கிறீர்கள்?

ராதாகிருஷ்ணன்: காற்றின் நிழல்.

ராதாகிருஷ்ணன் குறிப்பிட்ட வேறு பலவும் உண்டு. அவற்றுள் சில:

1) ராதாகிருஷ்ணன் மிக நன்றாகச் சமைப்பார். சமைக்கப் பயனுள்ள ஏதேனும் இரண்டு அல்லது மூன்று பொருட்களைக் கொடுத்தாலும் அவற்றைக்கொண்டு சுவையான பதார்த்தம் தயாரிக்கும் திறமையாளர்.

2) தர்க்க இயலிலிருந்து அவர் சாராம்சமாகத் தெரிந்துகொண்டது: மிகச் சிக்கலானது எனத் தோன்றும் பிரச்சினைக்கு மிக எளிய தீர்வு இருக்கும்.

3) படுக்கையில் நிறையத் தலையணைகளை அடுக்கித் தூங்குவதும் குளிர்காலத்தில் விடிந்து வெகுநேரம் கதகதப்புடன் படுத்திருப்பதும் ராதாகிருஷ்ணன் வழக்கம்.

4) ராதாகிருஷ்ணனும் ரொபேரும் நம்மாழ்வாரின் செய்யுள் களைத் தத்துவ நோக்கில் ஆராய்ந்து ஒரு கட்டுரையை எழுதி முடித்திருக்கிறார்கள். ஏ.கே. ராமானுஜன் நம்மாழ்வாரின் கவிதைகளை ஆங்கிலத்தில் மொழிபெயர்த்து Hymns for the Drowing என்னும் புத்தகமாக வெளியிட்டுள்ளார். அதில் ராமானுஜன் எழுதியுள்ள நீண்ட பின்னுரை மிக முக்கியமானது.

5) ராதாகிருஷ்ணன் கடவுள் நம்பிக்கை அற்றவர்.

Complement

மேலே எழுதியதைப் பிரான்சிஸ் அற்புதராஜிடம் கொடுத்து எழுதியவரைக்கும் சரியாக வந்திருக்கிறதா எனப் படித்துப் பார்க்குமாறு கேட்டேன். படித்துப் பார்த்த பிரான்சிஸ் அற்புதராஜ்,'எழுதியுள்ளதில் விபரத் தவறு ஏதும் இல்லை. ஆனால் ராதாகிருஷ்ணனைப் பற்றிய சித்தரிப்பு சரியாக வந்திருப்பதாகத் தயக்கமில்லாமல் சொல்ல முடியாது' என்றார்.

கிங்ஸ் மெடலும் ஐந்து பைசா நாணயமும்

என் மாணவப் பருவத்தின் நீண்ட விடுமுறைகள் தாய் வழிப் பாட்டி வீட்டில் கழிந்தன. என் அம்மா தாத்தாவுக்கு ஒரே பெண். அதனால் செல்லம். எனக்கும் அது தொடர்ந்தது. பாட்டி வீட்டுக்கு நேர் எதிர்வீட்டுக்காரர் குப்புராஜ மூர்த்தி. இரண்டு வீட்டாரும் மிக நெருக்கம். குப்புராஜ மூர்த்திக்கு அவ்வூர் வானொலி நிலையத்தில் வேலை. நான் கல்லூரியில் நுழைந்தபோதே அவருடைய மகன் என்ஜினியரிங் படித்து நல்ல வேலையில் இருந்தார். எனக்கு வேலை கிடைத்தபோது குப்புராஜ மூர்த்தி ஓய்வுபெற்றிருப்பார் என எண்ணியிருந்தேன். ஆனால் அவர் அப்போதும் வேலையில் இருந்ததைத் தாத்தா ஒரு நாள் பிற்பகல் என் அம்மாவுக்கு, 'இன்னக்கிக் காலைல குப்புராஜ மூர்த்தி மாமா ஆபிசிலேயே இறந்துட்டாரம்மா' என்று (எங்கள் தெருவிலேயே இருந்த தபால் ஆபீஸ்) தொலைபேசி வழியாக அறிந்தேன். என் அம்மாவும் அப்பாவும் உடனே புறப்பட்டுப் போனார்கள். அடுத்த வார இறுதியில் நானும் துக்கம் விசாரிக்கச் சென்றிருந்தேன். (நான் வேலைக்குச் செல்லத் தொடங்கியதிலிருந்து தாத்தாவும் பாட்டியும் என்னைக் காண அடிக்கடி எங்கள் வீட்டுக்கே வந்ததால், நான் பாட்டியின் ஊருக்குச் செல்வது குறைந்தது.) அதற்குள் எல்லாக் காரியங்களும் முடிந்து, குப்புராஜ மூர்த்தியின் மகன் இறுக்கமான மனநிலை ஏதுமின்றி என்னுடன் பேசினார். எனக்குத் தெரிந்திராத குப்புராஜ

நஞ்சுண்டன்

மூர்த்தியின் வேறு பரிமாணங்கள் அவர் பேச்சில் வெளிப்பட்டன. அவர் தன் தந்தையின் படிப்பறைக்கு அழைத்துச் சென்று, அவர் எழுதியவை வெளியான பத்திரிகைகளையும் காட்டினார்.

குப்புராஜ மூர்த்தியின் படிப்பறை என்னைக் கவர்ந்தது. மிகக் கச்சிதமான வாழ்க்கை முறையுடைய ஒருவரது அறையை அச்சூழல் உணர்த்தியது. கவிதைத் தொகுதிகள், நாவல்கள், சிறுகதை நூல்கள் ஆகியவற்றைக் குப்புராஜ மூர்த்தி வகைமை வாரியாக அடுக்கியிருந்தார். கவிதைகள், துணுக்குகள், சிறுகதைகள் எனத் தலைப்பிட்டிருந்த கோப்புகளும் இருந்தன. பல வார, மாத இதழ்களிலிருந்து வெட்டப்பட்டவையும் கையெழுத்துப் படிகளும் ஒன்றாகக் கோக்கப்பட்டிருந்தன. கவிதைகளும் துணுக்குகளும் நாற்புறமும (தாராளமான) இடைவெளியுடன் கத்தரிக்கப்பட்டு வெள்ளைத் தாளில் ஒட்டப்பட்டிருந்தன. எனக்குக் குப்புராஜ மூர்த்தியின் எழுத்துக்களைப் படிக்கும் ஆவல் உண்டானது.

'கு.ரா. மூர்த்தி எழுதியவற்றை என் மாமா அதிகம் படித்திருந்தார் எனக் கூற முடியாவிட்டாலும், கு.ரா. மூர்த்தி பற்றி அவர் பல தகவல்களைச் சொன்னார். வானொலி நிகழ்ச்சிகளுக்கு – குறிப்பாக செய்திகளுக்கு முன்னும் பின்னும் – இடையில் பொன்மொழிகளை அவ்வூர் வானொலியில் தொகுத்து வாசித்தவர் கு.ரா. மூர்த்தி. அன்று மாலை குப்புராஜ மூர்த்தியின் மகனிடம் கு.ரா. மூர்த்தி எழுதியவற்றைப் படித்துப் பார்க்கும் என் விருப்பத்தை வெளியிட்டதும் தன் தந்தையின் எழுத்துகள் அடங்கிய கோப்புகளை எடுத்துச் சென்று படித்தபின் திருப்பித்தரத் தாராளச் சம்மதம் தந்தார்.

முதலில் கு.ரா. மூர்த்தியின் துணுக்குகளைப் படித்தேன். சுமார் ஆயிரத்துக்கும் மேல் பத்திரிகைகளில் வெளியாகியிருந்தன. தினசரிகள், வார, மாதப் பத்திரிகைகள் அல்லாமல், சகலவித சிறப்பு மலர்களையும் அவர் விட்டுவைக்கவில்லை. பிரசுரமான துணுக்குடன் அதற்கு ஆதாரமாயிருந்த மூலச் செய்தியையும் இணைத்திருந்தார். தேதி வாரியாக அவற்றை வரிசைப்படுத்தி வெளியான இதழ், தேதி ஆகியவற்றை அழகான கையெழுத்தில் எழுதியிருந்தார். பல்வேறு தலைப்புகளின் கீழ் அவர் எழுதியிருந்தவற்றில் மாதிரிக்குச் சில:

1. அப்போலோ 11 விண்கலத்தில் சென்று 20 ஜூலை 1969 அன்று நிலவில் நீல் ஆம்ஸ்ட்ராங் காலடி எடுத்து வைத்தாரல்லவா? அவர் எந்தக் காலை முதலில் எடுத்துவைத்தார் தெரியுமா? ஆம்ஸ்ட்ராங் நிலவில் எடுத்துவைத்தது தன் வலது காலை!

2. டாபர்மேன் என்பது ஒரு வகை வெளிநாட்டு நாய் இனம். இந்த நாய்கள் வேட்டைக்கும் காவலுக்கும் மிகப் பயனுள்ளவை.

இராணுவத்திலும் இவற்றின் பணி முக்கியமானது. இந்த நாய்களின் வால் மிக நீண்டு தரையைத் தொடும். ஆகவே, இவை பிறந்து நாற்பது நாட்களுக்குள்ளாகவே வாலை அறுவை சிகிச்சை மூலம் அகற்றிவிடுகிறார்கள். பாவம் இந்த நாய்கள் வாலாட்டித் தம் நன்றியைத் தெரிவிக்க முடியாது!

3. ஹெர்ரிங் கல் என்று ஒரு பறவை உயரமான மலைச் சிகரங்களில் வசிக்கிறது. மலைச் சிகரங்களில் உள்ள பொந்துகளில்தான் இப்பறவை முட்டையிடுகிறது. இப்பறவையின் முட்டைகள் அடிப்பகுதியில் தட்டையாக இருக்கும். மலைச் சிகரங்களில் இருந்து முட்டை உருண்டு விழாதிருக்க இயற்கையின் ஏற்பாடு இது.

கு.ரா. மூத்தியின் துணுக்குகளைப் படித்ததில் கீழ்க்கண்டவற்றைத் தீர்மானிக்க முடிந்தது.

1. அவர் மருத்துவ, சமையல் குறிப்புகள் எதுவும் எழுதவில்லை.
2. ஆங்கிலப் பத்திரிகைகளில் வெளியான செய்திகளின் அடிப்படையில் தமிழில் துணுக்குகள் எழுதியிருந்தார்.

தமிழ்ப் பண்டிதர்கள், எழுத்தாளர்களைப் பீடித்துள்ள இயற்கை மருத்துவ, சித்த வைத்திய வியாதிக்குக் குப்புராஜ மூர்த்தி உட்படாதது ஆச்சரியம்.

கு.ரா. மூர்த்தி துணுக்குகள் எழுதிய அளவுக்குக் கவிதைகள் எழுதவில்லை. அவர் எழுதிய கவிதைகள் நூறுக்கும் குறைவு. கு.ரா. மூர்த்தி தம் கவிதைகளைத் தொகுப்பாக வெளியிடுவதில் ஆர்வம்காட்டவில்லை. அதற்கான தடயம் எதுவும் தென்படவில்லை. கவிதைகளின் நீளம் நான்கு முதல் பன்னிரண்டு வரிகளுக்குள். பத்துக் கவிதைகள் கையெழுத்துப் படிகளாக இருந்தன. மற்றவை பெரும்பாலும் பத்திரிகைகளில் வெளியாகியிருந்தன. அவற்றில் சில:

1. அன்று
அவன் அவளைக் காதலித்தான்.
அவளும் அவனைக் காதலித்தாள்.
இன்று
அவள் தாலியோடு,
அவன் தாடியோடு.
அவள் தாலிக்கென்னவோ அவன் சொந்தமில்லை.
ஆனால்
அவன் தாடிக்கு அவள்தான் சொந்தக்காரி,

2. மாநில எல்லையைத் தாண்டி
வரக் கூடாதாம் நதிநீர்.
பஞ்சபூதங்களில் ஒன்றுக்காக
மனிதர்களுக்கிடையே சண்டை.
சிவனுக்கும் தெரியவில்லை
சிக்கலைத் தீர்க்கும் வழி.

தாம் படித்த கதைகள் மீதான தம் கருத்துகளையும் கு.ரா. மூர்த்தி எழுதியிருந்தார். பிரபலமான வரலாற்று நாவல்கள் தொடர்பான குறிப்புகள் அதிகம். அவற்றை இரண்டு பக்க அளவுக்குக்கூடப் படிக்க முடியவில்லை. மேலோட்டமாகப் புரட்டினேன். அனேகமாக அந்தக் கோப்பின் கடைசிப் பக்கத்தில் எழுதப்பட்டிருந்த ஒரு குறிப்பு கீழ்க்காணுமாறு:

'விநாயக சதுர்த்தி' என்ற தலைப்பில் ஒரு பத்திரிகையில் கதை ஒன்று வெளியாகியுள்ளது. அதை எழுதியவர் புதுமைப்பித்தன் என்பவர். கதையின் முடிவு சரியில்லை. அதை வேறு விதமாக எழுதியிருக்க வேண்டும். அந்தக் கதையில் மண் பொம்மை செய்யும் கலைஞனை ஆசிரியர் கதாநாயகனாகச் சித்தரித்து, அவன் இறந்துவிடுவதாகக் கதையை முடித்திருக்கிறார். ஒரு கலைஞனைத் தன் கதையில் கொன்றுவிடுகிற எழுத்தாளன் எப்படி ஓர் உண்மைக் கலைஞனாக இருக்க முடியும்?

அடுத்து நான் படித்தது 'பொன்மொழிகள்'. கு.ரா.மூர்த்தியின் கோப்புகள் அனைத்திலும் அதுவே மெல்லிசானது. அவர் வானொலிக்காகத் தேர்ந்தெடுத்து வாசித்த பொன்மொழிகள் சுமார் எண்பது பக்க அளவுக்கு இருந்தன. ஒவ்வொரு பொன்மொழிக்குக் கீழேயும் அதைச் சொன்னவர் பெயரும் ஒரு தேதியும் எழுதப்பட்டிருந்தன. தேதி அனேகமாக அப்பொன்மொழியை அவர் வானொலியில் வாசித்த நாளாக இருக்கலாம். காந்தியடிகள், விவேகானந்தர், அரவிந்தர், நேரு என்று பிரபல இந்தியப் பெயர்களுடன் பெர்னாட்ஷா, பிராங்க்ளின், சாக்ரட்டீஸ், பிளாட்டோ, ஆப்ரகாம் லிங்கன் என்று வெளிநாட்டுப் பெயர்களும் அதிகம் தென்பட்டன. பல பக்கங்களில் அதிகம் விரவியிருந்த, எனக்குப் பரிச்சயமில்லாத, ஒரு பெயர் ஜேம்ஸ் ரோஜர். அவர் எனக்குத் தெரியாத மேல்நாட்டு அறிஞராக இருக்கலாம் என நினைத்திருந்தேன். அந்தக் கோப்பின் கடைசிப் பக்கத்தில் எவரும் எளிதில் கவனிக்கத் தவறக்கூடிய இடத்தில் ஜேம்ஸ் ரோஜர் என்கிற கு. ரா. மூர்த்தி என்று எழுதப்பட்டிருந்தது. வானொலியில் கு.ரா. மூர்த்தி வாசித்த ஜேம்ஸ் ரோஜரின் பொன் மொழிகள் சில:

1. ஒருவனுடைய முட்டாள்தனம் என்பது அவனைத் தவிர மற்றவர்களுக்கு நன்கு தெரிந்திருக்கும் ஒரு விஷயம்.

காற்றின் நிழல்

2. திறமையற்ற மனிதன் என்பவனே இல்லை .

3. திட்டமிட்ட செயல்பாடே வெற்றிக்கு அடிப்படை. மேலே சொன்னவற்றுடன், தலைப்பு எதுவுமில்லாமல் ஒரு கோப்பும் இருந்தது. அது எவ்வகை எழுத்தோ என யோசித்தபடி திறந்தேன். முதல் பக்கத்தில் கீழ்வரும் குறிப்பு:

இந்த நாவலை எப்படியேனும் எழுதி முடித்தாக வேண்டும். எவ்வளவு நாளானாலும் பரவாயில்லை. என் பேர் சொல்லுவதாக இந்நாவல் அமைய வேண்டும்.

அந்தக் கோப்பின் மற்ற பக்கங்களில் பல திருத்தங்களுடன் நிறைய எழுதப்பட்டிருந்தது. அவற்றைப் படித்ததில், கு.ரா. மூர்த்தி எழுதத் திட்டமிட்டிருந்த நாவலுக்கான பின்னணி, எழுதப்பட வேண்டிய முறை, கதாபாத்திரங்கள், தேவையான குறிப்புகள் என ஏராளம். அவற்றைப் பலமுறை படித்துக் கோர்வையான அமைப்புக்குள் பொருத்தினேன். எனக்கு விளங்கிய அளவில் அவற்றைச் சுருக்கமாகத் தருகிறேன். கு.ரா. மூர்த்திக்கும் எனக்குமான தலைமுறை இடைவெளிபோலவே எங்கள் மொழிநடையும் வெவ்வேறானவை. வார்த்தைப் பிரயோகம் அவர் காலத்துக்கு இப்போது மிக மாறிவிட்டது. கீழ்வருவன என் மொழி நடையில்.

ஒரு நாள் குப்புராஜ மூர்த்தி பாசஞ்சர் ரயில் ஒன்றில் தம் ஊருக்குத் திரும்பிக் கொண்டிருந்தார். அந்த ரயில் செல்லும் பாதையின் அழகான காட்சிகளுக்காகவே பலரும் அதில் பயணம் செய்வது வழக்கம். இருநூற்றுப் பதினான்கு கி. மீ. தொலைவில் காலை ஏழரை மணிக்குப் புறப்படும் அந்த வண்டி பிற்பகல் 1 மணியளவில் அவர் ஊரை அடையும். அவர் பயணம் செய்த பெட்டியில் குப்பைகளைக் கூட்டிய ஒரு பையன் ஒவ்வொரு பயணியிடமும் காசு கேட்டபடி வந்தான். அவனுக்குக் காசு தரச் சட்டைப் பையைத் துழாவிய குப்புராஜ மூர்த்திக்குச் சில்லறை எதுவும் தட்டுப்படவில்லை. அப்போது அவருக்கு எதிர்சீட்டில் அமர்ந்திருந்தவர் ஓர் ஐந்து பைசா நாணயத்தைக் குப்புராஜ மூர்த்தியிடம் தந்து, ‘அந்தப் பையனுக்குக் காசு கொடுக்கும் எண்ணம் உங்களுக்கு வந்துவிட்டது. உங்களிடம் சில்லரை இல்லாததைக் கவனித்தேன். அதனால், நீங்களே பையனுக்குக் காசு போடுவதுதான் சரியாக இருக்கும்’ என்றார். அவர் சொன்னது குப்புராஜ மூர்த்தியை வெகுவாக யோசிக்கச் செய்தது. எதிர் சீட்டுக்காரரிடம் குப்புராஜ மூர்த்தி அதிகம் பேசவில்லை. ஊர் வந்ததும் அவரிடம் விடைபெற்று இவர் இறங்கிப்போனார்.

ஐந்தாறு நாள்கள் கழிந்தன. மீண்டும் கடைவீதியில் அவரைக் குப்புராஜ மூர்த்தி பார்த்தார். ஒரு வெற்றிலை பாக்குக்

கடைக்காரரிடம் அவர் பேசிக்கொண்டிருந்ததைக் குப்புராஜ மூர்த்தி சற்றுத் தொலைவிலிருந்து கவனித்தார். அவர் வெற்றிலை/புகையிலை போடவோ புகைபிடிக்கவோ இல்லை. அவரது ஆறடி உயரத்தையும் கட்டுமஸ்தான உடம்பையும் கவனித்த குப்புராஜ மூர்த்தி 'மிலிட்டரி உடம்பு' என்று நினைத்துக் கொண்டார்.

மிலிட்டரி உடம்புக்காரர் கடையைவிட்டு நீங்கியதும், குப்புராஜ மூர்த்தி கடைக்காரரிடம் விசாரித்தறிந்தவை: மிலிட்டரி உடம்புக்காரர் மாஜி கான்ஸ்டபிள். ஆனால் அதைக் காட்டிக்கொள்ளவேமாட்டார். இப்போது விவசாயம் பார்க்கிறார்.

குப்புராஜ மூர்த்தி ஒரு வாரப் பத்திரிகையின் சுதந்திர தினச் சிறப்பிதழைப் படிக்க நேர்ந்தது. சுதந்திரப் போராட்டத்தில் ஈடுபட்ட அல்லது அக்காலத்தில் வாழ்ந்த பலரது பேட்டிகள் இருந்தன. அவர்களில் ஒருவர்கூடப் பிரிட்டிஷ்காரரோ பிரிட்டிஷாருக்குச் சேவகம் செய்தவரோ அல்ல. இந்தியச் சுதந்திரப் போராட்டத்தை ஒடுக்குவதில் பிரிட்டிஷ் அரசுக்குச் சேவை செய்து சுதந்திர இந்தியாவில் வாழ்கிறவர்களின் மனநிலை எப்படியிருக்கும் எனக் குப்புராஜ மூர்த்தியின் சிந்தனை சென்றது.

தொடர்ந்து அந்த மாஜி போலீஸ்காரரை மையமாக்கி ஒரு கதை எழுதும் எண்ணமும் கு.ரா. மூர்த்திக்குத் தோன்றியது. அதன் பொருட்டு அந்த வெற்றிலை பாக்குக் கடைக்காரரிடம் மாஜி போலீஸ்காரர் தொடர்பாகப் பல்வேறு விவரங்களையும் குப்புராஜ மூர்த்தி கேட்டறிந்தார். அல்லாமல், பிரிட்டிஷ் ஆட்சியில் போலீஸ் துறை, சுதந்திரப் போராட்ட வீரர்கள், அவர்கள் மீதான அடக்குமுறை, போலீஸ் துறையின் ஆயுதங்கள் என ஏராளமான தகவல்களையும் அவர் நுணுக்கமாகத் திரட்டியிருந்தார்.

மாஜி போலீஸ்காரருக்கு அவர் தேர்ந்தெடுத்திருந்த பெயர் காளிராஜன். ஒரு சுதந்திரப் போராட்ட வீரருக்குக் கிருஷ்ணதாஸ்.

கு.ரா. மூர்த்தி பதிவுசெய்திருந்தவற்றில் நிஜமும் கற்பனையும் சம அளவு. மாஜி போலீஸ்காரரின் வாழ்க்கையில் நடந்தவை எவை, அவர் திரட்டிய தகவல்களின் அடிப்படையில் காளிராஜன் பாத்திரத்துக்கு ஏற்றிக் கூறியவை எவை எனப் பகுத்தறிய முடியவில்லை .

காளிராஜன் மதராஸ் போலீஸில் சேர்ந்தது தன் பத்தொன்பதாம் வயதில், சுதந்திரப் போராட்டம் உக்கிரமாயிருந்த காலத்தில் பாளையங்கோட்டை, மதுரை, திருச்சிராப்பள்ளி, மெட்ராஸ் முதலான ஊர்களில் அவருக்குப் பணி. மறியலில் ஈடுபட்டவர்களைக் கலைப்பதும் அவற்றை முன்னின்று

நடத்தியவர்களைக் கைதுசெய்வதும் காளிராஜன் இருந்த போலீஸ் படையின் வேலை. அநேகமாக ஒவ்வொரு மறியலின்போதும் லத்திசார்ஜ் செய்ய வேண்டியதாயிற்று. மெட்ராஸில் ஒரு நாள் சத்தியமூர்த்தி தலைமையில் மறியல் செய்தவர்களில் ஒருவரைக் காளிராஜன் அடித்தபோது, அவர் காளிராஜனைப் பார்த்துக் கேட்டார், “நீ தேவசேனன் மகன்தானே?" அக்கேள்வி பல நாட்கள் காளிராஜனுக்குத் தூக்கமும் சாப்பாடும் இல்லாமலாக்கியது.

மேற்படிச் சம்பவம் நடந்து ஒரு மாதம் கழிந்த பின், திரு. ஜே. எச். வில்கிஸ் மெட்ராஸ் மாநகர டெபுடி போலீஸ் கமிஷனர் (குற்றப்பிரிவு) பதவியேற்றார். திரு. வில்கிஸ் முன்பு காளிராஜனுக்குத் தலைமைப் பொறுப்பிலிருந்தவர். காளிராஜனை அவர் தம் பிரிவுக்கு மாற்றிக்கொண்டார்.

மெட்ராஸ் பொது மருத்துவமனையின் ரெசிடெண்ட் டாக்டர் கொடூரமாகப் படுகொலை செய்யப்பட்ட சம்பவம் 1947ஆம் ஆண்டு மாநகர மக்கள் மத்தியில் பீதியுடன் பேசப்பட்டது. ரெசிடெண்ட் டாக்டர் பொது மருத்துவமனையின் ஹெட் ஸ்டூவர்ட் உள்ளிட்ட சில ஊழியர்களின் தவறுகளைக் கண்டறிந்து அம்பலப்படுத்தவிருந்தபோது, ஹெட் ஸ்டூவர்ட் ஊழலில் சம்பந்தப்பட்ட மற்றவர்களுடன் சேர்ந்து டாக்டரைப் படுகொலை செய்தான். மேன்மை தங்கிய நீதிபதி திரு. பெல் அவ்வழக்கின் தீர்ப்பில் ‘மாநகரப் போலீஸார் பாராட்டத்தக்க வேகத்துடன் துப்பறிந்துள்ளார்கள். மிகக் கடினமான வழக்கில் போலீஸார் தம் கடமையைத் திறமையுடன் செய்துள்ளார்கள்' என்று பாராட்டினார். நீதிபதி பெல் அவர்களால் பெயர் குறிப்பிடப்பட்டுப் பாராட்டப்பட்டவர்களில் ஒருவர் காளிராஜன்.

அப்போதைய சென்னை ராஜதானியின் டெபுடி போலீஸ் ஜெனரல் டி. ஜி. சஞ்சீவி. இந்தியர்களும் டிஜிபி பதவிக்கு நியமிக்கப்படலாம் என இஸ்லிங்டன் கமிஷன் பிரிட்டிஷ் அரசாங்கத்துக்குப் பரிந்துரைத்தபடி, சென்னை ராஜதானியின் டிஜிபியான முதல் இந்தியர் சஞ்சீவி. ரெசிடெண்ட் டாக்டர் கொலை வழக்கில் துப்பறிந்த குழுவின் ஒவ்வொருவருக்கும் தங்கப் பதக்கம், பதவி உயர்வுக்கு அவர் பரிந்துரைத்தார் – காளிராஜனுக்கு ஹெட்கான்ஸ்டபிள் பதவி உயர்வும் ஏழாம் எட்வர்ட் மன்னரின் ஆணையால் ஏற்படுத்தப்பட்ட கிங்ஸ் மெடலும். அப்பதக்கம் பெறும் கான்ஸ்டபிளுக்கு மாதம் ஐந்து ரூபாய் அலவன்ஸ். அவருக்குப் பின், அவருடைய விதவை மனைவி உயிருள்ளவரைக்கும் அலவன்ஸ் தொடரும். (கிங்ஸ் மெடலுக்கு மாற்றாக 1950இலிருந்து குடியரசுத் தலைவர் பதக்கம் வழங்கப்படுகிறது.)

ரெசிடெண்ட் டாக்டர் கொலை வழக்கில் பணிபுரிந்த போலீஸ் குழு பதக்கங்களுக்கும் பதவி உயர்வுகளுக்குமான ஆணையைப் பெற்றுக்கொள்ள டிஜிபி சஞ்சீவியைச் சந்தித்தபோது, காளிராஜன் அவரிடம் தனக்குப் பணியிலிருந்து ஓய்வு தரக் கோரிக்கை வைத்தார். அதற்குக் காரணம் கேட்ட டிஜிபியிடம் 'குடும்பப் பொறுப்பு' எனக் காளிராஜன் ஒற்றைவரிப் பதிலைத் தந்தார்.

காளிராஜனின் கோரிக்கையை யோசிக்கிறேன்' என்றார் சஞ்சீவி. பின் ஒரு வாரம் கழிந்து டிஜிபி அலுவலகத்திலிருந்து வந்த கடிதத்தில், கான்ஸ்டபிள் காளிராஜன் ஓய்வுபெற விரும்பும் மகஜரைச் சமர்பித்து அடுத்த மாதம் முதல் தேதியிலிருந்து முறையாக ஓய்வுபெறலாம் என அறிவித்தது. உடனடியாகச் செயல்பட்ட காளிராஜன் பென்சனுடன் சொந்த ஊருக்குத் திரும்பினார். பூர்வீகச் சொத்தான கனிசமான விவசாய நிலம் அவரது அடுத்த பிரதானத் தொழிலை நிர்ணயித்தது.

திரு. டி.ஜி. சஞ்சீவி 1947ஆம் ஆண்டிலேயே மத்தியப் புலனாய்வுத் துறையின் டைரக்டர் பதவிக்கு முதல் இந்தியராக டில்லிக்குச் சென்றபோது, அவரை வழியனுப்ப மெட்ராஸ் சென்ட்ரல் ரயில் நிலையம் சென்றவர்களில் காளிராஜனும் இருந்தார். திரு. சஞ்சீவி மீண்டும் சென்ட்ரல் ராஜதானியின் இன்ஸ்பெக்டர் ஜெனரல் பதவியேற்கத் திரும்பியபோதும், காளிராஜன் மெட்ராஸ் சென்று அவரைச் சந்தித்தார். இவ்விரண்டு சம்பவங்களைத் தவிர காளிராஜனுக்குப் போலீஸ் துறையோடு வேறு தொடர்பில்லை.

காளிராஜனுக்கு விவசாயம் முழுநேரத்தையும் வேண்டுவதாக இல்லை. காளிராஜன் விவசாயத்துடன் மற்ற இரண்டிலும் தன்னை ஈடுபடுத்திக் கொண்டார். 1. உடற்பயிற்சி நிலையம், 2. மருத்துவம்.

போலீஸ் துறையிலிருந்தபோது காளிராஜன் உடற்பயிற்சியை ஒரு கலையாகக் கற்றுவைத்திருந்தார். ஊரில் ஆஞ்சநேயர் பெயரில் உடற்பயிற்சி நிலையம் அமைத்து, மாலை நேரங்களில் இளைஞர்களுக்குத் தண்டால், பஸ்கி, வெயிட்லிப்டிங், சிலம்பம் எனத் தாலிம் பயிற்சிகளை அளித்தார். வருடம் ஒருமுறை பல ஊர் தாலிம்களுக்கு இடையே நடத்தப்படும் போட்டிகளில் ஆஞ்சநேயர் நிலையம் தண்டால், பஸ்கி எடுப்பதில் பரிசுகளை வென்றது. தொடர்ந்து அவருடைய சீடர்கள் ஆயிரத்துக்கும் அதிக எண்ணிக்கையில் தண்டால், பஸ்கி எடுத்து வென்றார்கள்.

ஊரில் பொதுவாக 'தாலிம் வாத்தியார்' எனக் காளிராஜன் அறியப்பட்டிருந்தார். தாலிம் வாத்தியார் என்பதால் ஊர்ப் பஞ்சாயத்துக் கூட்டங்களுக்கு அழைப்பு வந்தாலும், அவற்றில்

அவர் கலந்துகொள்ளவில்லை. அவ்வூர்த் திருவிழாக்களின் சுவாமி ஊர்வலங்களில், காளிராஜனின் சீடர்கள் சிலம்பாட்டம், ஜிம்னாஸ்டிக், புலிவேஷம், நெருப்பு வளையத்துக்குள் பாய்தல் எனப் பல விளையாட்டுகளைச் செய்துகாட்டியபடி வருவது வழக்கம். ஆனால் அவற்றிலும் காளிராஜன் முகம் காட்டியதே இல்லை. அதற்குக் காரணம் காளிராஜனுக்குத் தெய்வ நம்பிக்கை இல்லாமையா என்பதை உறுதியாகச் சொல்ல முடியவில்லை. காளிராஜன் கோவிலுக்குச் சென்றதாகக் கு.ரா. மூர்த்தி எங்கும் குறிப்பிடவில்லை. காளிராஜன் தெய்வநம்பிக்கை அற்றவர் எனவும் சொல்ல முடியாது.

கான்ஸ்டபிள் காளிராஜனுக்கு முதலுதவிப் பயிற்சி உண்டு எனலாம். ஆனால் அவர் எங்கே ஆங்கில மருத்துவத்தின் அடிப்படைகளைக் கற்றார் என்பதைக் கு.ரா. மூர்த்தி பதிவுசெய்யவில்லை. ஒருவேளை கு.ரா. மூர்த்தி அதை எழுத மறந்திருக்கலாம். காளிராஜனின் மருத்துவச் சேவை சற்று விநோதமானது. அவர் தனியாக வீட்டிலோ வெளியிலோ கிளினிக் எதையும் நடத்தவில்லை. திங்கள், புதன், வெள்ளி ஆகிய நாட்களில் கூடும் சந்தைகளுக்குக் காலை பத்து மணிக்குள் ஆஜராவார். மக்கள் செல்லும் பிரதான சாலையில், சந்தைக்குச் சுமார் 200 – 250 அடி தூரத்தில் ஒரு திண்ணையில் ஜமக்காளத்தை விரித்து, அதில் மருத்துவப் பெட்டி, குப்பிகள், ஸ்டெதாஸ்கோப், டார்ச்லைட் என அடுக்கி அமர்ந்துகொள்வார். மாலை ஐந்து மணிக்குள் அவரிடம் சுமார் ஐம்பது பேர் அளவுக்கு மருத்துவம் பார்த்துக்கொள்வார்கள். காளிராஜன் ஜமக்காளத்தில் அடுக்கியிருந்தவற்றில், ஆண், பெண் உடற்கூறுகளைக் காட்டும் வண்ணப்படங்களும் அடக்கம். அவற்றை உற்றுப் பார்க்க வரும் விடலைப் பையன்களை 'போங்கடா. வேடிக்கப் பாக்காதீங்க' எனக் கோபமோ சிரிப்போ வெளிப்படாத குரலில் விரட்டுவார்.

அவர் பயன்படுத்திய மருந்துகளின் பட்டியலைக் கு.ரா. மூர்த்தி விரிவாக எழுதியுள்ளார். அவையனைத்தும் ஆங்கில மருந்துகள். பென்சிலின், குயினைன் போன்றவை. காளிராஜன் பல்வைத்தியம் பார்க்கவில்லை. காளிராஜனிடம் வந்த நோயாளிகளுக்கு வாரம் ஒருமுறை வைத்தியம் பார்த்தாலே குணமாகக்கூடிய வியாதிகள் இருந்ததும் அவர் வாரத்தில் மூன்று நாட்கள் மட்டுமே டாக்டர் என்று அழைக்கப்பட்டதும் இன்று நமக்கு அதிசயமாகத் தோன்றலாம். காளிராஜன் எவ்வளவு கட்டணம் வாங்கினார் என்னும் விவரம் கு. ரா. மூர்த்தியின் குறிப்புகளில் இல்லை. காளிராஜன் மருத்துவச் சேவைபுரிந்த சந்தைகள் அவர் வீட்டிலிருந்து 15 கி. மீ. தொலைவுக்குள் இருந்தன.

காளிராஜனது ஊர் பஜாரில் இரண்டு பிரதானக் கடைத் தெருக்கள். பஸ் அல்லது குதிரை வண்டியில் வந்து இறங்கி அவர் வீட்டுக்குச் செல்ல நேர் வழியான முதல் கடைத் தெருவை அவர் எப்போதும் தவிர்த்தார். அதற்குக் காரணம் அவருடைய பால்ய சிநேகிதன் இரண்டாம் தெருவில் வெற்றிலை பாக்குக் கடை வைத்திருந்தான் என்பதைவிடவும் அவ்வூரைப் பூர்வீகமாகக்கொண்ட கிருஷ்ணதாஸ் என்ற சுதந்திரப் போராட்ட வீரர் முதல் தெருவில் ஜவுளிக் கடை நடத்தியது.

காளிராஜனின் தந்தை தேவசேனன் அரசியல் ஈடுபாடுடையவர். அவர் காலத்தில் தோன்றிய ஒரு கட்சியின் உறுப்பினராகவும் இருந்தார். ஒருமுறை அவ்வூருக்கு அருகாமை நகரில் நடந்த மாநாட்டுக்கு அக்கட்சியின் பிரபல தலைவர்கள் வந்திருந்தார்கள். அப்போது சில தலைவர்கள் சிரித்துப் பேசிக்கொண்டிருந்ததைப் படம்பிடித்த லோக்கல் ஸ்டுடியோக்காரரிடம் சொல்லிவைத்துத் தேவசேனன் தமக்கும் அதில் ஒரு பிரதி வாங்கிவைத்திருந்தார். பின்னாளில், அக்கட்சி உடைந்து வேறு பெயர் மாற்றங்களுக்கு உள்ளானதும், அத்தலைவர்கள் வெவ்வேறு கட்சிகளுக்குப் பிரிந்துபோனார்கள். அத்தலைவர்களது பேர் சொல்லும் சில கட்சிகளின் மாநாடுகளில் நடத்தப்படும் புகைப்படக் கண்காட்சிகளுக்குக் காளிராஜனின் தந்தை தேவசேனன் வாங்கி வைத்திருந்த படம் தேவை. அப்படத்தின் பிரதி வேறு யாரிடமும் இல்லாமல் போனதால், வாரிசுக் கட்சிகளின் மாநாடுகளுக்கு முன்னதாகக் காளிராஜனுக்கு ஒரு கடிதம் வரும். காளிராஜனை மாநாட்டுக்கு இரண்டு நாள் முன் கூட்டியே வந்திருந்து அப்புகைப்படத்தைக் காட்சிக்கு வைக்க வேண்டுதல் விடுக்கும். காளிராஜன் மாநாட்டுக்கு வந்து போகும் செலவு, மாநாட்டுக்கு பாஸ், உணவு, தங்குமிடம் என எல்லா வசதிகளையும் அளிப்பதாக அக்கடிதம் கூறும். காளிராஜனும் கட்சி பேதமில்லாமல் ஒரு நாள் முன்னதாக மாநாட்டுக்கு போய் தன் தந்தை விட்டுச் சென்ற (தலைவர்கள் மகிழ்ந்து உரையாடும் காட்சியைச் சித்தரிக்கும்) அப்புகைப்படத்தைக் காட்சிக்கு வைத்து, மாநாட்டின் கடைசி நாளிரவு அதைப் பத்திரமாக எடுத்துவருவார்.

இந்நிகழ்ச்சிகளல்லாமல் காளிராஜன் தொடர்பாக வேறு முக்கியமான சம்பவங்களைக் கு.ரா. மூர்த்தி தம் குறிப்புகளுக் கிடையில் பதிவுசெய்யவில்லை. அவர் சேகரித்திருந்த குறிப்புகளின் பரப்பும் துல்லியமும் எவரையும் ஆச்சரியம் கொள்ளச் செய்யும் என்பதை என்னால் உறுதியாகச் சொல்ல முடியும். திரு. ஜே. எச். வில்கிஸ், மெட்ராஸ் ரெசிடெண்ட் டாக்டர் படுகொலை, நீதிபதி பெல், டிஜிபி சஞ்சீவி மற்றும் அவர் தொடர்பான செய்திகள் நிஜம்.

'மிலிட்டரி உடம்புக்காரர்' மாஜி போலீஸ்காரரைக் குப்புராஜ மூர்த்தி ரயிலில் சந்தித்த சரியான தேதியை என்னால் கு.ரா. மூர்த்தியின் குறிப்புகளிலிருந்து கண்டுபிடிக்க முடியவில்லை. ஆனால், 'இருநூற்றுப் பதினான்கு கி.மீ. தூரம்', 'ஐந்து பைசா' ஆகிய பதப் பிரயோகங்களால் அவர் மாஜி போலீஸ்காரரை ரயிலில் சந்தித்தது இந்தியாவில் மெட்ரிக் அளவுகள் வழக்கத்துக்கு வந்த பின்னர் என்பது ஊர்ஜிதமாகிறது. நான் அவரது குறிப்புகளைப் படித்தது எழுபதுகளில்.

அடிப்படையில் துணுக்கு எழுத்தாளரான கு. ரா. மூர்த்தி தான் எழுதத் திட்டமிட்டிருந்த நாவலுக்காகத் துல்லியமான குறிப்புகளைத் தேர்ந்தெடுத்ததில் முழுவெற்றிபெற்றார் என்பது உறுதி. பிரிட்டிஷ் அரசாங்கத்துக்குச் சேவகம் செய்து, சுதந்திர இந்திய அரசிடம் பென்ஷன் வாங்கிக் குற்ற உணர்வுடன் வாழ்ந்த ஒரு மாஜி போலீஸ்காரரின் மனநிலையையும் வாழ்க்கையையும் சித்தரிக்கும் கதைப் பின்னலைப் புத்திசாலித்தனமாக யோசித்த கு.ரா. மூர்த்தி அதற்குப் பொருத்தமான நிகழ்ச்சிகளையும் தன் குறிப்புகளினூடே எழுதிவைத்துள்ளார். ஆனால் அவற்றை இணைக்கும் சூட்சுமத்தையும் அதற்குக் கலைத் தன்மையை நிர்ணயிப்பதிலும் அவருக்குக் குழப்பம் இருந்துள்ளது. 'விநாயக சதுர்த்தி' கதைமீதான அவரது குறிப்பு இதைக் கோடிட்டுக் காட்டுகிறது. அதன் காரணமாகவே, சுறுசுறுப்பான எழுத்தாளரானாலும் கு.ரா. மூர்த்தி அந்த நாவலை எழுதி முடிக்கவில்லைபோலும். ஒரு மாஜி போலீஸ்காரரின் அரைகுறை வாழ்க்கைச் சித்திரம்போலத் தோன்றும் கு. ரா. மூர்த்தியின் குறிப்புகளிலிருந்து இப்போதைக்கு இதைத்தான் அனுமானிக்க முடிகிறது.

•

துணைவி

விடியற்காலை நான்கு மணிக்குச் சற்று நேரம் முந்தியே சங்கரன் எழுந்துவிட்டார். அலாரம் வைத்தாலும் மணியடிப்பதற்கு முன்பாகவே அவருக்குமுழிப்புவந்துவிடும்.அன்றும்அப்படித்தான். மனைவியைப் பார்த்தார். போர்வையைப் பாதி உடம்புக்கு மட்டும் போர்த்துக்கொண்டு, சுவர்ப் பக்கம் திரும்பிப் படுத்திருந்தாள். சில நொடிகள் அவளையே பார்த்துக்கொண்டிருந்துவிட்டு, எழுப்ப வேண்டாம் எனத் தீர்மானித்தார். அவருக்கு ஆறேகால் மணிக்கு ரயில், வீட்டிலிருந்து ஐந்து மணிக்குக் கிளம்பினால் போதும். குளியலறைக்குள் புகுந்து பற்பசையைப் பிரஷில் பிதுக்கிவைத்துக்கொண்டு வெஸ்டர்ன் கம்மோடில் உட்கார்ந்தார். 'இதென்ன கெட்ட பழக்கம் பல் விளக்கிக்கிட்டே டாய்லட்டில் உட்கார்றது?' என்று அவள் எத்தனையோமுறை சொல்லிவிட்டாள். இவரோ 'ரண்டும் சுத்தம் பண்ணுற வேலைதான். ஒரே சமயத்துல செஞ்சா என்ன தப்பு?' என்று கேட்பார்.

இவர் எழுந்து நடமாடிய ஓசை மருமகளுக்குக் கேட்டிருக்காது. அவள் இன்னும் எழுந்து வரவில்லை. 'பாவம் தூங்கட்டும்...' என்று சொல்லிக்கொண்டு, சங்கரனே சமையலறைக்குள் புகுந்தார். குளிர்சாதனப்பெட்டியிலிருந்து மில்க் பாய்லரை எடுத்துச் சமையல் மேடையில் காஸ் அடுப்புக்குப் பக்கத்தில் வைத்தபோதுதான் டீத்தூள் டப்பா, டீ போடும் பாத்திரம், குவளை

எல்லாம் அருகில் எடுத்துவைக்கப்பட்டிருந்ததைக் கவனித்தார். மனைவியின் முன்யோசனை. சர்க்கரை சேர்க்காமல் சங்கரன் டீ போட்டுக்கொண்டார். கூடத்திற்கு வந்து சிடி பிளேயரை இயக்கினார். மகாராஜபுரம் சந்தானத்தின் குரல் ஆலாபனையைத் தொடங்கியது. கூடத்தைவிட்டு வெளியில் கேட்காதவாறு சத்தத்தைக் குறைத்துவிட்டு சோபாவில் உட்கார்ந்து இசையைக் கேட்டுக்கொண்டே டீயை உறிஞ்சினார். சங்கரன் டீயை ரசித்துக் குடிப்பார். ஒவ்வொரு உறிஞ்சலுக்கும் சுவை கூடும். கடைசிச் சொட்டைச் சற்றே ஏக்கத்துடன் உறிஞ்சிய பிறகு காலியாகிவிட்ட குவளையை ஒரு கணம் உற்றுப்பார்ப்பார். ஒரு சொட்டுகூட மிச்சமில்லை என உறுதியான பிறகுதான் அதைக் கீழே வைப்பார். டீயின் சுவை பிடித்திருந்தால்தான் இப்படி. பிடிக்காவிட்டால் முதல் முழுங்குக்குப் பிறகு குவளையைத் தொடவே மாட்டார். குடித்து முடித்ததும் குவளையை எடுத்துக்கொண்டு சமையலறைக்குள் நுழைந்து அதில் கொஞ்சம் தண்ணீர் பிடித்து அலசிவிட்டு ஸிங்கில் வைத்தார். ஒவ்வொருமுறையும் சாப்பிட்ட தட்டையும் டீ குடித்த குவளையையும் இவரே சமையலறைக்கு எடுத்துப்போய்த் தண்ணீரில் கொஞ்சம் அலசி வைத்துவிட்டு வருவார். அப்போதெல்லாம் மனைவி 'இதெல்லாம் நான் பாத்துக்கமாட்டனா?' என்று செல்லமாகக் கோபித்துக் கொள்வாள். சொன்னாலும் கேட்கமாட்டார் என்பது அவளுக்கும் தெரியும். "இதுல என்ன கஷ்டம். கொஞ்சம் அலசிவச்சா கழுவறவங்களுக்கு வசதியாயிருக்கும்' என்று வழக்கமான பதிலைச் சொல்வார்.

மீண்டும் கூடத்திற்கு வந்து கடிகாரத்தைப் பார்த்தார். மணி 4:20. சிடி பிளேயரை அணைத்துவிட்டுப் படுக்கையறைக்குத் திரும்பித் துண்டை எடுத்துக்கொண்டு குளியலறைக்குள் புகுந்தார். குளிர்ந்த தண்ணீரைத் தலையில் ஊற்றிக்கொண்டபோது இதமாக இருந்தது. அவளுக்கு மைசூர் சந்தன சோப்புதான் பிடிக்கும். அதுவும் உருண்டையான சந்தன சோப்பு. எப்போதும் வீட்டில் நான்கைந்து சோப்புகளை முன்கூட்டியே வாங்கிவைத்திருப்பாள். சந்தன வாசனையை முகர்ந்தபடியே சங்கரன் குளித்து முடித்துத் துவட்டிக்கொண்டு வெளியே வந்தார். விளக்கைப் போட்டால் அவளுக்குத் தொந்தரவாயிருக்கலாம் என்று ஜீரோ வாட் பல்பின் வெளிச்சத்திலேயே ஓசையெழுப்பாமல் வார்ட்ரோபைத் திறந்து உடைகளை எடுத்து அணிந்துகொண்டார். மறக்காமல் களைந்துபோட்ட உடைகளையும் துடைத்துக்கொண்ட துண்டையும் குளியலறையிலிருந்த துணிக்கூடையில் போட்டுவிட்டு வந்தார். ஆழ்ந்த உறக்கத்திலிருந்த மனைவியின் முதுகுப் பக்கம் மட்டும் தெரிந்தது. மடக்கிய

கால்களுக்கிடையில் இரண்டு கைகளையும் கோத்துவைத்து அவள் தூங்கிக்கொண்டிருந்திருக்க வேண்டும்.

கடந்த ஒரு வருடமாகவே அவளுக்குப் பல உடல் நலக் கோளாறுகள். அதற்காகச் சாப்பிட்டுக்கொண்டிருந்த மருந்துகள் நிறைய தூக்கத்தைக் கொடுத்தன. அவளாக எழுந்திருக்கிறவரை யாரும் தொந்தரவு செய்வதில்லை. துக்கம் விசாரிப்பதற்காக வெளியூருக்குக் கிளம்ப சங்கரன் தயாராகியிருந்தார். பக்கத்தில் உட்கார்ந்து அவளை எழுப்பாமல் முகத்தை மட்டும் திருப்பி ஒருமுறை பார்க்கலாமா என நினைத்தவர் உடனே எண்ணத்தை மாற்றிக்கொண்டார். படுக்கையறையைவிட்டுக் கூடத்துக்கு வந்தார். மகன் சோபாவில் உட்கார்ந்திருந்தான். இவரைப் பக்கத்துப் பேருந்து நிறுத்தத்தில் கொண்டுவந்துவிடத் தயாராக உடைமாற்றியிருந்தான். இவர் அவனுக்கு எதிரில் உட்கார்ந்தவுடனே, மருமகள் சமையலறையிலிருந்து இவர்களை நோக்கி ட்ரேயோடு வந்தாள். அதில் மூன்று குவளைகள் இருந்தன. ஒன்றில் இவருக்கான சர்க்கரை போடாத டீ. மற்ற இரண்டிலும் அவர்களுக்கான காபி. தனக்கான குவளையை எடுத்துக்கொண்டே, ‘அம்மா இன்னும் தூங்கிட்டிருக்கா. தூங்கறவரைக்கும் தூங்கட்டும். எழுப்பாதீங்க’ எனப் பொதுவாக இருவருக்கும் சொல்வதுபோலப் பேசினார்.

‘நீங்க கவலைப்படமா போயிட்டு வாங்க மாமா. அவங்களை நாங்க தொந்தரவு பண்ணமாட்டோம்’ என்றாள் மருமகள்.

‘டிக்கட்டெல்லாம் எடுத்துட்டீங்களாப்பா? ஐடெண்ட்டிட்டி கார்ட் எடுத்துட்டீங்களா?’ மகன் ஞாபகப்படுத்தினான்.

‘நேத்தே கைப்பையில எடுத்துவச்சிட்டேன். பேங்க் பாஸ் புக் இருக்கு. போதும்.’

பத்தேகால் மணிக்குள் ரயில் இவர் போக வேண்டிய ஊரை அடைந்துவிடும். ஜங்ஷனிலிருந்து உறவினர் வீட்டுக்கு நேரடி பஸ். அதே ரயில் மீண்டும் பிற்பகல் மூன்றரை மணிக்கு அந்த ஊருக்குத் திரும்பி வரும். அதைப் பிடித்தால், இரவு படுக்க வீட்டுக்கு வந்துவிடலாம்.

‘கிளம்பலாம்ப்பா’ என்று வண்டிச்சாவியை எடுத்துக்கொண்டு மகன் வாசற்கதவை நோக்கி நடந்தான். இருவரும் வெளியே வந்தவுடன் கதவைச் சாத்திக்கொள்வற்காகக் காத்து நின்ற மருமகளிடம், ‘ஜாக்கிரதைம்மா’ என்ற சங்கரன் லிஃப்ட்டை நோக்கி நடந்த மகனைப் பின்தொடர்ந்தார்.

பேருந்து நிறுத்தத்தை அடைந்து ஐந்து நிமிடத்துக்குள்ளாகவே ரயில் நிலையத்துக்குச் செல்லும் பேருந்து கிடைத்தது. அதிகாலை

நேரத்தில் கூட்டமில்லாததாலும் ஜில்லென்று வீசிய காற்றாலும் பயணத்தை இனிமையானதாக உணர்ந்தார். ரயில் புறப்படுவதற்குப் பதினைந்து நிமிடங்களுக்கு முன்னதாகவே தன் இருக்கையில் அமர்ந்துவிட்டார். சங்கரன் எப்போதும் இப்படித்தான். ரயிலோ பஸ்ஸோ கிளம்புவதற்குப் பத்து அல்லது பதினைந்து நிமிடங்களுக்கு முன்னதாகவே வந்துவிடுவார். கடைசி நிமிடத்தில் வருவதால் உண்டாகும் பதற்றம் அவருக்குப் பிடிக்காது.

பயணிகள் ஒவ்வொருவராக வரத் தொடங்கினார்கள். வழக்கமாக அடுத்த நிறுத்தத்தில்தான் பெட்டிகள் நிரம்பும். இவருக்கு ஜன்னலோர இருக்கை. வெளியே இலக்கில்லாமல் பார்த்தார். ரயில் புறப்படுவதற்கான விசில் சத்தம் கேட்டது. அப்போதுதான் தாட்டியான உடம்போடு ஒரு அம்மாள் அவசரமாக வந்து இவர் இருந்த பெட்டியிலேயே தடுமாறி ஏறினாள். இவர் பதைபதைப்புடன் அந்தப் பெண்மணியைக் கவனித்தார். கணநேரம் பிடி பிசகியிருந்தாலும் அவள் கீழே விழுந்திருப்பாள். இப்படிப்பட்ட உடம்பை வைத்துக்கொண்டு கடைசி நொடியில் சர்க்கஸ் செய்து ரயிலில் ஏறுகிறவர்களைப் பார்க்கும் ஒவ்வொருமுறையும் சங்கரன் சபித்துக்கொள்வார். ரயில் புறப்பட்டு வேகமெடுத்தது. பதினைந்து நிமிடத்தில் ரயில் அடுத்த நிலையத்தை அடைந்தது. நிறைய பேர் அடித்துப்பிடித்துக் கொண்டு ஏறினார்கள். அநேகமாக எல்லா இருக்கைகளும் நிறைந்திருந்தன.

ரயில் கிளம்பியதும் பேன்ட்ரி காரிலிருந்து டீ, காபி, சிற்றுண்டி என ஒவ்வொன்றாகக் கொண்டுவந்தார்கள். 'சார் சூடா பொங்கல் வடை தரட்டுமா?' எனக் கேட்டவரிடம் 'வேண்டாம்' என்று தலையசைத்தார். இந்த ரயிலில் அந்த ஊருக்குச் செல்லும்போதெல்லாம் அந்த ஊர் ஜங்ஷனின் சைவ உணவகத்தில்தான் சாப்பிடுவார். மற்றவர்களையும் அங்கேயே சாப்பிடச் சொல்லுவார்.

படிப்பதற்காகக் கொண்டுவந்திருந்த புத்தகத்தைக் கைப்பையிலிருந்து வெளியே எடுத்தார். மனம் அதில் பதியவில்லை. மனைவியையே சுற்றி வந்தது.

சங்கரன் பட்டப்படிப்பில் காலடி எடுத்துவைத்தபோதே அப்பா இறந்துவிட்டார். இவர் ஒரே பையன். அம்மாதான் முதலில் சுதாரித்துக்கொண்டாள். அப்பா அலுவலகத்தில் வாங்கியிருந்த நல்ல பெயரும் அவருடைய நண்பர்களின் முயற்சியும் இவர்களுக்குச் சேர வேண்டிய பணம் அதிக சிரமமில்லாமல் கைக்குக் கிடைக்கச் செய்தன. சங்கரன் பொறுப்புணர்ந்து படித்து, சர்வீஸ் கமிஷன் தேர்வில் சிறப்பாகத்

தேர்ச்சிபெற்று நல்ல வேலையையும் சம்பாதித்துக்கொண்டார். அப்போது இவர் உலகம் அம்மாவும் படிப்பும் என்றிருந்தது. தான் தளர்வதற்குள் மகன் வாழ்க்கையில் நிலைத்துவிட வேண்டும் என அம்மா ஆசைப்பட்டாள். சங்கரனும் எவ்வளவு சீக்கிரம் முடியுமோ அவ்வளவு விரைவில் அம்மா நிம்மதியடையவே மனசார விரும்பினார். இவர் வேலையில் சேர்ந்து இரண்டு வருடங்கள் முடிந்தவுடனே அம்மா பெண் தேடத் தொடங்கிவிட்டாள். பிக்கல் பிடுங்கல் இல்லாத குடும்பம். அரசாங்க வேலையிலிருக்கும் பையன். கல்யாணச் சந்தையில் சங்கரனின் மதிப்பு ஏகமாக உயர்ந்தது.

பெண்ணைத் தேர்ந்தெடுப்பதில் அம்மா ரொம்ப நிதானத்தைக் காட்டினாள். படிப்பு, சொத்து, நகை, வேலை என எதுவும் அவளைக் கவர்ந்ததாக சங்கரனுக்குத் தெரியவில்லை. எதையெதையோ பேசிய அம்மா தனக்கு இப்படிப்பட்ட மருமகள்தான் தேவை என்பதை இவரோடு தெளிவாகப் பேசவில்லை. ஆறு மாதத் தேடலுக்குப் பிறகு அம்மா ஒரு நாள் தன் சொந்த ஊரில் பெண் பார்க்கப் போகலாம் என்றாள். ‘பெண்ணோட அப்பா எனக்குத் தூரத்துச் சொந்தம். தம்பி முறை’ எனச் சொன்னாள்.

‘தூரம்னா எவ்வளவு தூரம்மா?’ என்று சங்கரன் கேலியாகக் கேட்டதற்கு, அவள் சிரித்துக்கொண்டே ‘ரண்டு மைலுன்னு வச்சுக்கோ’ என்றாள்.

சங்கரனுக்கு வசதியான நாளாகப் பார்த்து ஒரு ஞாயிற்றுக்கிழமை இருவரும் பெண் பார்க்கப் போயிருந்தார்கள். கூட வேறு யாரும் வரத் தோதுப்படவில்லை. பெண்ணின் பேர் பத்மினி என்பதை அங்கே போனதும்தான் தெரிந்துகொண்டார்கள். பெண்ணுக்கு அம்மா இல்லை. அப்பாவும் அண்ணனும்தான். அந்த அண்ணனுக்கும் ஏற்கனவே கல்யாணமாகியிருந்தது. வழக்கம்போல நல்வரவு, பச்சைக் கிளி ஜோடி, மயில் கோலம் எனக் காட்டி, ‘இதெல்லாம் எங்க பொண்ணு போட்டதுதான்’ எனப் பெருமை பொங்க யாரும் சொல்லாதது இவருக்குக் கொஞ்சம் ஆச்சரியமாக இருந்தது. பெண் எஸ்எஸ்எல்சி முடித்திருந்தாள். தாயில்லாப் பெண்பிள்ளையைக் கல்லூரியில் சேர்த்துப் படிக்கவைக்க அவள் அப்பாவுக்கு விருப்பமில்லை. வசதியிருக்கவில்லை என்பது அதைவிட முக்கியமான காரணம்.

பெண் இவருக்குக் காபி தம்ளரைத் தந்துவிட்டுச் சற்று நேரம் இவருடைய அம்மாவின் பக்கத்தில் உட்கார்ந்திருந்துவிட்டு எழுந்து போய்விட்டாள். பிறகு அம்மாதான் உள்ளே போய்ப் பெண்ணுடன் பேசிக்கொண்டிருந்துவிட்டுச் சிரித்தபடியே

வந்தாள். அம்மா சுற்றி வளைக்காமல் பெண்ணின் அப்பாவிடம் 'உங்க பொண்ணை எனக்கு ரொம்பப் பிடிச்சுருக்கு. வீட்டுக்குப் போய் அவன்கிட்டயும் கலந்துபேசிட்டுச் சொல்லியனுப்பறேன். அப்புறம் மத்ததையெல்லாம் பேசிக்கலாம்' என்றாள். இவர்கள் உடனே வீட்டுக்குத் திரும்பிவிட்டார்கள். அந்த ஊரில் வேறென்ன வேலை? வந்தவுடனே அம்மா பெண்ணைப் பற்றிப் பேச்செடுக்கவில்லை. மறுநாள் அலுவலகத்திலிருந்து சங்கரன் வீடு திரும்பி ஓய்வாக உட்கார்ந்தபோது, 'உனக்குப் பொண்ணைப் பிடிச்சிருக்காடா?' என்று கேட்டாள்.

'அதிருக்கட்டும். பொண்ணுகிட்ட நீ என்னம்மா பேசுன? என்ன கேட்ட? வெளிய வந்தப்ப ஆனந்தமா சிரிச்சுட்டே வந்தியே' என்று இவர் கேட்டார்.

'அதெல்லாம் உனக்கெதுக்குடா?" என்று அம்மா சிரித்து மழுப்பினாள்.

'எனக்குப் பொண்ணு பாக்கறதைவிட உனக்கு மருமகளை செலக்ட் பண்றதுலதான் நீ குறியாயிருக்கற மாதிரி தெரியுது' என்று சங்கரன் சிரித்தார்.

மகனை உற்றுப்பார்த்துவிட்டு, 'ரெண்டும் ஒன்னுதாண்டா' என்றாள் அம்மா.

சங்கரனோடு வேலைபார்த்தவர் சுந்தரம். இவரைவிடப் பத்து வயதாவது மூத்தவர். அந்த அலுவலகத்தில் எல்லோரும் எதையும் அவரிடம் கலந்தாலோசிப்பார்கள். ஃபாதர் ஃபிகர். பெண் பார்த்துவிட்டு வந்ததை சங்கரன் அவரிடம் சொன்னார். பெண்ணைப் பற்றி இவர் சொன்னதையெல்லாம் கேட்ட சுந்தரம், 'பொண்ணு பாக்க லட்சணமாயிருக்காளா? உனக்குப் பிடிச்சுருக்கா?' எனக் கேட்டார்.

சங்கர், 'பாக்க லட்டசணமாத்தான் இருக்கா – வெளக்கி வச்ச குத்துவிளக்காட்டம். அம்மாவுக்குத்தான் பொண்ணை ரொம்பப் புடிச்சிருக்கு ... ' என்று இழுத்தார்.

'ஏன் உனக்குப் பிடிக்கலையா? என்ன காரணம்? தயங்காம சொல்லு, சங்கர்.'

'பொண்ணு படிச்சிருந்து இன்னும் கொஞ்சம் வசதியான எடமாயிருந்தா ..!

'குடும்பம் நடத்துறதுக்கு எஸ்எஸ்எல்சியே ரொம்ப அதிகம். வசதியில்லன்னா என்ன? பொண்டாட்டியா வரப்போறவ மொதல்ல உன் கண்ணு நெரஞ்சிருக்கணும். மத்ததெல்லாம் அப்புறந்தான். உங்க அம்மாவையும் திருப்திப்படுத்தறது உன்

கடமை. அதனால நீ சரின்னு சொல்லறதுதான் நல்லதுன்னு எனக்குப் படுது!' சுந்தரம் தெளிவாகச் சொன்னார். அன்று மாலையே அம்மாவிடம் 'சரிம்மா. உன் இஷ்டம். அந்தப் பொண்ணையே கட்டிக்கறேன்' என்றார்.

'இதுல என் இஷ்டம் முக்கியமில்ல. கல்யாணம் பண்ணிட்டு வாழப்போறவன் நீ. உன்னோட இஷ்டந்தான் முக்கியம்.'

தான் சம்மதித்த பிறகு அம்மா அப்படிப் பேசினாளா உண்மையிலேயே அவள் எண்ணம் அப்படித்தான் இருந்ததா என்பதை இன்றுவரைக்கும் சங்கரனால் உறுதியாகச் சொல்ல முடியாது. அவசரப்பட்டுச் சம்மதித்துவிட்டோமா? இன்னும் ஒசத்தியான பெண்ணாகப் பார்த்திருக்கலாமோ? தீவிரமாக யோசித்தார்.

இவர்கள் சமூகத்தில் கல்யாணச் செலவு மாப்பிள்ளை வீட்டாரைச் சேர்ந்தது. பெண் வீட்டாருக்கும் ஏதும் அனாவசியச் செலவு வைத்துவிடக் கூடாதென்பது அம்மாவின் எண்ணம். அதன்படி எளிமையான திருமணம். அத்துடன் வாழ்க்கையே இருளில் மூழ்கிவிட்டதாகவெல்லாம் சங்கரன் முடிவுக்கு வந்து விடவில்லை. ஆனால் தனக்குள்ளிருந்த வருத்தம் முகவாட்டத்தால் வெளியே தெரிந்துவிடக் கூடாது என்பதில் கவனத்துடனிருந்தார். திருமணத்தின்போது முடிந்தவரை சிரித்த முகமாகவே தோற்றம் தர முயன்றார்.

சோபன அறையில் நமஸ்கரித்த பத்மினியைச் சம்பிரதாயத்துக்காகக்கூடத் தொட்டுத் தூக்கவில்லை. 'இருக்கட்டும் . . . இருக்கட்டும் . . .' என்று எந்திரகதியில் சொல்லிவிட்டுப் படுக்கையில் சாய்ந்துகொண்டார். நீண்ட நேரம் எதுவும் பேசவில்லை. பட்டிக்காட்டுப் பெண். அதிகம் படிக்காதவள் ... இப்படியே திரும்பத் திரும்ப நினைத்துக்கொண்டிருந்தார். தன் அம்மாவும் அதே பட்டிக்காட்டில் பிறந்து வளர்ந்தவள் என்பது ஏனோ இவர் கவனத்துக்கு அப்போது வரவில்லை. அம்மாவுக்காக அவசரப்பட்டுவிட்டோமோ என்னும் எண்ணமே உள்ளுக்குள் ஓடிக்கொண்டிருந்தது.

நீண்ட நேரம் இவர் எதுவுமே பேசவில்லை. பத்மினி எதுவும் சொல்லாமல், விளக்கை அணைத்துவிட்டுப் படுக்கையின் ஓரத்தில் ஒடுங்கிப் படுத்துக்கொண்டாள். அவள் அழுதாளா என இவர் உற்றுப்பார்த்தார். அதற்கான அறிகுறி எதுவும் தெரியவில்லை. காலையில் எழுந்தார். காலைக்கடனை முடித்துவிட்டுக் கூடத்திற்கு வந்தபோது, பத்மினி டீக்குவளையை நீட்டியபோதுதான் தன் வாழ்வில் புதிய ஜீவன் நுழைந்திருந்ததும் முந்தைய இரவு நடந்ததும் நினைவுக்கு வந்தன. எதுவும் பேசாமல் குவளையை

வாங்கிக்கொண்டு பேப்பரில் மூழ்கினார். பிறகு குளித்துவிட்டு வந்தார். வழக்கம்போல அம்மா சிற்றுண்டி எடுத்துவைத்தாள். பத்மினி சமையலறையில் என்னவோ செய்துகொண்டிருந்தாள்.

'இன்னிக்குப் பத்மினியோட சமையல்தான். என்னைச் சமைக்கவேவிடல' என்று பெருமை ததும்பிய குரலில் சொல்லிக் கொண்டே அம்மா பரிமாறினாள். இவர் எதுவுமே பேசாமல் சாப்பிட்டார். மகனுக்கு ஏதோ கூச்சம் என்று நினைத்தோ என்னவோ அம்மா அதிகம் பேசவில்லை. சாப்பிட்டதும் சங்கரன் படுக்கையறையில் புகுந்துகொண்டார். ஏதோ படித்தார். கொஞ்ச நேரம் தூங்கினார். கூடத்தில் வந்து உட்கார்ந்திருந்தார். பத்மினியே வந்து மெல்லிய குரலில் 'சாப்புட வாங்க' என்றாள். அதுதான் அவள் இவரிடம் பேசிய முதல் வாக்கியம். சாவி கொடுத்ததுபோல இவர் உணவு மேஜையில் அமர்ந்து சாப்பிட்டார். கொஞ்ச நேரம் கூடத்தில் உட்கார்ந்திருந்துவிட்டு மீண்டும் படுக்கையறைக்குள் நுழைந்துகொண்டார். எப்போது தூக்கம் வந்ததோ ஞாபகமில்லை. இவர் விழித்தெழுந்தபோது, முந்தைய இரவைப் போலவே படுக்கையின் ஓரத்தில் பத்மினி சுருண்டு படுத்திருந்தாள். சத்தமில்லாமல் இவர் எழுந்து கூடத்திற்கு வந்து உட்கார்ந்தார். இவரைப் பார்த்துவிட்டு அம்மா டீ போட்டுக்கொண்டுவந்து கொடுத்தாள்.

சற்று நேரம் கழித்து வந்த பத்மினி சமையலறைக்குள் புகுந்து 'ஐயோ அத்தே நான் அசந்து தூங்கிட்டேன்' என்று அம்மாவிடம் சொன்னது இவருக்குக் கேட்டது.

'அதனாலென்னம்மா. நான் அவனுக்கு டீ போட்டுத் தந்துட்டேன். உனக்கும் போட்டுதரவா?' என்று அம்மா சமாதானமாகச் சொன்னாள்.

'வேண்டாம் அத்தே. நானே போட்டுக்கறேன். இருங்க வந்துடறேன்' எனச் சொல்லிவிட்டுப் பத்மினி குளியலறைக்குள் புகுந்தாள்.

பிறகு இரவுச் சமையலுக்குத் தயார்செய்துகொண்டிருந்த போது, அவர்கள் இருவரும் கலகலப்பாகப் பேசிக்கொண்டிருந்தது சங்கரனுக்குக் கேட்டது. அம்மா பத்மினியோடு தயக்கமில்லாமல் பழகத் தொடங்கிவிட்டாள் எனப் புரிந்தது. தான் இன்னும் அவளோடு பேசக்கூட இல்லை என்ற உண்மை மனத்தில் லேசாக எட்டிப்பார்த்தது.

இரவு உணவும் சாப்பிட்டார். உடனே படுக்கையறையில் புகுந்து, ஏதோ புத்தகத்தை எடுத்துக் கண்களை ஓடவிட்டார். ஏதேதோ எண்ணங்கள். தான் தவறுசெய்கிறோமோ எனக்

கேட்டுக்கொண்டார். அதற்குத் தீர்மானமான பதில் கிடைக்கவில்லை. சிந்தனைக்கிடையில் தூங்கிப்போனார்.

இப்படியே மூன்று நாட்கள் கழிந்தன. அடுத்த நாள் பத்மினியை வெளியே எங்காவது கூட்டிச் செல்லுமாறு அம்மாவின் யோசனை வந்து விழுந்தது. தட்ட முடியவில்லை. அன்று மாலை கோவிலுக்குக் கூட்டிப்போனார். வீடு திரும்புவதற்குள் மிஞ்சிப்போயிருந்தால் ஒரு டஜன் வார்த்தைகள் பேசியிருப்பார். அவள் முகத்தில் எந்த வாட்டமும் இவருக்குத் தென்படவில்லை.

மேலும் இரண்டு நாட்கள் எந்த மாற்றமுமில்லாமல் கழிந்தன. சங்கரன் அலுவலகத்துக்குச் செல்லத் தொடங்கினார். இவரோடு பணியாற்றிய பெண்கள் 'புது மாப்பிளை வந்துட்டார்' என ஆரவாரித்து ஒவ்வொருவராக வந்து சரளமாக ஆங்கிலத்தில் பேசியதும் இவர் பத்மினியை நினைத்து உள்ளுக்குள்ளேயே பெருமூச்சுவிட்டார்.

இவரோடு சாவகாசமாகப் பேச சுந்தரத்திற்கு இரண்டு நாட்கள் வசதிப்படவில்லை. மூன்றாம் நாள்தான் சுந்தரத்துக்கு இவருடன் தனிமையில் பேசச் சந்தர்ப்பம் வாய்த்தது.

'எப்படியிருக்கு தாம்பத்திய வாழ்க்கை? இரண்டு பேரும் பேசிக்கிறீங்கதானே? ஒன்னும் சிக்கலில்லயே? அதிகம் வெளி உலகத்தைப் பாக்காத பெண்ணு அவ. முதல்ல சங்கோஜப்படலாம். எதுக்கும் கட்டாயப்படுத்தாதே, எல்லாம் தானா சரியாயிடும்.'

சுந்தரம் எதைக் குறிப்பிட்டுச் சொன்னார் என்பது முதலில் சங்கரனுக்குப் புரியவில்லை. யோசித்தபோது, 'சங்கோஜம்', 'வற்புறுத்தாதே' என்பவை அவர் சொல்ல வந்ததைத் தெளிவுபடுத்தின.

'ஒன்னுமே நடக்கல சார். நான் இன்னும் அவளைத் தொடக்கூட இல்லை' என சங்கரன் தயங்கினார்.

தலையாட்டிக்கொண்டே யோசனையில் ஆழ்ந்தவரைப் போலிருந்த சுந்தரம் நிதானமாகச் சொன்னார், 'சங்கர், எப்படியோ அவ உனக்குப் பெண்டாட்டியாயிட்டா. புருஷன் பொண்டாட்டிக்குள்ள நடக்க வேண்டியதெல்லாம் இனி நடக்கணும். அதைத் தவிர்க்கறதுலயோ தள்ளிப்போடறதுலயோ எந்த அர்த்தமும் இல்லை. அவ முக லட்சணம் உனக்குப் புடிச்சிருக்குது. அப்புறம் என்ன? அவ உனக்குத் தகுதியில்லன்னு நீ இல்லாததையெல்லாம் கற்பனை பண்ணிட்டிருக்கற. அதையெல்லாம் தொடச்சிப்போடு. அவளோட சந்தோஷமாயிரு. எல்லாம் நல்லபடியா நடக்கும்.'

இது நடந்து இரண்டாம் நாள் மாலை அலுவலகத்திலிருந்து வந்த சங்கரன் பத்மினியின் முகம் பார்த்து 'நாம வெளியில போயிட்டு வரலாம். அவசரமில்ல நிதானமாக் கிளம்பு' என்றார்.

முதலில் கோவிலுக்கு அழைத்துச் சென்றார். தான் தனியாகக் கோவிலுக்குச் சென்ற ஞாபகமே சங்கரனுக்கு இல்லை. அம்மாவுக்குத் துணையாகப் போனதோடு சரி. அன்று அம்மா சொன்னதால் பத்மினியை இதே கோவிலுக்கு இயந்திரம்போலக் கூட்டிவந்திருந்தார். கோவிலுக்கு வெளியே பூக்கடைக்கு அருகில் நிறுத்தி, 'உனக்கு என்ன பூ பிடிக்கும்' எனக் கேட்ட கணவனைப் பத்மினி ஆச்சரியத்தோடு பார்த்தாள். 'நீங்க என்ன பூ வாங்கித்தந்தாலும் சரி' என்றாள். இவர் மல்லிகைப்பூ வாங்கினார். 'நீங்களே வச்சிவிடுங்க' என்று இவருக்கு முதுகைக் காட்டிக்கொண்டு திரும்பி நின்றாள். 'எனக்குப் பூ வச்சிவிடல்லாம் தெரியாது. இன்னக்கி நீயே வச்சிக்க' என்றார். பத்மினி பல் தெரியாமல் சிரித்துக்கொண்டே பூவைத் தானே சூடிக்கொண்டாள்.

கோவிலிலிருந்து ஊரின் பெரிய உணவகத்துக்குக் கூட்டிச் சென்றார். அப்படிப்பட்ட இடத்துக்கு அவள் வந்தது அதுவே முதல்தடவை என்பது அவள் கண்களில் அப்பட்டமாகத் தெரிந்தது. இவரை ஒட்டிக்கொண்டே நடந்தாள். ஒதுக்குப்புறமான இடம் கிடைத்து உட்கார்ந்ததும், 'என்ன சாப்புடற?' எனக் கேட்டார். பத்மினி யோசிக்காமல் சொன்னாள், 'ரண்டு இட்லி. ஒரு காபி. இவர் சிரித்தார். அந்தச் சிரிப்பால் அவள் இறுக்கம் தளர்ந்தது.

'ஏன் இட்டிலிக்கு என்னா?'

'வீட்டுலதான் தினமும் இட்லி, தோசை சாப்பிடறோமே? ஹோட்டலுக்கு வந்தும் அதையேவா சாப்புடணும்?'

'சரி நீங்களே சொல்லுங்க.'

பாஸந்தியும் ரவா தோசையும் கொண்டுவரச் சொன்னார். பிறகு காப்பி. உணவகத்திலிருந்து வெளியே வந்தபோதும் அவள் கண்களில் மிரட்சி மிச்சமிருந்தது. வீதியில் இறங்கி நடக்கத் தொடங்கியபோது இருவர் கைகளும் கோத்திருந்தன. முதலில் யார் கையை யார் பிடித்தார்கள் என்பது இருவருக்குமே தெரியாது. அன்றும் வார்த்தைகளை எண்ணியே பேசினார்.

வீட்டுக்கு வந்ததும் உடை மாற்றிக்கொண்டு, 'அத்தே...' என்று அழைத்துக்கொண்டு பத்மினி சமையலறைக்குள் நுழைந்தாள். அங்கே அவளுக்கு அரை மணிநேர வேலையாவது இருக்கும்.

அவள் மீண்டும் படுக்கையறைக்கு வந்தபோது, சங்கரன் படுக்கையில் சாய்ந்தவாறு ஏதோ யோசித்துக்கொண்டிருந்தார்.

வழக்கமாகப் படுக்கையின் ஓரத்தில் குறுகிவிடுகிறவள், அன்று இவருக்குப் பக்கத்தில் உட்கார்ந்து 'ரொம்ப சந்தோஷங்க' என்றாள். இவர் கையை நீட்டினார். புரிந்துகொண்ட பத்மினி அதில் தலைசாய்த்து இவர் முகத்தைப் பார்த்தாள். அன்று சங்கரன் பத்மினியோடு முதல் சம்போகத்தை நிகழ்த்தினார்.

○

ரயில் அப்போது ஒரு நிலையத்தில் நின்றது. பிளாட்பாரத்தில் சற்றுத் தொலைவில் சென்றுகொண்டிருந்த பெண் பின்பக்கத்திலிருந்து பார்க்கப் பத்மினியைப் போலவே இவருக்குத் தெரிந்தாள். அது பிரமை என்பது சில வினாடிகளுக்குள் புரிந்து, பத்மினியின் முகத்தைப் பார்க்காமல் வந்ததால்தான் திரும்பத் திரும்ப அவள் நினைவாகவே இருப்பதாக சமாதானப்படுத்திக்கொண்டார்.

அதற்குப் பிறகு இறுக்கம் தளர்ந்து பத்மினியோடு பேசினாலும் உள்ளுக்குள் சங்கரனுக்கு அவளைப் பற்றிய ஆற்றாமை தீர்ந்த பாடில்லை. படிப்படியாக இவரது நாளாந்திரத் தேவைகளின் கவனிப்பைத் தன் கட்டுக்குள் கொண்டுவந்தாள். ஆனால் அதில் அவள் எந்தவித அதிகாரத் தோரணையும் காட்டவில்லை என்பதே இவருக்குப் புரிய நாளாயிற்று.

ஒரு பண்டிகைக்காக அம்மா எல்லோருக்கும் புதுத் துணி எடுக்கலாம் என்றாள். அதில் இவருக்கு எந்த ஆட்சேபனையும் இருக்கவில்லை. ஆனால் துணிக்கடையில் நடந்ததைத்தான் இவரால் எளிதில் ஜீரணித்துக்கொள்ள முடியவில்லை. அம்மாவும் பத்மினியும் தங்களுக்கான துணிகளை அலசித் தேர்ந்தெடுத்தார்கள். இவர் ஆண்கள் பிரிவில் பார்வையை ஓட்டிக்கொண்டிருந்தார். இவர் தன் உடை விஷயத்தில் யாரையும் யோசனை கேட்டதில்லை. தனக்குப் பிடித்ததை எடுத்து வழக்கமான தையல்காரரிடம் தருவார். அத்தோடு முடிந்தது. அந்தமுறையும் இவர் சட்டை, பேண்ட் துணிகளை எடுத்துவைத்திருந்தார். அங்கே வந்த பத்மினி இவர் எடுத்துவைத்திருந்த துணிகளைப் பார்த்து 'உங்களுக்கு இது பொருத்தமாக இருக்காதுங்க' என்றாள். அவள் அதிகப் பிரசிங்கித்தனமாகச் சொல்லிவிட்டதாக இவருக்குத் துணுக்கென்றது. கடை என்பதால் கோபத்தை வெளிக்காட்டவும் முடியவில்லை. கடைச் சிப்பந்தியின் முன்னால் அப்படிச் சொன்னதை அவரால் தாங்கிக்கொள்ளவும் முடியவில்லை. முகம் கறுத்து உதட்டைக் கவ்விக்கொண்டார். அம்மாதான் சொன்னாள், 'ஒருதடவை இவதான் உனக்குத் துணி செலக்ட் பண்ணட்டுமே. இவ டேஸ்ட் எப்படியிருக்குன்னுதான் பார்ப்போமே' என்றாள்.

'ஆபீஸுக்குப் போட்டுட்டுப் போறது நான். எனக்குத் தெரியாதா?' என்றார். ஆனாலும் வேண்டாவெறுப்பாக 'சரி' எனத் தலையை ஆட்டிவைத்தார்.

காற்றின் நிழல்

பத்மினி தேர்ந்தெடுத்த துணிகளைத் தைத்து அலுவலகத்துக்கு அணிந்து சென்றபோதுதான் இவருக்கு ஆச்சரியம் காத்திருந்தது. 'ட்ரெஸ் உங்களுக்குப் பொருத்தமாயிருக்குது. நல்ல செலக்‌ஷன் சார்' என்று பெண்கள் உட்பட சக உத்தியோகஸ்தர்கள் சொன்னபோது இவர் புன்னகையை மட்டுமே பதிலாகத் தந்தார். அதுவரை இவரிடம் யாரும் அப்படிச் சொன்னதில்லை. பத்மினி தன்னோடு பணியாற்றும் பெண்களுக்கு ஒன்றும் குறைந்தவளல்ல என்கிற எண்ணம் லேசாக வந்துபோயிற்று.

அன்று இரவு எல்லா வேலைகளையும் முடித்துவிட்டுப் படுக்கையில் இவர் அருகில் அவள் வந்து உட்கார்ந்தபோது அதற்காகவே காத்துக்கொண்டிருந்ததைப் போல, 'பத்து உன் ட்ரஸ் செலக்‌ஷன் பிரமாதம். எல்லாரும் சொன்னாங்க' என்றார் சற்று சங்கோஜத்தோடு. பத்மினி இவரை உற்றுப்பார்த்தாள். 'என்னை என்னன்னு கூப்பிட்டீங்க?' என்றாள் புன்னகையோடு. தான் அவளை முதன்முறையாக 'பத்து' என அழைத்தது அப்போதுதான் இவர் கவனத்துக்கு வந்தது. அதற்குப் பிறகுதான் பத்மினி இவருக்குப் பத்துவானாள்.

○

சிக்னலுக்காக வண்டி ஒரு நிலையத்தில் நின்றது. வழக்கமாக அந்த நிலையத்தில் நிற்காது. இவர் உட்கார்ந்திருந்த இடத்திலிருந்தே பக்கத்துக் குன்றின் மீதிருந்த கோபுரம் தெரிந்தது. பெருமாள் கோயில்.

இவர்கள் முந்தியிருந்த வீட்டுக்கு அருகிலிருந்த ஆஞ்சநேயர் கோவில் ஞாபகத்துக்கு வந்தது. பக்தர்கள் – குறிப்பாகப் பெண்கள் – கோயிலுக்கு சாமி கும்பிடுவதற்கு மட்டும்தான் செல்வார்கள் என்பது சங்கரனின் தீர்மானமான எண்ணமாக இருந்தது. பத்மினியும் அந்த ஆஞ்சநேயர் கோயிலுக்கு அடிக்கடி போய்க்கொண்டிருந்தது இவருக்குத் தெரியும். பெரும்பாலும் இவர் அலுவலகத்துக்குக் கிளம்பிச் சென்ற பிறகுதான் அவள் கோயிலுக்குப் போவாள். வார நாள் ஒன்றில் இவருக்கு எதிர்பாராத விடுமுறை. இவர் வீட்டிலேயே இருந்தார். எல்லோரும் சாப்பிட்டாயிற்று. மதியச் சமையலுக்கும் அவள் ஏதோ தயார்செய்துவிட்டுப் புறப்பட்டு நின்றாள். இவருக்கு என்ன தோன்றியதோ 'இரு பத்து, நானும் வர்றேன்' என்று கிளம்பினார். பத்மினி கையில் சின்ன பை இருந்ததைக் கோயிலை அடைந்த பிறகுதான் இவர் கவனித்தார். அது அர்ச்சனைப் பொருட்கள் அடங்கிய பையல்ல. 'நீங்க கொஞ்ச நேரம் அங்க உக்காந்திருங்க' என்று ஓரிடத்தைக் காட்டிவிட்டுப் பக்தர்கள் கைகால் கழுவிக்கொள்வதற்காக வரிசையாக அமைந்திருந்த குழாய்கள் இருந்த இடத்துக்குப் போனாள். அவள் எதற்காகத் தன்னை

உட்காரச் சொல்லிவிட்டுத் தான் மட்டும் ஏன் அங்கே போனாள் என்பதை அறிந்துகொள்ளும் ஆர்வத்தோடு கவனித்தார். அந்த நேரத்தில் மிகக் கொஞ்சம் பேர்தான் கோயிலில் இருந்தார்கள்.

குழாய்கள் பொருத்தப்பட்டிருந்த தொட்டிக்கு முன்னால் செவ்வக வடிவில் சிமெண்ட் தளம் இருந்தது. அங்கே சென்ற பத்மினி பையிலிருந்து ஒரு பொட்டலத்தை எடுத்துக் கிழித்து அதிலிருந்ததைத் தளத்தில் பரவலாகக் கொட்டினாள். தொட்டிக்குப் பக்கவாட்டில் சாய்த்துவைக்கப்பட்டிருந்த விளக்குமாறை எடுத்துக்கொண்டாள். புடவையைத் தூக்கிச் செருகிக்கொண்டு, குனிந்து பரபரவெனத் தளத்தைப் பெருக்கினாள். சூழலை மறந்து பத்மினி அந்த வேலையிலேயே மூழ்கினாள். தண்ணீரால் சுத்தமாகக் கழுவிட்டு, விளக்குமாற்றை இருந்த இடத்திலேயே வைத்துவிட்டுக் கைகால் அலம்பிக்கொண்டாள். சிமெண்ட் தளத்தைவிட்டு வெளியே வந்து, புடவையை இறக்கிவிட்டுக்கொண்டாள். பிறகு இவரைக் கையசைத்துக் கூப்பிட்டாள்.

பத்மினி எல்லாவற்றையும் ஏதோ ஓர் ஒழுங்கிலும் தன் சொந்த வீட்டில் செய்வதுபோல இயங்கியதாகவும் இவருக்குத் தோன்றியது. எதுவுமே சொல்லத் தோன்றவில்லை. இதுவரை அதைப் பற்றி அவளிடம் சங்கரன் பேசியதுகூட இல்லை.

○

ரயில் பெட்டியின் வாசலிலிருந்து கோபுரத்தைப் பார்ப்பதற்காகப் பயணிகள் பலரும் எழுந்து போனார்கள். அவர்களில் ஒரு பெண்மணி சங்கரனுக்குப் பத்மினியின் உருவத்தை நினைவூட்டினாள். பிற பெண்களை உற்றுப்பார்க்கும் பழக்கமில்லாத தனக்கு அன்று மட்டும் பார்க்கும் பெண்கள் பலரும் பத்மினியைப் போலவே ஏன் தோன்ற வேண்டும் எனக் கேட்டுக்கொண்டார். கடிகாரத்தைப் பார்த்தார். பத்மினி இன்னேரம் எழுந்திருப்பாளா? மகனும் மருமகளும் காலைச் சிற்றுண்டி சாப்பிட்டு முடித்திருப்பார்கள். வீட்டிலிருந்திருந்தால் இவரும் இன்னேரம் சாப்பிட்டிருப்பார். ஆனால் பசிக்கவில்லை.

எதிர்ப்புறமிருந்து இன்னொரு எக்ஸ்பிரஸ் ரயில் கடந்து சென்றது. இந்த ரயில் மீண்டும் புறப்பட்டது.

○

எந்த இழப்பையும் தாங்கிக்கொள்ளும் பக்குவம் பத்மினிக்கு இருந்ததை சங்கரன் காலப்போக்கில் உணர்ந்தார். பேரன் பிறந்து பள்ளிக்கூடம் செல்வதையும் பார்த்த பிறகுதான் அம்மா இறந்தாள். நல்ல சாவுதான். தூக்கத்திலேயே உயிர் பிரிந்திருந்தது. அம்மாவின்

காற்றின் நிழல் ❋ 79 ❋

இழப்பை இவரால் தாங்கிக்கொள்ளவே முடியவில்லை. தேரோடு போயிற்று திருவிழா; தாயோடு போயிற்று சந்தோஷம் என்பது இவரளவில் உண்மையாயிற்று. வேலையில் கவனம் செலுத்த முடியவில்லை என்று ஒரு மாதம் விடுமுறை எடுத்திருந்தார். முதலில் ஒரு வாரம் இவர் போக்கில் விட்ட பத்மினி பிறகு தினமும் இவருக்கு ஆறுதல் சொல்லிக்கொண்டிருந்தாள். கட்டாயப்படுத்தித் தினமும் வெளியே எங்காவது கூட்டிச் சென்றாள். தன் அப்பாவின் வீட்டுக்கு இவரையும் அழைத்துச் சென்று நாலு நாட்கள் தங்கியிருந்தாள். இவர் வீட்டிலேயே அடைந்துகிடந்தால் மனம் தேறமாட்டார் என்று காய்கறி வாங்க, வேறு கடைகளுக்குப் போய்வர என்று இவரை வெளியே அனுப்பிக்கொண்டேயிருந்தாள். பத்மினியின் யுக்தி பலித்தது. அம்மா இறந்த துக்கத்திலிருந்து சங்கரன் படிப்படியாக விடுபட்டு அலுவலகத்துக்கும் செல்லத் தொடங்கினார்.

திருமணமான புதிதில் பத்மினி படுக்கையில் மிகுந்த கூச்சத்தோடு இயங்கினாள். அவளைப் போன்ற பெண்களுக்கு அது இயல்புதான். நாளடைவில் கூச்சம் விலகி இவருக்குச் சமதையான தோழியாகவே செயல்பட்டாள். குழந்தை பெற்றுக்கொள்வதைத் தள்ளிப்போட வேண்டும், ஆணுறை உபயோகிக்கலாம் அல்லது தான் காப்பர் டீ பொருத்திக்கொள்ளலாம் என்பதையெல்லாம் அவள்தான் வெட்கப்படாமல் இவருக்குச் சொல்லிப் புரிய வைத்திருந்தாள். இவர் வாய்விட்டுக் கேட்காமலேயே இவரது ஆசைகளை சூசகமாக உணர்ந்து படுக்கையில் அவற்றை நிறைவேற்றினாள். இந்த விஷயத்தில் அவள்மீது சங்கரனுக்கு ஏகப்பட்ட திருப்தி.

இப்படியிருந்தபோதுதான், இவருக்கு சர்க்கரை நோய் வந்தது. படிப்படியாக விறைப்புத்தன்மை குறைந்தது. இடிந்துபோனார். பத்மினிக்கு மாதவிடாயும் அப்போது நிற்கவில்லை. ‘பத்து, உன்னைத் திருப்திப்படுத்த முடியலியே’ என்று ஒரு நாள் படுக்கையில் அவள் முன்னால் தேம்பினார்.

பத்மினி முதிர்ச்சியோடு பேசினாள்.

‘வாழ்க்கையில எல்லா சுகமும் எப்பவும் கிடைச்சிட்டே இருக்காதுங்க. இதுவரைக்கும் கிடைச்ச இந்தச் சுகம் போதுங்க. வேணுன்னா டாக்டரைப் போய்ப் பார்க்கலாங்க’ என்றாள்.

படுக்கைச் சுகத்திற்காக டாக்டரிடம் ஆலோசனை கேட்க இவருக்கு விருப்பமில்லை. சங்கோஜப்பட்டார்.

‘படுக்கைச் சுகத்துல இதுமட்டுந்தானா? இன்னும் எவ்வளவோ இருக்குங்க. அதுல நாம சந்தோஷப்படலாங்க’

என்று சொன்னதோடு இவரை ஈடுபடுத்தித் திருப்தியையும் ஏற்படுத்தினாள்.

பத்மினியின் ஆறுதலும் துணையும் யுக்திகளும் இருந்திருக்காவிட்டால் தான் ஒருவேளை தற்கொலைகூடச் செய்துகொண்டிருக்கலாம் என இவர் பலமுறை எண்ணியதுண்டு.

இவருக்குக் கல்யாணமானபோது இவர்கள் இருந்த வீடு அப்பா கட்டியது. வசதியானதுதான் என்றாலும் பழைய பாணி வீடு. இவர்கள் இப்போதிருக்கும் அபார்ட்மெண்ட் வீட்டை வாங்க யோசனை சொன்னவளே பத்மினிதான். அவ்வளவு பெரிய தொகையைத் தன்னால் புரட்ட முடியுமா என இவர் மலைத்து நின்றார். இவருக்கு நம்பிக்கையே இல்லை. அதுவரை இவர் சம்பளம் எவ்வளவு எனப் பத்மினி கேட்டதேயில்லை. அப்போதுதான் இவருடைய பே ஸ்லிப்பைக் கேட்டு வாங்கிக்கொண்டாள். வங்கிப் பாஸ்புக் கேட்டாள். இரண்டு நாட்கள் அவற்றை வைத்துக்கொண்டு என்னென்னவோ கணக்குகளைப் போட்டுக்கொண்டிருந்தாள். 'அப்படி என்னதான் கணக்குப் போடற? உனக்கு இதெல்லாம் புரியுமா?' என்று இவர் கேலியாகவே கேட்டார். 'ரண்டு நாள் பொறுங்க. விளக்கமாச் சொல்றேன்' என்றாள். இவரைக் கூப்பிடாமல் அவளாகவே வங்கிகளுக்கும் போய் விசாரித்துவிட்டு வந்தாள்.

இரண்டு நாள் கழித்து இவர் அலுவலகத்திலிருந்து திரும்பும்போது சுந்தரம் சாரையும் அழைத்துவரச் சொன்னாள். 'ஏதோ திட்டம் போடுகிறாள். போடட்டும். உருப்படியாக ஏதாவது நடந்தால் சரி' என்று நினைத்து 'ஆகட்டும்' எனச் சொன்னார்.

சங்கரன் சுந்தரத்தை மாலை வீட்டுக்கு அழைத்தபோது, அவர் சந்தோஷமாக ஒப்புக்கொண்டார். இந்த மாதிரி காரியங்களுக்காகவே தான் பிறவியெடுத்திருப்பதாக நினைத்தவர் அவர்.

அன்று அவர்கள் இருவரிடமும் ஃபிளாட் வாங்கப் பணம் புரட்டுவதற்கான மூன்று திட்டங்களைப் பத்மினி சமர்ப்பித்தாள். சங்கரின் சம்பள விவரம், வங்கியில் உள்ள இருப்பு, மற்ற சேமிப்புகள், வங்கிகளில் கிடைக்கக்கூடிய கடன், பிஎஃப், எல்ஐசி பாலிசியிலிருந்து பெறக்கூடிய கடன் என எல்லாவற்றையும் கூட்டிக்கழித்து அவற்றை விளக்கினாள். வீட்டுக் கடனால் கிடைக்கும் வருமானவரிச் சலுகையைக்கூட மறக்காமல் குறித்திருந்தாள்.

அவள் சொன்னதையெல்லாம் கேட்ட சுந்தரம் 'ரொம்பப் பிரமாதமா திட்டம்போட்டிருக்கறம்மா. எப்படி இதெல்லாம் கரெக்டா கணக்குப் போட்ட?' என்று சிலாகித்தார்.

காற்றின் நிழல்

அப்போதுதான் 'நான் எஸ்எஸ்எல்சியில கணக்குல நூத்துக்கு நூறுங்க' என்று வெட்கப்பட்டுக்கொண்டே சொன்னாள்.

அதுவரை அந்தத் தகவலே தனக்குத் தெரியாதென்பது சங்கருக்கு அதிர்ச்சி கலந்த ஆச்சரியமாக இருந்தது.

'பத்மினிய வீட்டுலயே அடைச்சுவச்சி வேஸ்ட் பண்ணிட்ட சங்கர். உன்னை மன்னிக்கவே முடியாது' என்ற சுந்தரத்தைப் பார்த்து இவரால் புன்னகைக்க மட்டுமே முடிந்தது.

○

வண்டி இவர் இறங்க வேண்டிய நிலையத்தின் பிளாட்பாரத்தில் நுழைந்துகொண்டிருந்தது. இவர் பெட்டியின் வாசலை நோக்கிச் சென்றார். வண்டி நின்றதும் அவசரமாக இறங்கியவர்களுக்கு வழிவிட்டு நிதானமாக இறங்கினார். பசித்தது. பக்கத்துப் பிளாட்பாரத்திலிருந்த சைவ உணவகத்தை நோக்கி நடந்தார். அதை நெருங்கியதும் தன் உறவினருடைய மகன் நின்றுகொண்டிருந்ததைப் பார்த்தார். அவர்கள் வீட்டுக்குத்தான் இவர் துக்கம் விசாரிக்கப் போக வேண்டும்.

இவரைப் பார்த்ததும் அவன் பதற்றத்தோடு அருகில் வந்து, கையைப் பிடித்துக்கொண்டு கூட்டத்திலிருந்து விலகி ஓரமாக இவரை அழைத்துச் சென்றான். இவருக்கு ஒன்றும் புரியவில்லை. இவர் ஏதோ கேட்பதற்குள் அவன் இடைமறித்து, 'சித்தப்பா, செல்போனை வீட்டுலயே மறந்து வச்சிட்டு வந்துட்டீங்களா? உங்க வீட்டுலயிருந்து உங்களைக் காண்டாக்ட் பண்ண ரொம்ப முயற்சி செஞ்சாங்க' என்றான். அவன் கேட்டதும்தான் இவருக்குக் கைப்பேசி ஞாபகம் வந்தது. பத்மினியைப் பற்றியே யோசித்துக்கொண்டு வந்ததால், அதைச் சுத்தமாக மறந்திருந்தார். அவன் பதற்றத்தோடு தயங்கி நடுங்கிய குரலில் 'பத்மினி சித்தி ...' என ஆரம்பித்தான்.

●

நேரெதிர்

அன்று ஒரு தாலுக்காத் தலைமையகத்துக்குச் செல்ல வேண்டியிருந்தது. ஒன்றரை மணிநேரப் பயணம். முந்தைய நாள்தான் சிறுகதை ஒன்று தூதஞ்சலில் வந்திருந்தது. போகும் வழியில் குறைந்தது இரண்டுமுறையாவது படித்துவிடலாம் எனக் கையோடு எடுத்துப்போயிருந்தேன். பஸ்ஸைப் பிடித்து வாகாக ஜன்னலோர இருக்கை ஒன்றில் அமர்ந்துகொண்டேன். பஸ் புறப்பட்ட ஐந்து நிமிடங்கள் கழித்துக் கதையை எடுத்தேன். இரண்டு பக்கங்கள் கூடத் தொடர்ந்து படிக்க முடியவில்லை. அந்த ஊரில் நான் பார்க்க வேண்டியிருந்த மருத்துவர்களின் முகங்கள்தாம் நினைவில் நிழலாடின. அவற்றில் ஒன்று பாரதி நர்சிங் ஹோம் டாக்டர் கவிதாவின் முகம். மகப்பேறு மருத்துவர். இளமை. அதுவும் அழகு சுமந்த இளமை. தேவைக்கும் சற்று அதிகமான சிவப்பில் சுமார் ஐந்தரை அடி உயர யுவதி. திருத்தமான முகத்துடன் புடவை மூடாத உடம்பின் பகுதிகளில் உற்றுப்பார்த்தால் பூனை மயிர் தெரியும் அவரைப் பார்க்க யாருக்குத்தான் ஆசையாயிருக்காது. பிற்பகலுக்குள் மூன்று பேரைச் சந்திக்க முடிந்தது. இன்னும் மூன்று பேர் பாக்கி. மாலை ஆறிலிருந்து ஒன்பதுக்குள்தான் அவர்களைப் பார்க்க முடியும். என்னைப் போன்ற விற்பனைப் பிரதிநிதிகளுக்குப் பொறுமை மிக அவசியம். தேடிவந்த மருத்துவர்கள் கிடைக்கவில்லை எனக் குறிப்புப் புத்தகத்தில் எழுதிவிட்டு அடுத்த ஊருக்குக் கிளம்பிப்போக முடியாது. அன்று அதே ஊரில் தங்க முடிவெடுத்தேன்.

எந்த ஊரில் எந்த விடுதியில் தங்கலாம் என்பதெல்லாம் விற்பனைப் பிரதிநிதிகளுக்கு நன்றாகத் தெரியும். அவர்கள் எப்போது போனாலும் வழக்கமான விடுதிகளில் 'இல்லை' எனச் சொல்லாமல் அறை கிடைக்கும். நான்கூடச் சில சமயங்களில் மானேஜரின் அறையிலேயே தங்கியதுண்டு. விற்பனைப் பிரதிநிதிகளுக்குத் தங்கள் வீடுகளைவிட விடுதிகளைத் துல்லியமாகத் தெரியும். நம்புவதற்குச் சற்றுக் கடினமாக இருந்தாலும் – குறைந்தபட்சம் என்னளவில் – அதுதான் உண்மை. விற்பனைப் பிரதிநிதிகள் தங்கள் ருசிக்கேற்ப சைவ, அசைவ உணவுகளுக்கென மெஸ்களையோ ஹோட்டல்களையோ ஒவ்வொரு ஊரிலும் கண்டுபிடித்து வைத்திருப்பார்கள். நான் அதிகமாகச் சுற்றும் ஊர்களில் எந்த மெஸ்ஸில் என்றைக்கு என்ன ஸ்பெஷல் என்பது அத்துப்படி. வெள்ளிக்கிழமை மதிய உணவுக்கு ஒரு மெஸ்ஸில் மோர்க்குழம்பு ஸ்பெஷல் என்றால் அன்று அந்த ஊருக்குச் செல்லப் பயணத்திட்டத்தை அமைத்துக்கொள்வேன். கோழி, ஆட்டுக்கறி வகைகளில் அரை பிளேட் மட்டும் தரும் மெஸ்களையும் எனக்குத் தெரியும். ஒரு ஹோட்டலில் பொங்கல் – வடை, இன்னொன்றில் பிளைன் ரோஸ்ட், மற்றொன்றில் பூரி – உருளைக்கிழங்கு மசால் தவிர வேறெதுவும் சாப்பிடக் கூடாது என்னுமளவுக்குக் கொள்கைகளை வகுத்திருந்தேன்.

அந்த ஊரில் வழக்கமாகச் சாப்பிடும் சின்ன ஹோட்டலில் மதியச் சாப்பாட்டை முடித்துக்கொண்டேன். அங்கே மீன் வறுவலும் ரசமும் பிரசித்தம். அங்கிருந்து பக்கத்து மாவட்டத்தின் தலைநகர் அடுத்த இலக்கு. ஆகவே அந்த ஊரின் ஒரே விடுதியை நோக்கி நடந்தேன். ஒற்றை அறை கிடைத்தது. டாக்டர் கவிதாவை மாலையில்தான் பார்க்க முடியும். அந்த முகத்தை நினைத்துக்கொண்டே தூங்க முயன்றேன். நீண்ட நேரம் புரண்டும் தூக்கம் வரவில்லை. சிறுகதை நினைவுக்கு வரவே எழுந்து டீ கொண்டுவரச் சொல்லி முகங்கழுவி வந்தேன். அதற்குள் டீ வந்தது. முதல்முறை என்பதுபோல் கதையைப் படிக்கத் தொடங்கினேன்.

மிகச் சாதாரணக் கதை. வாரப் பத்திரிகைகளில் – வேறு கதைகள் கைவசம் இல்லாவிட்டால் – இடத்தை நிரப்புவதற்குப் பயன்படக்கூடியது.யார் இது மாதிரியான கதைகள் எழுதுவார்கள், அதனால் அவர்களுக்கு என்ன உபயோகம் என்றெல்லாம் யோசித்தேன். ஒருவேளை வசதியான குடும்பத்தைச் சேர்ந்த, வேறு வேலையில்லாத நபராக இருக்கலாம். தன் கதை அச்சில் வந்தால் சொந்தபந்தத்தினரிடமும் நண்பர்களிடமும் சொல்லிப் பெருமைப்பட்டு அவர்களையும் படிக்கச் சொல்லித் தொந்தரவு செய்பவராயிருக்கலாம். ஒரு வாரத்துக்குள் என்னால் முடிந்தவரை உருப்படியாக்கி அனுப்ப வேண்டும். அப்போதைக்குப் படிக்க

வேறு எதுவும் கொண்டுவரவில்லை என்பதாலும் பொறுமையோடு இரண்டுமுறை படித்தேன்.

O

மனைவியை இழந்த மாமனாருக்கு மருமகளால் ஏற்படும் நெருக்கடிகளைச் சொல்லும் கதை. மாமியார் இருந்தவரை மருமகள் மாமனாரை மரியாதையாகவே நடத்துகிறாள். மகனும் பெற்றோர்களிடம் பாசமாகத்தான் இருக்கிறான். குடும்பத்திற்கு ஒரே பேரன். அவனுக்கு வேலை கிடைத்துச் சில மாதங்களுக்குள் நாலே நாள் படுக்கையில் விழுந்து எதிர்பாராமல் மாமியார் இறந்துவிடுகிறார். அதன் பிறகுதான் மாமனாருக்குப் போதாத காலம் ஆரம்பமாகிறது. நீரிழிவு நோய் முற்றுகிறது. அடிக்கடி உடல் நலமில்லாமல் படுத்துவிடுகிறார். அவருக்கெனப் பத்திய உணவும் சமைக்க வேண்டியிருக்கிறது. இவையெல்லாம் சேர்ந்து மாமனாரின் மீது மருமகளுக்குக் கொஞ்சம் கொஞ்சமாக வெறுப்பைக் கொண்டுவருகின்றன.

மாமனார் ஏதோ அரசாங்க வேலையிலிருந்து சிக்கனமான வாழ்க்கை நடத்தி இரண்டு படுக்கையறைகள் கொண்ட இந்த வீட்டையும் கட்டியிருந்தார். பேரனுக்குக் கல்யாண வயது. பெண்ணும் தேட ஆரம்பித்தாயிற்று. உள்ளூரிலேயே வேலை என்பதால் திருமணத்திற்குப் பிறகு அதே வீட்டில் அவனுக்குத் தனி அறை தேவை. மருமகள் மாமனாரின் அறைமீது கண்வைக்கிறாள்.

குத்தல் பேச்சு, உணவு பரிமாறுவதில் அலட்சியம், அவருக்கான தேவைகளைக் கவனிப்பதில் தாமதம் என மருமகள் சதா இம்சிக்கும் யோசனையுடன் செயல்பட்டு மாமனாரை நோகடிக்கிறாள்.

மாமனாருக்கு இரண்டே வழிகள். ஒன்று தற்கொலை. மற்றொன்று வீட்டை விட்டு வெளியேறுவது. அவள் இறந்துவிட்டால் தான் தற்கொலை செய்துகொள்ளமாட்டேன் எனத் தன் அன்னியோன்னியமான மனைவிக்கு அசட்டுச் சத்தியம் செய்துகொடுத்திருந்தார். மகள் வீட்டுக்கும் போய்த் தங்கியிருக்க முடியாது. மாமனார் பல வழிகளை யோசிக்கிறார். சிதம்பரம், திருப்பதி, வடலூர், பழனி, நாகூர் என ஏதாவதொரு இடத்திற்குச் சென்று தன் அடையாளத்தை மறைத்துக்கொண்டு வாழ முடியுமா எனச் சிந்திக்கிறார். தான் உண்டு தன் குடும்பம் உண்டு என வாழ்ந்துவிட்ட அவருக்கு இவற்றைப் பேசக்கூட நண்பர்கள் இல்லை என்பது துரதிருஷ்டம்.

மூன்றாம் நபர் நிலையிலிருந்தே கதை சொல்லப்படுகிறது. கதையின் பெரும்பகுதி வீட்டிற்குள்ளேயே நகர்கிறது. தனக்குத்

திருமணமானதும் முதன்முதலாக மனைவியோடு சென்று பார்த்த அருவியைப் பற்றி அடிக்கடி நினைத்துக்கொள்கிறார்.

சேர்ந்தாற்போல் இரண்டு மூன்று நாட்கள் மருமகளின் தொந்தரவும் அவமானப்படுத்தலும் அதிகரிக்கவே, வேறு வழியே தெரியாமல் இரவில் சவர பிளேடால் கையை அறுத்துக்கொண்டு உயிரை மாய்த்துக்கொள்கிறார்.

‘ஐயோ மாமா எங்களை எல்லாம் அனாதைகளா விட்டுட்டுப் போயிட்டீங்களே. சர்க்கரை வியாதியல்லாம் ஒரு வியாதியா? அதுக்குப் பயந்துட்டுச் செத்துட்டீங்களே. எங்க அப்பாபோல என்னைப் பாத்துட்டீங்களே...’ என மருமகள் புலம்புவதோடு கதை முடிந்திருந்தது.

இது போன்று மாமனாரையோ மாமியாரையோ மருமகள் கொடுமைப்படுத்தும் கதைகளைத் தமிழில் இதுவரை 1,32,487 பேர் எழுதியிருப்பார்கள். காதலுக்குப் பெற்றோர்களின் எதிர்ப்பின் காரணமாகப் பொதுவாக சினிமாக் கதாநாயகிகள்தாம் பிளேடால் கணுக்கை நரம்பை அறுத்துக்கொண்டு தற்கொலைக்கு முயல்வார்கள். இதில் முதியவர் அப்படி முயன்று சாகிறார். இதைத் தவிர வித்தியாசமாகக் கதையில் எதுவுமில்லை.

○

விருப்பப்பட்டு ஆங்கில இலக்கியம் படித்த எனக்குக் கல்லூரி ஆசிரியனாவது லட்சியமாக இருந்தது. ஆனால் மருந்துக் கம்பெனிப் பிரதிநிதி வேலைதான் உடனடியாகக் கிடைத்தது. குடும்பப் பொறுப்பு அதை ஏற்றுக்கொள்ளச் செய்தது. ஊர் ஊராகச் சுற்றுவதிலும் எனக்கு ஆசைதான். படிக்கவும் நிறைய நேரம் கிடைத்தது. பல வகையான எழுத்துக்களையும் படிப்பேன்.

ஏழெட்டு வருடங்களுக்கு முன்னால் இன்னொரு பகுதி நேர வேலையும் கிடைத்தது. ஆசிரியனாகத்தான் முடியவில்லை இலக்கியத்தில் ஏதாவது செய்ய முடியுமா எனக் காத்துக்கொண்டிருந்தேன். கதைகள் எழுதிப்பார்த்தேன். சொந்த எழுத்தில் ஏனோ ஆர்வம் செல்லவில்லலை. அப்போதுதான் அந்த விளம்பரம் கண்ணில் பட்டது. சென்னையிலுள்ள அலுவலகத்திற்கு முழு, பகுதி நேரத் தமிழ் காப்பி எடிட்டர்களைக் கேட்டிருந்தார்கள். ஆங்கிலப் பதிப்புலகில் காப்பி எடிட்டிங் நடப்பதைக் கேள்விப்பட்டிருந்தேன். தமிழில் அப்படி முடியுமா என முதலில் வியப்பாகத்தான் இருந்தது. அங்கே வாய்ப்பு கிடைக்குமா என்னும் சந்தேகத்துடனேயே கடிதம் எழுதினேன். மிக விரிவான விண்ணப்பப் படிவத்தை அனுப்பி ஒரு வாரத்துக்குள் நிரப்பித் தரக் கேட்டிருந்தார்கள். செய்தேன். சென்னை அலுவலகத்துக்கு நேர்காணலுக்குச் செல்ல வேண்டும்.

பிற்பகலில் வரச் சொல்லியிருந்தார்கள். அளவாகச் சாப்பிட்டுவிட்டு இரண்டு மணிக்குள்ளாகப் போய்க் காத்திருந்தேன். பாஸ் விவாதக் கூட்டத்திலிருந்ததாகவும் அது முடிந்தவுடன் வகுப்பு எடுத்துவிட்டு அதன் பிறகுதான் என்னைப் பார்ப்பார் என்றும் சொல்லப்பட்டேன். காத்திருக்கலாம் அல்லது வெளியே எங்கேனும் போய்விட்டுப் பிறகு வரலாம் என்றார் ஒருவர். எடுத்துப்போயிருந்த புத்தகம் காத்திருப்பின் அலுப்பை மறக்கடித்தது. அலுவலகத்தின் ஓர் அறையில் நிறைய பத்திரிகைகள் இருந்தன. அங்கே அமர்ந்தும் படிக்கலாம் என்றார். அதன் ஓரத்தில் தனியான மேஜையில் மின்கெட்டில், காபி, தேயிலை, சர்க்கரை, நிறைய கோப்பைகள், பிஸ்கட் பொட்டலங்கள் இருந்தன. யார் யாரோ வந்து காபியோ தேநீரோ கலந்து அருந்தியபடியே பத்திரிகைகளையும் படித்துவிட்டுப் போய்க்கொண்டிருந்தார்கள். முதலில் என்னை வரவேற்றவர் மீண்டும் வந்து, 'டீ காபி வேணுண்ணா நீங்களும் கலந்து சாப்பிடலாம். *Feel free. Help yourself* என்றார். அலுவலகத்தில் வெளிநாட்டுத்தனம் பளிச்செனத் தெரிந்தது.

ஐந்தேகால் மணிக்கு அவர் திரும்ப வந்து நான் பாஸைப் பார்க்கலாம் என உள்ளே அழைத்துச் சென்றார். *'It is very nice to meet you'* என்று கைகுலுக்கி வரவேற்றவருக்கு ஐம்பத்தைந்து வயதிருக்கும். பல்கலைக்கழகப் பேராசிரியர்போல் தோற்றம். பிஸ்கட்டும் டீயும் மேஜையில் இருந்தன.

'வாட் டூ யூ லைக் டு ஹேவ்? டீ ஆர் காஃபி?'

'வேண்டாம் சார். இப்பத்தான் டீ சாப்பிட்டேன்' என ஜாக்கிரதை உணர்வோடு மறுத்தேன்.

'உங்கள் அப்ளிகேஷனைப் பார்த்தேன். இன்ட்ரஸ்டிங். இதுவரைக்கும் மெடிக்கல் ரெப்ரஷன்டேடிவ் யாரும் எங்களோடு சேரலை. யூ ஆர் எ ரேர் ப்ரீட்!'

அவர் அறையில் தெரிந்த ஒழுங்கு பயமூட்டுவதாக இருந்தது. நான் அதைக் கவனித்ததைப் பார்த்து, 'இந்த அறையைப் போல டெக்ஸ்ட்களையும் நாங்கள் ஒழுங்குபடுத்துகிறோம்' என்றார் முறுவலுடன்.

இலக்கியம்தான் முதல் ஆர்வம் என்பதையெல்லாம் மெதுவாகச் சொன்னேன். யார் யாரையெல்லாம் நான் படித்திருக்கிறேன், அவர்களில் மிகப் பிடித்தது யாரை என்னும் கேள்விக்கு என் பதிலை மிக உன்னிப்பாகக் கேட்டுக்கொண்டார். பல்ப் ஃபிக்ஷனிலிருந்து தீவிர இலக்கியம்வரை நான் சொன்னவற்றை எல்லாம் அவரும் படித்திருந்ததை இடையிடையே

அவர் கேட்ட கேள்விகள், வெளிப்படுத்திய கருத்துகளிலிருந்து தெரிந்துகொண்டேன். பொது அறிவு தொடர்பாகவும் வினாக்கள் வந்து விழுந்தன. நான் பயணம் செய்துள்ள ஊர்களைப் பற்றியும் பல விவரங்களைத் தெரிந்துவைத்திருந்தார். வேலைக்கான நேர்காணல் என்னும் உணர்வேயில்லை. ஏதோ ஜாலியான உரையாடல்போல் இருந்தது.

'என்னைப் பற்றி உங்களுக்கு என்ன அபிப்ராயம் உண்டாகிறது?' இப்படிப்பட்ட கேள்வியை நான் எதிர்பார்க்க வில்லை. ஆனாலும் தயங்காமல் சொன்னேன், 'யு லுக் லெஸ் மிஸ்சீவியஸ் வித் யுவர் ஸ்பெக்டக்ள்ஸ்.'

'எஸ்ஸலெண்ட். யு வில் பி வெரி யூஸ்ஃபுல் டு ஹஸ்.'

மருத்துவப் பிரநிதி வேலையை விட்டுவிட்டு அங்கே முழுநேரப் பணியாற்ற எனக்கு விருப்பமில்லாததால், பகுதிநேரமாக வேலைசெய்யலாம் எனச் சாதகமாகச் சொன்னார். அடுத்த மாதம் நடக்கவிருந்த பத்து நாள் பயிற்சி வகுப்புகளில் கலந்துகொள்ள வலியுறுத்தினார். அதன் பிறகு எனக்கு விருப்பமான வகையில் ஏதாவதொரு எடிட்டிங் வேலையைத் தேர்ந்துகொள்ளலாம் என்றார்.

அங்கே ஆங்கில எடிட்டிங் வேலைகள்தாம் அதிகமாக நடந்தன. இதழ்களுக்கான கட்டுரைகள், ஆய்வேடுகள், திட்ட வரைவுகள், திட்ட அறிக்கைகள், பெரிய நிறுவனங்களின் ஆண்டு நிதிநிலை அறிக்கைகள், விளம்பரங்கள் எனப் பல வகையான எழுத்துக்களும் எடிட் செய்யப்பட்டன. பொருளடக்கம், மொழிநடை, இலக்கணம், ஒத்திசைவுகள், இடைவெளிகள், துணி, உணவுவகைகள், பயணங்கள் எனப் பல நோக்கங்களில் பிரதிகள் எடிட்செய்யப்பட்டன. ஒவ்வொன்றுக்கும் விற்பன்னர்கள் இருந்தார்கள். இப்படிப்பட்ட குழுவை எப்படி ஒரே இடத்தில் சேர்க்க முடிந்தது என ஆச்சரியப்பட்டேன்.

தமிழ் எடிட்டிங்குக்கு அதிகமான வேலையில்லை. ஆனால் வேலையேயில்லை எனச் சொல்லிவிட முடியாது. வெண்ணந்தூர்க் கந்தசாமி அருளானந்தம் – அவர்தான் பாஸ் – உயர்நிலைப்பள்ளித் தலைமையாசிரியரின் மகன். அந்தக் கட்டுப்பாட்டில் வளர்ந்து, படித்து, அமெரிக்காவிலும் படிப்பைத் தொடர்ந்து, நிறையச் சம்பாதித்துச் சென்னையில் எடிட்டிங் அலுவலகம் நடத்திக்கொண்டிருக்கிறார். அவருக்கு அமெரிக்காவிலும் பல வகையான வேலையனுபவங்கள். கடைசியாக அங்கே செய்துகொண்டிருந்தது எடிட்டிங். அதையே தமிழ்நாட்டிலும் முயன்று பார்த்து விடும் தீர்மானத்தோடு இறங்கி இரண்டாண்டுகளைச் சிரமமில்லாமல் ஓட்டிவிட்டார்.

நான் ஆர்வத்தோடு காத்திருந்த பத்து நாள் பயிற்சி வாழ்நாளில் மறக்க முடியாத அனுபவமாக அமைந்துவிட்டது. அந்த அலுவலகத்துக்குப் பக்கத்திலேயேயிருந்த விடுதியில் அறை ஏற்பாடு செய்திருந்தார்கள். ஆண்களும் பெண்களுமாக மொத்தம் பதினைந்து பேர் பயிற்சிக்கு வந்திருந்தார்கள். பாஸ் தினமும் ஒரு மணிநேரம் பாடம் நடத்தினார். இடையில் நிறைய விவாதங்களுக்கு வாய்ப்பிருந்தது. அங்கிருந்த மூத்த எடிட்டர்களும் பயிற்சியளித்தார்கள். முதல் இரண்டு நாட்கள் எந்த மொழி எழுத்தையும் எடிட்டிங் செய்வதன் அவசியம், பொதுவான அடிப்படைக் கோட்பாடுகள் தொடர்பாகவே உரைகள் அமைந்தன. பிறகு தமிழ் எடிட்டிங் தொடர்பான வகுப்புகள் நடைபெற்றன. அதுவரை வேட்டி கட்டிய தமிழாசிரியர் பிம்பமே என் மனத்தில் படிந்திருந்தது. ஆனால் இங்கே தமிழ் இலக்கணம் நடத்தியவர் டிட்டாப் உடையுடன் தொப்பியணிந்திருந்தார். தனக்குப் பிடித்த பானம் 'ரம்' என்றும் அதை 'இரம்' என எழுதத் தேவையில்லை எனவும் சொல்லி உற்சாகப்படுத்தினார்.

எழுதுபொருள்களில் இத்தனை வகைகளா என ஆச்சரியமாக இருந்தது. காகிதத்தின் வண்ணத்தைக் கொண்டே தொடர்புடைய பிரதி எந்த நிலையில் இருந்தது என்பதை அறிய முடிந்தது. ஐலெட்டை அங்குதான் தெரிந்துகொண்டேன். அதிலும் எத்தனை தினுசுகள். எழுத்து என்றால் ஏதோ கிடைத்த காகிதத்தில் பேனாவால் என்னவோ எழுதி அதை மடித்துவிட்டு மறப்பது என்னும் எண்ணம் அடியோடு மாறியது.

நான் தினந்தோறும் புத்தகங்களைக் கையாண்டாலும், அங்கே ஒரு புத்தகத்தின் பல பகுதிகளை விளக்கியபோதுதான் அசந்துபோனேன். ஆஃப் டைட்டில், ஃபுல் டைட்டில், இம்பிரிண்ட் பேஜ், வெற்றுப் பின்பக்கத்தைக் கொண்ட டெடிகேஷன் பேஜ், ஃபோலியோ, வெர்ஸோ, டெர்ஸோ, பிளர்ப் என பாஸ் சொல்லிக்கொண்டே போனார். அவற்றில் பிளர்ப் மட்டும்தான் எனக்கு முன்னமே தெரிந்திருந்தது.

உள்ளடக்க எடிட்டர்தான் அடிப்படையானவர். எடிட்டிங்கிற்காக வரும் கதையோ கட்டுரையோ ஆய்வேடோ எதுவானாலும் கணிப்பொறியில் உள்ளீடுசெய்யப்பட்டு, லேசர் அச்சில் அவரிடம் வரும். பிரதியின் உள்ளடக்கம் சரியாக, காலத்துக்குப் பொருத்தமாக, சரளமான நடையில், இடைவெளிகள் இல்லாமல் இருக்கிறதா என முடிவுசெய்ய வேண்டும். பிரதியின் உள்ளடக்கத்தைத் தேவைக்கேற்ப மாற்றியமைக்கும் உரிமை இவருக்கு உண்டு. சில சமயங்களில் பிரதி முழுக்கவும் திருத்தி எழுதப்பட்டதும் உண்டு என்பதைப்

பயிற்சியின்போது அறிந்தேன். இந்த எடிட்டர் பிரதியை ஓகே செய்துவிட்டால், அவர் பரிந்துரைக்கும் திருத்தங்களுடன் அது மொழிநடை ஆசிரியருக்குச் செல்லும். அவர் பிரதி முழுக்கச் சீரான நடையிலிருக்குமாறு திருத்தித் தருவார். பிரதியில் இடங்கள், உணவுவகைகள், உடைகள் என என்னென்ன சமாச்சாரங்கள் பேசப்படுகின்றனவோ அவையெல்லாம் ஒவ்வொன்றாக அவற்றுக்கான விற்பன்னர்களுக்குச் செல்லும். அவர்கள் சரிபார்த்துச் செப்பனிட்ட பிறகு கடைசியாக இலக்கண எடிட்டரிடம் பிரதி அனுப்பிவைக்கப்படும். அங்கே ஆங்கிலத்துக்கும் தமிழுக்கும் தனித்தனி இலக்கண எடிட்டர்கள். நான் தமிழ் இலக்கண எடிட்டரை மட்டும் ஒருமுறை சந்தித்தேன். அந்த அலுவலகத்திலேயே மிகக் குறைவாகப் பேசியவர் அவர்தான். 'மூன்று வார்த்தைகளுள்ள வாக்கியத்தில் ஐந்து தவறுகளைக் கண்டுபிடிப்பார்' என அவரைப் பற்றிச் சிலாக்கியமாகச் சொன்னார்கள். அவர் தலையசைப்புக்குப் பிறகு பிரதி மீண்டும் ஒருமுறை எழுத்துப் பிழை பார்க்கப்பட்டு பாஸின் மேஜைக்குச் செல்லும். அந்தக் குறிப்பிட்ட பிரதி கணிப்பொறியில் உள்ளீடுசெய்யப்பட்டதிலிருந்து தொடங்கி அதுவரை எத்தனை படிவங்கள் தயாரிக்கப்பட்டனவோ அவையனைத்தும் கோப்பில் வரிசைக்கிரமமாக இருக்கும். இறுதிப் படிவத்தின் கடைசியில் அலுவலக முத்திரை குத்தி பாஸ் கையெழுத்திடுவார். கூடவே கட்டணத்தையும் குறிப்பார். இறுதிப் படிவம் மட்டும் வாடிக்கையாளருக்குப் பில்லுடன் அனுப்பிவைக்கப்படும். இவற்றில் எந்தெந்தக் கட்டங்களில் பிரதியின் திருத்தப்பட்ட வடிவங்கள் சம்பந்தப்பட்ட எழுத்தாளரின் ஒப்புதலுக்கு அனுப்பிவைக்கப்படும் எனக் கேட்டுத் தெரிந்துகொள்ளவில்லை. தமிழ் எடிட்டிங் மூலம் எவ்வளவு பணம் கிடைக்கும் எனப் பலவாறு யோசித்தும் விடை கிடைக்கவில்லை. பயிற்சியின் முடிவில் எனக்குத் தோதானதாக நான் நினைத்த உள்ளடக்கம் என்னும் கன்டென்ட் எடிட்டிங்கைத் தேர்ந்துகொண்டேன்.

பாஸிடம் மரியாதைக்காகச் சொல்லிக்கொண்டு ஊர் திரும்ப எண்ணி அவரைப் பார்த்தேன். பயிற்சியைப் பற்றி என் எண்ணங்களைக் கேட்டறிந்தார்.

'கன்டென்ட் எடிட் செய்த ஏழெட்டு டெக்ஸ்ட்களை ஆபீஸிலிருந்து எடுத்துக்குங்க திரும்பத் திரும்ப ஒரிஜினலையும் காப்பி எடிட் பண்ணுனதையும் படிச்சுப் பாருங்க. உபயோகமாயிருக்கும். உங்களுக்கு அஸைன் பண்ற முதல் டெக்ஸ்ட்டையே ரொம்ப நல்லா செய்ய முடியுண்ணு நெனச்சிராதீங்க. ஆல் த பெஸ்ட்.'

'தேங்க் யூ சார்' சுருக்கமாகச் சொல்லிவிட்டுத் திரும்பி அறைக் கதவை நெருங்கிய சமயம் 'ஒரு நிமிசம்' எனக் கூப்பிட்டார்.

'எஸ் சார்.'

'இர்விங் வாலஸ் படித்திருப்பதாகச் சொன்னீங்க. அவருடைய ப்ரைஸ் படிச்சிருப்பீங்க. ப்ரைஸ் நாவலை எழுதியதைப் பற்றி அவர் The Writing of One Novel என்று புத்தகம் எழுதியிருக்கிறார். அவசியம் வாங்கிப் படிங்க' எனச் சொல்லி 'பை' என்பதுபோல் கையசைத்தார்.

பயிற்சியில் என் மனத்தில் நன்கு பதிந்த குறிப்புகள்:

1) எடிட் செய்வதற்கு முன் பிரதியைக் குறைந்தது இரண்டு அல்லது மூன்றுமுறை இடைவெளிவிட்டுப் படிக்க வேண்டும்.

2) எழுதியவர் யாராயிருக்கும் அவர் முகம் எப்படியிருக்கும் எனக் கற்பனை செய்துகொண்டு பிரதியை அணுகக் கூடாது.

3) எக்காரணம் கொண்டும் பிரதியோடு தனிப்பட்ட நெருக்கமான உறவை ஏற்படுத்திக்கொள்ளக் கூடாது.

4) எந்தப் பிரதியிலும் தேவையல்ல என நினைக்கும் பகுதியை நீக்கத் தயங்கக் கூடாது.

5) கன்டென்ட் எடிட் செய்யும்போது மொழிநடை, இலக்கணம் போன்ற பிறவற்றைக் குறித்துக் கவலைப்பட வேண்டியதில்லை.

6) நான்தான் இதை எடிட்செய்தேன் எனப் பெருமையாக வெளியே சொல்லக் கூடாது.

7) நம் எடிட்டிங்கே முடிவானதல்ல.

நல்ல எடிட்டராவதற்கு வாழ்வியல் நடைமுறைகள் சிலவற்றையும் கடைப்பிடிக்கச் சொன்னார்கள்.

1) எதையும் தள்ளி நின்றே கவனிக்க வேண்டும். எடுத்துக்காட்டாக, இரண்டு பேர் சண்டை போட்டுக் கொண்டிருந்தால், நாமாகப் போய் விலக்கிவிடக் கூடாது. கீழே விழுந்துவிட்ட குழந்தையை ஓடிப்போய்த் தூக்கிவிடுவதற்கும் பார்வைத் திறன் குறைந்தவர் சாலையைக் கடக்க உதவுவதற்கும் இதில் விலக்கு.

2) எந்தக் கூட்டத்திலும் முண்டியடிக்கக் கூடாது.

3) சில்லறை சரியாகத் தரவில்லை என்றோ வாங்க மறந்துவிட்டதற்கோ கவலைப்படக் கூடாது.

4) பேச்சு வழக்குகளையும் மற்றவர்கள் பயன்படுத்தும் சொலவடைகளையும் கவனிக்க வேண்டும். வித்தியாசமாக இருந்தால் குறித்துவைத்துக்கொள்வது நல்லது.

5) நண்பர்கள், உறவினர்களோடு பேசிக் கொண்டிருக்கும் போது – குறிப்பாகப் பொது இடங்களில் – யாராவது சொல்வது தவறான தகவல் எனத் தெரிந்தால் அதைத் திருத்தக் கூடாது.

6) பஜ்ஜி, போண்டா, மிக்ஸர் போன்றவற்றை நடைபாதைக் கடைகளில் வாங்கிச் சாப்பிடும்போது அவை தரப்படும் காகிதங்களில் உள்ளவற்றையும் படிக்க வேண்டும். ஆனால் நடைபாதைக் கடைகளில் மேற்படி அயிட்டங்களை வாங்கிச் சாப்பிடுவது உடல் ஆரோக்கியத்துக்கு உகந்ததல்ல. அதோடு அச்சிட்ட காகிதங்களில் அவை தரப்பட்டால் எண்ணெய் ஊறி அச்சு மையில் உள்ள காரீயமும் பண்டங்களோடு சேர்ந்துவிடும். காரீயம் உடம்புக்கு மிகக் கெடுதல்.

இரண்டு வாரங்களுக்குப் பிறகு ஒரு சிறுகதை எனக்கு அனுப்பிவைக்கப்பட்டது. வார இதழ்களில் வெளியாகும் தரத்திலான கதை. நான்கைந்து நாட்களுக்குள் அதில் அவசியம் செய்ய வேண்டும் எனத் தோன்றிய மாற்றங்களை விவரமாக எழுதி அனுப்பினேன். பாஸிடமிருந்து 'ஸேடிஸ்ஃபாக்டரி' எனக் குறிப்பு வந்தது. தொடர்ந்து சீரான இடைவெளியில் கட்டுரைகள், சிறுகதைகள் வந்துகொண்டிருந்தன. முதல் ஐந்தாறு பிரதிகளில் உள்ளடக்க எடிட்டிங்கில் ஸேடிஸ்ஃபாக்டரியே கிடைத்தது. பிறகு குட், குட், குட். அடுத்து வெரிகுட்.

o

இப்போது கதையின் ஒவ்வொரு பகுதியும் நன்றாக மனத்தில் பதிந்துவிட்டது. சின்னதாகக் குளியல் போட்டுவிட்டு, மாதிரிகளும் குறிப்பு அட்டைகளும் அடங்கிய பையுடன் மருத்துவர்களைப் பார்க்கக் கிளம்பினேன். வழியில்தான் செட்டியார் கடை. மாலை ஏழு மணிவரைக்கும் சுடச் சுடப் போண்டாவும் பஜ்ஜியும் கிடைக்கும். மற்ற ஊர்களிலெல்லாம் பஜ்ஜிக்குத் தேங்காய்ச் சட்னிதான். செட்டியார் உருளைக்கிழங்கு மசாலா தருவார். சின்னத் தட்டத்தில் வாழையிலையில் சதுரவடிவ பஜ்ஜிகளும் நடுவே உருளைக்கிழங்கு மசாலாவும் பார்க்கவே அழகாயிருக்கும். ருசியும் அப்படித்தான். நான் இப்போதெல்லாம்

பத்திரிகைக் காகிதங்களில் வைத்து எண்ணெய்ப் பலகாரங்களைச் சாப்பிடுவதேயில்லை. ஒரு பிளேட் பஜ்ஜி சாப்பிட்டேன். பிறகு டீ. மருத்துவர்களைப் பார்க்க நான் தயார். அங்கிருந்து நடை தூரத்திலிருந்த க்ளினிக்குக்கு முதலில் சென்றேன். அதற்குள்ளாகவே நிறைய நோயாளிகள் வந்திருந்தார்கள். என் முகவரி அட்டையைக் கொடுத்தனுப்பிவிட்டுக் காத்திருந்தேன்.

கதையில் மாற்ற வேண்டிய விஷயங்களை யோசித்தேன். அவசியம் நீக்க வேண்டிய வாக்கியங்களையும் குறித்துக் கொண்டேன். அரை மணிநேரம் கழித்து மருத்துவர் கூப்பிட்டார். அவர் ஏற்கனவே எனக்குப் பரிச்சயமானவர்தான். பழைய மருந்துகளின் ஓட்டத்தைப் பற்றி விசாரித்தேன். புதிய மருந்துகளின் மாதிரிகளைத் தந்து அவற்றின் செயல்பாடுகளைப் பற்றி விளக்கிக் குறிப்பட்டைகளையும் கொடுத்தேன். அவரிடமிருந்து விடைபெற சுமார் அரை மணிநேரமாயிற்று. அங்கிருந்து ஆட்டோ பிடித்து அடுத்த மருத்துவரிடம் போனேன். இங்கும் பதினைந்து நிமிடக் காத்திருப்பு. கதை முதல் கட்ட மாற்றங்களோடு மனத்தில் ஓடியது. அவர் க்ளினிக்கிலிருந்து வெளியே வந்தபோது மணி ஏழரை, பாரதி நர்சிங்ஹோமை அடைந்தபோது எட்டுப் பத்து. என் அதிர்ஷ்டம் நோயாளிகள் எவரும் காத்திருக்கவில்லை. உடனே டாக்டர் கவிதாவின் தரிசனம் கிடைத்தது. காபி உபசரித்து எந்த அவசரமுமில்லாமல் என் விவரிப்புகளைக் கேட்டார். நானும் அதைத்தானே எதிர்பார்த்திருந்தேன். சுழல்நாற்காலியில் வசதியாகவும் நளினத்தோடும் சாய்ந்து என் பேச்சைக் கேட்டுக்கொண்டிருந்த அவர் முகத்தில் நாள் முழுவதும் முசுவாக வேலைசெய்த களைப்பு அப்பட்டமாகத் தெரிந்தது. ஆனால் அந்தக் களைப்பே அவர் முகத்துக்கு சோபையைத் தந்ததாக எனக்குப் பட்டது. அந்த நர்சிங்ஹோமைவிட்டு வெளியே வந்தபோது மணி ஒன்பது.

உற்சாகமான மனநிலை நான் தங்கியிருந்த விடுதிக்கு என்னை நடந்தே செல்லத் தூண்டியது. போக்குவரத்து அதிகமில்லாத அந்தச் சாலைகளில் கதையின் அடுத்த கட்ட மாற்றங்களைப் பற்றி யோசித்துக்கொண்டே நடக்க முடிந்தது. விடுதிக்கு அருகிலிருந்த சின்ன ஹோட்டலில் சாப்பிட்டேன். அறைக்குத் திரும்பி உடை மாற்றிக்கொண்டு, மீண்டும் கதையைப் புரட்டியபடியே தூங்கினேன்.

மறுநாள் விடியற்காலையிலேயே எழுந்துவிட்டேன். விடுதிக்குப் பக்கத்திலிருந்த கடையில் அதிகாலை டீ நன்றாகவே இருக்கும். அந்த நேரத்தில் பலர் டபுள் டீ அடிப்பதுண்டு. டீ சாப்பிட்ட பிறகு அரை மணிநேரம் நடந்துவிட்டு வந்தேன். கதை அதற்குள்ளாக என் மனசுக்குள் உட்கார்ந்திருந்தது.

முக்கியமான மாற்றத்தைப் பற்றி தீவிரமாக யோசித்துக்கொண்டே நடந்தேன். மாமனாரை அனாவசியமாகச் சாகடிக்கக் கூடாது எனத் தீர்மானித்தேன். மாமனாருக்குத் தன் மனைவியின் குணாதிசயங்களில் பிடித்தமான ஒன்றுகூடக் கதையில் சொல்லப்படவில்லை. அப்படிப்பட்ட வலுவான ஒன்றைச் சேர்க்கவும் விரும்பினேன். விடுதிக்குத் திரும்பிக் குளித்துவிட்டுப் புறப்பட நேரம் சரியாகவிருந்தது. நான் காலைப் பத்து மணிக்குள் பக்கத்து மாவட்டத்தின் தலைநகரில் இருக்க வேண்டும். முன்பணத்தில் மீதியைப் பெற்றுக்கொண்டு அவசரமாகப் பேருந்து நிலையத்தை நோக்கி நடந்தேன். தனியார் பேருந்துகள் தாம் புறப்படத் தயாராகவிருந்தன. டேப்ரிக்கார்டரோ வீடியோவோ இல்லாத அரசுப் பேருந்துக்காகக் காத்திருந்தேன். அரை மணி தாமதமானாலும் பாதகமில்லை. எதிர்பார்த்திருந்து அரசுப் பேருந்து ஒன்றிலேயே ஏறி உட்கார்ந்தேன்.

பேருந்து புறப்பட்டு ஊருக்கு வெளியிலிருந்த நிறுத்தத்தில் நின்றது. ஒரு தம்பதியும் வேறு சிலரும் ஏறினார்கள். இரண்டு பேருக்கான இருக்கையில் ஜன்னலோரம் நான் தனியாக உட்கார்ந்திருந்தேன். நிறைய இருக்கைகள் காலியாயிருந்ததால் தம்பதிகள் எனக்கு முந்தைய இருக்கைக்குப் போனார்கள். வழக்கமாக எனக்கேற்படும் அனுபவம் நினைவுக்கு வந்து எனக்குள்ளேயே சிரித்துக்கொண்டேன். இரண்டு பேருக்கான இருக்கையில் தனியாக ஜன்னலோரத்தில் நான் உட்கார்ந்திருந்தால், அடுத்த நிறுத்தத்திலேயே யாரேனும் தம்பதிகள் ஏறி முன்பின் யோசிக்காமல் – நான் இளிச்சவாயன் என்பது அவர்களுக்கு எப்படித்தான் தெரியுமோ புரியவில்லை – என்னிடம் 'சார் நீங்க அந்த சீட்டுல போய் ஒக்காந்துக்குங்க' என்று சொல்வார்கள். அவர்கள் சுட்டும் இருக்கையில் தடியான ஆள் ஒருவர் உட்கார்ந்திருப்பார். நானும் வேண்டா வெறுப்போடு – கணநேரங்கூடப் பிரிந்திருக்க முடியாத தம்பதியோ என்று நினைத்து – அங்கே போய் உடம்பைக் குறுக்கிக்கொண்டு உட்கார்வேன். ஆனால் அத்தம்பதி அநேகமாக அடுத்த அல்லது அதற்கு அடுத்த நிறுத்தத்திலேயே இறங்கிவிடுவார்கள். உடனே வேறுயாராவது அந்த இருக்கையில் சொகுசாகப் போய் உட்கார்ந்துகொள்வார்கள். அதோடு என்னை இளக்காரமாகப் பார்ப்பதாகவும் படும். எனக்கு மட்டும் இப்படி நடப்பது புரியாத புதிர். அன்று விதிவிலக்குபோலும்.

கதையில் தேவையான மாற்றங்களின் திசையில் என் யோசனை சென்றது. மாமனாரை வீட்டிலிருந்தும் – அதாவது மருமகளிடமிருந்தும் – சாவிலிருந்தும் எப்படிக் காப்பாற்றுவது எனச் சிந்தித்தேன். அதற்கு வலுவான காரணத்தையும் சொல்ல

வேண்டும் எனத் தீர்மானித்தேன். நான் போக வேண்டிய ஊரைப் பேருந்து சென்றடைவதற்குள் கதையின் பேரளவான வடிவம் மனத்தில் உருவாகியிருந்தது. முக்கியமான சம்பவங்களின் விவரிப்புகளை எழுதிவிட்டால் போதும்.

அது பெரிய ஊர்தான். பத்து மருத்துவர்களைப் பார்க்க வேண்டும். செவ்வாய்க்கிழமை என்பதால் பிற்பகலுக்குள் எல்லோரையும் சந்தித்துவிட முடியும் என்ற நம்பிக்கை. மணி ஒன்பதே முக்கால். எனக்குப் பிடித்த ஹோட்டலுக்கு அருகில் இறங்கிக்கொண்டேன். அதில் பொங்கல், வடை, காபி சாப்பிட்டுவிட்டு வெளியே வந்து, மருத்துவர்களைப் பார்க்கும் வரிசையை மனத்துக்கொள்ளேயே தயாரித்துக்கொண்டேன். முதலாமவரைப் பத்தரை மணிக்கே பார்க்க முடிந்தது. எதிர்பார்ப்பின்படியே மருத்துவர்களின் மதிய உணவு நேரத்துக்கு முன்பாகவே எல்லோரையும் சந்தித்து முடித்தேன். இனிச் சாப்பிட்டுவிட்டு ஊருக்குக் கிளம்ப வேண்டியதுதான். இந்த இரண்டு நாள் வேலையைப் பற்றிக் குறிப்பெழுதிப் பிராந்திய அலுவலகத்துக்கு அனுப்ப வேண்டும். அது நிச்சயம் பிராந்திய மானேஜரைத் திருப்திப்படுத்திவிடும். என் ஊர் வழியாகச் செல்லும் அரசுப் பேருந்து தயாராக நின்றிருந்தது. மத்தியில் வசதியான இடத்தில் உட்கார்ந்துகொண்டேன். புறப்பட இன்னும் நேரமிருந்ததால், கதை மீண்டும் என்னைக் கவிந்துகொண்டது. யோசனையிலிருந்தபோதே பேருந்தும் புறப்பட்டது. சற்று நேரத்தில் அரைத் தூக்கத்தில் ஆழ்ந்தேன். பேருந்து ஏதோ ஓர் ஊருக்கு வெளியேயிருந்த சாலையோர உணவகத்தில் நின்றபோது நானும் விழித்துக்கொண்டேன். அரசுப் பேருந்துகள் உணவுக்காக நிறுத்தும் உணவகங்கள் வழிப்பறிக்கொள்ளைக்காரர்களின் கூடாரங்கள். மூத்திர நாற்றமடிக்கும் பெரிய கழிப்பகங்கள். எனக்கு அவற்றில் சாப்பிடவே பிடிக்காது. சாலையைக் கடந்து மறுபுறம் சென்று சிறுநீர் கழித்துவிட்டு வந்தேன். அந்த இடத்தில் என்னால் முடிந்தது அதுதான். ஓட்டுநரும் நடத்துநரும் இலவச உணவைச் சாப்பிட்ட நிறைவில் வந்தார்கள். நான் என் இருக்கையில் உட்கார்ந்துகொண்டேன். உணவகத்தின் முன்னாலிருந்த திடலில் பேருந்து பெரிய வட்டமடித்துத் திரும்பிப் பிரதான சாலைக்கு வந்து வேகம்பிடித்தது. இருந்திருந்தாற்போல முதியவர் ஒருவர் எழுந்து பதற்றத்துடன் 'ஐயோ பஸ்ஸை நிறுத்துங்க. பஸ் மாறி ஏறிட்டேன். நிறுத்துங்க' எனக் கத்தினார். ஓட்டுநர் சற்றும் தாமதிக்காமல் விசிலூதி 'என்ன பெரியவரே, பார்த்து ஏறக் கூடாதா? நல்லவேளை உடனே கண்டுபுடிச்சீட்டீங்க. ரொம்ப தூரம் போய் உங்களை எறக்கிவிட்டிருந்தா, இன்னக்கி எனக்குத் தூக்கமே வந்திருக்காது' என்று முதியவரைக் கைப்பிடித்து இறக்கிவிட்டார். உடனே எனக்குப் பொறி தட்டியது. மாமனார் குடும்பத்தினரிடமிருந்து

தப்பிக்கும் வழி தெளிவாயிற்று. தொடர்ந்த பயணத்திற்கிடையில் அவர் தற்கொலையைத் தவிர்ப்பதற்கான நிகழ்ச்சியைப் பற்றி யோசித்தேன். முதலில் என்னென்னவோ தாறுமாறான யோசனைகள் தோன்றி அவற்றை நிராகரித்துக்கொண்டே வந்தேன். கடைசியில் சரியான முடிவு கிடைத்தது.

என் ஊர் வந்து சேர்ந்து வீட்டையடைந்தபோதுதான் பசியை உணர்ந்தேன். மத்தியானம் சாப்பிடாததும் ஞாபகம் வந்தது. பஸ் புறப்படுவதற்கு முன்பே அம்மாவிடம் தொலைபேசியில் சொல்லியிருந்தேன், 'அம்மா சாயங்காலத்துக்குள்ள வீட்டுக்கு வந்திடுவேன்.' சட்டென்று உறைத்தது. வீட்டுக்குள் நுழைந்ததுமே அம்மா கேட்டார், 'ஏம்ப்பா மத்தியானம் சாப்பிட்டியா? நானும் உனக்காகத்தான் காத்திருக்கேன்.' நான் நினைத்தது சரிதான். என்னை எதிர்பார்த்து அம்மாவும் சாப்பிடாமல் காத்திருந்திருக்கிறார். அந்தக் குரூர விபத்து நடந்த தினத்தன்று நான் வீட்டிலிருந்தேன். நான் சாப்பிட உட்கார்ந்தபோது, தொலைக்காட்சியில் விபத்தின் கொடூரத்தை விரிவாகக் காட்டினார்கள். காட்சிகளைப் பார்க்கப் பார்க்க மனம் தாளவில்லை. ஏதோ பேருக்குச் சாப்பிட்டேன். ஆனால் அம்மா சாப்பிடவேயில்லை. பிறகு இரண்டொரு நாள் கழித்து ஒவ்வொரு நண்பர் வீடாகச் சென்று ஏதோ பேச்சுவாக்கில் கேட்பதுபோல் விசாரித்தேன். நான் அறிந்தளவில் அந்தச் செய்தியைத் தொலைக்காட்சியில் பார்த்த அம்மாக்கள் யாரும் அன்று சாப்பிடவேயில்லை. இது என் மனத்தில் மூலையிலிருந்து அவ்வப்போது நினைவுக்கு வந்துகொண்டிருந்தது. இப்போது மீண்டும் எட்டிப்பார்த்தது. தன்மீது கணவரை மனங்கனியச்செய்த மாமியார் தொடர்பான சம்பவத்தை விவரிக்கும் விதம் புரிந்தது. 'இப்போதைக்கு லைட்டா ஏதாவது டிஃபன் போதும்மா. ராத்திரிக்குப் பாத்துக்கலாம்' என்று சொல்லிவிட்டு என் அறைக்குச் சென்று உடைமாற்றி, முகங்கழுவிக்கொண்டு வந்து கூடத்தில் உட்கார்ந்தேன்.

அம்மா அவல் உப்புமாவும் டீயும் கொண்டு வந்து வைத்தார். சாப்பிட்டுக்கொண்டிருந்தபோதே, கதை இப்புதிய சம்பவத்தோடு மனசுக்குள் விரிந்தது. உடனே குறிப்புகளை வரிசைப்படுத்திக்கொண்டேன். வெளியே நடந்துவிட்டு வரத் தோன்றியது. புறக்காட்சிகளில் மனம் ஈடுபாடுகொள்ளா விட்டாலும், ஒரு மணிநேரத்திற்கும் மேல் சுற்றித்திரிந்தேன். மாற்றப்பட்ட கதையின் முழு வடிவமும் வீட்டுக்குத்திரும்புவதற்குள் பிடிபட்டிருந்தது. தொலைக்காட்சியில் ஓடிக்கொண்டிருந்த தொடரை வெறுமனே பார்த்துக்கொண்டிருந்தேன். மனசுக்குள் கதையே வியாபித்திருந்தது. அம்மா வந்து சாப்பிடக் கூப்பிட்டார். வழக்கத்தைவிட மிக நிதானமாகச் சாப்பிட்டெழுந்தேன்.

என் அறைக்குச் சென்று கதையை மீண்டும் ஒருமுறை படித்தேன். வாக்கியங்களில் செய்ய வேண்டிய மாற்றங்களை அதிலேயே குறித்தேன். நீக்க வேண்டிய வாக்கியங்கள் பல இருந்தன. முக்கியமாக 'சுவரை வைத்தே சித்திரம் எழுத வேண்டும்' என்பது போன்ற தேய்வழக்குகள் நான்கோ ஐந்தோ இருந்தன அவற்றை வெட்டினேன்.

கதை முழுவதும் இன்டோர் ஷூட்டிங் போல் வீட்டுக்குள் நடக்கும் சம்பவங்களாலேயே நிறைந்திருந்ததால், வெளிச்சம்பவங்கள் சிலவற்றைச் சேர்த்தேன். மாமனார் பென்சன் வாங்கிவர வங்கிக்குப் போகும்போது கூட அங்கே உடன் பணியாற்றியோருடனும் பேசாமல் திரும்பிவரும் சம்பவம் ஒன்று அவற்றில் குறிப்பிடத்தக்கது.

2004ஆம் ஆண்டு ஜூலை 16ஆம் நாள் கும்பகோணம் பள்ளிக்கூடத் தீவிபத்தில் இறந்த குழந்தைகளின் எரிந்த சடலங்களைத் தொலைக்காட்சி செய்தித் தொகுப்பில் பார்க்கும் மாமியார் பதறிப்போகிறார். வாய்விட்டு அழுகிறார். அன்றும் மறுநாளும் அவர் சாப்பிடவே மறுத்துவிடுகிறார். இது மாமானாருக்குத் தன் மனைவிமீது மாறாத மனக்கனிவை உண்டாக்கிவிடுகிறது. மனைவி இறந்த பிறகு மருமகள் தனக்குப் பத்தியச் சாப்பாடு தயாரிக்காதபோதெல்லாம், அவர் இதை நினைத்து நெகிழ்கிறார். இதை விரிவாக எழுதிச் சேர்க்க வேண்டிய இடத்தையும் குறித்திருந்தேன்.

○

மருமகளின் தொல்லை உச்சத்தை அடைந்ததும் மாமனார் தற்கொலை செய்துகொள்வதைத் தவிரத் தனக்கு வேறு வழியில்லை என எண்ணத் தொடங்கிவிடுகிறார். அதற்கு வீடு தோதான இடமல்ல என்று நினைக்கிறார். வெளியிடம் ஏதாவதுதான் பொருத்தமானது. அதற்கேற்றாற்போல் வெளியே செல்ல அவருக்கு வாய்ப்பேற்படுகிறது. அவருடைய அக்காளின் கணவர் இறந்த செய்தி தொலைபேசியில் வருகிறது. ஆனால் வேலை விஷயமாக வெளியூர் போயிருக்கும் மகன் திரும்பி வர இரண்டு நாட்களாகும். இவரால் தனியாகவும் போக முடியாது. அக்கா இறந்து நான்காண்டுகளாகிவிட்டன. மகன் வந்ததும் அவனிடம் எடுத்துச் சொல்லிக் கெஞ்சுகிறார். அவன் காலையில் அலுவலகம் போய்விட்டுப் பிற்பகலில் செல்லலாம் எனப் பெரிய மனத்துடன் ஒப்புக்கொள்கிறான். இருவரும் மதியச் சாப்பாட்டிற்குப் பிறகு கிளம்புகிறார்கள். மாமனார் என்ன நினைத்தாரோ காலையிலேயே யாருக்கும் தெரியாமல் தான் சேர்த்துவைத்திருந்த பணத்தையும் ஓய்வூதியப் புத்தகத்தையும் எடுத்துக்கொள்கிறார் இவர்கள் ஊரிலிருந்து அக்காவின்

ஊருக்கு நான்கு மணிநேரப் பயணம். எங்கிருந்தோ இங்கு வந்து அவர்கள் போக வேண்டிய ஊருக்குச் செல்லும் பேருந்து வருகிறது. இடமும் கிடைக்கிறது. பேருந்து புறப்பட்டு அரை மணிநேரத்தில் மகன் தூக்கத்தில் ஆழ்ந்துவிடுகிறான். இவர் எதையெதையோ யோசித்தபடியிருக்கிறார். சுமார் ஒன்றரை மணிநேரம் கழித்துப் பேருந்து சாலையோர உணவகம் ஒன்றில் நிற்கிறது. 'வண்டி பத்து நிமிசம் நிக்கும். சாப்புடறவங்க இறங்கிச் சாப்பிடலாம்' என்னும் அறிவிப்பு கேட்கிறது. இவர் இறங்கவில்லை. கைக்கடிகாரத்தையே பார்த்துக்கொண்டிருக்கிறார். திடீரென்று மகனை அசைத்து ஒரு விரலைக் காட்டுகிறார். அவன் தூக்கக் கலக்கத்திலேயே சரி எனத்தலையாட்டிவிட்டு மீண்டும் உறக்கத்தில் ஆழ்ந்துவிடுகிறான். இவர் அவசரமாக இறங்கி நெடுஞ்சாலைக்கு அந்தப் பக்கம் தொலைவான இடத்தை நோக்கி வேகமாக நடக்கிறார். மறைவாக நின்று சிறுநீர் கழித்துவிட்டு, பேருந்துகள் நிற்கும் இடத்தையே கவனிக்கிறார். இவர்கள் வந்த பேருந்து நெடுஞ்சாலையை அடைந்து வேகமெடுத்துப் பறந்துவிடுகிறது. இவர் மீண்டும் பேருந்துகள் நிற்கும் திடலுக்கு வந்து, வேறொன்றில் ஏறி அமர்ந்து தூங்குவதுபோலப் பாவனை செய்கிறார். அந்தப் பேருந்தும் புறப்பட்டு உள்ளபடிக்கே இவர் செல்ல வேண்டிய திசைக்கு எதிர்த் திசையில் பயணிக்கிறது. இவர் அரைக் கண்திறந்து வெளியே கவனித்துக்கொண்டேவருகிறார். சுமார் கால் மணிநேரம் ஆனதும், திடீரென எழுந்து கண்டக்டரிடம் போய் 'தெரியாம பஸ் மாறி ஏறிட்டேன். என்ன செய்யறது எனத் தெரியல' என்கிறார். கண்டக்டர் சலித்துக்கொண்டே, 'என்ன பெரியவரே தனியாவா வந்தீங்க? கவனமா இருக்கக் கூடாதா? தொல்லையாப் போச்சே? வேணுன்னா அடுத்த ஸ்டாப்புல இறங்கிக்குங்க' என்கிறார். 'பொறுத்துக்குங்க சார். அருவிப் பிரிவுக்கு ஒரு டிக்கட் குடுங்க. அங்கருந்து வேற பஸ் புடிச்சித் திரும்பிப் போயிடறேன்' என்று பணத்தை நீட்டுகிறார். தனக்கு எந்தத் தொல்லையுமில்லை என்ற எண்ணத்தில் கண்டக்டர் இவருக்கு வேண்டிய டிக்கட்டைத் தருகிறார். அடுத்த இருபத்தைந்தாவது நிமிடம் இவர் இறக்கிவிடப்பட்டுச் சுற்றுமுற்றும் பார்க்கிறார். சில வருடங்களாகவே இல்லாதிருந்த நிம்மதி அப்போது மனம் முழுக்கப் பரவுகிறது.

அருவிக்குச் செல்லும் பாதையில் நிதானமாக நடக்கத் தொடங்குகிறார். அங்கிருந்து அருவிக்குச் சுமார் இரண்டு கிலோ மீட்டர் தூரம். இரண்டு பக்கமும் குன்றுகள். அந்த அருவி மக்கள் குளிப்பதற்கானதல்ல. சுற்றிலும் மலைகள். உயரத்திலிருந்து பாதாளத்தை நோக்கிக் கொட்டும் தண்ணீர். அருவிக்குச் சற்றுத் தொலைவில் போடப்பட்டிருக்கும் இரும்புக் குழாய்களாலான

தடுப்புக்குப் பின்னாலிருந்து மக்கள் தண்ணீர் கொட்டுவதைப் பார்த்து ரசிக்கலாம். தடுப்பைத் தாண்டிப் பாதாளத்தை நோக்கிக் குதித்தால் வாழ்க்கைக்கு முற்றுப்புள்ளிதான்.

வருடம் முழுவதும் அருவியில் தண்ணீர் ஆர்ப்பரித்துக் கொட்டாவிட்டாலும் அந்த மலையின் புன்சிரிப்பு போல எப்போதும் மெலிதாகவாவது கொட்டிக்கொண்டிருக்கும். அதோடு அங்கிருந்த சிவன், அம்மன் கோவில்கள் அந்தச் சுற்றுவட்டாரத்தில் பிரசித்தம். எப்போதும் காலை, மாலை நேரங்களில் பக்தர்கள் கூட்டமிருக்கும். அமாவாசை, பிரதோஷம், வெள்ளிக்கிழமைகளில் கூட்டம் அதிகம்.

இவர் முதலில் இரண்டு சன்னிதிகளிலும் வணங்கிவிட்டு வருகிறார். அருவிக்குச் சற்றுத் தொலைவிலிருக்கும் பெஞ்சில் உட்கார்ந்து அருவியையே பார்க்கிறார். அப்போது அருவி பற்றிய பல எண்ணங்கள் தோன்றுகின்றன. இந்த அருவி வருடத்தில் சில மாதங்களில் ஆர்ப்பரித்துக் கொட்டுகிறது. அடுத்த சில மாதங்களில் மிதமான தண்ணீருடன் அமைதியாகப் பொழிகிறது. கோடையில் வீட்டுக் குழாயில் வருவது போன்று தண்ணீர் சன்னமாய் விழுகிறது. ஆனால் அடுத்து வரும் சீசனில் மீண்டும் புத்தெழுச்சியுடன் ஆர்ப்பரித்துக் கொட்டத் தொடங்குகிறது. மாற்றங்களுக்கு உட்பட்டாலும் அது ஆண்டு முழுவதும் எந்தக் கவலையையும் வெளிக்காட்டிக்கொள்ளாமல் தன் போக்கில் இயங்கிக்கொண்டிருக்கிறது. இவை மாமனாரின் மனத்தில் வேறொரு கோணத்தில் புதிய எண்ணங்களைத் தோற்றுவிக்கின்றன. கொஞ்சம் கொஞ்சமாக இவருக்குத் தெளிவு பிறக்கிறது. சன்னிதிகளின் பக்கம் உற்று நோக்குகிறார்.

பிறகுதான் இவர் உட்கார்ந்திருக்கும் இடத்திற்கு எதிர்ச்சாரியில் ஏறக்குறைய இவர் வயதேயான ஒருவரும் அருவியைப் பார்த்தவாறே தனியாக அமர்ந்திருப்பதைப் பார்க்கிறார். இவருக்கு அவரிடம் ஏதோ வித்தியாசமாகப் படுகிறது. இவர் தொடர்ந்து அவரைக் கவனிக்கிறார். அருவியைப் பார்ப்பதற்கான தடுப்பருகில் கூட்டம் மெதுவாகக் குறையத் தொடங்குகிறது. அவர் முகத்தில் கவலை அப்பட்டமாகத் தெரிகிறது. அவரிடம் கைப்பைகூட இல்லை. அவர் ஏதோ முடிவோடுதான் அங்கு வந்திருக்க வேண்டும் என இவருக்கு மனசின் ஆழத்தில் தோன்றுகிறது. மெதுவாக இருட்டத் தொடங்குகிறது. இவரும் ஏதோ உள்ளுக்குள் நிச்சயித்தவராக அங்கேயே உட்கார்ந்திருக்கிறார். அருவியை ரசித்துக்கொண்டிருந்தவர்கள் ஒவ்வொருவராகக் கிளம்புகிறார்கள். உற்றுப்பார்த்தால் மட்டுமே மரங்கள் தெரியும் வெளிச்சம் மிச்சமிருக்கிறது. இப்போது தடுப்பருகில் யாருமில்லை. எதிர்ச்சாரியில் உட்கார்ந்திருந்தவர் மெல்ல எழுந்து தடுப்பை

நோக்கி நகர்கிறார். அதுவரை இல்லாதிருந்த பதற்றம் இவரைத் தொற்றிக்கொள்கிறது. அவருக்குத் தெரியாமல் மறைவாக இவர் தொடர்கிறார். தடுப்பை அடைந்த அவர் சற்று நேரம் அமைதியாக நின்ற பிறகு இரும்புக் குழாய் ஒன்றில் காலெடுத்துவைக்கிறார். இப்போது அவர் நோக்கம் இவருக்கு தெளிவாகிவிடவே இனியும் தாமதிக்கக் கூடாது என ஓடிப்போய் அவர் கைகளைப் பிடித்து வலுக்கட்டாயமாக அவரைத் தடுப்புப் பகுதியிலிருந்து தூரமாக இழுத்து வருகிறார். அந்த நபர் இதைச் சற்றும் எதிர்பார்த்திருக்கமாட்டார். இவர் அவரைத் தான் அமர்ந்திருந்த பெஞ்சுக்கு அழைத்து வந்து, 'எதுவும் பேசாதீங்க. கொஞ்சம் அமைதியாக ஒக்காருங்க' என்கிறார்.

திடீரென அவர் தேம்பி அழத் தொடங்குகிறார். யாராவது பெரியவர்கள் அழுதால், உடனடியாக 'அழாதீர்கள்' எனச் சொல்வது நாகரிகமல்ல. ஒன்றிரண்டு நிமிடங்கள் அவர்கள் போக்கில் விட்டுவிட வேண்டும் என எங்கோ படித்தது இவருக்கு ஞாபகம் வருகிறது. இவர் எதுவும் பேசாமல் முகத்தை வேறுபக்கம் திருப்பிக்கொண்டு உட்கார்ந்திருக்கிறார். அழுகை படிப்படியாக அடங்கியதும் அவர், 'சார் என்னைக் காப்பாத்துனதுக்கு முதல்ல நன்றி. ஆனால் நீங்க என்னை அப்படியே விட்டிருக்கலாம், நான் யாருக்கும் தொல்லையில்லாம போய்ச் சேர்ந்திருப்பேன்' என்கிறார்.

இவர் பொறுத்திருந்துவிட்டு மெல்லப் பேச ஆரம்பிக்கிறார். தன்னுடைய நிலைமையும் அவருடையதைப் போன்றதுதான் என்றும் தானும் அதே நோக்கத்தோடுதான் வந்ததாகவும் பிறகு மனம் மாறியதையும் விளக்குகிறார். இதற்குள் நன்றாக இருட்டிவிடவே, கோவில்களுக்குப் பக்கத்தில் வரிசையாயிருந்த கடைகளின் பக்கம் அவரை அழைத்துச் செல்கிறார். போகும் வழியிலும் இவர் என்னென்னவோ பேசிக்கொண்டே வருகிறார். அவர் பதில் சொல்லாமல் தலையாட்டியபடியே வருகிறார். அங்கிருந்த ஹோட்டலில் இவர்களுக்கு அந்த நேரத்திலும் சாப்பிட ஏதோ கிடைக்கிறது. இருவரும் ஈடுபாடில்லாமல் – நேரம் கழிந்த பிறகு பசித்தால் என்ன செய்வது என்பதால் – சாப்பிடுகிறார்கள். வெளியே வந்து மின்விளக்கினடியிருக்கும் பெஞ்சில் அவரைப் பக்கத்தில் உட்காரவைத்து இவர் மேலும் ஏதேதோ சொல்கிறார். தன் ஓய்வூதியப் புத்தகத்தையும் எடுத்துக்காட்டிப் பேசுகிறார். ஏறத்தாழ ஒரு மணிநேரத்திற்குப் பிறகு அவர் முகத்தில் சிரிப்பு வெளிப்படுகிறது.

இத்தோடு கதையை முடித்துவிட்டேன். அவர்கள் இருவரும் சேர்ந்து எப்படி வாழ்கிறார்கள், என்ன வேலைசெய்கிறார்கள் என்பதையெல்லாம் எழுதத் தேவையில்லை. இவருடைய

மகனோ பேரனோ தேடிவந்தார்களா என்பதையும் விவரிக்க வேண்டியதில்லை என நினைத்தேன்.

நான் கன்டென்ட் எடிட் செய்யும் கதைகளில் பாத்திரங்களின் பெயர்களை மாற்றுவதில்லை. இக்கதைக்கு ‘அருவி’ எனத் தலைப்பை மாற்றினேன். நான் விவரித்திருந்த நிலப்பகுதி தொடர்பான தகவல்கள் – சாலையோர உணவகம், சாலைகளின் பிரிவு, அருவியின் அமைப்பு போன்றவை – சரிதானா என எடிட்டிங் குழுவின் புவியியல் நிபுணர் சரிபார்க்க ஒரு குறிப்பும் எழுதியிருந்தேன். கதை என்பதால் எல்லாத் தகவல்களும் மிகச் சரியாக இருக்க வேண்டியதில்லை எனவும் தெரிவித்திருந்தேன்.

கணிப்பொறியைக் கையாளக்கூடியவனாக இருந்தாலும், இதுவரை கன்டென்ட் எடிட்டிங்கைக் கையாலேயே எழுதிக் கொண்டிருக்கிறேன். மறுநாள் கதையின் மூலப்படியையும் நான் செய்த மாற்றங்கள் தொடர்பான குறிப்புகளையும் சென்னை அலுவலகத்துக்குத் தூதஞ்சலில் அனுப்பினேன். மாமனாரைத் தற்கொலையிலிருந்து காப்பாற்றியதற்காக மருமகளும் கதாசிரியரும் என்னை மன்னிப்பார்களாக!

அடுத்து வந்த நாட்களில் மருந்துக் கம்பெனி அலுவல்களில் ஆழ்ந்துவிட்டேன். அலைச்சல் அதிகம். வாரத்தின் இறுதியில் பார்க்க வேண்டிய மருத்துவர்கள் அனைவரையும் சந்தித்துவிட்டு, ஒரு மருத்துவமனைக்கு வெளியே வந்து நின்று அணைத்து வைத்திருந்த கைப்பேசியை உயிர்ப்பித்தேன். பாஸிடமிருந்து குறுஞ்செய்தி, ஆர்வத்தோடு திறந்தேன்: Excellent. Details in mail.

அப்போது தூறல் விழ ஆரம்பித்தது. குளுமை சுற்றிலும் பரவியது. நான் தூறலைப் பொருட்படுத்தாமல் பேருந்து நிலையத்தை நோக்கி நடந்தேன்.

●

உருவம்

சமையலறையில் ஏதோ கைவேலையாக இருந்தேன். அப்போதுதான் அழைப்பு 'மணியோசை கேட்டது. அந்த ஓசை எனக்கு மிகவும் பிடிக்கும். காலைச் சமையல் முடிந்து, பாத்திரங்களைக் கழுவி அடுக்கியாயிற்று. இவர் வெளியே போயிருந்தார். வரப் பிற்பகலுக்கு மேலாகும். மதியம் வெளியில் ஏதாவது சாப்பிட்டுக்கொள்வதாகச் சொல்லியிருந்தார்.

போய்க் கதவருகே நின்று மேஜிக் ஐ வழியாகப் பார்த்தேன். முகம் தெரியாமல் போர்த்தியிருந்த உருவம் தெரிந்தது. மழைக் கோட்டு போன்ற உடை. குனிந்த தலை. இப்படிப்பட்ட அடுக்குமாடிக் குடியிருப்புகளுக்கு அடிக்கடி வருகிறவர்கள் உள்ளே இருப்பவர்கள் தங்களை எளிதாக அடையாளம் கண்டுகொள்வதற்காக முகத்தைக் கதவுக்கு நேராகக் காட்டியபடி நிற்பார்கள். இரண்டு நிமிடங்களுக்கு மேலாகியும் உருவம் தலையை உயர்த்தவேயில்லை. நான் 'யாருங்க?' என்று இடைவெளிவிட்டு இரண்டுமுறை கேட்டுவிட்டேன். உள்ளிருந்து பேசுவது வெளியே தெளிவாகக் கேட்கும். உருவம் பதில் சொல்லவும் இல்லை. தலையுயர்த்தவும் இல்லை.

அடுக்குமாடிக் குடியிருப்பு என்பதால் பாதுகாப்புதான். ஆனாலும் தெரியாதவர்கள் யார் வந்தாலும் கதவைத் திறக்க வேண்டாம் என இவர் எச்சரித்து விட்டுப் போயிருந்தார். அதிகம் பேசாதவர். திரும்பத் திரும்ப எதையும் சொல்லமாட்டார். இவர் எப்படித்தான் மாணவர்களுக்குப் புரியவைக்கிறாரோ

நஞ்சுண்டன்

என யோசித்தவாறே நான் மேலும் சற்று நேரம் கதவருகிலேயே நின்றிருந்தேன். மீண்டும் பார்த்தபோது உருவம் அங்கேயே இருந்தது. ‘யாருங்க? தயவுசெஞ்சி உங்க பேரைச் சொல்லுங்க’ எனக் குரலைச் சற்று உயர்த்தி என் ஆத்திரத்தின் சாயல் தெரியக் கேட்டேன். அதற்கும் பதில் இல்லை. எரிச்சலோடு உள்ளே வந்தேன்.

இலக்கக் கடிகாரம் மணி 11:11 எனக் காட்டியது. கடிகாரத்தில் இப்படி மணியும் நிமிடமும் ஒரே எண்ணாக அமையும்போதெல்லாம் எனக்குக் குதூகலம் தோன்றும். அடுத்த நிமிடத்திற்கு மாறும்வரை அதையே பார்த்துக்கொண்டிருப்பேன். சோபாவில் அமர்ந்து தொலைக்காட்சியை இயக்கினேன். ஏதோ மெகாத் தொடர். சலித்துக்கொண்டு அலைவரிசைகளை ஒவ்வொன்றாக மாற்றினேன். எதிலும் மனம் ஒன்றவேயில்லை. வீட்டைச் சுற்றியும் கண்களை ஓடவிட்டேன். இங்கு வந்து மூன்று மாதங்கள் முடிந்துவிட்டன. பொருட்கள் எல்லாம் அதனதன் இடத்தில் கச்சிதமாக அமர்ந்திருந்தன. இவருக்கு எல்லாவற்றிலும் ஒழுங்கு. தாய்லாந்துப் பாணி வீடொன்றில் நான்கு நாட்கள் தங்கிவிட்டு வந்ததிலிருந்து நம் வீடும் அதேபோல இருக்க வேண்டும் என்று காலை, மாலை இரண்டு வேளையும் குறைந்தது அரை மணிநேரமாவது வீட்டைக் கூட்டித் துடைத்து ஒழுங்குபடுத்துகிறார். அதற்காகவே வேலைக்காரர்களும் கூடாதென்றுவிட்டார். நானும் வேலைக்குப் போக இன்னும் ஒரு மாதமாகும். அதன் பிறகு அவசியமென்றால் பார்த்துக்கொள்ளலாம் என முடிவெடுத்திருக்கிறோம்.

மீண்டும் கதவருகே போய்ப் பார்த்தேன். உருவத்தைக் காணவில்லை. சற்று நிம்மதி. யாரோ லிஃப்டில் வந்து அதே தளத்திலிருந்த ஃபிளாட்டின் கதவைத் திறந்து மூடிய சத்தம் கேட்டது. உள்ளே திரும்பி மீண்டும் சோபாவில் உட்கார்ந்தேன். சாப்பாட்டு மேஜையில் மதிய உணவு மூடிவைக்கப்பட்டிருந்தது. ஒருத்திக்காக மீண்டும் சமைக்கத் தேவையில்லை. வேண்டும்போது நுண்ணலை அடுப்பில் சூடுபடுத்திக்கொண்டால் போதும். இன்னும் பசியெடுக்கவுமில்லை. துவைக்க வேண்டிய துணிகளும் அதிகமில்லை. நாளைக்குத் துவைக்கும் இயந்திரத்தில் போட்டுக்கொள்ளலாம். அவசரமில்லை. படித்துக்கொண்டிருக்கும் புத்தகம் புக் மார்க்கர் வைக்கப்பட்டு மேஜைமீதிருந்தது. இப்போதைக்குப் படிக்கும் மனநிலையும் உருவாகவில்லை. சோம்பலை நினைத்து எனக்கே ஆச்சரியம்.

மீண்டும் அழைப்பு மணியோசை. சற்று நிதானித்தேன். இடைவெளிவிட்டு மூன்று முறை ஒலித்தது. முன்பும் இதே பாணியில் மணியடித்திருக்கலாம். நான் ஏதோ யோசனையில் கவனிக்காமலிருந்திருக்கலாம். பதற்றப்படக் கூடாது என

நினைத்துக்கொண்டேன். இந்தமுறையும் மேஜிக் ஐ மூலமே பார்த்தேன். அதே உருவம்தான். இவ்வளவு நேரம் எங்கே போயிருக்கும்? எங்காவது ஒளிந்திருந்ததோ? உருவத்தை உற்றுக் கவனித்தேன். ஆணா பெண்ணா தெரியவில்லை. பதில் சொல்லியிருந்தால் குரலை வைத்தாவது ஊகித்திருக்கலாம். Or could it be a person of transex? உருவம் தலைகுனிந்தபடி அசையாமல் நின்றிருந்தது. நான் பின்னுக்கு நகர்ந்து நின்றேன். சற்று நேரம் அப்படியே கழிந்தது. கதவைத் திறக்கும் தைரியம் வரவில்லை. மீண்டும் மேஜிக் ஐ வழியாகப் பார்த்தேன். உருவத்தைக் காணவில்லை.

நடுக்கமேற்படாவிட்டாலும் பதற்றத்தை உணர முடிந்தது. சமையலறைக்கும் கூடத்துக்குமிடையிலிருந்த குளிர்சாதனப் பெட்டியிலிருந்து தண்ணீர்ப் பாட்டிலை எடுத்துக் குடித்தேன். பாதித் தண்ணீர் மேலெல்லாம் கொட்டியது. பால்கனிக் கதவு மூடியிருந்ததா எனப் பார்த்துக்கொண்டேன்.

என்ன செய்வதெனத் தெரியாமல் உணவு மேஜையில் அமர்ந்து புத்தகத்தை விட்ட இடத்திலிருந்து தொடர நினைத்துத் திறந்தேன். பார்வை வரிகளில் ஓடினாலும், அவை மனத்தில் பதியவில்லை. ஐந்து நிமிடம்கூடத் தொடர்ந்து வாசிக்க முடியவில்லை. சோபாவில் வந்து உட்கார்ந்தேன். ஒற்றை ஆள் சோபாவில் உட்கார்ந்திருந்ததைப் பிறகுதான் உணர்ந்தேன். வழக்கமாக மூவருக்கான இருக்கையில்தான் – அதுவும் நட்ட நடுவில் – அமர்வேன்.

உருவம் என் கற்பனையோ என்னும் சந்தேகம் வந்தது. அழைப்பு மணியோசையும் கற்பனையாக இருப்பது சாத்தியமல்ல என்று நினைத்துக்கொண்டேன். இந்த நேரம் பார்த்து இவர் வெளியே போய்விட்டாரே எனச் சலித்துக்கொண்டேன். அல்லது இவர் இல்லாததைத் தெரிந்துகொண்டு யாராவது விளையாடுகிறார்களோ? என்னோடு விளையாடக்கூடியவர்கள் யார்? சீண்டிப்பார்க்கிறவர்கள் யாராயிருக்க முடியும்? என்னைப் பயமுறுத்தும் முயற்சியோ? யோசித்தேன்.

சட்டென்று அவன் ஞாபகம் வந்தது. எந்தச் சங்காத்தமும் வேண்டாமென்றுதானே பிரிந்தோம். உருவத்தின் கனபரிமாணம் அவனுக்கு ஒத்துப்போயிற்று. அல்லது அப்படியென்று மனம் சொன்னது. அவன்மீது எனக்கு ஆயிரம் புகார்கள், குறைகள், கோபதாபங்கள் இருக்கலாம். என்மீதும் அவனுக்கு அப்படிப்பட்டவை நிச்சயம் இருக்கும். ஒன்றரை ஆண்டு வாழ்க்கையில் எத்தனை சச்சரவுகள். சேர்ந்திருந்ததைவிடப் பிரிந்திருந்த நாட்களே அதிகம்.

எல்லாவற்றையும் மறந்துவிட்டல்லவா இந்தப் புது வாழ்வைத் தொடங்கியிருக்கிறேன். இத்தனை நாள் இல்லாமல் இன்றைக்கு அவன் ஞாபகம் வந்திருக்கிறது. கடைசியாக அவனைப் பார்த்தது நீதிமன்றத்தில்தான். இப்போது எங்கேயிருக்கிறான்? இத்தனை நாட்களாக அவனைப் பற்றி யோசிக்கவேயில்லை. பொது நண்பர்கள் யாரும் அவன் தொடர்பாக எதுவும் பேசவில்லை. நானும் விசாரிக்கவில்லை. அவன் குரூரம் பல நேரங்களில் வெளிப்பட்டதைப் பார்த்திருக்கிறேன். ஆனாலும் இப்படி அடையாளத்தை மறைத்துக்கொண்டு பயமுறுத்துகிறவனல்ல. வேறு ஆட்களை ஏவிவிட்டு இப்படிப்பட்ட காரியங்களைச் செய்வானா என்பதும் சந்தேகம். திடீரென அவன் மேல் எனக்கேற்பட்டிருப்பது கரிசனமா? அல்லது காலம் எனக்குத் தந்துள்ள முதிர்ச்சியால் உண்டான தெளிவா? உறுதியாகத் தெரியவில்லை.

மீண்டும் அழைப்பு மணியோசை. அதேபோல் இடைவெளிவிட்டு மூன்றுமுறை. கடிகாரத்தைப் பார்த்தேன் 12 : 12. ஒரு கணம் கடிகாரத்தை நம்ப முடியவில்லை . எல்லாம் என் கற்பனையோ? என்ன ஆயிற்று எனக்கு? மறுபடியும் மேஜிக் ஐ மூலம் கவனித்தேன். அதே உருவம். 'நீங்க யாருங்க? . . . தயவுசெஞ்சு முகத்தைக் காட்டுங்க . . . அட் லீஸ்ட் பேரையாவது சொல்லுங்க' தடுமாற்றத்தோடு கோபம் தெறிக்கக் கேட்டேன். பதிலில்லை. நான் கைகளைக் கட்டிக்கொண்டு, பேசாமல் நின்றுவிட்டேன். சில நிமிடங்கள் கழித்து மேஜிக் ஐ வழியாகப் பார்த்தேன். உருவம் நிதானமாகத் திரும்பிச் சென்றுகொண்டிருந்தது. லிஃப்டுக்கு அருகில் நின்று பொத்தானை அழுத்தியது தெளிவாகத் தெரிந்தது. கொஞ்ச நேரத்திலேயே லிஃப்ட் திறந்த சத்தம். உருவம் திரும்பிப் பார்க்காமல் உள்ளே நுழைந்து மறைந்தது.

கூடத்திற்குத் திரும்பி சோபாவில் சரிந்தேன். என்னென்னவோ யோசனைகள் வந்து சூழ்ந்தன. தூங்கினேனா என்பது தெரியவில்லை. அழைப்பு மணியோசை கேட்டது. இப்போது ஒரேமுறை நீண்டு ஒலித்து நின்றது. இவர்தான். மேஜிக் ஐயில் பார்த்து உறுதிப்படுத்திக்கொண்டு கதவைத் திறந்தேன். உள்ளே வந்து கொண்டே என்னை உற்றுப்பார்த்துவிட்டுக் கேட்டார், 'ஏன் ஒரு மாதிரியா இருக்கே? உடம்பு ஏதாவது சரியில்லயா? நான் போனப்ப நல்லாதானே இருந்தே?' அவர் பதிலை எதிர்பார்க்காமல் தோள்பையை அதை வழக்கமாக மாட்டுமிடத்தில் தொங்கவிட்டார். நான் கடிகாரத்தைப் பார்த்தேன். மணி 14:14. உணவு மேஜையைப் பார்த்துவிட்டு 'ஒன்னும் சாப்பிடலையா?' என்றார். இவர் எதையும் துருவித் துருவிக் கேட்கிறவரல்ல. நான் எதுவும் சொல்லவில்லை.

பிறகு கேட்டார், 'யாராவது வந்திருந்தாங்களா?' என்ன பதில் சொல்வதெனச் சட்டெனத் தோன்றவில்லை.

'யாரோ வந்து மணியடிச்சாங்க... உடம்பு முழுக்கப் போத்திக்கிட்டு... முகமே தெரியல... யாருன்னு கேட்டதுக்கும் பதிலில்ல... நானும் கதவைத் தொறக்கல' என மனசுக்குள்ளேயே ஒத்திகை பார்த்துக்கொண்டேன். எனக்குள்ளேயே என்றாலும் தட்டுத் தடுமாறித்தான் வார்த்தைகள் சேர்ந்தன. ஆனால் வார்த்தைகள் வெளியே வரவில்லை. இவர் கழிவறையை நோக்கி நகரத் தொடங்கினார்.

'வாட்ச்மேன்கிட்ட சொல்லியிருந்தேன்... அவனைக் கேக்க மறந்துட்டேன்...' என்பது மட்டும் அறைகுறையாகக் காதில் விழுந்தது. எனக்குக் கேட்கும் என்னும் நினைப்பில் தொடர்ந்து இவர் பேசியது சுத்தமாக எனக்குப் புரியவில்லை. ஆனாலும் என் பதற்றம் குறைந்ததை நன்றாக உணர்ந்தேன். 'நீங்க சாப்பிட்டீங்களா?' என்றுகூடக் கேட்காமல், உணவு மேஜைமீதிருந்ததை எடுத்து நுண்ணலை அடுப்பில் சுடவைத்து உணவு மேஜைக்குத் திரும்பி நிதானமாகச் சாப்பிடத் தொடங்கினேன்.

●

கட்டுரைகள்

தனிச் செங்கல் / ஒற்றைச் செங்கல்

தீவிரத் தமிழ் இலக்கியச் சூழலில் கடந்த நாற்பதாண்டுக் காலமாக ஞானக்கூத்தனின் பல கவிதைகள் அதிகம் மேற்கோள் காட்டப்பட்டு வருகின்றன. அவற்றுள் ஒன்று:

சரிவு

சூளைச் செங்கல் குவியலிலே
தனிக்கல் ஒன்று சரிகிறது.

இக்கவிதை எழுதப்பட்ட காலத்தில் இது சார்ந்த இலக்கிய வகைமை புதுக்கவிதை என்றழைக்கப்பட்டது. ஆனால் இன்று கவிதை என்பதே புதுக்கவிதையைத்தான் குறிக்கிறது.

ஞானக்கூத்தனின் அன்று வேறு கிழமை தொகுப்பின் கவிதைகள் தமிழ் இலக்கியத்தில் – குறிப்பாகக் கவிதைப் போக்கில் – பெரும் பாய்ச்சலை ஏற்படுத்தின.

சி. மணி, ஞானக்கூத்தன் ஆகியோரின் கவிதைகளுக்கு முன்பு வெளியான கவிதைகள் வெளிப்படையான செய்தி/ நீதி சொல்லுவனவாக அல்லது ஏதேனும் கருத்தை வலியுறுத்துவனவாக அமைந்தன.இவர்களின் கவிதைகளை எதிர்கொண்ட வாசகர்கள் 'கவிதை என்ன சொல்லுகிறது?' என்னும் கேள்வியைத் தங்களுக்குள்ளேயே கேட்டுக்கொண்டும் இலக்கிய நண்பர் வட்டங்களிள் விவாதிக்கவும் நேர்ந்தது. இதற்கு இன்னொரு எடுத்துக்காட்டு ஞானக்கூத்தனின் பிரபலமான இன்னொரு கவிதை.

பிரச்னை

திண்ணை இருட்டில் எவரோ கேட்டார்
தலையை எங்கே வைப்பதாம்
என்று எவனோ ஒருவன் சொன்னான்
களவு போகாமல் கையருகே வை.

அதுவரை பொதுவாகத் தமிழ்க் கவிதை ஒற்றைப் பொருளைச் சொன்னது. ஆனால் கவிதை எதையேனும் ஒன்றைச் சொல்ல வேண்டும் என்னும் நியதியை சி. மணி, ஞானக்கூத்தன் போன்றோரின் கவிதைகள் உடைத்தன. முக்கியமாக நீதி போதனையை அவை தவிர்த்தன.

அக்காலத்தில் ஞானக்கூத்தனிடம் யாராவது 'சரிவு கவிதையில் என்ன சொல்ல வருகிறீர்கள்?' எனக் கேட்டிருந்தால் அவர் எதிர்வினை எப்படியிருந்திருக்கும் என யோசிப்பது சுவாரசியமாகத் தெரிகிறது. அப்படிப்பட்ட தருணத்தில் 'நீங்கள் என்ன நினைக்கிறீர்களோ அதுதான் கவிதையின் பொருள்' என்றோ ஆத்மாநாமின் கடவுளைப் போலப் 'பேசாமல் புன்னகைத்தோ' அவர் நகர்ந்திருக்கலாம்.

இது போன்ற கவிதைகள் எதையும் சொல்லாவிட்டால், பின் எதற்காக எழுதப்பட்டு வெளியிடப்படுகின்றன என்னும் கேள்வி இயல்பாக எழுகிறது. கவிதை எழுதப்படும் நேரம் கவிஞரின் மனத்தில் ஏதேனும் ஒரு குறிப்பிட்ட பொருள் பொதிந்திருக்கலாம். அப்படி இல்லாமலும் இருக்க வாய்ப்புண்டு. ஒருவேளை கவிஞரின் மனத்தில் அந்நேரம் குறிப்பிட்ட அர்த்தம் கவிந்திருந்தாலும், கவிதை வெளிப்பட்டு வாசகர்களைச் சென்றடையும்போது அது தோடு கழன்றுவிடுகிறது. தான் எழுதிய கவிதைக்குக் கவிஞரே பிறகு இன்னொரு வாசகராகும் விநோதமும் இப்படித்தான் நிகழ்கிறது.

எனவே இது போன்ற கவிதைகள் வாசகரின் அனுபவத்தையும் அதை இலக்கியப் பிரதிகளுக்குள் ஊடுபரப்பி எதிர்வினை கொள்ளும் திறனையும் கோருகின்றன. இத்திறனற்ற வாசகர்கள் இவற்றைப் புரிந்து சிலாகிக்க முடியாது. மாறாக இவற்றை 'அபத்தம்' எனப் புறந்தள்ள மட்டுமே இயலும்.

சரிவு, பிரச்னை போன்ற கவிதைகள் குறிப்பிட்ட பொருளைச் சுட்டி நிற்காவிட்டாலும், வாசகனுக்கு ஏதோ ஒன்றை உணர்த்தும் தன்மையைக் கொண்டுள்ளன என்பதை ஏற்கலாம். அவ்வாறான தன்மையில்லாவிட்டால் அவை கவிதையாகமாட்டா. கவிதையின் இந்த உள்ளார்ந்த குணமும் மேலே குறிப்பிட்ட வாசகத் திறனும் ஒன்றிணையும்போது கவிதை பொருள் பொதிந்ததாகிறது. இந்த இணைவு காலம் சார்ந்தது. எனவேதான் ஒரே கவிதை குறிப்பிட்ட வாசகருக்குக் காலத்துக்குக் காலம் வெவ்வேறு பொருளைத் தருகிறது.

சரிவு எனக்கும் வெவ்வேறு மனநிலைகளில், அனுபவப் பின்னணிகளில் மாறுபட்ட பொருள்களை உணர்த்தியது. மன ஆழத்தில் தேங்கியிருந்த இக்கவிதை வேறொரு இலக்கியப் பிரதியால் திடுமென மேலெழுந்து முற்றிலும் புதிய பரிமாணத்தில் தோற்றமளித்தது.

பௌலோ கொய்லோ பிரேசிலில் வசிக்கும், போர்த்துக்கீசிய மொழியில் எழுதும் புகழ்பெற்ற எழுத்தாளர். இவருடைய நாவல்கள் மில்லியன் கணக்கில் அமோகமாக விற்பனையாகியுள்ளன. சர்வதேச விருதுகள் பலவற்றையும் பெற்றுள்ள கொய்லோவின் புத்தகங்கள் நாற்பதுக்கும் அதிகமான மொழிகளுக்குப் பெயர்க்கப்பட்டுள்ளன. இவருடைய ரஸவாதி (The Alchemist), சஹீர் (The Zahir) நாவல்கள் காலச்சுவடு பதிப்புகளாகத் தமிழ் வெளியாகியுள்ளன.

சமீபத்தில் பௌலோ கொய்லோவின் Like the Flowing River என்னும் புத்தகத்தை வாசித்தேன். தான் கேட்ட கதைகள், தன்னோடு பகிர்ந்துகொள்ளப்பட்ட பிறரது அனுபவங்கள், சிந்தனைத் தெறிப்புகள் எனப் பலவற்றையும் அவர் இதில் பதிவுசெய்துள்ளார். இவை அரை, ஒன்று, இரண்டு பக்கங்களில் அமைந்துள்ளன. இவற்றில் ஒன்று The Missing Brick. அதன் தமிழ் வடிவம் கீழ்வருமாறு.

காணாமல்போன செங்கல்

ஒருமுறை நானும் என் மனைவியும் பயணம் செய்து கொண்டிருந்தபோது, என் காரியதரிசியிடமிருந்து தொலைநகல் வந்தது.

'சமையலறையைப் புதுப்பிக்கும் வேலைக்காக வாங்கப்பட்ட கண்ணாடிச் செங்கற்களில் ஒன்றைக் காணவில்லை. மூலத்திட்டத்தின் வரைபடத்தையும் காணாமல்போய்விட்ட செங்கல்லைச் சரிக்கட்டுவதற்காகக் கட்டடம் கட்டுகிறவர் தந்துள்ள வரைபடத்தையும் உங்களுக்கு அனுப்பியுள்ளேன்' என அவள் தெரிவித்திருந்தாள்.

ஒரு பக்கம் என் மனைவி சொல்லியிருந்த செங்கற்களின் ஒத்திசைவான வரிசைகளுடன் காற்றோட்டத்திற்கான திறப்புடன்கூடிய திட்டம். மற்றொருபக்கம், காணாமல்போய்விட்ட செங்கல்லால் எழுந்துள்ள சிக்கலைத் தீர்ப்பதற்காக வரையப்பட்ட திட்டம் – கண்ணாடிச் சதுரங்கள் மிகக் குழப்பமான பாணியில் அமைக்கப்பட்ட அழகியலைப் புறந்தள்ளும் உண்மையான ஜிக்ஸா புதிர்.

'பேசாமல் இன்னொரு செங்கல் வாங்கிவிடுங்கள்' என்று என் மனைவி பதில் எழுதினாள். அவர்களும் அப்படியே செய்து, மூலத்திட்டத்தையே கடைப்பிடித்தார்கள்.

அன்று பிற்பகல், நடந்ததைப் பற்றி நெடுநேரம் யோசித்தேன். ஒற்றைச் செங்கல்லுக்காக நாம் எத்தனைமுறை நம் வாழ்வின் மூலத்திட்டத்தையே மாற்றுகிறோம்?

இதைப் படித்ததும் என் நினைவில் மேலெழுந்தது 'சரிவு' கவிதை. இவ்விரு இலக்கியப பிரதிகளில் ஒன்று கவிதை மற்றது உரைநடை என்றாலும், இரண்டையும் இயல்பாக ஒப்பிடலாம். ஞானக்கூத்தனின் கவிதையைப் பெளலோ கொய்லோவின் பிரதியில் எவ்விதச் சிரமமும் இல்லாமல் ஊடுபரப்பலாம்.

இரண்டுமே ஒற்றைச் செங்கற்களைப் பற்றிப் பேசுகின்றன. கவிதையில் சரியும் செங்கல் தடுத்து நிறுத்தப்படுகிறதா, வேறொரு செங்கல்லைக் கொண்டு சூளையின் வடிவம் சீரமைக்கப்படுகிறதா போன்ற கேள்விகள் எழுகின்றன. ஆனால் இவற்றுக்கான பதில் கவிதையில் இல்லை. ஆனால் கொய்லோவின் பிரதியில் காணாமல்போய்விட்ட ஒற்றைச் செங்கல் புதிதாக வாங்கப்படும் செங்கல்லால் சரிக்கட்டப்படும் அல்லது சரிக்கட்டப்படுகிறது. இதில் சமையலறையைப் புதுப்பிப்பதற்கான மூலத்திட்டம் சிதையாமல் காக்கப்படுகிறது. தமிழ்க் கவிதையோடு அல்லது ஞானக்கூத்தனின் கவிதையோடு பரிச்சயமுள்ள வாசகனுக்கு சரிவு முதல் பிரதி. இக்கவிதை உணர்த்தும் பொருளைத் தேடும் வாசகன் எதேச்சையாகக் கொய்லோவின் இப்பிரதியைப் படிக்கும்போது, கவிதை இவ்வுரைநடைப் பிரதியில் விகாசம் கொள்கிறது. அதே வாசகனுக்கு சரிவு கவிதை இதற்கு முன்பும் பலவகையான பிரதிகளிலோ நேரடி அனுபவங்களிலோ வெவ்வேறு வகையில் விகாசம் கொண்டிருக்கலாம் என்பதையும் மறுப்பதற்கில்லை.

ஞானக்கூத்தன் 'தனிக்கல் ஒன்று சரிவதாகக்' கூறுகிறார். அதன் விளைவு என்ன என்பதை அவர் சொல்வதில்லை. ஆனால் கவிதையைப் படிப்பவருக்கு இந்தக் கேள்வி எழுகிறது. இதற்கான விடை பல பரிமாணங்களில் வெவ்வேறு விதமாக அமைகிறது. ஞானக்கூத்தன் கவிதையால் எழும் கேள்விக்கு ஒரு குறிப்பிட்ட பரிமாணத்தில் ஒரு பதில் கொய்லோவின் உரைநடைப் பிரதியில் கிடைக்கிறது. ஞானக்கூத்தன் கவிதையில் தத்துவ விசாரம் இல்லை என்றாலும், கொய்லோவின் பிரதியில் தத்துவ விசாரத்துடன் கேள்விக்குப் பதில் கிடைக்கிறது.

காலம், இடம், மொழி, இனம் கடந்து ஒரு கவிதைப் பிரதி மற்றொன்றில் ஊடுபரவி நிற்பது, அக்கவிதைக்குள் உலகளாவியத் தன்மையை பொதிந்துள்ளதைத் துலக்கமாகக் காட்டுகிறது. சரிவு கவிதையின் காலம் கடந்து நிற்கும் தன்மையைப் பெளலோ கொய்லோவின் பிரதியை வாசித்ததால் மீண்டும் ஒருமுறை என நான் உணர நேர்ந்தது. மற்ற வாசகர்களுக்கு இப்படிப்பட்ட அனுபவத்தை வெவ்வேறு பிரதிகள் நிச்சயம் தந்திருக்கும்.

●

தேவதச்சனின்

கிளிங் என்று ஒரு சத்தம்

கவிதைமீதான குறிப்புகள்

கவிதை ஜடப்பொருள் அல்ல. காகிதத்திலோ இலக்க வெளியிலோ அச்சடிக்கப்பட்டிருந்தாலும், அது ஜடப்பொருள் அன்று. ஒருவர் ஒரு கவிதையை வாசிக்கத் தொடங்கும்போது, அது உயிர்பெற்றுவிடுகிறது. அப்போது அதற்கான இயங்குதளம் ஒன்றும் உத்பவமாகிறது (உருவாகிறது). இந்த இயங்குதளம் ஒவ்வொரு வாசகனுக்கும் மாறுபடும். ஒரே வாசகனுக்கும் வெவ்வேறு தருணங்களில் அது மாறும். கவிதையின் புரிதல் பெரும்பாலும் இந்த இயங்குதளத்துக்குள் நுழையும் வழியால் தீர்மானிக்கப்படுகிறது. எடுத்துக்காட்டாக, கவிதையின் தலைப்பு (இருந்தால்) தரும் குறிப்பின் வழியாகக் கவிதையை அணுகலாம். ஆனால் அது பெரும்பாலும் கவிதையை எழுதியவரின் மனநிலை அல்லது அவர் சொல்ல நினைத்ததை நோக்கி வாசகன் செலுத்தப்படும் வாய்ப்பை ஏற்படுத்திவிடும். (எழுதியவர் நினைத்ததையே வாசகன் அப்படியே வரித்துக்கொள்வான் எனச்சொல்லவில்லை.) மாறாக, கவிதையை ஒருமுறை படித்த பின், வாசகன் தனக்குப் பிடித்தமான வாக்கியம் அல்லது சொற்றொடரின் வழியாக முழுக்கவிதையையும் அணுகலாம்.

o

சில மாதங்களாகவே தேவதச்சனின் மர்ம நபர் தொகுப்பைத் தொடர்ந்து படித்துவருகிறேன். தினமும் ஒரு கவிதையை மட்டும் வாசித்து அதைப் பற்றி

யோசிக்கும் முறையைப் பின்பற்றுகிறேன். இத்தொகுப்பிலுள்ள பல கவிதைகளும் ஒவ்வொரு விதத்தில் என்னைக் கவர்ந்தவை. அவற்றைக் குறித்துச் சொல்லவும் எனக்கு ஏராளமான செய்திகள் உள்ளன. சமீபத்தில் வாசித்து எனக்குள் சில சிந்தனைகளைத் தோற்றுவித்த கவிதை கிளிங் என்று ஒரு சத்தம். இது மர்ம நபர் தொகுப்பில் கீழ்வருமாறு அச்சாகியுள்ளது.

கிளிங் என்று ஒரு சத்தம்

என் ஊருக்கு இன்னும்
பெயர் வைக்கப்பட வில்லை
என் கண்கள்
எந்த நூற்றாண்டைப் பார்த்துக்
கொண்டிருக்கின்றன என்று
தெரியவில்லை. விடிகாலை
கதவைத்
திறந்து
வாசலில் கிடந்த
பழுத்த இலை ஒன்றை
எடுத்து
அன்புடன் பார்க்கிறேன்
அதை
விரல்களில் பற்றியபடி
முன்னும் பின்னும்
திருப்புகிறேன். காற்றைப் போல
பிறகு
தூக்கி எறிகிறேன்
இலை தரையில் சாயும்போது
கேட்கிறது
கிளிங்
என்று ஒரு சத்தம் கேக்கிறது
கண்ணாடிகள் உடையும்போது
கேட்குமே
அந்த சத்தம்.

என் வாசிப்பு வசதிக்கேற்ப இதைக் கீழ்க்காணும்படி அமைத்துக் கொள்கிறேன்.

கிளிங் என்று ஒரு சத்தம்

என் ஊருக்கு இன்னும்
பெயர் வைக்கப்படவில்லை
என் கண்கள்
எந்த நூற்றாண்டைப் பார்த்துக்கொண்டிருக்கின்றன என்று
தெரியவில்லை. விடிகாலை
கதவைத் திறந்து வாசலில் கிடக்கும்
பழுத்த இலை ஒன்றை எடுத்து
அன்புடன் பார்க்கிறேன்

> அதை விரல்களால் பற்றியபடி
> முன்னும் பின்னும் திருப்புகிறேன்
> காற்றைப் போல. பிறகு
> தூக்கி எறிகிறேன்
> இலை தரையில் சாயும்போது
> கிளிங் என்று ஒரு சத்தம் கேட்கிறது
> கண்ணாடிகள் உடையும்போது
> கேட்குமே
> அந்தச் சத்தம்.

என் திருத்தங்களால் கவிதையின் மூல வடிவத்துக்கு எந்தப் பங்கமும் வாய்த்துவிடவில்லை என்பதைக் கவனிக்க.

முதல் வாசிப்பிலேயே என் கவனத்தை ஈர்த்த வரி 'இலை சாயும்போது'. பொதுவாக, 'மரம் சாய்தல்', 'கம்பம் சாய்தல்', 'தூண் சாய்தல்' போன்ற தொடர்கள் நமக்கு நன்கு பழக்கமான, மரபான தமிழ்ச் சொற்றொடர்கள். 'இலை தரையில் விழும்போது' எனத் தேவதச்சன் எழுதியிருந்தால், அந்த வரி வித்தியாசமாகத் தெரியாமல், நம் (என்) கவனத்தை ஈர்த்திருக்காது. அவர் போன்ற திறமையான, மிகுந்த அனுபவம் மிக்க கவிஞர் காரணமில்லாமல், போகிற போக்கில் இப்படிப்பட்ட வரியை எழுதியிருக்க வாய்ப்பில்லை. எனவே, இத்தொடரை முழுக் கவிதையின் இயங்குதளத்திற்கான திறவுகோலாகக் கருதி, சிலமுறை கவிதையைத் திரும்ப வாசித்தேன்.

மரத்தின் ஒரு பகுதியாக இருந்த இலை, தற்போது கவிதை சொல்லியின் வாசலில் கிடக்கிறது. மரமே இலையை விலக்கியிருக்கலாம். அல்லது இலை மரத்தைவிட்டு விலகி வந்திருக்கலாம். இலையை உயிருள்ள ஒன்றாகக் கருதுவது கவிதையை அணுகுவதற்கான அடிப்படைப்புரிதல். இப்போதைக்கு, ஏதோ காரணத்தால் இலையே மரத்தைவிட்டு விலகி விட்டதாகக் கொள்ளலாம். அதாவது இலை தன் தாய்வீடான மரத்திலிருந்து தன் தனித் தன்மை, சுயமரியாதை, அல்லது புதிய அடையாளம் என ஏதோ ஒன்றைத் தக்கவைத்துக்கொள்ள விலகிவந்ததாகக் கொள்வது வாசிப்பின் அடுத்த கட்டத்துக்கு நம்மை இட்டுச் செல்கிறது. இதன் அடிப்படையில் கவிதையை மீண்டும் வாசித்தால், அதன் தொடக்க வரிகளான

> என் ஊருக்கு இன்னும்
> பெயர் வைக்கப்படவில்லை

என்பவற்றுக்குப் பொதுப்புத்திக்கு அப்பாற்பட்ட பொருள் விளங்குகிறது. பெயர் இல்லாமல் எந்த ஊரும் இருக்க முடியாது. ஆனால் கவிதை சொல்லியின் ஊருக்கு ஏன் இன்னும் பெயர் வைக்கப்படவில்லை? காரணம் இதுவும் இலையைப்

போலவே புதிய அடையாளத்தை நாடுகிறது. இதை நம் நாளாந்திர அனுபவத்திலிருந்தும் அறியலாம். நன்கு வளர்ந்த ஓர் ஊரின் புறப்பகுதியில் புதிதாக நான்கைந்து தெருக்கள் உருவாகி, நாளடைவில் அவையே தனி ஊராக அடையாளம் காணப்பட்டுப் புதிய பெயரை அடைவதை நாம் நாட்டின் எல்லாப் பகுதிகளிலும் பார்த்திருக்கிறோம். கூட்டுக் குடும்பத்திலிருந்து, ஒரு மகன் தனிக்குடித்தனம் செல்வதைப் போலத்தான் இதுவும். ஆம், இலையும் இன்னும் பெயர் வைக்கப்படாத இப்பகுதியும் (ஊரும்) தனிக்குடித்தனம் வந்திருக்கின்றன. இவை தம் அடையாளத்துக்காகக் காத்திருக்கின்றன. இன்னும் பெயர்வைக்கப்படாத ஊரில் வசிக்கும் கவிதை சொல்லி அதனால்தான் 'விரல்களால் பற்றியபடி இலையை அன்புடன் பார்க்கிறார்'.

ஆகவே, தனித்த அடையாளத்தை (விட்டு விடுதலை யாதலாகக்கூட இருக்கலாம்) நாடும் ஜீவன்களைக் கவிதை காட்சிப்படுத்துவதான இயங்குதளம் நமக்குக் கிடைக்கிறது. இது கவிதையின் ஒரு வாசிப்பு முறை. இதுவே முற்ற முடிவான வாசிப்பும் அல்ல.

மற்றபடி,

'என் கண்கள்
எந்த நூற்றாண்டைப் பார்த்துக்கொண்டிருக்கின்றன
என்று தெரியவில்லை'

'கண்ணாடிகள் உடையும்போது
கேட்குமே
அந்தச் சத்தம்'

போன்ற வரிகளை, மர்ம நபர் தொகுப்பின் பின்னட்டைக் குறிப்பில் எஸ். ராமகிருஷ்ணன் மிகச் சரியாகச் சொல்லியுள்ளதுபோல், தினசரி வாழ்வின் மீது தேவச்சன் கொண்டுள்ள ருசியின் வெளிப்பாடுகளாக இப்போதைக்குக் கொள்கிறேன்.

(கட்டுரையை முடித்த நேரம் அதிகாலை 3:50 மணி, 11 மே 2019)

●

ஆத்மாநாமின் அவசரம்

1975ஆம் ஆண்டு அன்றைய பிரதமர் இந்திரா பிரியதர்ஷினி காந்தியால் கொண்டுவரப்பட்ட அவசரநிலைக் காலம் விடுதலை பெற்ற இந்திய வரலாற்றின் இருண்ட பகுதியாகவே இன்றுவரை கருதப்படுகிறது.

அவசரநிலை அமலிலிருந்தபோதே விமர்சித்துக் கவிதை எழுதுவது வம்பை விலைகொடுத்து வாங்குவதாகத்தான் இருந்திருக்கும். ஆத்மாநாம் இது தொடர்பாக இரண்டு கவிதைகளை எழுதியுள்ளார். அவற்றில் ஒன்று

அவசரம்

அந்த நகரத்தில்
இருவர் கூடினால் கூட்டம் நால்வர் கூடினால்
பொதுக்கூட்டம்

சாலையில் கூட்டமாய்ச் செல்லக் கூடாது
வீட்டுக்குள் யாரும் நடக்கலாம்
ஒவ்வொரு வீடும் தார்ச்சாலையால்
                    இணைக்கப்பட்டிருக்கும்

மறைவிடங்கள் அங்கில்லை
குளிப்பவர்கள் கூட்டங்கூட்டமாய்க் குளிக்க
                            வேண்டும்
தண்ணீர் கிடைக்கும் நள்ளிரவில் மட்டும்

சிகரெட் பிடிக்கவும் அங்கு தடை
ஆஷ்ட்ரேயை அதிகாரி பார்த்தால்
அவரை நகரத்தின் சகாராவுக்கு அனுப்புவார்
அங்கே ஏற்கனவே உள்ளவரோடு சேர்ந்து
அதனைப் பசுமையாக்க வேண்டும்

நகரத்தில் தள்ளிப்போடாத அவசரம்
உள்நாட்டு மனத் தெளிவு
நகரத்தின் மக்களுக்குக் கிடைக்கும் ஒரே டானிக்
கடுமையான உழைப்பு

பத்திரிகைகளில் விளம்பரங்கள் இல்லை
அதை வாங்கு இதை வாங்கு என்று
மலிவாக ஏராளமாகக் கிடைத்தது
நகரத் தலைவரின் பொன்மொழிகள்

எல்லோரும் அவரைப் புகழ்ந்தார்கள்
மந்திரிகள் அவரைப் புகழ்ந்தார்கள்
அரசாங்க அதிகாரிகள் புகழ்ந்தார்கள்

மக்கள் சுபிட்சமாய் இருந்தனர்
அவசரமாய் அவ்வப்போது ஒன்றுக்கிருந்து.

இது மிகச் சிறந்த அரசியல் கவிதை. கொடிபிடிப்பதும் வீதியில் இறங்கிக் கோஷம் போடுவதும் மட்டுமே அரசியல் செயல்பாடுகளல்ல. படைப்பின் மூலம் அடக்குமுறைக்கு எதிரான கருத்தாடலை முன்வைப்பதும் அரசியல் நடவடிக்கைதான்.

❍

1971இல் நடந்த பொதுத்தேர்தலில் இந்திராவின் கட்சி அறுதிப் பெரும்பான்மை பெற அவர் பிரதமரானார். அவரது தேர்தல் வெற்றி செல்லாது என எதிர்த்துப் போட்டியிட்ட ராஜ் நாராயண் அலகாபாத் உயர் நீதிமன்றத்தில் வழக்கு தொடுத்தார். அரசு இயந்திரத்தைத் தேர்தலில் தனக்குச் சாதகமாகப் பயன்படுத்திக்கொண்டது, வாக்காளர்களுக்குப் பணம் தந்தது போன்ற பல குற்றச்சாட்டுகள் இந்திராவின் மீது சுமத்தப்பட்டன. ராஜ் நாராயண் சார்பில் பிரபல வழக்கறிஞர் சாந்தி பூஷண் வாதாடினார். இந்தியப் பிரதமர் ஒருவர் நீதிமன்றத்தில் குறுக்கு விசாரண செய்யப்பட்ட நிகழ்வும் முதல்முறை நடந்தேறியது. அரசு இயந்திரத்தைத் தவறாகப் பயன்படுத்தியதாகக் கூறி நீதிபதி ஜக்மோகன் சிங் இந்திராவின் தேர்தல் வெற்றி செல்லாது எனத் தீர்ப்பளித்ததோடு, மேலும் ஆறு ஆண்டுகளுக்கு அவர் தேர்தலில் போட்டியிடவும் தடைவிதித்தார்.

தீர்ப்பை எதிர்த்து இந்திரா உச்ச நீதிமன்றத்தில் மேல்முறையிட்டார். வழக்கை விசாரித்தவர் வி. ஆர். கிருஷ்ணய்யர். உயர் நீதிமன்றத்தின் தீர்ப்பை ஆமோதித்த கிருஷ்ணய்யர் நாடாளுமன்ற உறுப்பினராக இந்திரா பெற்றுவந்த சலுகைகளுக்குத் தடைவிதித்ததோடு தேர்தலில் வாக்களிக்கும் உரிமையையும் நிராகரித்தார். ஆனால் இந்திரா பிரதமர் பதவியில் தொடரலாம் என 24 ஜூன் 1975 அன்று கிருஷ்ணய்யர் தீர்ப்பளித்தார்.

இந்திரா பதவி விலகக் கோரி மறுநாளே சோஷலிசத் தலைவர் ஜெயப்பிரகாஷ் நாராயண் (ஜேபி) தில்லியில் மாபெரும் பேரணி ஒன்றை நடத்தினார். அன்றே குடியரசுத் தலைவர் ஃபக்ருதீன் அலி அகமதை இந்திரா சந்தித்தார் . உள்நாட்டுப் பாதுகாப்புச் சட்டத்தின் அடிப்படையில் [Maintenance of Internal Security Act (MISA)] உடனடியாக – 25 ஜூன் 1975 – நாட்டில் அவசரநிலை அமலுக்கு வந்தது.

நாடு முழுவதும் இந்திராவின் அரசியல் எதிரிகளான ஜேபி, ராஜ் நாராயண், (குவாலியர் ராஜமாதா) விஜயராஜே சிந்தியா, மொரார்ஜி தேசாய், சரண்சிங், மது தந்தவதே, அடல் பிகாரி வாஜ்பாய், அத்வானி, கிருபளானி உள்ளிட்ட பல தலைவர்கள் கைதானார்கள். தமிழகத்தில் கருணாநிதி தலைமையிலான திமுக அரசு கலைக்கப்பட்டது. அவர் மகன் ஸ்டாலின் கைதாகிச் சிறைக் கொடுமைக்கு ஆளானார். எங்கள் ஊரிலும் என் உறவினர்களான பல திமுகவினர் இரவோடு இரவாகக் கைதானார்கள்.

பத்திரிகைகளுக்கு ஏகப்பட்ட நெருக்கடிகள் ஏற்பட்டன. தலையங்கங்கள் உட்பட அனைத்துச் செய்திகளும் தணிக்கைக்கு உட்பட்டன. அவசரநிலை அமலுக்கு வந்த மறுநாள் வழக்கமான எட்டுப் பக்களுக்குப் பதிலாக இரண்டே பக்கங்களில் வெளியானது தினத்தந்தி. அதன் இரண்டாம் பக்கத்தில் கன்னித்தீவும் இடம்பெறவில்ல. கருத்துப்படத்தையும் காணவில்லை. ராம்நாத் கோயங்கா அவசரநிலையை மிகத் தீவிரமாக எதிர்த்தார். அவரது எக்ஸ்பிரஸ் குழுமத்துக்கு டெலிபிரிண்டர் வசதியும் துண்டிக்கப்பட்டது. (அப்போது மின்னஞ்சல் கிடையாது!) மிகுந்த அடக்குமுறைக்கு ஆளான பத்திரிகைக் குழுமம் அவருடையதுதான். விளம்பரங்கள் எதுவும் கிடைக்காமல் மிகுந்த சிரமத்துக்குள்ளான கோயங்கா தன் குடும்பத்துக்குச் சொந்தமான பேரளவு நகைகளை நேபாளத்துக்கு எடுத்துச்சென்று அங்கே அடகுவைத்துப் பத்திரிகைகளை நடத்தினார்.

பல அரசியல் தலைவர்களும் மாணவர் தலைவர்களும் காணாமல்போனார்கள். பிரபலமான ராஜன் வழக்கை நீங்கள் அறிந்திருப்பீர்கள். கள்ளிக்கோட்டைப் பிராந்தியப் பொறியியல் கல்லூரியில் படித்துக்கொண்டிருந்த மாணவர் தலைவர் ராஜன் 1976ஆம் ஆண்டு மார்ச்சு முதல் நாள் போலீசாரால் கைதுசெய்யப்பட்டுச் சித்திரவதைக்கு ஆளாகி இறந்தார். ஆனால் அவர் உடல் இறுதிவரை கிடைக்கவேயில்லை. அப்போது தினமணியின் ஆசிரியராயிருந்த ஏ.என். சிவராமன் அவர்கள் ‘கணக்கன்’ என்ற பெயரில் எழுதிய கட்டுரைகளின் மூலம்தான்

தமிழகம் ஆள் கொணர்வு மனு (*Habeas corpus*) என்பதை அறிந்துகொண்டது.

கர்நாடகத்தில் கைதான ஏராளமானோரில் ஒருவர் சினேஹலதா ரெட்டி. சிறையில் மிக மோசமாக நடத்தப்பட்டதால் உடல் நலிவுற்றார். அதன் காரணமாகவே விடுதலையான சில நாட்களுக்குள்ளாகவே இறந்தார். பட்டாபிராம ரெட்டியின் மனைவியான சினேஹலதாதான் தங்கத் தாமரை விருது பெற்ற சம்ஸ்கார திரைப்படத்தில் கதாநாயகியாக நடித்துச் சிறந்த நடிகைக்கான விருது பெற்றவர்.

செல்வாக்கு மிகுந்த தொழிற்சங்கவாதியும் லோஹியா சோஷலிஸ்ட்வாதியுமாயிருந்த ஜார்ஜ் ஃபெர்னாண்டஸ் அவசரநிலைக் காலத்தில் சாகச வீரராயிருந்தார். கைதாவதைத் தவிர்க்கத் தலைமறைவாகப் பல மாநிலங்களிலும் திரிந்தார். 1976ஆம் ஆண்டு ஜூன்மாதம் முதல் வாரத்தில் ஒரு நாள் சேலம்மாவட்டத்தில் அரியானூர் என்னும் மிகச் சிறிய ரயில் நிலையத்தில் இன்ஜின் டிரைவருடன் அவரைப் பாதுகாப்பாக ரயிலேற்றிவிட்டவர் காலஞ்சென்ற வீரபாண்டி எஸ். ஆறுமுகம். அங்கிருந்து கல்கத்தா சென்ற ஜார்ஜ் ஜூன் 10ஆம் நாள் மதக் கூட்டமொன்றில் கலந்து போலீசாரிடம் உயிருடன் பிடிபட்டார்.

அவசரநிலைக் காலத்தில் அரசு அலுவலங்கள் பெருமளவு ஒழுங்குடன் செயல்பட்டன. குமாஸ்தாக்கள் லஞ்சம் வாங்குவதைத் தவிர்த்தார்கள். ரயில்கள் காலதாமதமின்றி இயங்கின. இந்திய மத்திய வர்க்கம் மகிழ்ந்ததென்னவோ உண்மை. எந்தக் கெடுதலிலும் சிறிதளவாவது ஏதாவது நன்மை இருக்கும் என்னும் யின் – யாங் தாவோ தத்துவத்துக்கு இது சிறந்த எடுத்துக்காட்டு தான். ஆனால் மக்களிடையே பயங்கலந்த பீதி பரவியிருந்தது. மனித உரிமைமீறல்கள் கட்டற்று நிறைவேறின. கருத்துச் சுதந்திரம் அறவே இல்லை. கண்ணுக்குத் தெரியாத கில்லட்டின்கள் நாடெங்கும் இயங்கிக்கொண்டிருந்ததான எண்ணம் மக்கள் மத்தியில் பரவியிருந்தது.

நாட்டின் வளர்ச்சிக்கான இருபது அம்சத் திட்டத்தை இந்திரா வகுத்துத் தந்தார். அதில் ஒன்று: பேச்சைக் குறைப்பீர். செயலைப் பெருக்குவீர். ஆனால் இன்று கைப்பேசி சேவை நிறுவனம் ஒன்றின் விளம்பரம் சொல்கிறது: பேசு இந்தியா ! பேசு !

இந்திரா முழுக்க சர்வாதிகாரியானார். அரசு நிர்வாகத்தில் அவருடைய இளைய மகன் சஞ்சய் காந்தியின் தலையீடு அதிகரித்தது. அவர் தூண்டுதலால் லட்சக்கணக்கான

இளைஞர்களுக்குக் கட்டாயக் குடும்பக் கட்டுப்பாடு செய்வித்தது இந்திய முஸ்லிம்களிடையே பெரும் பீதியை ஏற்படுத்தியது.

எதிர்க்கட்சியினரின் வாழ்க்கை சிறைச்சாலைகளின் இருண்ட அறைகளுக்குள் முடங்கியது. ஒருவழியாக அவசரநிலை 21 மார்ச்சு 1977 அன்று முடிவுக்கு வந்தது.

○

அவசரநிலை அமல்படுத்தப்பட்ட பின்னணியையும் அக்காலகட்டத்தில் நடந்த சம்பவங்களையும் நாட்டில் நிலவிய அசாதாரண சூழலையும் அறிவது கவிதையை மேலதிகமாகப் புரிந்துகொள்ள உதவும். இவை பற்றிய எந்தத் தகவலையும் அறியாமலும் இக்கவிதையை அணுக முடியும் என்பதை மனத்தில் கொண்டே இதை எழுதுகிறேன்.

ஆத்மாநாமின் இக்கவிதை எந்த இதழிலும் வெளியாகவில்லை. ஞானக்கூத்தன் இதைக் கையெழுத்துப் பிரதியாகவே படித்ததாக நினைவுகூர்கிறார். ஆத்மாநாம் இறந்த பிறகு வந்த தொகுப்புகளில் இக்கவிதை உள்ளது. அவசரநிலை விலக்கிக்கொள்ளப்பட்டுச் சில ஆண்டுகள் கழிந்து இந்திய மொழிகள் பலவற்றிலும் அதை விமர்சித்து எழுதப்பட்ட கவிதைகளை ஆங்கிலத்தில் மொழிபெயர்த்து மெல்லிசான ஒரு தொகுப்பு வந்தது. அதில் இக்கவிதையின் மொழியாக்கமும் இடம்பெற்றது. ஆங்கிலப்படுத்தியவர் ஓர் அமெரிக்கர். எனக்கு இத்தொகுப்பு இதுவரை பார்க்கக் கிடைக்கவில்லை.

○

எதிர்ப்பைக் காட்டும் பாடல்கள் தமிழில் ஏராளம். மன்னனோடு முனிவு கொண்டு காமரும்பூங்கச்சி மணிவண்ணனைப் பைநாகப் பாய் சுருட்டிக்கொள்ளவும் மீண்டும் பாய்படுத்துக்கொள்ளவும் பாடிய புலவனையும் தமிழகம் கண்டிருக்கிறது. கொடுங்கோன்மையை எதிர்த்து எழுதப்பட்ட கவிதைகளுக்குத் தமிழில் ஏராளமான எடுத்துக்காட்டுகள் உண்டு. வேறொரு நாட்டில் அது வீழ்ந்ததை வரவேற்று எழுதப்பட்ட கவிதையும் தமிழில் உள்ளது. அதுவரை ரஷ்யாவில் நடைபெற்றுவந்த ஜார் மன்னனின் கொடுங்கோலாட்சியை எதிர்த்து 1917இல் வரலாற்றுச் சிறப்பு மிக்க புரட்சி நடந்தது. அதை வரவேற்று மகாகவி பாரதி உணர்ச்சி மிகப் பாடினார். ஜாரின் கொடுங்கோலாட்சியின் வீழ்ச்சியையும் ரஷ்யப் புரட்சியையும் வரவேற்றுப் பாடிய முதல் கவிஞன் பாரதிதான் என்பது ஐதீகம்.

புதிய ருஷியா

மாகாளி பராசக்தி உருசியநாட்டினிற் கடைக்கண் வைத்தாள்,
அங்கே
ஆகாவென்றெழுந்ததுபார் யுகப்புரட்சி; கொடுங்கோலன் அலறி
வீழ்ந்தான்
வாகான தோள்புடைத்தார் வானமரர் பேய்களெலாம் வருந்திக்
கண்ணீர்
போகாமற் கண்புகைந்து மடிந்தனவாம் வையத்தீர் புதுமை
காணீர்!
இரணியன்போலரசாண்டான் கொடுங்கோலன் ஜாரெனும்
பேரிசைந்த பாவி
. . .
தருமந் தன்னைத் திரணமெனக் கருதிவிட்டான் ஜார்முடன்
பொய்சூது தீமையெல்லாம்
அரணியத்திற் பாம்புகள்போல் மலிந்துவளர்ந் தோங்கினவே
அந்த நாட்டில்
. . .
இம்மென்றால் சிறைவாசம் ஏனென்றால் வனவாசம்
இவ்வாறங்கே
செம்மையெலாம் பாழாகிக் கொடுமையே அறமாகித் தீர்ந்த
போதில்
. . .
இமயமலை வீழ்ந்ததுபோல் வீழ்ந்துவிட்டான் ஜாரரசன்
. . .
திமுதிமென மரம் விழுந்து காடெல்லாம் விறகான
செய்திபோலே!

ஜாரின் கொடுங்கோலாட்சியையும் ரஷ்யப் புரட்சியையும் பற்றிப் பாரதி பத்திரிகைகளின் வாயிலாகத்தான் படித்தறிந்திருக்க வேண்டும். அதாவது இவை பாரதிக்கு ‘சேய்மை’. அதனால்தான் அவர் கவிதை மரபான கவிதையாக, செய்தி சொல்லும் தன்மையுடன் வெளிப்பட்டுள்ளது. இப்படிப்பட்ட கவிதைகளைப் பொருத்தளவில், தான் சொல்ல நினைப்பதை வாசகன் முழுவதுமாகப் புரிந்துகொள்ள வேண்டும் அதைவிட்டு வேறெங்காவது போய்விடக் கூடாது என்னும் பிரக்ஞை கவிஞருக்கு இருப்பது இயல்பு.

அப்படியானால் பாரதியின் கவிதைக்கும் பத்திரிகைச் செய்திக்கும் என்ன வித்தியாசம் என்னும் கேள்வி எழுகிறது. பெயர்கள், தேதி, இடம் போன்றவற்றைத் துல்லியமாகத் தந்து படிப்பவர் மனத்தில் குறிப்பிட்ட பதிவை அல்லது எண்ணத்தைப் பத்திரிகைச் செய்தி ஏற்படுத்த முனைகிறது. காலவோட்டத்தில் மிகக் குறிப்பான புள்ளியில் செய்தியைப் பொருத்துகிறது. ஆனால் பெயர்கள், தேதி, இடம் போன்றவற்றைத் துலக்கமாகக்

குறிப்பிடாமல்—காலவோட்டத்தில் மிகக் குறிப்பிட்ட ஒரு புள்ளியில் சொல்லப்படும் சம்பவங்களைப் பொருத்தும் முனைப்புகூட இல்லாமல் — சொல்லிச் செல்லும். கடிவாளமிட்டதுபோல் ஒரு குறிப்பிட்ட விஷயத்தை நோக்கி வாசகனைச் செலுத்த முயலும் தன்மை இப்படிப்பட்ட கவிதைகளுக்கு இருக்கும். இவற்றை நேரடித் தன்மை கொண்டவை எனலாம். கவிதையில் சொல்லப்படும் விஷயத்துக்கும் கவிஞருக்குமுள்ள சேய்மைத் தொடர்பு கவிதையை நேரடித் தன்மை கொண்டதாக்கிவிடுகிறது.

நான் பாரதியைக் குறைத்து மதிப்பிடுவதாகத் தவறாகக் கருதிவிடாதீர்கள். நான் விவாதிப்பது கவிதைக் கரு 'சேய்மை' என்னும் காரணத்தால் கவிதை வெளிப்படும் முறை பற்றி. ரஷ்யப் புரட்சி பாரதிக்கு சேய்மை ஆகிவிட்டதால் இது போன்ற வெளிப்பாடுதான் சாத்தியம். இது பாரதியின் குறைபாடல்ல அக்காலத்திய கவிதை வளர்ச்சியின் எல்லை. அவ்வளவுதான். இந்தக் குறைந்தபட்ச வரையறைக்குள் பாரதி தன் படைப்பாற்றலைக் காட்டியிருக்கிறார். பாடல் தன்மை மிக்க இக்கவிதை காலங்கடந்தும் படைப்பின் பிற வகைமைகளுக்கு ஏதுவாக விளங்குவதற்குச் சிறந்த எடுத்துக்காட்டு ஒன்றுள்ளது.

சுற்றுச்சூழலுக்கு மாசு ஏற்படுத்தும், தொழிலாளர்களைச் சுரண்டும் சிமெண்ட் தொழிற்சாலையின் நிர்வாகத்தை எதிர்க்கும் கதைக் கருவைக் கொண்ட திரைப்படம் 'ஏழாவது மனிதன்' (1982). பல விருதுகளைப் பெற்றது. படத்தின் அனைத்துப் பாடல்களும் பாரதியுடையவை. இசை எல். வைத்தியநாதன். பாடல்களில் ஒன்று 'ஆஹாவென்றெழுந்தது பார் யுகப் புரட்சி'.

'புரட்சி' பாரதி உருவாக்கிய சொல். சோஷலிஸ்ட் தலைவர் ராம் மனோஹர் லோஹியா ஒருமுறை ம. பொ. சி. அவர்களின் வீட்டுக்கு வந்திருந்தாராம். புரட்சி என்னும் சொல் அவரை மிகவும் ஆகர்ஷித்திருந்தது. இந்தியின் 'க்ராந்தி'க்குப் பதிலாகப் புரட்சியைப் பிரபலமாக்கப்போவதாக அப்போது லோஹியா கூறியதாக ஞானக்கூத்தன் சொல்லக் கேட்டிருக்கிறேன். ஆனால் இன்று புரட்சி தேய்வழக்காகச் சிதைந்துவிட்டது.

ஆத்மாநாம் அவசரநிலையின்போது கைதாகுமளவுக்குச் சென்றிருக்காவிட்டாலும், அதன் கொடுமைகளை நேரடியாகவோ அருகிருந்தோ அறிந்திருக்கிறார். வேறுவிதமாகக் கூறுவதென்றால், இந்தியாவின் அவசரநிலையும் அதன் தாக்கங்களும் ஆத்மாநாமுக்கு 'அண்மை'. ஆகவே ஆத்மாநாமின் கவிதை அவசரநிலை தொடர்பான செய்தி சொல்வதாக இல்லாமல் பகுதி உருவகமாகவும் கருத்தாடலை வாசகனுக்கு உணர்த்துவதாகவும் வெளிப்பட்டுள்ளது.

கசடதபற, பிரக்ஞை போன்ற சிறுபத்திரிகைகளிலும் வாராந்தரி ராணி இதழிலும் ஒருசேர வெளியாகும் கவிதைகளை எழுதியவர் ஆத்மாநாம். மிக எளிய நடையில், நாம் அன்றாடம் பயன்படுத்தும் வார்த்தைகளிலேயே அவர் எழுதினார்.

○

Robert B. Downs எழுதிய 'The Books that Changed the World' ஒவ்வொருவரும் அவசியம் படிக்க வேண்டிய புத்தகம். 1956இல் முதலில் வெளியான இந்நூல் பல பதிப்புகளைக் கண்டுள்ளது. இதை ஏ.ஜி. வேங்கடாச்சாரி மொழிபெயர்ப்பில் உலகத்தை மாற்றிய புத்தகங்கள் என நேஷனல் புக் ட்ரஸ்டிற்காகக் கலைமகள் காரியாலயம் 1972இல் வெளியிட்டது. ராபர்ட் பி. டவுன்ஸ் குறிப்பிடும் உலகத்தை மாற்றிய புத்தகங்களில் முதலாவது நிகோலோ மாக்கியவெல்லியின் மன்னன் [The Prince (1513)]. அரசாளும் முறை பற்றி விளக்கும் இந்நூலால் உலகின் பல சர்வாதிகாரிகள் பெரும் பயனடைந்தனர். ஐந்தாம் சார்லஸ் சக்ரவர்த்தி, காதெரின் டி மெடிசி, இங்கிலாந்தின் ஆலிவர் கிராம்வெல், பிரஷ்யாவின் மகா பிரெடெரிக், நெப்போலியன் போனபார்ட், ஜெர்மனியின் பிஸ்மார்க், அடால்ஃப் ஹிட்லர் போன்றோர் இப்பட்டியலில் அடக்கம்.

அரசாளுவோருக்கு மாக்கியவெல்லியின் சில அறிவுரைகள்:

'புத்திசாலியான ஒரு மன்னன் தன் பிரஜைகளை அடக்கி ஆள்வதற்குக் கையாளும் பல சாதனங்களில் தண்டனை கிடைக்குமோ என்ற பயமும் ஒன்றாகும்.'

'மன்னனிடம் மக்கள் பயப்படுவதைவிட நேசிப்பது சிறந்ததா அல்லது நேசிப்பதைவிடப் பயப்படுவது மேலானதா? இரண்டும் சேர்ந்திருக்கவே விரும்புவோம் என்ற பதில் ஒருவேளை அளிக்கப் பெறலாம். ஆனால் அன்பும் அச்சமும் ஒன்றாகச் சேர்ந்திருப்பது சாத்தியமல்ல. இரண்டில் ஒன்றை வரித்துக்கொள்வதாயின் நேசத்தைவிட அச்சமே அதிகப் பத்திரமானது.'

உலகின் எல்லா சர்வாதிகாரிகளும் மாக்கியவெல்லியின் மேற்கண்ட அறிவுரைகளைச் சிரமேற்கொண்டு தங்கள் குடிமக்களை அச்சத்திலேயே வைத்திருந்தனர்.

நான் எப்போதும் சொல்வதுபோல் இந்த நவீன கவிதையையும் பல கோணங்களிலிருந்து அணுக முடியும். கவிதை அதற்கான திறப்புகளைத் தன்னுள்ளே கொண்டுள்ளது.

அடக்குமுறைக்குப் பல பரிமாணங்கள். கவிதையில் வரும் நகரத்தை ஆட்சிபுரியும் அதிகாரம் எப்படி மக்களிடம்

அச்சத்தைத் தோற்றுவித்துக்கொண்டேயிருக்கிறது என்பதை மட்டும் இப்போதைக்குப் பார்த்துவிடலாம்.

சிகரெட் பிடிக்கவும் நகரத்தில் தடை. மீறி யாரேனும் சிகரெட் பிடித்தால் – அதுகூட வேண்டாம் வெறுமனே ஆஸ்ட்ரேயை வைத்திருந்தாலே போதும் – அவர் நகரத்தின் தண்ணியில்லாக் காட்டுக்கு அனுப்பப்படுவார். அதாவது தண்டிக்கப்படுவார். இந்தத் தண்டனை தருவதே அடக்குமுறை ஆட்சியில் அலாதியானது. எந்த விதியையேனும் மீறினால் தண்டனை. அது தண்டனைக்குரிய மீறலா என்பதெல்லாம் பொருட்டல்ல. எல்லாம் சரியாக இருக்கின்றன மீறுபவர் மட்டுமே சரியாக இல்லை. எனவே தண்டனை. இதுதான் விதி மீறல் – தண்டனையின் கருத்தாடல். சுருக்கமாகச் சொன்னால் மீறினால் தண்டிக்கப்படுவோம் என்னும் பயத்திலேயே குடிமக்களை வைத்திருக்கும் உத்தி.

நகரத்தின் மக்கள் தண்ணீர் கிடைக்கும் நள்ளிரவுகளில் மட்டும் குளித்துக்கொள்ள வேண்டும். அன்று நள்ளிரவு குளிப்பதற்குத் தண்ணீர் கிடைக்குமா கிடைக்காவிட்டால் என்ன செய்வது என்னும் பயத்திலேயே ஒவ்வொரு நாளையும் கழிக்க வேண்டிய கட்டாயத்தில் வாழ்கிறார்கள்.

இப்படி – மேலோட்டமாகப் பார்ப்பதற்கு வேடிக்கையான செய்திகளைச் சொல்வதுபோல் தோன்றினாலும் – பயம் பிடித்தாட்டும் ஒன்றாக நகர மக்களின் வாழ்க்கை அமைந்துள்ளதைக் கவிதை சொல்கிறது.

இது நவீன கவிதையின் சாத்தியப்பாடு. நேரடித் தன்மையை முற்றாக விலக்கியுள்ள கவிதை இது. அவசரநிலைக் காலத்தில் நடந்தவையாக நான் குறிப்பிடும் நிகழ்வுகள் ஒவ்வொன்றுக்கும் நிகரான பதிவு ஆத்மாநாம் கவிதையில் இருக்கும் என எதிர்பார்க்கக் கூடாது.

ஒரு நகரத்தின் குறிப்பிட்ட காலகட்டத்து வாழ்க்கையைச் சித்தரிப்பதாக வெளிப்பட்டுள்ள கவிதையில் அதன் மக்களுக்குள்ள சுதந்திரம் எள்ளல் தன்மையுடன் விவரிக்கப்படுகிறது. அடக்குமுறைக்குபட்ட வாழ்க்கையை உருவகமாகச் சொல்லும் இக்கவிதை இந்தியாவில் அவசரநிலைக் காலகட்டத்து வாழ்க்கையைச் சித்தரிக்கும் நோக்குடன் எழுதப்பட்டிருந்தாலும், பொதுவாக சர்வாதிகாரத்துக்குள்ளான எந்த நாட்டின் வாழ்க்கைக்கும் இது பொருந்திப்போவதை உணரலாம். அதாவது ஆத்மாநாமின் கவிதைக்கு யுனிவர்சாலிடி தன்மை கிடைக்கிறது.

•

ஜிம் கார்பெட்டின் புலி

தமிழின் மிக முக்கியக் கவிஞர்களில் ஒருவர் பிரம்மராஜன். முப்பதாண்டுகளுக்கும் மேலாகத் தமிழிக் கவிதைப் படைப்பிலும் ஆங்கிலம் வழியாக உலகின் பல்வேறு மொழிக் கவிதைகளைத் தமிழாக்கம் செய்வதிலும் தீவிரமாக இயங்கிவந்தவர். போர்ஹெஸ், இடாலோ கால்வினோ போன்றவர்களின் கதைகளையும் தமிழ்ப்படுத்தியிருக்கிறார். மீட்சி இதழைச் சுமார் பத்தாண்டுகள் தொடர்ந்து நடத்தினார்.

பிரம்மராஜன் எழுதத் தொடங்கியது முதலே இவர் கவிதைகள் புரியவில்லை என்பது தமிழ் வாசகர்கள் மத்தியில் பரவலான கருத்தாக இருந்தது. இன்னும் தொடர்கிறது.

○

ந. பிச்சமூர்த்தியின் முதல் கவிதையாக அறியப்படும் – மணிக்கொடியில் 1934இல் வெளியான – காதல் கவிதையின் தொடக்க வரிகள் கீழ்வருமாறு:

மாந்தோப்பு வஸந்தத்தின் பட்டாடை
உடுத்திருக்கிறது
மலர்கள் வாசம் கமழ்கிறது.
மரத்திலிருந்து ஆண்குயில் கத்துகிறது.
என்ன மதுரம்! என்ன துயரம்!
ஆண்குயில் சொல்லுகிறது:
காதற் கனல் பெருக்கெடுத்துவிட்டது.

இந்தக் கவிதையில் ஒரு வரி அதற்கு முந்தைய வரியின் தொடர்ச்சியாக அல்லது

தொடர்புகொண்டதாக அமைந்துள்ளது. அதேபோல் ஒரே வரியில் இடம்பெற்றுள்ள சொற்கள் முந்தைய சொற்களின் தொடர்ச்சி. இது அனலாக் (analog) வடிவம்.

சங்கப் பாடல்கள், நீதிவெண்பாக்கள் (இடமாற்றுப் பொருள்கோள் என்னும் வசதியுடன்), பக்திப் பாடல்கள் ஏன் தமிழ்ப் புதுக்கவிதைகள் ஏகதேசம் அனைத்தும் அனலாக் வடிவம் கொண்டவையே. காலங்காலமாக அனலாக் தன்மை கொண்ட கவிதைகளுடன் பரிச்சயமுள்ள வாசகர்களுக்கு இவற்றைப் புரிந்துகொள்வதில் எந்தச் சிக்கலும் இல்லை.

பிரம்மராஜன் 1998இல் வெளியிட்ட ஞாபகச் சிற்பம் தொகுதியின் ஒரு கவிதை இப்படி:

பரம்

நிரந்தரம்
நிழல் அறும்
கலை ஊழி
புயல் மரம்
நிகழ் பெரும் பரம்
சிதம் பரம்.

இதில் ஒரு வரி அடுத்த வரியின் தொடர்ச்சியல்ல. ஒரே வரியில் இடம்பெறும் வார்த்தைகளும் முந்தையதின் தொடர்ச்சி என உறுதியாகச் சொல்ல முடியாது. இதுதான் டிஜிடல் (digital) தன்மை. இந்தக் கவிதையைப் படிக்கும் வாசர்கள் 'வரிகள் தொடர்பில்லாமல் தெரிகின்றன. சொற்களும் வீசியிறைத்தாற்போல் உள்ளன. கவிதை என்ன சொல்கிறது என விளங்கவில்லை' எனத் திகைப்பது நிச்சயம்.

○

அனலாக், டிஜிட்டல் என்பவற்றை எளிமையாக விளக்க நினைக்கிறேன். கடிகாரத்தின் வினாடி முள் வேகமாக நகர்வதைப் பார்த்திருப்பீர்கள். 12இலிருந்து 6ஐ நோக்கி நகரும் வினாடி முள் இடையிலுள்ள – நம் கண்ணுக்குத் தெரியாவிட்டாலும் – ஒவ்வொரு புள்ளியையும் கடந்து செல்கிறது. பேனாவாலோ பென்சிலாலோ இழுக்கப்படும் கோட்டில் இடைவெளி இல்லை. இவை அனலாக் வடிவங்கள்.

ஆனால் லேசர் ஒளியச்சு உருவாக்கும் கோட்டை உருப்பெருக்கிப் பார்த்தால் பேனாவால் வரையப்பட கோடுபோல் அது இருக்காது. மாறாக மிக நெருக்கமான புள்ளிகள் தெரியும். பார்வைக்குப் புலனாகாவிட்டாலும் மிக நுண்ணிய இடைவெளிகளுடன் அமைந்து அவை ஒரே கோடாகத் தோற்றம் தருகின்றன.

கிராமஃபோன் இசைத்தட்டுகள், டேப்ரிகார்டர்கள்மூலம் கேட்கப்பட்ட இசை அனலாக் இசை. இன்று குறுந்தகடுகள், மெமரி கார்டுகள்மூலம் கேட்பது டிஜிட்டல் இசை. இப்போது உலகே கணிப்பொறி மயம். மனித வாழ்வும் டிஜிட்டல் தன்மை பெற்றுவிட்டது.

பிரம்மராஜன் கவிதைகளிலும் டிஜிட்டல் தன்மை துலக்கமாகத் தெரிகிறது. அவரது எல்லாக் கவிதைகளுக்கும் இத்தன்மை இல்லையென்றாலும், பெரும்பாலான கவிதைகளில் அங்கங்கே இப்பண்பு வெளிப்பட்டு அவர் கவிதைகளே புரியவில்லை என்னும் கருத்துக்குத் துரதிருஷ்டவசமாக அடிகோலிவிட்டது.

அறிவியல் துறைகளிலும் தொழில்நுட்பங்களிலும் ஏற்படும் முன்னேற்றங்களின் பாதிப்பு கலை, இலக்கியங்களிலும் தெரியும். அம்மாற்றங்களிலிருந்து கலை, இலக்கியங்களின் புதிய போக்குகளைப் புரிந்துகொள்ள முடியும். ஆனால் இவற்றிலிருந்து தொடர்புள்ள அறிவியல் துறைகளின் புதிய கோட்பாடுகளையும் தொழில்நுட்ப முன்னேற்றங்களையும் கட்டமைக்க இயலாது. வேறு வார்த்தைகளில் சொல்வதானால், கலை, இலக்கியங்கள் அறிவியலின் புதிய கோட்பாடுகள், புதுத் தொழில்நுட்பங்களைக் காட்டும் கண்ணாடிகள். ஆனால் கண்ணாடிப் பிம்பங்களிலிருந்து மூல உருவங்களைப் மறுபடைப்பாக்க முடியாது.

ஆதியில் கணிதத்தில் தனிவட்டி, சதுரத்தின் பரப்பளவுக் கணக்குகளே விரவியிருந்தன. இத்துறை தொடர்ந்து வளர்ச்சியடைந்து, பெரும் உச்சங்களைத் தொட்டுள்ளது. எனவே உயர்கணிதத்தின் கோட்பாடுகளையும் அவற்றின் பயன்பாடுகளையும் புரிந்துகொள்ள பள்ளிக் கணித அறிவு போதாது. கணிதம் தோன்றிய காலத்திலிருந்தே – ஏன் அதற்கும் முன்பிருந்தே – கவிதையும் (குறைந்தபட்சம் செய்யுள் வடிவில்) எழுதப்பட்டது. கணிதம் வளர்ச்சியடைந்ததுபோலவே கவிதையும் வளர்ச்சியடைந்திருக்கும். அதுதானே இயற்கை? ஆனால் பழங்காலக் கவிதை அறிவினாலேயே இக்காலக் கவிதையும் வசப்பட்டுவிடும் என நினைப்பது பேதமை. வசதிக்காகக் கவிதையைக் கணிதத்தோடு இணைத்துப் பார்த்திருக்கிறேன். அதை மற்ற அறிவியல் துறைகளுடனும் இப்படி ஒப்பிடலாம்.

ஆகவே டிஜிட்டல் தன்மை பெற்றுவிட்ட பிரம்மராஜனின் கவிதைகளைப் புரிந்துகொள்ள வாசகனுக்குப் புதிய தொழில்நுட்பங்கள், அறிவியல் வளர்ச்சிகள், ஏராளமான புதிய விஷயங்கள் தெரிந்திருக்க வேண்டியது அவசியமாகிறது.

பிரம்மராஜன் எழுதியுள்ளவற்றில் எனக்குப் பிடித்த கவிதைகளில் ஒன்றை எப்படி அணுகுவது என்பதை என்னளவில் விளக்க விரும்புகிறேன். கவிதையை அணுகுவதைப் பற்றி மட்டுமே பேசுகிறேன். புரிந்துகொள்வது இதன் அடுத்த கட்டம். அது வாசகர்களைப் பொறுத்து மாறுபடும். இதோ அந்தக் கவிதை:

ஜிம் கார்பெட்டின் புலி

தோப்பில் மா கொண்டாடும் இளவேனில்
ஏதாயிரம் வருஷங்களின் கடைசிச் சொட்டு
இறப்பின் யோனியைத் தொட்டு
நிலவில் காயும் முலைக்காம்புகள்
உயிர் கரைக்கும் அமிலத்தின் முத்தம்
நிரம்பாமல் கிடக்கும் பிச்சைப் பாத்திரம்
பார் அந்தச் சோளக்கொல்லைப் பொம்மைகளை
ஆலவிருட்சமும் துளசிப் புதரும்
வேருக்கு வேரென ஊடாடும்
ருத்ரப்பிரயாகையில் வெடிமருந்துக்குத்
தப்பிய புலி
இதோ ஜிம்கார்பெட்
சப்தமின்றி உன் புத்தக அலமாரியில்.

கவிஞன் தான் எதிர்கொள்ளும் ஏதோ ஒரு காட்சியால் உந்தப்பட்டுக் கவிதையை எழுதத் தொடங்குகிறான். இப்படிப்பட்ட உந்துதலுக்கே கவிஞனுக்கு ஆழ்ந்த அனுபவமும் அறிவும் தேவை. சில வரிகள் அவன் படைப்பாளுமையின் கட்டுப்பாட்டுக்கு அடங்கியும் வெளிப்படலாம். அவன் பிரக்ஞையை மீறியும் பல வரிகள் வெளிவரலாம். கவிதையில் வார்த்தைச் சேர்க்கைகளும் வரிகளின் அமைப்பும் கணிதச் சூத்திரங்களுக்கு அப்பாற்பட்ட ரசாயனச் சேர்க்கையால் ஏற்படுவன. தொடர்பற்ற வார்த்தைகளால் உருவாகும் அப்படிப்பட்டதொரு கவிதை (டிஜிட்டல் தன்மையை மனங்கொள்க) ஏதேனும் ஒரு குறிப்பிட்ட செய்தியை அறிவுறுத்தும் நோக்கம் கொண்டதாக இருக்க வேண்டிய அவசியமில்லை. மாறாக ஓர் உணர்வு நிலையைக் கிளர்த்துவதாக இருக்கலாம். இந்த நிலை கவிதையைத் தொடங்கியபோது கவிஞனுக்கு ஏற்பட்டதாக இருக்க வேண்டிய அவசியமில்லை. அப்படிப்பட்ட உணர்வு நிலையைக் கவிஞனேகூட மீண்டும் தன் நினைவிலிருந்து கட்டமைக்க முடியாது.

கவிதை அப்படிப்பட நிலையைக் கிளர்த்த முதலில் வாசகன் மனம் திறக்க வேண்டும். அதை ஒரு குழந்தைபோல நினைத்து அருகில் அழைத்து அல்லது அருகில் சென்று கைகுலுக்க வேண்டும். அதோடு, கவிதையில் இலங்கும் சொற்களின் பின்னணி தெரிந்திருக்க வேண்டும். முன்னமே தெரிந்திருக்காவிட்டாலும், தெரிந்துகொள்வதற்கு மெனக்கெடும் சிரத்தை வேண்டும். பிறகு

கவிதை வாசகனுக்கு ஈர்ப்புடையதாகும். அப்படிப்பட்டதுதான் பிரம்மராஜனின் இந்தக் கவிதை.

கவிதையின் தொடக்க வரியே இசைத் தன்மைகூடியதாக அமைந்துவிட்டது. திரும்பத் திரும்பச் சொல்லி மகிழத் தக்க தொடர். 'ஏதாயிரம்' என்பது பிரம்மராஜன் உருவாக்கியுள்ள சொல். 'எத்தனையோ ஆயிரம்' என்பதன் சுருக்கம்தான் இது. யோனி உயிருக்குத் தொடக்கத்தை நல்குவது. ஆகவே மூன்றாம் வரி அந்திமத்தின் ஆரம்பத்தைக் குறிப்பதாகக் கொள்கிறேன். 1) நிலவில் காயும் முலைக்காம்புகள், 2) உயிர் கரைக்கும் அமிலத்தின் முத்தம், 3) நிரம்பாமல் கிடக்கும் பிச்சைப் பாத்திரம் ஆகிய வரிகளும் டிஜிட்டல் தன்மை கொண்டு, 'வறட்சி', 'சூழலின் கேடு', 'இயற்கையின் அழிவு' போன்ற பலவற்றை உணர்த்துகின்றன. இப்போது சோளக்கொல்லைப் பொம்மைகளின் தேவையற்ற நிலைமை புரிகிறது.

இப்போது கவிதை முற்றிலும் வேறொரு தளத்திற்குச் செல்கிறது. ருத்திரப்பிரயாகை இன்றைய உத்ரகாண்ட் மாநிலத்தில் உள்ளது. கவிதையில் அதன் பெயருக்கு அடையாக அமைந்துள்ள 'ஆலவிருட்சமும் துளசிப் புதரும் வேருக்கு வேரென ஊடாடும்' என்னும் தொடர் இந்தியப் பண்பாட்டில் அதற்குள்ள முக்கியத்துவத்தைக் குறிக்கிறது.

ஜிம் கார்பெட் இந்தியாவின் நைனிடாலில் பிறந்த ஆங்கிலேயர். பிரபல வேட்டைக்காரர். வடகிழக்கு இந்தியாவின் பல பகுதிகளில் திரிந்துகொண்டிருந்த ஆட்கொல்லிப் புலிகளைக் கொன்றவர். இயற்கை நேசர். இவர் எழுதியுள்ள 'Man - eaters of Kumaon', 'My India', 'The Man Eating Leopard of Rudraprayag' போன்ற நூல்கள் பிரபலமானவை. இவற்றில் 'My India'வை யுவன் சந்திரசேகர் காலச்சுவடு பதிப்பகத்துக்காக எனது இந்தியா என மொழிபெயர்த்துள்ளார்.

ருத்திரப்பிரயாகையில் வெடிமருந்துக்குத் தப்பிய புலியை ஜிம் கார்பெட்டின் வேட்டைக்குத் தப்பிய புலியாகக் கொள்வதில் தவறில்லை. ஆனால் ஜிம் கார்பெட் ருத்திரப்பிரயாகையில் ஒரு புலியைச் சுட்டுக்கொன்றார். இப்போது அங்கே நினைவுச் சின்னமும் உள்ளது. ஜிம் கார்பெட் பயன்படுத்தியது தோட்டா போட்டுச் சுட்ட துப்பாக்கியை. வெடிமருந்தைத் துப்பாக்கியின் முன்பக்கம் நிரப்பிக் கம்பியால் குத்திச் சுட்ட ஆதிகாலத் துப்பாக்கியை அல்ல. ஆகவே பிரம்மராஜன், 'ருத்திரப்பிரயாகையில் தோட்டாவுக்குத் தப்பிய புலி' என எழுதியிருந்தால் சிறப்பாக இருந்திருக்கும். தோட்டாவிலும் வெடிமருந்துதான் பயன்படுகிறது என்றாலும் இதைச் சொல்லத் தோன்றுகிறது.

பிரம்மராஜன் குறிப்பிடும் இந்தப் புலியைத் தப்பிய வேறொரு புலியாகக் கொள்ளலாம். இது எங்கே சென்றது என்னும் தகவல் கவிதையில் இல்லை. புலி கப்பலேறி வேறு நாட்டுக்குச் சென்றிருக்க முடியாதுதான். ஆனால் இந்தியா விடுதலையடைந்த பிறகு ஜிம் கார்பெட் ஆப்பிரிக்காவின் கின்யாவுக்குக் குடிபெயர்ந்தார் என்பது வரலாறு. கவிதையைப் பொறுத்தவரையில் அவர் உயிரற்று (சப்தமின்றி என்பதால்) நம் புத்தகங்களில் இன்றும் உறைந்திருக்கிறார். இப்போது முதல்வரியைப் படிக்கும்போது, மா கொண்டாடும் இளவேனில் பயனற்று வியாபித்திருப்பதை உணரலாம். இந்த முறையில் அணுகும்போது, மொத்தக் கவிதையும் சூழல்கேட்டையும் அதன் விளைவுகளையும் நம் மனத்தில் கிளர்த்தி, அருகே வந்து புன்னகைக்கிறது.

இது ஓர் அணுகு முறை. இது மட்டுமே இக்கவிதையை அணுகும் முறையல்ல.

•

கடன்பட்டார் நெஞ்சம்

தமிழின் பேச்சு மேடைகளில் அதிகம் சொல்லப்படும் கம்பராமாயணத் தொடர் ‘அண்ணலும் நோக்கினான் அவளும் நோக்கினாள்.’ முழுப்பாடலை அறிந்திராதோரும் இக்கடைசி அடியை மட்டும் மிக உற்சாகத்தோடு சொல்வதைப் பலமுறை கேட்டிருக்கிறேன். அதே போன்று மேடைப் பேச்சில் மட்டுமல்லாது நாளாந்திர வாழ்க்கையிலும் பழமொழியைப் போலச் சொல்லப்படுவது ‘கடன்பட்டார் நெஞ்சம்போல் கலங்கினான் இலங்கை வேந்தன்.’ கம்பராமாயணத்தில் இடம் பெற்றுள்ளதைப் போலத் தோன்றும் இவ்வரி அதில் இல்லை.

பழந்தமிழ் நூல்களில் கடன் எங்கெல்லாம் இடம்பெற்றுள்ளது எனக் கவனித்தால் வியப்பே மேலிடுகிறது. வாழ்வின் பல கூறுகளைப் பேசும் திருக்குறளில் கடன் தொடர்பாகத் தனி அதிகாரம் இல்லை. அதில் ‘கடன்’ இடம்பெற்றாலும், அது நாம் இன்று வழங்கும் பொருளில் அமையவில்லை. எடுத்துக்காட்டாக,

1) கடனறிந்து காலம் கருதி இடனறிந்து
எண்ணி உரைப்பான் தலை

2) கடன்என்ப நல்லவை எல்லாம் கடன் அறிந்து
சான்றாண்மை மேற்கொள் பவர்க்கு

ஆகிய இரண்டு குறட்பாக்களிலும் ‘கடமை’ என்னும் பொருளிலேயே இச்சொல் எடுத்தாளப்பட்டுள்ளது. பண்டமாற்றுப் பொருளாதாரம் மாறிப் பணம்

புழக்கத்திற்கு வந்த பிறகே கடன் கொடுக்கும் – வாங்கும் வழக்கம் வந்திருக்கும். வள்ளுவர் இக்காலத்தில் வாழ்ந்திருந்தால், நிச்சயம் கடனுக்குத் தனி அதிகாரம் வகுத்திருப்பார்.

பைபிளில் கடன் தொடர்பான குறிப்பு உள்ளது (மத்தேயு, அதிகாரம் 18. வசனம் 21 – 35). பேதுரு யேசுவிடம், 'என் சகோதரன் எனக்கு விரோதமாய்க் குற்றஞ்செய்து வந்தால், நான் எத்தனைதரம் மன்னிக்க வேண்டும்? ஏழுதரம் மட்டுமோ?' எனக் கேட்க அதற்குத் தேவகுமாரன் தன் ஊழியக்காரரிடத்தில் கணக்குப் பார்க்க வேண்டுமென்றிருந்த ராஜாவைப் பற்றிக் கூறும் கதை நமக்குள் ஆழ்ந்த சிந்தனையைத் தூண்டும். அக்காலத்தில் 'தாலந்து' என்னும் பணம் புழக்கத்தில் இருந்ததையும் அறிய முடிகிறது.

தனிப்பாடல்களில் தேடிப் பார்த்ததில் ஔவையார், காளமேகப் புலவர் பாடல்களில் கடன் என் கண்ணுக்குத் தட்டுப்படவில்லை. ஊர் ஊராகச் சுற்றிய காளமேகம் கடனைக் கொண்டு சிலேடை பாடாதது ஆச்சரியந்தான். ஆனால் கழகம் பதிப்பித்துள்ள, கா. சு. பிள்ளையின் உரையுடன் கூடிய தனிப்பாடல் திரட்டின் 342ஆம் பாடல் இப்படியுள்ளது:

கடன்படு பிதாவு மென்றுங் கற்பினிற் றவறித் தீங்கிற்
குடன்படு மன்னை தானு முயர்ந்திடு மழகு தானே
அடர்ந்திடும் பாரி வித்தை யறிந்துகல் லாத பிள்ளை
தடங்கட லுலகுள் ளோர்க்குச் சார்ந்தசத் துருக்க ளன்றே.

இப்பாடலுக்கு 'கடன் மிகுதியாக வாங்கித் துன்பப்படுகின்ற தகப்பனாரும் எப்போதும் மகள் கற்புநிலை தவறிச் செய்யும் ஒழுக்கக்கேட்டிற்கு ஒத்திருக்கின்ற தாயும் பிறர் உள்ளத்தைக் கவரத்தக்க மிகுந்த அழகுடைய மனைவியும் கல்வியைச் சரியாக ஆராய்ந்து படியாத மக்களும் அகன்ற சமுத்திரம் சூழ்ந்த உலகத்திலுள்ள குடும்பத்திலேற்படும் பகைவர்களாகும்' என்பது பிள்ளையின் உரை.

கதிரைவேற்பிள்ளையின் தமிழ்மொழியகராதி கடனுக்கு அளத்தல், இருணம், கடமை, குடியிறை, மரக்கால், முறைமை ஆகிய பொருள்களைத் தருகிறது. ஆனால், 'கடன்சீட்டு' என்பதற்கு 'பற்றிய கடனைக் காட்டும் பத்திரம்' என்கிறது.

உருப்படியான முனைவர் பட்ட ஆய்வுக்கான தலைப்பு: தமிழ் இலக்கியத்தில் கடன். கடனை யாரும் ஆய்வுக்குட்படுத்தி யிருக்கிறார்களா எனத் தெரியவில்லை.

ஷேக்ஸ்பியரும் கடனைப் பற்றிப் பேசுகிறார். நீண்ட ஹேம்லட் நாடகத்தில், பொலோனியஸ் பிரபு கல்விக்காக வெளிநாடு செல்லும் தன் மகனுக்குக் கூறும் அறிவுரையில்

Neither a borrower nor a lender be;
For loan oft loses both itself and friend.
And borrowing dulls the edge of husbandry

என்னும் வரிகள் இடம்பெற்றுள்ளன.

இன்று கடன் வாங்காமல் வாழ்வது கடினம். அரசாங்கமே கல்விக் கடன் தருகிறது. பெரும் செல்வந்தர்களும் தங்கள் தொழிலை மேம்படுத்தக் கோடிகளில் கடன் வாங்கும் காலமிது. அரசாங்கங்களும் கடன் பெற்றுக் காலந்தள்ளுகின்றன. கடன் தொல்லையால் விவசாயிகள் தற்கொலைசெய்துகொள்ளும் அவலத்தையும் கண்ணுறுகிறோம். பணக்கஷ்டத்தால் வட்டிக்குக் கடன்வாங்கி அல்லலுறும் மக்களின் துயரத்தை எழுதி மாளாது. ஏதேனும் பொருளை ஈடாக வைத்து, இன்ன காலத்திற்குள் திருப்பித் தருவதாக வாக்களித்து எனக் கடன் பல வகையாகப் பெறப்படுகிறது. இவையெல்லாவற்றிலும் கடனுக்கு விதவிதமான வட்டிகளும் உண்டு.

எழுபதுகளின் இறுதியில் (நான் பெங்களூரில் குடியேறுவதற்கு முன்னதாகவே) சேலத்தில் பார்க்க வாய்த்த கன்னடப் படம் ஒன்று ஹம்ஸகீதெ. புகழ்பெற்ற கலைப்பட இயக்குநர் ஜி. வி. ஐயர் தயாரித்து இயக்கிய படம். இசை பாலமுரளிகிருஷ்ணாவும் பி. வி. காரந்தும். 1975ஆம் ஆண்டின் சிறந்த கன்னடப் படம், பாடகர், படப்பிடிப்பு எனப் பல தேசிய விருதுகளைக் குவித்த படம் அது.

18ஆம் நூற்றாண்டின் இறுதியில் திப்புசுல்தானின் சமகாலத்தில் சித்திரதுர்க்காவில் வாழ்ந்த வெங்கடசுப்பையா என்ற பாடகரின் வாழ்க்கையைச் சொல்வதாகத் த. ரா. சு. என்பவர் எழுதிய கன்னட நாவலின் அடிப்படையில் எடுக்கப்பட்டது ஹம்ஸகீதெ. வெங்கடசுப்பையா பாத்திரத்தில் மிக அற்புதமாக நடித்துள்ளார் அனந்த் நாக்.

பைரவி ராகத்தில் உச்ச நிபுணத்துவம் பெறும் வெங்கடசுப்பையா தாசி குலத்தைச் சேர்ந்த சந்திரியிடம் மையல் கொள்கிறான். சந்திரியைச் சந்திப்பதற்கு அவளுடைய தாயார் ஆயிரம் வராகன்களைக் கொண்டுவரச் சொல்கிறாள். வெங்கடசுப்பையா ஒரு வியாபாரியிடம் பணம் கடனாகக் கேட்க, அவன் பைரவி, கல்யாணி ராகங்களை வெங்கடசுப்பையாவிடம் ஈடாகக் கேட்கிறான். அதாவது பணத்தைத் திரும்பத் தரும் காலம்வரையில் வெங்கடசுப்பையா அந்த ராகங்களில் பாடக் கூடாது. சந்திரி வற்புறுத்திக் கேட்டும் தான் புகழ்பெற்ற பைரவி ராகத்தில் பாட வெங்கடசுப்பையா மறுத்துவிடுகிறான்.

சந்திரிக்காக அவன் ராகங்களை ஈடாக வைத்துக் கடன் பெற்றதை அறியவரும் வெங்கடசுப்பையாவின் தாய்மாமன் பணத்தைத் திருப்பித் தந்து அந்த ராகங்களை மீட்டுவருகிறார். சந்திரி அதற்கான பிணைவிடுவிப்பை வெங்கடசுப்பையாவிடம் காட்டியதும் ஏற்படும் அவன் உணர்வு நிலை, தனியிடத்திற்குச் சென்று பைரவி ராகத்தில் பாடுவது போன்ற காட்சிகளில் அனந்த் நாக் மிகச் சிறப்பாக நடித்திருக்கிறார். சினிமா ரசிகர்கள் அவசியம் காண வேண்டிய படம் 'ஹம்ஸகீதெ'.

இப்படி எவற்றையெல்லாம் ஈடாக வைத்து மனிதர்கள் கடன் வாங்கியிருக்கிறார்கள் என ஆராய்வது நிச்சயம் சுவாரஸ்யமானதுதான்.

மீண்டும் கடன் பட்டார் நெஞ்சத்துக்கு வருவோம். இங்கு இலங்கை வேந்தன் ராவணனே. வெகுமக்கள் நன்கறிந்த கடன் பட்ட நெஞ்சத்தின் துயரத்தை ராவணனின் துன்பத்துக்கு உவமைப்படுத்துவதால், ராமாயணத்தை மக்களுக்குக் கதையாகச் சொல்லும் கூத்து, வில்லுப்பாட்டு, தோல்பாவைக் கூத்து போன்றவற்றை நிகழ்த்தும் நாட்டுப்புறக் கலைஞர்கள் இத்தொடரை எடுத்தாண்டிருக்கலாம் எனக் கருதி நாட்டுப்புறவியல் அறிஞர் அ.க. பெருமாள் அவர்களிடம் கேட்டேன்.

பரமசிவராவ் என்னும் தோல்பாவைக் கூத்துக் கலைஞர் ராமாயணக்கதையில் முதல் நாள் போரில் ராவணன் தோற்றுத் திரும்பும்போது அவன் மனநிலையை விவரிக்க

> விடம்கொண்ட அரணை போலும் வெந்தணல் மெழுகு போலும்
> படம்கொண்ட பாம்பின் வாயில் பற்றிய தேரை போலும்
> திடம்கொண்ட ராம பாணம் செருக்களத்தில் இட்ட போது
> கடன்கொண்டான் நெஞ்சம் போல் கலங்கினான் இலங்கை வேந்தன்

எனப் பாடியதாகத் தெரிவித்தார். பரமசிவராவ் தன் தந்தையார் கோபால்ராவிடம் இதைக் கற்றதாகத் தெரிவித்ததையும் அவர் சொன்னார். கோபால்ராவுக்கு எழுத்தாளர் பிஞ் இந்தப் பாடலைத் தந்தாராம்.

இந்தப் பாடல் ஒருக்கால் விவேகசிந்தாமணியில் இருக்கலாம் என்றும் பெருமாள் சொன்னார். என்னிடம் அந்நூல் இல்லை. என் நண்பரும் உடுமலைப்பேட்டை அரசுக் கல்லூரித் தமிழ்ப் பேராசிரியருமான கிருஷ்ணன் அவர்கள் எனக்காக விவேகசிந்தாமணியில் தேடிப்பார்த்தார். அதிலும் 'கடன்பட்டார் நெஞ்சம்போலக் கலங்கிய இலங்கை வேந்தன்' இல்லை. இந்த வரி வேறெந்த நூலிலாவது இருக்கிறதா எனத் தெரிந்தவர்கள் சொன்னால் நன்றியோடு கேட்டுக்கொள்வேன்.

●

காலமும் நதியும் பின்னோக்கி நகர்வதில்லை

சுகுமாரன் தமிழின் நற்கவிகளுள் ஒருவர். தெளிவான நடையும் துல்லியமான விவரிப்பும் கைவரப்பெற்றவர். இவர் 1981ஆம் ஆண்டு ஏப்ரலில் எழுதிக் கோடைகாலக் குறிப்புகள் தொகுப்பில் இடம்பெற்ற கவிதை:

கையில் அள்ளிய நீர்

அள்ளி
கைப்பள்ளத்தில் தேக்கிய நீர்
நதிக்கு அந்நியமாச்சு
இது நிச்சலனம்
ஆகாயம் அலைபுரளும் அதில்
கைநீரைக் கவிழ்த்தேன்
போகும் நதியில் எது என் நீர்?

வினைச்சொல்லில் தொடங்குவதால் முதல் வரியிலேயே இப்பிரதிக்குக் கவிதைத் தன்மை சித்தித்துவிடுகிறது. சொற்செட்டு மிக்க செறிவான இக்கவிதையின் பொருளை அலசுவது தேவையற்றது. போலவே இது எழுப்பும் கேள்விக்கான பதிலும். கவிதையின் வெளிக்கட்டமைப்பைச் சற்று விரிவாகப் பார்க்கலாம். கவிதைச் சொல்லியின் கைப்பள்ளம் அவருடையது என்பதால், அதில் தேக்கிய நீர் 'அண்மையாகிறது'. கைப்பள்ளத்து அண்மை நீர், நதியிலிருந்து அந்நியமானதால், அதன் நீர் கவிதைச் சொல்லிக்கு 'சேய்மை'. இது கவிதையில் இயல்பாகச் சொல்லப்பட்டு, 'இது', 'அதில்' என்னும் மிகச்

நஞ்சுண்டன்

சாதாரணச் சொற்களுக்கும் கவிதையில் அசைக்க முடியாத இடம் கிடைத்துவிடுகிறது. அதாவது கவிதையிலிருந்து எந்தச் சொல்லையும் நீக்க இயலாது. அதோடு, 'தேக்கிய'வுக்கு மாற்றாக வெறெந்தத் தற்காலத் தமிழ்ச் சொல்லும் கிடைக்காது.

புதிய சொற்களை உருவாக்குவதும் கவிஞனுக்குள்ள சவால்களில் ஒன்று. சுகுமாரன் 'கைப்பள்ளம்' எனப் புதிதாக எடுத்தாண்டிருக்கிறார். இதற்கு முன் யாரும் இச்சொல்லைப் பயன்படுத்தவில்லை. விளக்கம் எதுவும் தேவையில்லாமல் சொல்லின் பொருள் கவிதை அமையும் சூழலால் புரிந்துவிடுகிறது.

ஆங்கில மொழியில் இதற்கு நிகரான சொல் இருக்குமா என்னும் ஆர்வத்தில் தேடிப்பார்த்தேன். ஒருவேளை பைபிளில் இருக்கலாம் என நினைத்தேன். வெட்டுக்கிளியையும் காட்டுத் தேனையும் உணவாகக் கொண்ட யோவான் இயேசு கிருஸ்துவுக்கு ஞானஸ்நானம் செய்துவைக்கும் நிகழ்ச்சியை விவரிக்கும்போது இப்படிப்பட்ட வார்த்தையின் தேவைக்கான சூழல் உருவாகிறது. தேவனின் ஆணைப்படி ஞானஸ்நானம் செய்துகொள்ள யோவானைத் தேடிப்போகும் இயேசு அவனை யோர்தானுக்கு அருகே ஒரு நதிக்கரையில் சந்திக்கிறார். ஞானஸ்நானம் பெற்று இயேசு நதியிலிருந்து கரையேறுவதாக மாத்யுவின் பைபிள் சொல்கிறது.இயேசுவும் பலருக்கு ஞானஸ்நானம் செய்துவைக்கிறார். ஆனால் எப்படி ஞானஸ்நானம் செய்யப்பட்டது என்னும் விவரம் இல்லை. ஆங்கில அகராதிகள் பலவற்றையும் அலசினேன். கிடைக்கவில்லை. எனவே 'கைப்பள்ளம்' ஆங்கிலத்தில் ஒற்றைச் சொல்லாக இல்லை என முடிவுகட்டினேன்.

நான் கன்னடத்தில் மொழிபெயர்த்துள்ள தமிழ்க் கவிதைகளில் இதுவும் ஒன்று. கைப்பள்ளத்துக்குச் சரியான சொல் 'பொகஸெ' *(bogase)*. நீண்ட காலமாகக் கன்னடத்தில் புழங்கிவருகிறது. இது 'பொகஸி' எனவும் கர்நாடகத்தின் சில பகுதிகளில் வழங்கப்படுகிறது. ரெவரெண்ட் ஃபாதர் கிட்டலால் முப்பதாண்டுக் காலம் தொகுக்கப்பட்டு 1894ஆம் ஆண்டு வெளியான முதல் கன்னட – ஆங்கில அகராதி இச்சொல்லுக்கு '*as much as can be held by two hands*' என்றும் '*the hand inverted with the fingers extended so as to take up bran, flour etc,* எனவும் விளக்கமளிக்கிறது. இச்சொல்லின் மூலம் மராட்டிமொழியின் பொசகா *(bochaka)* என்கிறது அதே அகராதி. சேஷகிரி ராவ் என்பவர் தொகுத்து 1998இல் வெளியான கன்னட – ஆங்கில அகராதி பொகஸெவுக்கு *1) handful 2) cup formed by the two hands open and joined* எனப் பொருள் தருகிறது. கர்நாடகத்தின் பல பகுதிகளில் இன்னமும் 'ஒரு பொகஸெ மல்லிகைப்பூ' என்பது போன்று இச்சொல் அளவைக்கும் பயன்படுத்தப்படுகிறது.

ஆனால் தனித்த கவிஞராகக் 'கைப்பள்ளத்தை'ப் படைத்திருப்பதுதான் சுகுமாரனின் சாதனை.

○

பேரழகியொருத்தி எண்ணெய்க் குளியலுக்குப் பின் கைத்தறி நூல்புடவை கட்டிவருவது போன்ற எளிமையான இக்கவிதை சொந்த அல்லது கேட்டோ படித்தோ அறிந்த வாழ்வனுபவத்தைக் கிளர்த்துவதில் வாமன வடிவம் கொண்டதாகவே எனக்குத் தோன்றுகிறது.

நதி என்றதும் என் நினைவுக்கு வருவது ஹெர்மன் ஹெஸ்ஸின் சித்தார்த்தா. ஹெஸ் நோபல் பரிசு பெற்ற ஜெர்மன் எழுத்தாளர். இவருடைய பாட்டனார் ஹெர்மன் குண்டர்ட் கேரளத்தின் தலிசேரியில் பேஷல் மிஷன் ஊழியராகப் பணியாற்றி முதல் மலையாள – ஆங்கில அகராதியைத் தொகுத்தவர். ஹெஸ்ஸின் தாயார் தலிசேரியில் பிறந்தவர். இந்தத் தொடர்புகளால் உந்தப்பட்ட ஹெஸ் இந்திய உபநிஷத்துகள், வேதங்கள் முதலானவற்றில் பேரார்வங்கொண்டு அவற்றைக் கற்றார். ஹெஸ்ஸின் மிக முக்கியப் படைப்பு 'சித்தார்த்தா'.

ஆத்மத் தேடலுடன் வீட்டைவிட்டு – நண்பன் கோவிந்தனுடன் – வெளியேறுகிறான் பிராமண இளைஞனான சித்தார்த்தன். இருவரும் தொடக்கத்தில் பைராகிகளுடன் சில வருடங்களைக் கழிக்கிறார்கள். பிறகு அவர்களிடமிருந்து பிரிந்து செல்கிறார்கள். பகவான் புத்தரைச் சந்திக்கிறார்கள். அவர் போதனைகளாலும் சித்தார்த்தன் மனநிறைவடைவதில்லை. ஆனால் தான் சந்தித்தவர்களில் புத்தரே பெரிய மகான் என்பதை அவரிடமே சித்தார்த்தன் கூறுகிறான். கோவிந்தன் புத்தரின் சீடனாக அவருடனேயே தங்க, சித்தார்த்தன் தன் பயணத்தைத் தொடர்கிறான். ஒரு நதியைக் கடந்து ஒரு நகரத்தை அடைகிறான். அங்கே அவன் பார்க்கும் கணிகை கமலாவின் அழகில் மயங்குகிறான். அவளைச் சந்தித்துத் தன்னை ஏற்றுக்கொள்ளக் கேட்கிறான். அவளோ நல்ல காலணிகளும் உயர்ந்த ஆடையும் அணிந்து பரிசுப் பொருள்களுடன் வர வேண்டுமென்கிறாள். சித்தார்த்தன் மீண்டும் மீண்டும் அவளைச் சந்தித்து அவளிடம் மன்றாடுகிறான். கமலாவே காமஸ்வாமி என்னும் வியாபாரியைச் சித்தார்த்தன் சந்திக்க ஏற்பாடு செய்கிறாள். சித்தார்த்தனின் கல்வியறிவு காமஸ்வாமியின் வியாபார விருத்திக்குப் பயன்படுகிறது. அவர்மூலம் சித்தார்த்தனும் பெருஞ்செல்வந்தனாகிறான். கமலா உடலுறவின் வித்தைகளைக் கற்பிக்கிறாள். சித்தார்த்தனிடம் உடலின்பத்தையும் மீறிய இச்சை கொண்டு அவன் கருவைச்

சுமக்கிறாள். இதற்கிடையில் மதுப்பழக்கத்திலும் சூதாட்டத்திலும் ஈடுபடும் சித்தார்த்தன் பெரும்பகுதிச் செல்வத்தை இழக்கிறான். தன் வாழ்க்கையை சுயவிசாரணைக்கு உட்படுத்திக்கொள்ளும் அவன் எல்லாவற்றையும் துறந்து மீண்டும் அதே நதிக்கரைக்கு வருகிறான். மீண்டும் அதே படகோட்டியைச் சந்திக்கிறான். பகட்டான ஆடையிலுள்ள சித்தார்த்தனை அவனுக்கு அடையாளம் தெரிவதில்லை. சித்தார்த்தனே அவனுக்குப் பழைய நிகழ்ச்சியை நினைவூட்ட, படகோட்டி புரிந்துகொள்கிறான். நதியின் மறுகரையிலுள்ள அவன் குடிசையில் அன்றிரவைக் கழிக்கும் சித்தார்த்தன் அவனுக்கு தன் கதை முழுவதையும் விவரிக்கிறான். பிறகு தன்னை உதவியாளனாகஏற்றுக்கொள்ளுமாறு படகோட்டியை வேண்டுகிறான். படகோட்டியும் அதற்குச் சம்மதிக்கிறான். படகோட்டிதான் நதியோடு பேசி அதனிடமிருந்து கற்றுக்கொள்ளச் சித்தார்த்தனைத் தூண்டுகிறான். அதிலிருந்து சித்தார்த்தனின் வாழ்வில் நதி பிரிக்க முடியாத அம்சமாகிறது. சித்தார்த்தனும் படகோட்டி வாசுதேவனும் நதியைக் கடந்து செல்கிறவர்களுக்கு ஞானிகளாகவே தெரிகிறார்கள். பலரும் யோசனைகள் கேட்கிறார்கள்; தங்கள் குறைகளையும் துக்கங்களையும் பகிர்ந்துகொள்கிறார்கள்.

புத்தரின் சிஷ்யையாகிவிட்ட கமலா தன் சொத்துகளைத் தானம் செய்துவிட்டுத் தன் மகனுடன் புத்தரைக் காணப் புறப்பட்டு அதே நதிக்கரைக்கு வருகிறாள். நாகம் தீண்டும் அவளை வாசுதேவன் தன் குடிசைக்கு அழைத்துச் செல்கிறான். அங்கே சமைத்துக்கொண்டிருக்கும் சித்தார்த்தன் கமலாவை அடையாளம் கண்டுகொள்கிறான். அந்தப் பையன் சித்தார்த்தனுடைய மகன்தான் என்பதைக் கமலா சொல்கிறாள். சித்தார்த்தனும் வாசுதேவனும் அளிக்கும் சிகிச்சை பலனின்றிக் கமலா இறந்துவிடுகிறாள்.

சித்தார்த்தனின் மகனுக்கு அவனோடு தங்கியிருக்கப் பிடிக்கவில்லை. இருவருக்கும் பல தொல்லைகளைத் தருகிறான். இறுதியில் படகை எடுத்துக்கொண்டு நதியைக் கடந்து போய்விடுகிறான். சித்தார்த்தனும் அதே நகரத்திற்குச் சென்று தேடியும் அவன் கிடைப்பதில்லை. மீண்டும் சித்தார்த்தன் வாசுதேவனின் குடிசைக்கே திரும்புகிறான். நதியின் குறிப்புணர்த்தலால் எதையோ புரிந்துகொள்ளும் வாசுதேவன் சித்தார்த்தனிடம் விடைபெற்றுக்கொண்டு காட்டிற்குள் சென்றுவிடுகிறான். சித்தார்த்தன் தனியனாகப் படகோட்டுகிறான். வயது முதிர்ந்துவிட்ட சித்தார்த்தன் தன் பால்ய நண்பன் கோவிந்தனைச் சந்திக்கிறான். சித்தார்த்தன் தன் தேடலைக்

கண்டடைந்துவிட்டதாகக் கோவிந்தன் கூறுகிறான். புத்தருடைய பரிபூரணமான முகம்போலவே சித்தார்த்தனுடையதும் கோவிந்தனுக்குத் தெரிகிறது. இத்துடன் நாவல் நிறைவுறுகிறது.

○

உலகின் பல மொழிகளிலும் பெயர்க்கப்பட்டுள்ள இந்நாவல் திரிலோக சீதாராம், சிவன் இருவராலும் தமிழாக்கப்பட்டுள்ளது. சித்தார்த்தாவின் ஆங்கில மொழிபெயர்ப்புகளில் மிகப் பெயர்பெற்றது ஹில்டா ரோஸ்னருடையது. தமிழாக்கங்கள் இரண்டும் அநேகமாக அதையே அடிப்படையாகக் கொண்டிருக்கலாம்.

சித்தார்த்தனும் படகோட்டி வாசுதேவனும் நதியோடு பேசுகிறார்கள். அதுவும் இவர்களோடு பேசுகிறது; பலவற்றையும் உணர்த்துகிறது. அதாவது நதி இந்த நாவலில் ஒரு பாத்திரம். சுகுமாரன் கவிதையில் வரும் ‘போகும் நதியில்’ என்னும் தொடர் நதியைக் காலத்தின் குறியீடாகக் கொள்ளத் தூண்டுகிறது. காலமும் நதியும் பின்னோக்கி நகர்வதில்லை என்பதும் கூடுதல் காரணம். உலகின் எல்லாப் பண்பாடுகளிலும் காலத்தின் குறியீடுகளாக எடுத்தாளப்பட்டவற்றில் முதன்மையானது நதி. அதற்கடுத்தது அம்பு.

சித்தார்த்தன், வாசுதேவன் பாத்திரங்கள்வழி ஹெஸ் நதி பற்றிய நுட்பமான பல விஷயங்களைச் சொல்கிறார். அவற்றில் சிலவற்றைத் தமிழ்ப்படுத்தித் தருகிறேன்.

‘தண்ணீர் இடையறாமல் வழிந்ததைச் சித்தார்த்தன் பார்த்தான். அதோடு அது எப்போதும் அங்கே இருந்தது. அது எப்போதும் அப்படியே இருந்தது. ஆனாலும் ஒவ்வொரு கணமும் அது புதிதாக இருந்தது.’

‘ஒருவர் காலத்தை வென்றால், அதிலிருந்து விடுபட்டால் உலகத்திலுள்ள எல்லாத் துன்பங்களையும் தீமைகளையும் வெல்லலாமல்லவா?’

‘நதி ஒரே நேரத்தில் எல்லா இடங்களிலும் இருக்கிறது. அது உற்பத்தியாகுமிடத்தில், அருவியில், படகுத்துறையில், நீரோட்டத்தில், கடலில், மலைகளில் என எல்லா இடங்களிலும் வியாபித்துள்ளது. அதற்கு நிகழ்காலம் மட்டுமே உண்டு. கடந்தகாலத்தின் நிழலோ எதிர்காலத்தின் நிழலோ அதில் படிவதில்லை.’

நதி என்னும் தலைப்பில் தனி இயலையே ஹெஸ் படைத்திருக்கிறார். அதில் இப்படி எவ்வளவோ இருக்கின்றன.

அந்த இயலின் பல பகுதிகளில் ஊடிழையும் பண்பைச் சுகுமாரன் கவிதை பெற்றிருக்கிறது.

சித்தார்த்தன் ஒருமுறை வாசுதேவனிடம் 'என் வாழ்க்கையை நினைத்துப் பார்த்தேன் அதுவும் ஒரு நதிதான்' என்கிறான். மற்றொருமுறை, 'ஒவ்வொரு கணமும் நதி புதிதாக இருக்கிறது' எனச் சொல்கிறான். இந்த வாக்கியங்களுக்கு முன்னால் சுகுமாரனின் கவிதையை உரைநடையாக்கி ஜம்மென்று உட்காரவைத்துவிடலாம். அத்தனை கச்சிதமாக இது ஹெஸ்ஸின் நாவலில் பொருந்தும்.

சுகுமாரனின் கவிதைப் பிரதி அளவில் சிறியதென்பதால், ஹெர்மன் ஹெஸ்ஸின் நாவலுக்குள் அதன் ஊடிழையும் பண்பை யோசித்தேன். மற்றபடி இப்பிரதிகளைத் தராசில் நிறுத்துப் பார்ப்பதல்ல என் நோக்கம். எனக்கு சித்தார்த்தா பரிச்சயமென்பதால் சுகுமாரன் கவிதையை அதற்குள் ஊடிழைத்தேன். வெவ்வேறு வாசகர்கள் பற்பல பிரதிகளுக்குள் இதைப் பொருத்தும் வாய்ப்பு நிச்சயம் உண்டு.

•

கனவு மிருகம்

புனைவு வெறும் கதைசொல்லல் என்னும் கட்டத்தைக் கடந்து வெகுகாலமாகிவிட்டது. புனைவின் சாத்தியப்பாடுகளைப் பல்வேறு பரிமாணங்களில் கண்டுவரும் இச்சூழலில் பாலசுப்ரமணியனின் முதல் சிறுகதைத் தொகுப்பான கனவு மிருகம் படிக்கக் கிடைத்தது. சுமார் ஐந்து வருடங்களுக்கு முன்பே சிறுகதை எழுதத் தொடங்கிவிட்ட இவர் கதைகள் இப்போதுதான் தொகுப்பாகியுள்ளன.

தொகுப்பின் முக்கியமான கதையாக நான் கருதுவது தலைப்புக் கதையே. கதைசொல்லி தன் கனவில் காண்டாமிருகத்தைக் காண்கிறான். தன் கனவில் பல்வேறு மிருகங்களைப் பார்த்திருந்தாலும் அவன் (வசதிக்காக அவன்) அதுவரை காண்டாமிருகத்தைக் கண்டதில்லை. தன் கனவின் காரணத்தை அறியக் கனவுகளுக்குப் பலன் சொல்லும் கிழவி, கணித விற்பன்னர், தனக்குப் பரிச்சயமான கதைசொல்லி என மூவரிடம் அவன் தன் கனவைக் கலந்தாலோசிக்கிறான். அவன் முற்பிறப்பில் காண்டாமிருகமாகப் பிறந்ததால் அப்படி என்கிறாள் கிழவி. கணிதத்தையும் புனைவையும் ஒப்பிட்டுப் பேசும் கணித விற்பன்னர் கனவுகள் தொடர்பான புதிர்களையும் கணித சூத்திரங்களால் விடுவிக்க முடியுமானால் கணிதமும் அதீதப் புனைவாகிவிடும் எனச் சொல்லி அவனுக்கு ஆயாசமூட்டுகிறார். மூன்றாமவரோ இவன் கனவில் காண்டாமிருகம் வருவது பொருத்தமானதல்ல எனச் சொல்லி அதற்கான காரணங்களை அடுக்குகிறார்.

நஞ்சுண்டன்

இங்குக் கவனிக்க வேண்டிய முக்கிய அம்சம் காண்டாமிருகம் யதார்த்தத்தில் வாழும் அஸ்ஸாமும் நேபாளமும் கதை நடைபெறும் களத்துக்கு நேரடியாகத் தொடர்பற்றவை. போலவே கனவுகளுக்குப் பலன் சொல்லும் கிழவியும் கணித விற்பன்னரும் கதை எழுதும் நண்பரும் ஒருவருக்கொருவர் தொடர்பற்றவர்கள் எனக் கொள்வதில் பெரிய தவறொன்றுமில்லை. ஆனால் காண்டாமிருகம் பற்றிய நுட்பமான தகவல்களைக் கதைசொல்லி அறிந்திருப்பதாகப் புனையப்பட்டுள்ளது. இப்படித் தொடர்பற்றவற்றை இணைக்கும் சூட்சுமப் புள்ளியை அறிதலே இப்புனைவைச் சிலாகிப்பதற்கான திறவுகோல். அதற்கான திறப்புகளையும் பாலசுப்ரமணியன் அங்கங்கே வைத்துள்ளார்.

தன் கனவைப் பற்றிச் சிந்தித்தவாறு வீட்டில் அமர்ந்திருக்கும் அவன் தன் தந்தை அவருடைய அறைக்குள் நுழைவதைப் பார்க்கிறான். அப்போது அவர் காண்டாமிருகமாக மாறி விடுகிறார். தான் புரிந்துகொள்ளப்படாத உலகத்தில் வாழும் தந்தைமார்கள் காண்டாமிருகங்கள் எனச் சொல்லிக்கொள்கிறான். இப்பகுதி அவனுக்கும் தந்தைக்குமான உறவைப் பற்றிய சமிக்ஞை ஒன்றை வாசகனுக்கு உணர்த்துவதோடு எழுதப்படாவிட்டாலும் கதை மேலும் தொடர்வதை நுட்பமாக உணர்த்தி வலுவான புனைவெழுத்தாகிறது.

கிட்டத்தட்ட போர்ஹெஸ்ஸியப் புனைவு இது. ஆனால் கணித விற்பன்னரின் வீட்டில் கணிதக் கோட்பாட்டு நூல்களும் கணிதப் புதிர்ப் புத்தகங்களும் நிறைந்திருப்பதாகப் பாலசுப்ரமணியன் எழுதியுள்ளார். கணித விற்பன்னர்கள் கணித *paradox* களில் ஆர்வம் கொண்டிருப்பார்கள். புதிர்களில் *(riddles)* அல்ல. இது கவனப்பிசகு. போர்ஹெஸ் இது போன்றவற்றில் மிகக் கராறாக இருப்பார். அதனால்தான் கிட்டத்தட்ட போர்ஹெஸ்ஸியப் புனைவு என மதிப்பிடுகிறேன். முதல் தொகுப்பைக் கொண்டுவரும் இவரைப் பொறுத்தளவில் இது பெரும் குறைபாடல்ல. '. . . தன்னுள் நடமாடும் காண்டாமிருகத்திற்காக ஒரு ஆண் கடவுளையும் பின்பு ஒரு பெண் கடவுளையும் அம்மிருகத்தின் முன்புறம் நிற்பதைப் போன்று வரைந்து பார்த்தான். கடவுள்களைக் காட்டிலும் காண்டாமிருகம் கம்பீரமாய் இருந்தது' என எழுதியுள்ள பாலசுப்ரமணியனுக்குப் புனைவின் நுட்பங்கள் பிடிபட்டுவிட்டது துலக்கம்.

மொத்தம் பதினோரு கதைகளைக் கொண்ட இத்தொகுப்பில் என் கவனத்தை ஈர்த்த இன்னொரு கதை சந்தன எண்ணெ. நரை, முகப்பரு, தட்டையான மார்பகம் எனப் பிரச்சினைகளை எதிர்கொள்ளும் முப்பத்திரண்டு வயதாகும் பார்கவி அவற்றை

நிவர்த்திக்க மேற்கொள்ளும் நடவடிக்கைகளில் தொடங்கி அவள் மனவுளைச்சல்களின் வழியாகக் கதையை நகர்த்தியுள்ளார் பாலசுப்ரமணியன். அவளுடன் கல்லூரியில் படித்து பெங்களூரில் வேலைபார்க்கும் வேணுகோபால் அவள் தொடர்பில் வருகிறான். கைப்பேசி உரையாடலின் மூலம் மனரீதியான நெருக்கம் வளர்ந்து ஏறக்குறைய அவனையே மணந்துகொள்ளத் தயாராகும் பார்கவிக்கு அவன் கொண்டுவரவிருப்பதாகச் சொல்லும் பரிசு அவள் முடிவைத் தலைகீழாக மாற்றிவிடுகிறது. வெளிப்படையான வார்த்தைகளில் அல்லாமல் ஒரு பெண்ணின் மனத்தை வாசகனுக்கு சூசகமாக உணர்த்தியுள்ளது அருமை. மனநெருக்கத்தின் காரணமாக அவள் தன் உடல் பற்றிய அந்தரங்கங்களை வேணுகோபாலோடு பகிர்ந்துகொள்ளும் சந்தர்ப்பங்கள் விரசத்தின் சாயல் சற்றுமில்லாமல் வெளிப்பட்டிருப்பது பாலசுப்ரமணியனின் வெற்றி. பொதுவாகத் தமிழ் எழுத்தாளர்கள் ஆங்கில உரையாடல்களை மோசமான ஆங்கிலத்தில் எழுதும் தவறையும் பாலசுப்ரமணியன் செய்யவில்லை. அளவாகவும் பொருத்தமாகவும் சரியாகவும் ஆங்கில உரையாடல்களை இக்கதையில் எழுதியிருக்கிறார்.

இவர் கதையாடலில் நான் கவனித்த மிக முக்கியமான அம்சம் அவசரமில்லாமை. இவர் கையாண்டுள்ள அனைத்துக் கருக்களிலும் இது கண்கூடு. வாழ்வின் வெவ்வேறு கூறுகளைப் பற்றியும் பாலுவால் கதைசொல்ல முடிகிறது. அதாவது, வறுமைச் சித்தரிப்பு, வர்க்கப் போராட்டம், மனச்சிக்கல் என ஒற்றைப் பரிமாணக் கதைக் கூறுகளில் இவர் சிக்கிக்கொள்ளவில்லை.

‘மத்தளம் கொட்டும் சிற்பத்தின் கைகள் அசைந்து மனத்தில் எழுப்பும் சப்தங்கள் அவளை முடிவெடுப்பதை நோக்கித் தள்ளின.’

‘நீச்சலடிக்க அனுமதிக்கப்படாத நீரில் ஒன்றிரண்டு பிணங்கள் மிதந்ததுண்டு.’

‘தாத்தா பாட்டி இரு சித்தப்பாக்கள் அத்தை என அறைகளைவிடவும் உறவுகள் நிரம்பின வீடது.’

‘குழந்தைகள் ஜன்னல் வழியே உலகைக் காண்பதில்லை. உலகம்தான் ஜன்னல் வழியே குழந்தைகளைக் காண்கிறது.’

இவை போன்ற வாக்கியங்கள் தொகுப்பில் அங்கங்கே பதிந்து வாசிப்புக்கு முடுக்கத்தைத் தருகின்றன.

தான் எழுதியதை அவரே மீண்டும் சிலமுறையாவது படித்துத் திருத்தும் பழக்கம் பாலசுப்ரமணியனுக்கு இல்லாதது பெருங்குறை. அதைச் செய்திருந்தால்,

'மதியநேர ஓய்வு நேரத்திலும் . . .'

'மறுநாள் வகுப்பறையில் காதுகள் குடைச்சலோடு . . .'

போன்றவற்றைத் தவிர்த்திருக்கலாம்.

அதோடு, காணாமல் போயிருந்தவனின் கதை, சொந்தத் தொன்மங்கள் ஆகிய இரண்டு கதைகளிலும் சோதனை முயற்சி என்னும் பிரமையாலோ என்னவோ இவர் அங்கங்கே வாக்கியங்களை அடைப்புக்குறிகளுக்குள் எழுதியிருப்பது உறுத்தலாகத் தெரிகிறது. அவை அடைப்புக்குறிகளுக்குள் இல்லாமலிருந்தாலே நன்றாயிருந்திருக்கும் எனத் தோன்றுகிறது.

ஏராளமான வாக்கியங்களைச் செழுமைப்படுத்தும் வாய்ப்பு இத்தொகுப்பு முழுவதும் உள்ளது. அது சாத்தியப்பட்டால் கனவு மிருகம் போன்ற கதைகள் பரவலான வாசிப்புக்கு உள்ளாகும். ஆனாலும் இத்தொகுப்பு பாலசுப்ரமணியனிடம் நிச்சயம் எதிர்பார்ப்பை ஏற்படுத்துகிறது.

●

கீழ்வெண்மணி

சமகால நிகழ்வைக் கவிதையாக எழுதி வெற்றிபெறுவது கடினம். பெரும்பாலும் கவிஞன் தான் எதிர்கொள்ளும் அல்லது கேட்டறியும் நிகழ்ச்சியிலிருந்து பெறும் அனுபவம் கவிதைக்கு அடிப்படை. அவன் தனக்கு ஏற்படும் பிரத்தியேக அனுபவத்தைக் கவிதையாக்கும்போது, சில நிகழ்ச்சிகளின் மூலம் சித்தரிக்கிறான். அது எவ்வளவு துல்லியமானதென்றாலும், வாசகனும் அவற்றைக் கவிஞனின் நோக்கிலிருந்தே அணுக முடியும் என்பது நிச்சயமல்ல. அப்படி நடக்காதிருப்பதற்கான வாய்ப்பே அதிகம். ஆகவே கவிஞனுக்கேற்பட்ட அனுபவமே வாசகனுக்கும் அதைப் படிப்பதன் மூலம் சித்திக்கும் என உறுதியளிக்க முடியாது. கவிதையில் சொல்லப்படும் நிகழ்வை வாசகன் முற்றிலும் புதிய, வேறுபட்ட கோணத்திலிருந்து அணுகுவதற்கான சாத்தியக்கூறுகளே அதிகம். ஆனால் சமூகத்தில் பலரறிய நடந்த நிகழ்வைக் கவிதையாக்கும்போது, உண்டாகும் ரசவாதம் வேறு. அந்தச் சந்தர்ப்பத்தில், பொதுநிகழ்வு கவிஞனுக்கும் வாசகனுக்கும் இணைப்பாகத் திகழ்ந்து ஒரு பொதுவெளியை உருவாக்குகிறது. அப்படிப்பட்ட கவிதைகளில் கவிஞன் அந்நிகழ்வு தொடர்பான தன் அணுகுமுறையை அல்லது கருத்தாடலை எவ்வளவுக்கெவ்வளவு வாசகனுக்குக் கடத்துகிறானோ அந்தளவு கவிதையும் வெற்றிபெறுகிறது.

தமிழ்க் கவிதை – அதாவது தமிழ்ப் புதுக்கவிதை – வரலாற்றில் சமகால நிகழ்வுகளைக் கூறும் கவிதைகள்

பல உண்டு. ஆனால் அவற்றில் வெற்றிபெற்று, இன்னமும் நம் நினைவில் நிற்பவை சிலவே. அவற்றில் முதன்மையானதாக நான் கருதுவது ஞானக்கூத்தனின் ஒரு கவிதை. அது:

கீழ்வெண்மணி

மல்லாந்த மண்ணின் கர்ப்ப
வயிறெனத் தெரிந்த கீற்றுக்
குடிசைகள் சாம்பற்காடாய்ப்
போயின.

புகையோடு விடிந்த போதில்
ஊர்க்காரர் திரண்டு வந்தார்.

குருவிகள் இவைகள் என்றார்
குழந்தைகள் இவைகள் என்றார்
பெண்களோ இவைகள்? காலி
கன்றுகள் இவைகள் என்றார்.

இரவிலே பொசுக்கப்பட்ட
அனைத்துக்கும் அஸ்தி கண்டார்
நாகரிகம் ஒன்று நீங்க.

ஞானக்கூத்தனின் பல கவிதைகள் பூடக அர்த்தம் தொனிப்பவை. கவிதை சொல்லும் கருத்து இதுதான் என உறுதியாகச் சொல்ல முடியாது. அது அவசியமும் அல்ல. எடுத்துக்காட்டாக,

சமூகம் கெட்டுப் போய்விட்டதடா
சரி
சோடாப்புட்டி உடைக்கலாம்
வாடா

என்னும் கவிதை இன்னதைத்தான் சொல்கிறது என அறுதியிட முடியாது. ஞானக்கூத்தனே மேற்படிக் கவிதையை எழுதியபோது மனத்தில் கொண்டிருந்த அதே அர்த்தத்தை இன்று மீண்டும் வாசகனாகப் படிக்கும்போது தரித்துக்கொள்ளமாட்டார் என்பது நிச்சயம்.

ஆனால் 'கீழ்வெண்மணி' கவிதையில் சொல்லப்படும் விஷயம் தலைப்பின் மூலமே தெளிவாகிவிடுகிறது. இதைத்தான் கவிஞர் சொல்லவருகிறார் எனத் தெரிந்துவிட்ட பிறகும் வாசகனை மேற்கொண்டு படிக்கவைப்பது கவிஞருக்குள்ள சவால்.

தனக்கு முந்தைய காலத்தைவிடத் தன் காலத்தில் வாழ்க்கை வசதிகள் பெருகிவிட்டதால் மட்டுமே அது பொற்காலமல்ல, மாறாக அது குரூரமானதென்றால், அதையும் பதிவுசெய்வது கவிஞனின் தலையாய கடமை. இதை ஞானக்கூத்தன் கீழ்வெண்மணியில் கச்சிதமாகச் செய்துள்ளார்.

அன்றைய ஒருங்கிணைந்த தஞ்சைமாவட்டத்தின் கிழக்குப் பகுதியில் அமைந்த கிராமம் கீழ்வெண்மணி. இது இன்றைய நாகைமாவட்டத்தில் உள்ளது. கீழ்வெண்மணியின் விவசாயக் கூலித் தொழிலாளர்கள் – பெரும்பாலும் தலித்துகள் (அன்று தலித் என்னும் சொல் புழக்கத்துக்கு வரவில்லை) – ஒன்று திரண்டு கூலி உயர்வு கேட்டுப் போராடிவந்தார்கள். அவர்களுக்குப் பக்கபலமாக நின்றது கம்யூனிஸ்ட் கட்சி (மார்க்சிஸ்ட்). நிலவுடைமையாளர்களும் தங்கள் பங்குக்கு சங்கம் அமைத்துக் கூலி உயர்வு தர மறுத்தார்கள். போராட்டம் உச்சகட்டத்தை அடைய, 1968ஆம் ஆண்டு டிசம்பர் 25 அன்று நிலவுடைமையாளர்களின் கூலிப்படை காவல் துறை உதவியுடன் கீழ்வெண்மணியைச் சுற்றிவளைத்து, வெளியேறும் வழிகளை அடைத்தது. காவல் துறையின் துப்பாக்கிச் சூட்டில் இருவர் பலியானார்கள். கிராம மக்கள் ஊர்ச் சாவடியில் தஞ்சம் புக, கூலிப்படை அதற்குத் தீவைத்தது. தப்பித்த ஆறு பேரில் இருவர் மீண்டும் தீப்பற்றிய சாவடிக்குள் வீசப்பட்டார்கள். அன்று உயிரோடு எரிந்து சாம்பலானவர்கள் மொத்தம் 44 பேர். அவர்களில் 5 பேர் ஆண்கள், 16 பேர் பெண்கள், 33 குழந்தைகள். நாட்டையே உலுக்கிய கொடூரமான சம்பவம் இது. சுதந்திர இந்தியாவில் நடைபெற்ற முதல் பெரும் படுகொலை நிகழ்வு இதுவாகத்தானிருக்கும்.

நெஞ்சை உலுக்கும் இச்சம்பவம் குறித்த விரிவான பதிவுகள் – உயிர் நீத்தோர் பெயர், வயது விவரங்கள் உள்ளாக – இப்போது இணையத்தில் உள்ளன. ஆனால், கீழ்வெண்மணி சம்பவத்தை ஞானக்கூத்தன் பத்திரிகைகளில் படித்துத்தான் அறிந்திருக்க முடியும். வானொலிமூலமும் தெரிந்திருக்கலாம். அன்று தொலைக்காட்சி வசதி இந்தியாவில் இல்லை. இன்று இணையத்தில் கிடைக்கும் மேலதிகத் தகவல்கள் அவருக்குக் கிடைத்திருக்க வாய்ப்பேயில்லை. நாற்பத்து நான்கு பேர் உயிரோடு எரித்துக்கொல்லப்பட்டது அவரை நிச்சயம் உலுக்கியிருக்கும். அதனால்தான் அவர் மேற்படிக் கவிதையும் எழுதினார் என்பது தெளிவு. கொடூரத்தை அறிந்த உடனே கவிதையை எழுதினாரா சில நாட்கள் மனத்திலேயே ஊறப்போட்டு, குமைந்து பிறகொரு சந்தர்ப்பத்தில் எழுதினாரா என்பதெல்லாம் எனக்குத் தெரியாது. செல்லப்பா நடத்திய *எழுத்து* இதழில் கீழ்வெண்மணி வெளிவந்ததாக அறிகிறேன்.

ஞானக்கூத்தன் கவிதைகளை நான் அறிந்துகொண்டது முப்பத்தைந்து ஆண்டுகளுக்கு முன்னால் என் கல்லூரி நாட்களின் தொடக்கத்தில். அப்போதிருந்து இன்றுவரை என் மனத்தில் நீங்காத கேள்வியாயிருப்பது: இத்தனை கொடூரமான நிகழ்வை

ஞானக்கூத்தன் ஏன் இப்படிப்பட்ட – எள்ளளவும் கோபத்தை வெளிக்காட்டாத – மொழிநடையில் எழுதினார்?

ஞானக்கூத்தன் கவிதைகள் பொதுவாக மிகை உணர்ச்சியை வெளிக்காட்டாதவையாக, நிதானமாகக் கட்டவிழும் தன்மை கொண்டனவாயிருக்கும். இக்கவிதையிலும் அப்பண்பு துலக்கம். அதாவது அமரிக்கை என்பதற்கு இதன் நடை எடுத்துக்காட்டு. கோஷத்தின் சாயல்கூடக் கவிதையில் இல்லை.

நாமக்கல் கவிஞரின் நாடறிந்த வரிகள்:

கத்தியின்றி ரத்தமின்றி
யுத்தமொன்று வருகுது
சத்தியத்தின் நித்தியத்தை
நம்பும் யாரும் சேருவீர்.

இது திருச்சியிலிருந்து வேதாரண்யம் புறப்பட்ட உப்புச் சத்தியாக்கிரப் போராட்டக் குழுவின் (1930) வழிநடைப் பாடல். சாத்வீகமான சத்தியாக்கிரகப் போராட்டமானாலும், அதற்கான பாடல் வல்லிய ஓசை கொண்ட வார்த்தைகளில் அமைந்துள்ளதைக் கவனிக்கலாம். வழிநடைப் பாடல் என்னும் காரணத்தாலும், 'கத்தி', 'ரத்தம்', 'யுத்தம்' போன்ற சொற்களின் தேவையை உணரலாம்.

போலவே,

கொலைவாளினை எடடா
கொடியோர் செயல் அறவே

என்பவை பாரதிதாசனின் புகழ்பெற்ற வரிகள். சொல்லும் கருத்துக்கேற்பப் பாரதிதாசன் பாடல் வரிகள் வல்லோசை மிக்கிருக்கின்றன.

இவற்றையெல்லாம் அறியாதவரல்லர் ஞானக்கூத்தன். தான் சித்தரிக்க விரும்பும் கொடூர நிகழ்வை நேரடியாகவும் படிப்போர் உணர்வைத் தூண்டும் விதமான வார்த்தைச் சேர்க்கைகளிலும் கவிதையில் அமைப்பது அவருக்கு மிக எளிதான காரியமே. ஆனால், அவர் ஏன் 'கீழ்வெண்மணி' கவிதையை இப்படி எழுதினார் என்பது ஆழ்ந்து சிந்திக்கத் தகுந்தது. இதற்கு வேறொரு தளம் சார்ந்த கலைப் படைப்பின் வீச்சிலிருந்து எனக்கு விடை கிடைத்தது.

உலகக் கலை அதிசயங்களாக விமர்சகர்கள் கொண்டாடுபவற்றின் பட்டியலில் முதலாவது ரிஷபவாஹனர் சிலை. அடுத்தது *Starving Budha* சிலை.

வெளிப்படையாகச் சொல்லப்படுவதை விடுத்து அதிகமும் கூறாதனவற்றை உணர்த்துவதையே மேன்மையான

கலைத் தன்மையாகக் கருதுவது விமர்சனத்தின் ஒரு போக்கு. ரிஷபவாஹனர் சிலை இதை மிகுதியும் கொண்டுள்ளது. இது திருவெண்காடு செப்புச் சிலை. தற்போது தஞ்சாவூர் அரண்மனை அருங்காட்சியகத்தில் உள்ளது. இந்தியாவின் மாண்பை வெளிநாடுகளுக்குப் பறைசாற்றுவதற்காக நடத்தப்பட்ட இந்தியத் திருவிழாக்களின் முதல் விழா லண்டனில் நடத்தப்பட்டது. அப்போது வெளியிடப்பட்ட சிறப்பு மலரின் அட்டையை அலங்கரித்தது ரிஷபவாஹனர் சிலைதான்.

ரிஷபம் என்றால் காளை. ஆகவே ரிஷபவாஹனர் சிவன். மிக எழிலாக நின்ற கோலத்தில் காட்சியளிக்கிறார். சிவனின் வலதுகையின் பாங்கிலிருந்தே அது ரிஷபத்தில் படிந்திருப்பதை உணர முடியும். ஆனால் உண்மையில் அங்கே ரிஷபம் மூர்த்தமாக இல்லை. அதாவது சிவனின் கை அமைந்துள்ள பாங்கிலிருந்தே பருண்மையாக இல்லாத ரிஷபம் நமக்குப் பிரத்தியட்சமாகிறது. சிவனின் இயல்பான உருவத்தைவிட – இங்கு நன்கு வளர்ந்த ஆணின் வடிவம் – காளையின் அளவு பெரிதாகத்தான் இருக்க வேண்டும். மூர்த்தமான சிறிய வடிவம் யதார்த்தத்தில் இல்லாத பேருருவை மனக்கண்ணில் கொண்டுவருவதே சிற்பியின் சாதனை. அதாவது சிலையின் கலைத்தன்மைக்கு ஆதாரம்.

ரிஷபமும் வடிக்கப்பட்டிருந்தால், பார்வையாளனின் கற்பனைக்கு எல்லை வகுக்கப்பட்டிருக்கும். அதாவ்து, கலையின் விகாசம் குறுக்கப்பட்டிருக்கும். ரிஷபம் மூர்த்தமாக இல்லாததால், பார்வையாளனின் கற்பனை விரிகிறது. காளை நின்ற நிலையிலிருக்கிறதா படுத்திருக்கிறதா அதன் வடிவம் எப்படி என்னும் கேள்விகள் விரிவடைவதால், சிற்பத்தின் கலைத் தன்மை விகாசமடைகிறது.

கொடூரமான நிகழ்வைச் சித்தரிக்கும் கவிதையை அணுக, கவின் கலைப் படைப்பொன்றை ஆதாரமாகக் கொள்கிறேன் என்னும் ஓர்மையுடனேயே இதை எழுதுகிறேன். கீழ்வெண்மணி கவிதையும் ரிஷபவாஹனர் சிலையும் வெவ்வேறு கலைத் தளங்களைச் சார்ந்தவையானாலும், வெளிப்பாட்டுத் தன்மையில் ஒத்திருப்பதை உணரலாம்.

மீண்டும் கவிதை . . .'மல்லாந்த மண்ணின் கர்ப்ப வயிறென . . .' எனத் தொடங்கும்போதே கவிதைக்கு உலகளாவிய தன்மை வாய்த்துவிடுகிறது. அஸ்தியானவற்றைக் குருவிகளாகவும் காலிக் (பசுக்) கன்றுகளாகவும் அடையாளம் காணும் ஊர்க்காரர்களின் அலட்சிய மனோபாவத்துக்குப் பின்னானுள்ள குரூரம் வாசக மனத்தில் விரிவது கவனிக்கத் தகுந்த அம்சம். நடந்த கொடூரச்

சம்பவம் பொதுநிகழ்வென்பதால், அதை விரிவாக விளக்க வேண்டிய அவசியமில்லை. மாறாக அதற்கான காரணம் தொடர்பாக வாசகனை யோசிக்கவைப்பதே பிரதானமாகிறது. இது நவீன கவிதையின் முக்கியப் பண்புகளில் ஒன்று. இரவில் எரிக்கப்பட்ட அனைத்துக்கும் அஸ்தியை 'அடையாளம்' காணும் ஊர்க்காரர்கள் பொசுக்கப்பட்ட (மனித) நாகரிகத்தின் சாம்பலை மட்டும் அடையாளம் காணத் தவறுகிறார்கள். அல்லது தாங்கள் எரித்துச் சாம்பலாக்கிய மனித நாகரிகமே அவர்கள் கவனத்துக்கு வருவதில்லை. இப்பதிவு கொடூரச் சம்பவத்தின் மீதான கவிஞரின் கருத்தாடலை நோக்கி வாசக கவனத்தை ஈர்ப்பதோடு, துயரச் சம்பவத்திற்கான காரணங்கள் தீவிரமாக வாசக மனத்தில் மூளுகின்றன. வெற்றுக் கோஷங்கள் செய்வதைவிட, 'அனைத்துக்கும் அஸ்தி கண்டார்/ நாகரிகம் ஒன்று நீங்க' என்னும் வரிகள் இக்காரியத்தை வெற்றிகரமாகச் செய்கின்றன. அதாவது, நாகரிகத்தின் அஸ்தியை அடையாளம் காணததற்கான காரணம் ரிஷபம்போல் அமூர்த்தமாக விளங்கி, வாசக மனத்தில் கனத்த துயரமாக விரிகிறது. எனவே கீழ்வெண்மணி கவிதையில் உணர்ச்சியைத் தூண்டும் வலிய சொற்களின் தேவையில்லை. இதுவே இக்கவிதையின் அழகியல் வெற்றி.

•

கே.ஆர்.ஜி. நாகப்பன் – ராஜம்மாள்
அறக்கட்டளை
விருது வழங்கும் விழா
2 செப்டம்பர் 2012
சேலம் 636002

எழுத்தின் ஈர்ப்பும் ஆற்றலும்

உங்கள் அனைவருக்கும் என் வணக்கம்.

இவ்விருது வழங்கும் விழாவில் உரையாற்ற என்னை அழைத்ததற்காக விழாக் குழுவினருக்கு என் நன்றி. கே.ஆர்ஜி அவர்களைப் பற்றி நீங்கள் அனைவரும் நன்கு அறிவீர்கள். நானும் மீண்டும் அவர் அருமை, பெருமைகளைச் சொல்வது மட்டுமே என் பங்கேற்புக்கு நியாயம் சேர்க்காது என்பதாலும் உரையாற்றக் குறிப்பிட்ட தலைப்பு எதுவும் தரப்படவில்லை என்பதாலும் எழுத்தின் ஆற்றலையும் ஈர்ப்பையும் பற்றி எனக்குள்ள சில எண்ணங்களை உங்களோடு பகிர்ந்துகொள்வது பொருத்தமாக இருக்கும்.

மனிதன் மொழியின் வரிவடிவத்தைப் பயன்படுத்தத் தொடங்கியதிலிருந்து இன்றுவரை ஒரு தலைமுறையிலிருந்து அடுத்த தலைமுறைக்கு அறிவைக் கொண்டுசெல்லும் முதன்மைக் கருவி எழுத்து. எழுத்தில் பல வகைகள். அவற்றின் பயன்பாடுகள் வெவ்வேறு. அறிவுத் துறைகள் ஒவ்வொன்றிலும் எழுதுவோர் எண்ணிக்கை மிக அதிகம். அவையெல்லாம் தொழில் சார்ந்த எழுத்து

முறைகள். அவற்றிற்குக் குறிப்பிட்ட பாணிகள் உண்டு. ஆனால் இலக்கியத்துறையில் – அதிலும் குறிப்பாகப் படைப்பிலக்கியத்தில் – குறிப்பிட்ட பாணி என ஏதும் இல்லை. சமூகத்தில் உள்ள எல்லாத் தரப்பினரையும் மனத்தில் கொண்டு எழுதப்படும் எழுத்துக்கள் அனைத்துக்கும் இது பொருந்தும்.

பழங்காலத்தில் எழுத்தாளர்கள் செல்வந்தர்களாக இல்லாவிட்டாலும் பெரிதும் மதிக்கப்பட்டார்கள். பல இந்திய மன்னர்களுக்கு இலக்கியத்தில் ஈடுபாடும் இருந்திருக்கிறது. ஒரு படி மேலே சென்று கடவுளே கவிஞராக இருந்த ஐதீகமும் தமிழுக்கு உண்டு. சிவபெருமானே இறையனார் என்னும் கவிஞராகத் தோன்றி 'கொங்கு தேர் வாழ்க்கை . . .' எனத் தொடங்கும் குறுந்தொகைப் பாடலைப் பாடியது தமிழ் இலக்கிய ஐதீகம். மகாபாரதத்தை வியாசன் சொல்ல விநாயகன் எழுதிய கதை இந்தியப் புராணம்.

ஹர்ஷ வர்த்தனர் போன்ற பல மன்னர்கள் நூல்களைப் படைத்துள்ளார்கள். எழுதப் படிக்கத் தெரிந்திராத அக்பர் மற்றவர்களைக் கொண்டு தன்னைப் பற்றி நூல் எழுத வைத்துக்கொண்டார். ஷாஜஹானின் மூத்த மகனும் ஔரங்கசீப்பின் சகோதரருமான தாரா ஷிகோ இந்து – முஸ்லிம் ஒற்றுமைக்குப் பெரிதும் பாடுபட்டவர்.

வேதங்களையும் உபநிடதங்களையும் தானாகவும் மற்றவர்கள் மூலமாகவும் பாரசீகத்திற்கு மொழிபெயர்த்தார். பாரசீக நூல்கள் பலவற்றை சமஸ்கிருதப்படுத்தினார். அவரைக் கொன்று ஔரங்கசீப் பேரரசனானார்.

இன்றைக்குக் கிடைக்கக்கூடிய பழமையான கன்னட நூல் கவிராஜமார்க்கம். இது செய்யுள் இலக்கண நூல். இதை எழுதியவர் நிருபதுங்கவர்மன் என்னும் மன்னனின் அரசவையிலிருந்த ஸ்ரீராஜா என்பவர் என்றும் நிருபதுங்கவர்மனே ஸ்ரீராஜா என்றும் இரு கருத்துகள் உள்ளன.

ஒல்லையூர் தந்த பூதப்பாண்டியன், கடலுள் மாய்ந்த இளம்பெருவழுதி, கோப்பெருஞ்சோழன், சேரமான் கோட்டம்பலத்துத் துஞ்சிய மாக்கோதை, சோழன் குராப்பள்ளித் துஞ்சிய கிள்ளிவளவன், சோழன் நல்லுருத்திரன், சோழன் நலங்கிள்ளி, தொண்டைமான் இளந்திரையன் எனப் பல தமிழ் மன்னர்கள் இயற்றிய பாடல்கள் புறநானூற்றில் இடம்பெற்றுள்ளன. இளங்கோவடிகளும் இளவரசராயிருந்தவரே.

திருவிதாங்கூர் சுவாதித் திருநாள் மகாராஜா கீர்த்தனா சாகரம். இசையில் நாட்டமுள்ளவர்கள் 'ஹேமாத்திரி சுதே

பாஹிமா ...' என்னும் பாடலைக் கேட்டிருப்பீர்கள். காலஞ்சென்ற மகராஜபுரம் சந்தானம் இதை அற்புதமாகப் பாடியிருக்கிறார். சாமுண்டீஸ்வரியின் மீது இந்தப் பாடலை இயற்றியவர் ஜெயசாம்ராஜேந்திர உடையார். இவர் மைசூர் மகாராஜாவாக இருந்தவர்.

சங்க காலத்தில் கவிஞர் பலர் மன்னர்களுக்கு மிக நெருங்கிய தோழர்களாயிருந்திருக்கிறார்கள். அறிவுரை கூறுபவர்களாயும் இருந்திருக்கிறார்கள். அதியமான் – ஔவையார் நட்பைத் தமிழ் கூறு நல்லுலகம் நன்கறியும். கடவுளான கிருஷ்ணனின் தூது தோற்றது. சொல்லின் செல்வன் அனுமனின் தூதும் தோற்றது. கவிதாயினி ஔவையின் தூதே வென்றது.

அதியமானுடன் போரிடத் தொண்டைமான் என்னும் அரசன் ஏற்பாடுகளைச் செய்துகொண்டிருந்ததை அறிந்த ஔவை தொண்டைமானிடம் தூது சென்று

இவ்வே பீலி அணிந்து மாலைசூட்டிக்
கண்திரள நோன்காழ் திருத்திநெய் அணிந்து
கடியுடை வியன்நக ரவ்வே அவ்வே
பகைவர் குத்திக் கோடுநுதி சிதைத்துக்
கொல்துறைக் குற்றில் மாதோ

என்று பாடினார். அதன் கருத்துணர்ந்து தொண்டைமான் போரைக் கைவிட்டான்.

ஒரு கவிஞன் தன் பாட்டால் கடவுளையே ஊரைவிட்டு வெளியேறச்செய்தது நாம் கேட்டறிந்ததுதான். அரசனுடன் ஏற்பட்ட பிணக்கால்

கணிக்கண்ணன் போ என்றான் காமரும்பூங்கச்சி
மணிவண்ணா நீ கிடக்க வேண்டாம்
துணிவுடனே செந்நாப் புலவன் யான் செப்புகின்றேன்
நீயும் உன் பைநாகப் பாய் சுருட்டிக்கொள்

என்றதும் மணிவண்ணக்கடவுள் ஊரைக்காலிசெய்துவிட்டானாம்.

பிணக்கு தீர்ந்ததும்

கணிக்கண்ணன் போக்கொழிந்தான் காமரும்பூங்கச்சி
மணிவண்ணா நீ கிடக்க வேண்டாம்
துணிவுடனே செந்நாப் புலவனும் போக்கொழிகின்றேன்
நீயும் உன் பைநாகப் பாய்படுத்துக்கொள்

எனப் பாடியதும் திருமால் ஊர் திரும்பினாராம்.

கம்பராமாயணம் காவியக் கடல். ஒவ்வொருவருக்கும் ஒவ்வொரு பாடல் பிடித்தமானதாயிருக்கும். அவரவருக்கான

காரணங்களும் இருக்கும். எனக்கு மிகவும் ஆச்சரியம் அளிக்கும் கம்பன் கவிதை இது. ராமன் மறைந்திருந்து தன்மீது அம்பெய்ததும் அவனை விமர்சித்து அமையும் வாலியின் பேச்சைக் கம்பன் பத்துப் பாடல்களில் தருகிறான். அவற்றில் முத்தாய்ப்பான பாடல்

கோ இயல் தருமம் உங்கள் குலத்து உதித்தோர்கட்கு எல்லாம்
ஓவியத்து எழுத ஒண்ணா உருவத்தாய் உடைமை அன்றோ
ஆவியை சனகன் பெற்ற அன்னத்தை அமிழ்தின் வந்த
தேவியைப்
பிரிந்த பின்னை திகைத்தனைபோலும் செய்கை.

மிக நுட்பமான உளவியல் கருத்தமைந்த பாடல் மட்டுமல்ல இது. தாம்பத்திய உறவு அற்றுப்போனதால் மனம் குழம்பித் தவறுசெய்துவிட்டாயா எனக் கடவுளின் அவதாரமான ராமனைப் பார்த்துத் தன் பாத்திரம் கேட்பதாக எழுதியுள்ள கம்பனின் தைரியம் என்னை ஆச்சரியப்படவைக்கிறது.

தன் மறைவுக்குப் பின் தன் பெண்மக்களின் வாழ்வை ஒரு கவிஞரிடம் ஒப்படைத்து ஒரு மன்னன் மாண்டதும் தமிழ் இலக்கிய வரலாறு.

அற்றைத் திங்கள் அவ்வெண்ணிலவில்
எந்தையும் உடையோம் எம்குன்றும் பிறர்கொளார்
இற்றைத் திங்கள் இவ்வெண்ணிலவில்
வென்றெறி முரசின் வேந்தர்
எம் குன்றும் கொண்டார் யாம் எந்தையும் இலமே

எனப் பாரிமகளிர் துயரத்தில் பங்கெடுத்தவர் கபிலர் என்பதை நினைக்கப் பெருமையாயிருக்கிறது. நட்புக்காக வடக்கிருந்து உயிர்நீத்ததும் தமிழ்க் கவிஞர் விஷயத்தில் நடந்துள்ளது.

எழுத்தாளர்களின் மேன்மையைப் பலரும் பலபடி கூறியிருக்கிறார்கள். அதை

மரங்கொல் தச்சன் கைவரல் சிறாஅர்
மழுவுடைக் காட்டகத்து அற்றே
எத்திசை செலினும் அத்திசைச் சோறே

என ஔவை சிலாகிக்கத்தக்க விதத்தில் பாடியுள்ளார்.

கலம்பக எழுத்துக்காகத் தன் இன்னுயிரையும் தந்தான் நந்திவர்மப் பல்லவன்.

தகுதியான எழுத்துக்குக் காலங்கடந்தேனும் அங்கீகாரம் கிடைக்கும் என்பதற்குப் பல எடுத்துக்காட்டுகள் இந்திய இலக்கியத்தில் உள்ளன. கேட்பதற்கு விநோதமாகத் தோன்றும் இலக்கியச் சம்பவம் ஒன்றை உங்களோடு பகிர்ந்துகொள்ள விரும்புகிறேன். பாணபட்டர் புகழ்பெற்ற சமஸ்கிருதக் கவிஞர்.

சோதனை முயற்சியாக அவர் ஒரு நூலை எழுதினார். அதன் அரங்கேற்றம் நடந்தது. அவையிலிருந்த மற்ற புலவர்கள் அந்த நூலை நிராகரித்துவிட்டார்கள். மனம் வெறுத்த பாணபட்டர் நூல் முழுவதையும் நெருப்பிலிட்டுவிட்டாராம். இந்தச் சம்பவம் மெல்ல மற்ற இடங்களுக்கும் பரவியது. அந்த நூலையும் அரங்கேற்றத்தையும் தொலைதூரத்தில் கேள்விப்பட்ட ஒரு விமர்சகன் உடனே பாணபட்டரைத் தேடிவந்தான். மீண்டும் அந்த நூலை அவர் எழுதக் கேட்டுக்கொண்டான். அதற்குப் பாணபட்டர் தனக்கு அந்த நூல் மறந்துவிட்டது என்றாராம்.

பாணபட்டர் சொல்லச் சொல்ல அந்த நூலை எழுதிய அவர் மாணவன் தன்னால் அந்த நூல் முழுவதையும் திருப்பிச் சொல்ல முடியும்; ஆனால் சில இடங்கள் மட்டும் தடுமாறும். அவற்றைப் பாணபட்டர் திருத்தினால் போதும் என்றானாம். அந்த விமர்சகன் அதற்குப் பாணபட்டரைச் சம்மதிக்கவத்தான். பிறகு நூலின் முதல் படிவத்தை எழுதிய அந்த மாணவன் சொல்லிவர வேறொரு மாணவன் அதை எழுதினான். சிக்கல் ஏற்பட்ட அல்லது சொல்லிக்கொண்டு வந்த மாணவன் தடுமாறிய இடங்களில் பாணபட்டர் திருத்தி உதவினார். இப்படி அந்த நூல் முழுவதும் திருப்பி எழுதப்பட்டது. அதன் சிறப்புகளை அந்த விமர்சகன் எல்லோருக்கும் எடுத்துக் கூறினான். அப்படி மறுபடியும் உருவாக்கப்பட்ட நூல்தான் காதம்பரி. சிறப்பான எழுத்துக்குக் கிடைத்த உரிய அங்கீகாரம்.

மதங்களும் எழுத்தை நிராகரிக்க முடியவில்லை. இந்திய மொழிகளில் சமயப் பாடல்களின் வளம் நாம் அறிந்ததுதான். கிருஸ்துவத்தின் அடித்தளம் பைபிள். இஸ்லாத்துக்குக் குர்ஆன். இவையும் எழுத்துக்களே.

நவீன இந்தியாவுக்கும் எழுத்துக்கும் உள்ள உறவு நம்மை வியப்பிலும் மகிழ்ச்சியிலும் ஆழ்த்தக்கூடியது. தேசப்பிதாவே எழுத்தாளர். முதல் பிரதமர் நேரு இந்தியாவின் முக்கியமான எழுத்தாளர்களில் ஒருவர். மையச் சாகித்திய அகாதமியின் முதல் தலைவராக இருக்க விரும்பிய மனம் அவருடையது. நவீன இந்தியாவின் சிற்பிகள் பலரும் எழுத்தாளர்கள். ரவீந்திரநாத் தாகூர், ராஜாராம் மோகன் ராய், மௌலான அபுல்கலாம் ஆசாத், சர்வபள்ளி ராதாகிருஷ்ணன், ராஜகோபாலாச்சாரி, பெரியார் என நீண்ட பட்டியலைச் சொல்லலாம். அரசியல் தலைவர்கள் எழுத வேண்டிய கட்டாயத்துக்கும் உள்ளாகியிருந்தனர். இந்திரா காந்திகூடப் புத்தகம் எழுதியுள்ளார். மனேகா காந்தி இந்தியப் பெயர்களின் அகராதி ஒன்றைத் தொகுத்துத் தன் எழுத்துத் தாகத்தைத் தணித்துக்கொண்டிருக்கிறார். எழுத்துக்கும் தமிழக அரசியல்வாதிகளுக்கும் உள்ள உறவு சொல்லித் தெரிய

வேண்டியதல்ல. தமிழகக் காங்கிரஸ் அமைச்சரவையில் இடம்பெற்றிருந்த ஓ.வி. அழகேசன் நேருவின் *Glimpses of World History* என்னும் பெரிய நூலைத் தமிழாக்கினார் என்பது இந்தத் தலைமுறையினருக்கு வியப்பாக இருக்கும்.

பிற நாட்டுத் தலைவர்கள் பலரும் எழுத்தாளர்களா யிருந்திருக்கிறார்கள். ஆபிரகாம் லிங்கன், ஜான் ஃபிட்ஜெரால்ட் கென்னடி, வின்ஸ்டன் சர்ச்சில், கோர்ப்பஷேவ் என நீண்ட பட்டியலைப் பார்க்கலாம். தலைவர்களும் எழுத்தும் என்றதும் முதன்மையாக என் நினைவுக்கு வரும் பெயர் விளாடிமீர் இலியானோவிச் லெனின். அவர் அளவுக்கு எழுதிய வேறொரு தலைவர் இல்லை. லெனின் பற்றி ஒரு மணிநேரம் ஓடக்கூடிய படம் ஒன்றைப் பிபிசி பல ஆண்டுகளுக்கு முன்னாலேயே தயாரித்திருந்தது. அதில் அவரது எழுத்து மிகவும் சிலாகித்துப் பேசப்பட்டிருந்தது. ரஷ்யப் புரட்சிக்குக் கார்க்கி போன்றவர்களின் எழுத்துக்கள் எவ்வளவு உத்வேகமளித்தன என்பதை நாம் அவ்வளவு எளிதில் மறந்துவிட முடியாது.

இந்தியா முழுக்க விடுதலைப் போராட்டத்திற்கு அந்தந்த மொழி எழுத்தாளர்களின் பங்களிப்புகள் பெருமையோடு நினைவுகூரத்தக்கவை. விடுதலைப் போராட்டமும் எழுத்தும் என்றதும் தமிழ்ச் சூழலில் நம் நினைவுக்கு வரும் முதல் பெயர் பாரதி. அவர் மட்டுமின்றிப் பெரும் எண்ணிக்கையிலான எழுத்தாளர்களும் விடுதலைப்போராட்டத்திற்குஎழுத்துமூலமாகப் பங்களித்தார்கள். நாமக்கல் கவிஞரின் "கத்தியின்றி ரத்தமின்றி யுத்தமொன்று வருகுது" பாடலே வேதாரண்யம் உப்புச் சத்தியாக்கிரகத்தின் வழிநடைப் பாடலாயிற்று.

கன்னட மண்ணில் தீவிர எழுத்துக்குத் தொடர்ந்து சிறந்த மரியாதைதான். கன்னட மக்கள் தீவிர எழுத்தையும் பொழுதுபோக்கு இலக்கியத்தையும் பிரித்தறியும் மனநிலை கொண்டவர்கள். அங்கே சினிமாக் கவிஞர் கன்னடத்தின் சிறந்த கவிஞரல்ல. குவெம்புவும் பேந்திரேயும்தான் இன்னமும் தலைசிறந்த கவிஞர்கள். கன்னட நாட்காட்டி சந்திரமான நாட்காட்டி. அவர்களுக்கு வருடப் பிறப்பான யுகாதி மார்ச்சு மாத மத்தியில் வரும். நான் பெங்களூரில் வசிக்கத் தொடங்கிய புதிதில், யுகாதி அன்று தொலைக்காட்சியில் தோன்றி மக்களுக்கு வாழ்த்து சொன்னவர் வீட்டில் தமிழ் பேசிய மாஸ்தி வெங்கடேச அய்யங்கார். இவரே கன்னடச் சிறுகதையின் தந்தை. அவருக்குப் பிறகு யுகாதி நாளில் மக்களுக்கு வாழ்த்து சொன்னவர் சிவராம காரந்த். இந்த மரபு இன்றளவும் தொடர்கிறது. ஆனால் தமிழ்நாட்டில் வருடப் பிறப்பன்று குட்டி நடிகை ஒருத்தி தொலைக்காட்சியில் தோன்றி 'ஹேப்பி டமில் நியூ இயர்' என்பாள்.

காற்றின் நிழல் 157

இவை எல்லாம் எழுத்தின் ஆற்றலையும் ஈர்ப்பையும் துலக்கமாகச் சொல்லும் எடுத்துக்காட்டுகள். இவ்வறக்கட்டளை சேலத்தில் இயங்குவதால் சேலம் எழுத்து தொடர்பாகவும் சிலவற்றையேனும் சொல்வது அவசியம். நான் சொல்வது அன்றைய அகண்ட சேலத்தை. சங்கப் பாடல்களில் கணிசமான அளவு பாடல்களைச் சேலம் புலவர்கள் எழுதியுள்ளார்கள். மிகப் பிந்திவந்த இடைக்காலத்திற்குப் பிறகு மாம்பழக்கவிச்சிங்க நாவலர் சேலத்தில் வாழ்ந்த முக்கியமான புலவர். அவருக்குப் பின் படிக்காசுப் புலவர்.

பன்பாய பகர்சந்தம் பகரும் படிக்காசுப் புலவர்
பாட்டினைத் தொட்டால் கைமணக்கும்
சொன்னால் வாய்மணக்கும் – தூய சேற்றில்
நட்டால் தமிழ் பயிராய் வளர்ந்திடும்

எனச் சொக்கநாதப் புலவர் பாடலே உண்டு.

திருச்செங்கோடு உள்ளிட்ட கோவில்கள் சார்ந்து எழுதப்பட்ட உலாக்கள், பிள்ளைத் தமிழ்களின் எண்ணிக்கை மலைப்பைத் தரும். சேலம் பகடால நரசிம்மலு நாயுடு 1889ஆம் ஆண்டில் எழுதிய திவ்விய தேச யாத்திரையின் சரித்திரம் இந்திய விடுதலை இயக்கத்தின் வரலாற்றையும் அவர் மேற்கொண்ட சுற்றுப்பயணத்தையும் கூறும் நூல். நாயுடு தாகூரைச் சந்தித்து அளவளாவியர். நாமக்கல் கவிஞரின் தன்வரலாற்று நூல் என் கதை இன்றும் தமிழ் வாசகர்களால் படிக்கப்படுகிறது. மலைக்கள்ளன் திரைப்படத்தின் கதை அவருடையதுதான். சக்கரவர்த்தி ராஜகோபாலச்சாரியார் சேலத்தில் வசித்தபோது எழுதிய நூல்கள் பல. அவரது வியாசர் விருந்து மகாபாரத உரைநடை. ராமாயண உரைநடை நூலான சக்கரவர்த்தித் திருமகனுக்காக ராஜாஜி சாகித்திய அகாதமி விருது பெற்றார். அவரது திக்கற்ற பார்வதி மதுவிலக்குப் பிரச்சாரம். சேலம் வரதராஜுலு நாயுடு காங்கிரஸ், திராவிட இயக்கங்களின் வரலாற்றில் மறக்க முடியாத பெயர். நாயுடு வாழ்க்கை வரலாற்று நூல்கள் எழுதியவர். இவர் நடத்திய இதழ்தான் *தமிழ்நாடு*. 'பெரியாரின் நண்பர் வரதராஜுலு நாயுடு' என்று பெரிய நூலொன்றைக் 'காலச்சுவடு' பதிப்பகம் வெளியிட்டுள்ளது.

சங்ககிரி துரைசாமி சுப்பிரமணிய யோகி. பல்துறை வித்தகர். வால்ட் விட்மனின் *Leaves of Grass*ஐப் புல்லின் இதழ்கள் எனத் தமிழாக்கினார். ஹெமிங்வேயின் நாவலைக் கடலும் கிழவனும் என மொழிபெயர்த்தார் யோகி.

சலகை ப. கண்ணன் பெரியார் தொண்டர். கவிஞர். ஆத்தூர் எஸ். டி. சுந்தரம் கவிஞர், புகழ்பெற்ற நாடகாசிரியர்.

காவியம் எழுதுமளவிற்குப் படைப்பாற்றல் கொண்டிருந்த முருகுசுந்தரம் பாரதிதாசன் பள்ளியைச் சேர்ந்தவர்.

தாரமங்கலம் வேலு சுயம்பு. சமயச் சொற்பொழிவே இவருக்குப் பிரதானம்.

தமிழ்ப் புதுக்கவிதை முன்னோடி சி. மணி. கேரளாவின் குமாரன் ஆசான் விருது பெற்றவர். இவரைத் தொடர்ந்து நவீனத் தமிழ் இலக்கியம் படைத்தவர் பலர்.

சேலம் நதிகள் இளைப்பாறி, காலாறி நின்று சென்ற இடங்கள் ஏரிகள் என உரைநடையையும் கவிதையாகவே எழுதும் தமிழ்நாடன் கவிஞர், மொழிபெயர்ப்பாளர், சேலம் வரலாற்றாய்வாளர்.

மகரிஷி வார, மாத இதழ் வாசகரிடையே புகழ்பெற்ற நாவலாசிரியர்.

நவீனத் தமிழ் இலக்கியத்திற்குப் பெரும்பங்காற்றியுள்ள பிரம்மராஜன் சேலத்தவரே.

இன்று எழுத்தில் ஈடுபட்டுள்ள இளையர் பெரும் எண்ணிக்கையினர். அவர்களைப் பட்டியலிடுவது கடினம். ஆனால் சில மாதங்களுக்கு முன் மறைந்த அசோகன் அவர்களின் எழுத்துக்களைப் பற்றிச் சொல்வது என் கடமை எனக் கருதுகிறேன். தோழர் அசோகன் இடதுசாரி இயக்கத் தொடர்புள்ளவர். விசைத்தறித் தொழிலாளர்களின் நலனுக்கு அவர் ஆற்றிய பணிகள் மகத்தானவை. 'பகத்சிங்: ஒரு வீர வரலாறு' அசோகன் எழுதிய சொந்த நூல். ஏராளமான கட்டுரைகளைப் புதுவிசை, மாற்றுவெளி, செம்மலர் போன்ற இதழ்களில் எழுதினார். அசோகன் தொடர்ந்து ஆங்கிலத்திலிருந்து நூல்களைத் தமிழாக்கம் செய்துவந்துள்ளார். இம்எஸ்எஸ்ஸின் மகாத்மாவும் அவரது இசமும், ஜான் பெர்க்கின்ஸின் 'அமெரிக்கப் பேரரசின் ரகசிய வரலாறு', மார்த்தா ஹர்னேக்கரின் 'இடதுசாரிகளும் புதிய உலகமும்', டி என் ஜாவின் 'பண்டையக் கால இந்தியா', பிபின் சந்திராவின் 'காலணியம்' ஆகியன குறிப்பிட்டுச் சொல்லப்பட வேண்டியவை.

சுருங்கச் சொன்னால் சேலம் எழுத்தாளர்களின் பங்களிப்பு சந்தேகமில்லாமல் முக்கியமானதுதான்.

இத்துணை ஆற்றலும் ஈர்ப்பும் வாய்ந்த எழுத்தை ஏதோ ஒருவகையில் உற்சாகப்படுத்திப் பேணும் முகமாக ஆண்டுதோறும் எழுத்தாளர்களுக்கு விருதுகள் வழங்கிச் சிறப்பித்துவரும் கேஆர்ஜி

நாகப்பன் – ராஜம்மாள் அறக்கட்டளைக்கு என் பாராட்டும் நன்றியும்.

ஐயா நாகப்பன் அவர்களை நேரில் அறிந்ததில்லை. அவரை ஒரே ஒருமுறை பார்த்திருக்கிறேன். மதிப்பிற்குரிய ஓவியர் பொன். ரகுநாதன் இந்த அறக்கட்டளை விருது பெற்றார். அப்போதைய விழாவுக்கு நானும் வந்திருந்தேன்.

ஐயாவின் வாழ்க்கைக் குறிப்புகள் தொடர்பாக நண்பர் எழுஞாயிறு எழுதியுள்ள நூலைப் படித்தேன். மூன்றாம் வகுப்புவரை மட்டுமே கல்வி கற்றுத் தன் கடும் உழைப்பால் மிகுந்த செல்வந்தரானவர் நாகப்பன். அவருடைய தந்தையார் கோவிந்தராஜ செட்டியார் நாமம் இட்டுக்கொள்ளாமல் வீட்டைவிட்டு வெளியேறாதவர் என்று நண்பர் செண்பகராமன் நினைவுகூர்ந்து சொன்னார். அப்பேர்ப்பட்டவரின் மகன் தீவிர நாத்திகராக மாறியுள்ளார். தன் தகப்பனார் ஸ்தானத்திலிருந்து தன் உடன்பிறந்தவர்களை வளர்த்து ஆளாக்கியுள்ளார். சட்டமன்ற உறுப்பினர், மருத்துவர், பொறியாளர் என அவர்கள் ஒவ்வொருவரையும் அவையத்து முந்தியிருக்கச் செய்திருக்கிறார் ஐயா. பல சமூகப் பொறுப்புகளைத் திறம்பட நிர்வகித்தவர். பல நாடுகளுக்குச் சென்றுவந்தவர். இப்படிப் பல சிறப்புகளைப் பெற்றுள்ள நாகப்பனாரின் சிறந்த கொடைகளுள் ஒன்று இந்த அறக்கட்டளை. தந்தை பெரியாரின் உண்மையான சீடராக விளங்கிய நாகப்பன் அவரிடமிருந்தே பலவற்றையும் கற்றுக்கொண்டிருப்பார் என்பது தெளிவு. குறிப்பாக நிதியைக் கையாளுதல், அறக்கட்டளை அமைத்துச் செல்வத்தை முறையாகச் செலவழிப்பது போன்றவற்றை இவர் பெரியாரிடமிருந்தே கற்றுக்கொண்டிருக்க வேண்டும். பெண்களை மதிப்பதிலும் நாகப்பன் பெரியாரைப் போலவே நடந்துகொண்டிருக்கிறார். வெளிநாடுகளில் பெண்கள் ஆண்களுக்குச் சரிசமமாகப் பணியாற்றுவதை ஐயா எழுதியுள்ளதைப் படிக்கும்போது இதை நான் உணர்கிறேன். அப்படிப்பட்டவர் ஏற்படுத்திய அறக்கட்டளையின் விருது வழங்கும் விழாவில் கலந்துகொண்டதில் எனக்கு உள்ளபடியே மகிழ்ச்சி.

பாவலர் எழுஞாயிறு, தோழர் வின்சென்ட், கவிஞர் இளங்கோ இவர்களுக்கு என் சிறப்பான நன்றி.

வணக்கம்.

●

கவனிப்பாளர்கள்

எனக்குப் புகுமுக (அப்போதைய பன்னிரண்டாம்) வகுப்பில் ஆங்கிலப் பாடமாக இருந்த கவிதைகளில் ஒன்று *The Listeners. Whalter de la La Mare* எழுதியது. கவிதையின் சரியான வரிகள் மறந்துவிட்டாலும், அதன் சாராம்சம் என் மனத்தில் ஆழப்பதிந்துவிட்டிருந்தது.

நான் *The Listeners*ஐப் பாடமாகப் படித்தபோது அவரைப் பற்றி அதிகம் தெரிந்துகொள்ள வாய்ப்பில்லை. இப்போது அவர் தொடர்பாக இணையத்தில் ஏராளமான தகவல்கள் கிடைக்கின்றன. அவர் பெயரில் அதிகாரபூர்வமான இணையதளம் உள்ளது. அவர் ரசிகர் சங்கம் தீவிரமாக இயங்குகிறது. டி லா மேரின் தி லிஸ்ட்னர்ஸ் (1912) இவ்வளவு பிரபலமான கவிதையாயிருக்கும் என நான் சற்றும் எதிர்பார்க்கவில்லை.

வால்டர் டி லா மேர் (1873–1956) இங்கிலாந்தில் லண்டனுக்கருகில் பிறந்தவர். கவிதை, சிறுகதை, நாவல் என எழுதிய மேர் The Listeners கவிதைக்காகவும் குழந்தைகளுக்கான நாவலுக்காவும் மிகப் பிரபலமடைந்தவர். சில விருதுகளையும் பெற்ற மேர் ஐந்து நாவல்கள், பதினாறு சிறுகதைத் தொகுதிகள், பதினோரு கவிதைத் தொகுப்புகள் எழுதி வெளியிட்டார். சில நாடகங்களையும் எழுதிய மேர் தொகை நூல்களுக்கும் ஆசிரியர். அமானுஷ்யங்களை – ஆவிகள், பிசாசுகளை – மையமாகக் கொண்ட பல

கதைகளையும் கவிதைகளையும் அவர் படைத்தார்.

வால்டர் டி லா மேர் கவிதையின் தமிழாக்கம் கீழ்வருமாறு.

கவனிப்பாளர்கள்

'உள்ளே யாராவது இருக்கிறீர்களா ?' பயணி கேட்டான்
நிலா வெளிச்சத்தில் தெரிந்த கதவைத் தட்டியபடி.
காட்டின் பெரணி படர்ந்த தரையின் புற்களை
அவன் குதிரை நிசப்தத்தில் மேய்ந்துகொண்டிருந்தது.
சிறிய கோபுரத்திலிருந்து ஒரு பறவை
பயணியின் தலைக்கு மேலாகப் பறந்தது.
இரண்டாம்முறை கதவைத் தடதடவெனத் தட்டினான்.
அவன் கேட்டான், 'உள்ளே யாராவது இருக்கிறீர்களா ?'
ஆனால் பயணிக்காக யாரும் இறங்கி வரவில்லை.
குழப்பமடைந்து அசையாமல் நின்றிருந்த
அவன் பழுப்புநிறக் கண்களைப் பார்க்க
விளிம்பில் இலைகளைக் கொண்டிருந்த பலகணியில்
யாரும் தலைகாட்டவில்லை.
ஆனால் அந்தத் தனியான வீட்டில் வசித்த
ஆவிக் கூட்டத்தினா் மட்டும் நிலா வெளிச்சத்தின்
நிசப்தத்தில்
மனிதா்கள் உலகிலிருந்து வந்த குரலைக் கவனித்தபடி
நின்றிருந்தாா்கள்.
தனிமையான பயணியின் குரலால் கலங்கி அதிா்ந்த காற்றில்
வெறுமையான கூடத்திற்கு இறங்கும் இருண்ட படிக்கட்டில்
நிலா வெளிச்சத்தில் மங்கலாகத் தெரிந்த தூண்களைச் சுற்றி
நின்று
உற்றுக் கவனித்தாா்கள்.
நட்சத்திரங்கள் நிறைந்த இலைகளால் மறைக்கப்பட்ட
வானத்திற்குக் கீழே
அவன் குதிரை நகா்ந்து இருண்ட புல்தரையைக் கத்தரிக்க
அவா்கள் நிச்சலனம் தன் கூக்குரலுக்குப் பதிலளிக்க
அவா்களின் விநோதத் தன்மையை மனத்தில் உணா்ந்தான்.
திடீரெனத் தடதடவென, முன்னைவிட அதிக சத்தத்தோடு,
கதவைத் தட்டினான்.
தலையை உயா்த்திச் சொன்னான்
'அவா்களிடம் சொல்லுங்கள்
நான் வந்திருநதேன்; ஆனால் யாரும் பதிலளிக்கவில்லை.
நான் என் வாா்த்தையைக் காப்பாற்றிவிட்டேன்.'
விழித்திருந்த ஒற்றை மனிதன் பேசிய ஒவ்வொரு
வாா்த்தையும்
அமைதியான வீட்டின் நிழல் வழியாக எதிரொலித்தாலும்
கவனிப்பாளா்கள் சற்றும் அசையவில்லை.
அங்கவடியில் அவன் காலடிச் சத்தத்தையும்
கல்லில் லாடம் மோதிய ஓசையையும் கேட்டாா்கள்.
நிசப்தம் எப்படி மென்மையாக அலைபோல்
பரவியதென்பதையும் கவனித்தாா்கள்
பாய்ந்த குளம்படிகள் விலகிச் சென்ற பிறகு.

எண்பதுகளின் இறுதியில் பசுவய்யாவின் (சுந்தர ராமசாமியின்) இல்லாதபோது வரும் நண்பன் கவிதையை 'யாரோ ஒருவனுக்காக' தொகுதியின் மூலமே அறிந்தேன். கொல்லிப்பாவை இதழில் 1985இல் வெளியான இக்கவிதை அவருடைய 107 கவிதைகள் தொகுப்பிலும் இடம்பெற்றுள்ளது. கவிதை:

இல்லாதபோது வரும் நண்பன்

அந்த நண்பன்
இன்றும் அன்றுபோல்
துரதிர்ஷ்டவசமாக
நான் இல்லாதபோது
வந்திருக்கிறான்.

அன்று
என் தலை நரைக்காத அந்தக் காலத்தில்
அவன் வந்தபோதும்
தன்னை யாரென்று சொல்லாமல் மறைந்தான்.

தாடி மீசை
வேர்வையின் நாற்றம்
பின்னோக்கி இழுத்துக்கொண்டிருக்கும்
அழுக்கு ஜிப்பாப் பைகளில்
இரு கரங்களின் மறைவு
புழுதி படிந்த பாதங்கள்
சிகரெட் உதட்டில் தொங்கப் பேச்சு என்று
இன்றும்
அதையே ஒப்பித்தாள் மனைவி.

மீண்டும் வந்தாலும் வருவேன் என்றானாம்.
காத்திருக்கப் பொறுமை இருந்ததில்லையே என்றானாம்.
பெயரென்ன முக்கியம் என்றானாம்.

எனக்கோ பெயர்கள் முக்கியம்
முகங்கள் முக்கியம்
பொறுமையுடன் காத்திருக்கவும் நான் தயார்
என்றேனும் ஒரு நாள் அவன் வரட்டும்.
அன்றேனும் நான் வீட்டில் இருக்க வேண்டும்.
என் நரை அதன் திரையைப் போடாமல் இருக்க வேண்டும்
அன்று வரையிலும்.

○

சுந்தர ராமசாமியின் கவிதையைப் படித்தபோதெல்லாம் வால்டர் டி லா மேரின் மேற்சொன்ன கவிதையும் என் மனத்தில் எழுந்தது. மேரின் கவிதைப் பிரதி என்னிடம் இல்லை. அதை இணையத்தில் மிக எளிதாகக் கண்டுபிடிக்க முடிந்தது. சில நாட்களுக்கு முன்பு

இரண்டையும் படித்துவிட்டு யோசித்தபோது சில முடிவுகளுக்கு வர முடிந்தது.

தமிழ் வாசகர்களாகிய நமக்கு டி லா மேரின் சொந்த வாழ்கையைப் பற்றி அவ்வளவாகத் தெரியாததால், அவருடைய கவிதையில் விவரிக்கப்படும் சம்பவம் அவர் சொந்த அனுபவம் என நினைத்துப் படிக்கமாட்டோம். ஆவிக் கூட்டத்தினர் பற்றிய பிரஸ்தாபமும் இதற்கு வலு சேர்க்கும். மாறாக சுந்தர ராமசாமியையும் அவர் குடும்பத்தையும் நம்மில் மிக அநேகர் – நாம் எல்லோரும் எனச் சொன்னாலும் மிகையல்ல – அறிந்திருக்கிறோம். அதன் அடிப்படையில் சுராவின் கவிதையில் வரும் 'நான்' சாட்சாத் அவர்தான், இதில் வரும் 'மனைவி' நம் மரியாதைக்குரிய கமலம்மாவே என்னும் தீர்மானங்களுடன் கவிதையை அணுகும் ஆபத்து அதிகம். அப்படி அணுகும்போது கவிதைக்கு ஒற்றைப் பரிமாண அர்த்தம்தான் கிட்டும். அதாவது, நவீன கவிதையின் மிக முக்கியமான பண்பைக் கவிதையும் வாசிப்பும் ஒருசேர இழந்து நிற்கும். சுராவின் கவிதையில் சொல்லப்படுவது போன்ற சாயலுடைய சம்பவம் ஏதேனும் அவர் வீட்டில் நடந்திருப்பதற்கான சாத்தியத்தைப் புறங்கையால் ஒதுக்கித் தள்ள முடியாதுதான். ஆனால் கவிதை பொதுவாசக வெளிக்கு வந்தவுடன் சுராவுக்கும் கவிதைக்குமுள்ள சொந்தம் அறுபட்டுப்போய்விடுகிறது. சுந்தர ராமசாமியே இக்கவிதைக்கு வாசகராகிறார். சுருங்கச் சொன்னால், இல்லாதபோது வரும் நண்பனை சுந்தர விலாசிலிருந்து பிடுங்கி வேறோர் இடத்தில் நட்டு வாசித்தால்தான் அது வெவ்வேறு பரிமாணங்களைப் பெற்று நவீன கவிதையாக மிளிரும்.

மேலோட்டமாகப் பார்த்தால், இரண்டு கவிதைகளும் தொடர்பற்றவையாகவும் நிறைய வேறுபாடுகளைக் கொண்டு எதிர் துருவப் பிரதிகளாகவும் தோன்றும். இவ்விரண்டையும் பகுப்பாய்வதற்கு, 'பயணி', 'கவிதை சொல்லி', 'மனைவி', 'நண்பன்' ஆகியவற்றைப் பயன்படுத்துவது ஏது. இரண்டு பிரதிகளுக்கும் இடையிலுள்ள கால வேறுபாடு, அது சார்ந்த சூழல்கள், அமானுஷ்யங்கள் போன்ற மிகத் தெளிவான மாறுபாடுகளைப் புறமொதுக்கிவிடலாம்.

பயணிக்குத் தான் சந்திக்க வந்தவர்களைப் பார்க்காத ஆதங்கமும் அவன் பயணத்தின் தெளிவான நோக்கமும் துலக்கமாகத் தெரிகின்றன. கவிதை சொல்லியை நண்பன் தேடி வந்தாலும், அவரைச் சந்திக்காததில் அவனுக்கு எந்த ஏமாற்றமும் இல்லை.

பயணி தீவிர உணர்வு நிலை கொண்டிருப்பது அவன் கதவைத் தடதடவெனத் தட்டுவதாலும் சற்று நேரம் கழிந்து முன்னைவிட அதிக சத்தத்துடன் தட்டுவதாலும் உணர முடிகிறது. ஆனால் நண்பன் அலட்டிக்கொள்ளாமல் விட்டேற்றித் தனத்துடன் பதில் சொல்கிறான். தன் கணவனைத் தேடிவந்த நண்பனிடம் மனைவி கேட்ட கேள்விகளை நேரடியாகச் சொல்லாமல், கவிதை சொல்லி வாசகர்களைப் பார்த்துப் பேசும் வார்த்தைகளின் மூலமே சொல்வது இத்தமிழ்க் கவிதையின் வெற்றிகரமான பகுதி.

பயணி, 'அவர்களிடம் சொல்லுங்கள்/ நான் வந்திருந்தேன்/ ஆனால் யாரும் பதிலளிக்கவில்லை/நான் என் வார்த்தையைக் காப்பாற்றிவிட்டேன்' என்கிறான். இதிலிருந்து தான் தேடி வந்தவரை அல்லது வந்தவர்களைப் (அவர்கள் ஆவிக் கூட்டத்தினரைச் சேர்ந்தவர்களாகவோ வேறு நபர்களாகவோ இருக்கலாம்) பயணி ஏற்கனவே சந்தித்திருப்பதற்கான ஆதாரம் கிடைக்கிறது. தன்னைத் தேடிவந்த நபர் குறித்த பல அடையாளங்களை மனைவியின் மூலம் அறிந்தும், கவிதை சொல்லியால் அவனை அடையாளம் கண்டுகொள்ள முடிவதில்லை. அதாவது கவிதை சொல்லி அவனைச் சந்தித்திருப்பதற்கான சாத்தியம் இல்லை. பயணியிடம் யாரும் பேசுவதுகூட இல்லை. ஆனால் நண்பனிடம் ஆற அமர அக்கறையோடு கவிதை சொல்லியின் மனைவி பேசியதாகக் கொள்ளலாம்.

பயணி ஆவிக் கூட்டத்தினரைச் சந்திக்க வந்ததாகக் கொண்டால், அவன் குரலைக் கேட்கும் அவர்கள் அவனுக்குப் பதில் சொல்வதேயில்லை. மாறாக அவன் தான் வாக்களித்தபடி வேறு யாரையேனும் தேடிவந்திருந்தாலும், அவர் அந்நேரத்திற்கு அந்தத் தனித்த வீட்டிற்கு வரவில்லை. எனவே பயணி சந்திக்க வந்தவர்களுக்கு அவனை நேரில் பார்க்கும் அக்கறை இல்லை. ஆனால் கவிதை சொல்லிக்குத் தான் இல்லாதபோது வந்த நபரைச் சந்திக்கும் ஆவல் பெரிதும் இருக்கிறது.

இப்படி இரண்டு கவிதைகளுக்குமுள்ள வேறுபாடுகளாக மேலும் பலவற்றைச் சொல்லலாம். இருந்தும் இவ்விரண்டு பிரதிகளும் படைப்பு வெளியின் ஒரே புள்ளியைப் பங்கு போட்டுக்கொள்கின்றன. அதை நான் விளங்கிக்கொண்ட முறையில் கூற முயல்கிறேன்.

இலக்கியப் படைப்பு வெளியில் – வசதிக்காகக் கவிதைப் படைப்பு வெளியில் – ஒவ்வொரு பிரதியும் செயல்படுவதற்கான தளம் அந்த வெளிக்கு உள்ளே அடங்கியது. இதை முற்றிலும்

வேறான புலம் சார்ந்த எடுத்துக்காட்டிலிருந்து புரிந்துகொள்ளலாம். கால்பந்தாட்டத்திற்கான வெளி விளையாட்டரங்கின் உள்ளே அடங்கியுள்ளது. பார்வையாளர் அரங்கம், விளையாட்டு மைதானம், இன்ன பிற வசதிகளைத் தரும் கட்டடங்கள் ஆகிய அனைத்தையும் உள்ளடக்கியதுதான் விளையாட்டரங்கம். கால்பந்தாட்டம் நடக்கும்போது, விளையாட்டு வீரர் ஒருவர் ஆட்ட எல்லைக்குள் (அந்த விளையாட்டுக்கான வெளிக்குள்) பந்தை உதைத்தாலோ தடுத்து நிறுத்தினாலோ அதற்கு அர்த்தம் உண்டு. ஆனால் அதே வீரர் பார்வையாளர் அரங்கத்திலோ கேண்டீனிலோ அதே பந்தை உதைத்தால் அதற்கு அர்த்தம் கிடையாது.

இதேபோல் ஒரு கவிதை இயங்குவதற்கு இலக்கியப் படைப்பு வெளிக்கு உள்ளடங்கிய தளம் ஒன்றுள்ளது. அதற்குப் புறத்தே கவிதைக்கு அர்த்தம் கிடைக்காது.இப்படிப்பட்ட என் பார்வைக்குச் சமூகவியலில் பண்பாடு என்பதற்குக் கொடுக்கப்பட்டுள்ள வரையறை ஒன்று அடிப்படை. அதன்படி, நம் பண்பாடு என்பது நமது செயல்களுக்கு அர்த்தம் தரும் அமைப்பு.

சரி, ஒரு குறிப்பிட்ட கவிதை இயங்கும் தளத்தை எப்படி அடையாளம் கண்டுகொள்வது என்னும் கேள்வி இயல்பாக எழுகிறது. நான் ஏற்கனவே சில கட்டுரைகளில் சொல்லியுள்ளதுபோல, வாசகனின் வாசிப்பு, ரசனை, இன்ன பிறவற்றைப் பொறுத்து அமையும் அத்தளம் பருண்மையனதன்று. அது வாசகருக்கு வாசகர் மாறும். ஒரே வாசகனுக்கு அது வாசிக்கும் காலத்தின் அடிப்படையிலும் வெவ்வேறாகும். இதுவே நவீன கவிதைகளின் பொதுப்பண்பு.

மீண்டும் நம் கவிதைகளுக்கு வருவோம். டி லா மேரின் கவிதையைப் பொறுத்தளவில், பயணியின் தனிமைப் பயணம், தனித்த வீடு, ஆவிக் குழுவினர், அவர்களின் மௌனம், பணியின் வாக்களிப்பு போன்றவற்றுக்கு அர்த்தம் தரும் தளம் ஒன்று. போலவே, சுராவின் கவிதையில் உள்ள இல்லாதபோது வரும் நண்பன், அவன் நடையுடையும் பேச்சும், அவன் விட்டேற்றித் தனம், மனைவியின் கரிசனம்,. நண்பனைச் சந்திக்கக் கவிதை சொல்லிக்குள்ள ஆர்வம் ஆகியவற்றுக்கு அர்த்தம் கொடுக்கும் தளமும் நிச்சயம் உண்டு.

இரண்டு கவிதைகளுக்குமுள்ள வேறுபாடுகள் பலவற்றையும் விரிவாகப் பார்த்தோம். இரண்டுக்கும் பொதுவான அம்சம் ஒன்றுள்ளது. அதாவது, பயணியை அவன் தேடிவந்தோர்

பார்த்திருந்தால், டி லா மேரின் கவிதையில் அதன் முதல்வரி தொடங்கி எதற்கும் அர்த்தம் கிடைக்காது. அதேபோலத்தான், சுராவின் கவிதையிலும். கவிதை சொல்லி இல்லாதபோது மட்டும் வந்த நண்பனைச் சந்தித்திருந்தால், கவிதையில் சொல்லப்படும் எதற்கும் பொருளிருக்காது. இதன் அடிப்படையில், இவ்விரண்டும் கவிதைக்கான அர்த்த தளத்தின் பொதுவான ஒரு பகுதியில் ஒன்றின் மேல் ஒன்றாகக் கவிகின்றன. ஆதலால் இவ்விரண்டு கவிதைப் பிரதிகளும் ஒன்றையொன்று சார்ந்தவை. வேறு வார்த்தைகளில் சொல்வதானால், ஒரு குறிப்பிட்ட தளத்தைத் தவிர்த்து ஒன்றுக்கொன்று மிகை நிரப்பிகள். எனவே, சுந்தர ராமசாமியின் படைப்பைப் படித்த ஒவ்வொருமுறையும் வால்டர் டி லா மேரின் கவிதை என் மனத்தில் எழுந்ததற்கான காரணம் புரிகிறது.

●

நவீனக் கவிதையில் முகிழும் சங்கப் பாடல்

இந்த வருடம் மழை குறைவு

குறைந்த கூலிக்கு முந்திரிக்கொட்டை
உடைப்பவளை எனக்குத் தெரியும்
கடல்மீன்கள் விற்கும் சந்தைக்கு வந்தால்
                                புன்னகைப்பாள்
தூறல் நாட்களில் மரச்சாலைவழியே
குடைபிடித்துப் போகும் அவளை
ஓயாமல் காதலிக்கிறான்
ஒரு குதிரைலாடம் அடிக்கும் பட்டறைக்காரன்
லாடக்காரன் என்னுடன் மது குடிப்பான்
நீண்ட மழைக்காலத்தின் மத்தியில்
உடலுறவிற்கென ஒருமுறை அவளை
                                  அழைத்தோம்
அவள் ஆர்வத்துடன் ஒத்துக்கொண்டாள்
எருமைகளுக்கென வளர்ந்த பசும்புல் சரிவில்
பொதிந்து ஈரம் பொங்கி இருவரும் சுகித்தோம்
அந்தியில் கனத்த மலைத்தடத்தின் வழியே
குதிரையில் தானியப் பொதி ஏற்றிவந்த
அவள் கணவன் ஏதோ தனக்கு மகளைப் போல்
பொறுப்பற்றுத் திரிவதாய் அவளை ஏசினான்.
அவளோ புன்னகை மிளிர
எங்களைச் சகோதரர்கள் என்று
                                  அறிமுகப்படுத்தினாள்
அவன் சில ஆரஞ்சுப்பழங்களை எங்களுக்கு
அன்பளிப்பாகக் கொடுத்தான்
இந்த வருடம் மழை குறைவு என்றவாறே
அவள் மயிற்கற்றைகளை நீவி முடிச்சிட்டான்
அவன் தோளில் சாய்ந்து அவள் விடைபெற்ற
                                  கணம்

நஞ்சுண்டன்

எங்களை இருள் சூழ்ந்திருந்தது
கைகளில் பழங்கள் மிருதுவாய் இருந்தன.

யவனிகா ஸ்ரீராமின் இந்தக் கவிதையை நான் அறிய நேரிட்டது மதிப்பிற்குரிய ஞானக்கூத்தன் சமகாலக் கவிதைகள் என்னும் தலைப்பில் பத்தாண்டுகளுக்கு முன்னர் ஆற்றிய உரையிலிருந்து. இக்கவிதை முழுவதையும் வாசித்துக்காட்டிச் சிலாகித்துப் பேசினார். முதல் நேர்கொள்ளலிலேயே கவிதை மனத்தில் பதிந்தது. இரண்டாண்டுகளுக்கு முன்னர் தமிழ்க் கவிதைகளைத் தேர்ந்து கன்னடத்தில் மொழிபெயர்க்கத் தொடங்கினேன். ஒருவருக்கு ஒரு கவிதை என ஞானக்கூத்தன், ஆத்மாநாம், சுந்தரராமசாமி, சி.மணி, சுகுமாரன், மனுஷ்யபுத்திரன், க.மோகனரங்கன் உள்ளிட்ட இருபது பேரின் கவிதைகளை முதல்கட்டமாக மொழிபெயர்த்தேன். ஸ்ரீராமின் இந்தக் கவிதையும் அவற்றில் அடக்கம். எங்கள் பல்கலைக்கழகத்தின் இலக்கிய ஆர்வலர்களுக்குக் கவிதையும் மொழியாக்கமும் மிகவும் பிடித்திருந்தன. அவ்விருபது கவிதைகளின் கன்னட மொழிபெயர்ப்பையும் செம்மையாக்கத்துக்காகக் கன்னடத்தின் மிக முக்கியப் பெண்ணியச் சிந்தனையாளரான டாக்டர் மீராவிடம் தந்தேன். மறைந்த கன்னட விமர்சகர் டி. ஆர். நாகராஜின் ஆய்வு மாணவி மீரா. கன்னடத்தில் முதுமுனைவர் பட்டமும் பெற்றவர். மற்ற எல்லாக் கவிதைகளையும் ஒப்புக்கொண்ட மீராவால் ஸ்ரீராமின் இந்தக் கவிதையை ஏற்றுக்கொள்ள முடியவில்லை. ஒரு பெண்ணை இரண்டு ஆண்கள் ஒரே சமயத்தில் சம்போகிப்பதையும் அதற்கு அப்பெண் ஒப்புவதையும் அவரால் செரித்துக்கொள்ள முடியவில்லை. கூட்டுப் புணர்ச்சி கலை, இலக்கியங்களில் இடம்பெறுவது தொடர்பாக யோசித்தேன். நானறிந்தவரையில் சங்க இலக்கியத்தில் கூட்டுப் புணர்ச்சி குறிப்பிடப்படவில்லை. கஜூராஹோ சிற்பங்களில் கூட்டுப் புணர்ச்சிக் காட்சிகள் இடம்பெற்றுள்ளன. சமஸ்கிருதக் கவிதைகளிலும் பல்கேரிய நாட்டுப்புறப் பாடல்களிலும் குழுப்புணர்ச்சி பற்றிய பிரஸ்தாபங்கள் உண்டு.

ஆ. மாதவனின் கடைத்தெருக் கதைகள் தொகுப்பின் கடைசிக் கதையான பறிமுதலில், பாலியல் தொழிலாளிப் பெண்ணொருத்தியைச் சூதாட்டம் நடத்தும் நான்கு பேர் பாலியல் உறவுக்கு அழைத்துவந்து யார் முதலில் எனத் தர்க்கிப்பது அவள் வார்த்தைகளில் விவரிக்கப்படுகிறது.

பருத்தி வீரன் திரைப்படத்தில் நாயகியான முத்தழகுவிடம் நான்கு பேர், தாங்களும் பருத்தி வீரனின் நண்பர்கள்தாம் எனக்

கூறி ஏமாற்றி, பின்னர் ஒவ்வொருவராகப் பாலியல் வல்லுறவு கொள்கிறார்கள்.

இதுபோல் கதைகள், திரைப்படங்களில் கூட்டுப் புணர்ச்சி இடம்பெறும் ஏராளமான எடுத்துக்காட்டுகளைத் தரலாம்.

கட்டற்ற இணையதளத்தில் ஆபாசப்பட நட்சத்திரங்களின் கூட்டுப் புணர்ச்சிக் காட்சிகள் தாராளமாகக் கிடைக்கின்றன. பாலியல் தொழிலாளப் பெண்களை மூன்று, நான்கு ஆண்கள் சேர்ந்து உடலுறவுக்காகப் பேரம்பேசும் காட்சிகளைச் சென்னை, பெங்களூர் போன்ற நகரங்களின் பிக்அப் பாயிண்டுகளில் சர்வசாதாரணமாகப் பார்க்கலாம். எனவே கூட்டுப் புணர்ச்சி இடம்பெறும் காரணத்திற்காக இக்கவிதையை நிராகரிக்கத் தேவையில்லை என்பது என் வாதம். அதற்காகக் கூட்டுப் புணர்ச்சியை நான் பரிந்துரைப்பதாகத் தவறாக எடுத்துக்கொள்ளக் கூடாது.

○

சிறுகதைத் தன்மையுடன் விரியும் இக்கவிதை அழகியல் நுட்பங்களையும் வாசகனுக்கான பல திறப்புகளையும் கொண்டுள்ளது. அன்னியோன்னியமான நண்பர்கள், அந்தப் பெண், அவள் கணவன் என எந்தப் பாத்திரத்தின் வழியாகவும் கவிதையை அணுகும் சாத்தியம் உள்ளது. ஒரே வாசகன் திரும்பத் திரும்ப வாசிக்கும்போது வெவ்வேறு திறப்புகளின் வழியாகக் கவிதைக்குள் நுழையலாம்.

அவள் ஆர்வத்துடன் ஒத்துக்கொண்டாள்
. . . ஈரம் பொங்கி இருவரும் சுகித்தோம்

என்னும் வரிகளை வாசகன் ஏற்றுக்கொள்ளும் மனநிலையை உருவாக்க, மெய்தொட்டுப் பயிறல் முதலாய நிகழ்த்திக் கூடுவதுபோலக் கவிதையின் தொடக்க வரிகள் அமைந்துள்ளன. இதற்குப் பாரதியிடமிருந்தும் உதாரணம் தரலாம். நாம் எல்லோரும் நன்கறிந்த சின்னஞ்சிறு கிளியே கவிதையைப் பாருங்கள்.

சின்னஞ்சிறு கிளியே – கண்ணம்மா!
செல்வக் களஞ்சியமே!
என்னைக் கலிதீர்த்தே – உலகில்
ஏற்றம் புரிய வந்தாய்!
பிள்ளைக் கனியமுதே – கண்ணம்மா
பேசும்பொற்சித்திரமே!
அள்ளி அணைத்திடவே – என் முன்னே
ஆடி வருந்தேனே!

ஆடி வரும் தேனை முதல் கண்ணியிலேயே எழுதியிருந்தால் எப்படி இருந்திருக்கும்? வாசக மனம் சற்று நெருடலுக்கு உள்ளாகும். எங்காவது தேன் ஆடி வருமா எனக் கேட்கவும் தோன்றலாம். ஆனால் பேசும் பொற்சித்திரத்திற்குப் பிறகு தேன் ஆடி வருவதால், அதை இயல்பாக ஏற்றுக்கொள்ள வாசக மனம் தயாராகிறது. இது *synthasizing process* இதுவே ஸ்ரீராமின் கவிதையிலும் நடக்கிறது.

சொற்களின் தேர்வாலும் கூறு முறையாலும் அந்தப் பெண்ணின் ஆளுமை நுட்பமாகச் சொல்லப்படுகிறது. முந்திரிக்கொட்டை உடைப்பது கடுமையான வேலை. அதுவும் இவள் குறைந்த கூலிக்கு அதைச் செய்கிறாள். மீன் சந்தை இரைச்சலான இடம். இவள் அங்கே புன்னகைக்கிறாள். தூறலில் குடைபிடித்துப் போகிறாள். இவை மூன்றும் அவள் உடல் வலிமை, மென்மையான மனம் பற்றிய அவுட்லைனைத் தருகின்றன. கவிதையின் அடுத்த பகுதியில், தன்னோடு சம்போகித்தவர்களை சகோதரர்களெனத் தன் கணவனுக்கு அறிமுகப்படுத்துகிறாள். இதைப் பொதுப்புத்தியில் உறைந்துபோயுள்ள 'பொய்' என்னும் அர்த்தத்தில் எடுத்துக்கொள்ளக் கூடாது. மாறாகச் சூழ்நிலைக்கேற்ப தன் நிலைப்பாட்டைத் தீர்மானித்துக்கொள்ளும் சுதந்திரம் பெற்றவளாகக் கவிதை சொல்வதாகக் கொள்ள வேண்டும். இதேபோல அந்த நண்பர்கள், அவளுடைய கணவன் பற்றிக் கவிதையில் எடுத்தாளப்பட்டுள்ள சொற்களின் தேர்வாலும் கூறு முறையிலிருந்தும் அந்தப் பாத்திரங்களின் குணாம்சங்கள் நுட்பமாக வெளிப்படுகின்றன.

அதோடு கவனிக்க வேண்டிய இன்னொரு முக்கியமான அம்சம் யாரும் யாரையும் கட்டாயப்படுத்துவதில்லை. பாலியல் உறவை மிக நாசூக்காகச் சொல்லும் இக்கவிதை சங்கப் பாடல்களின் – குறிப்பாகக் குறுந்தொகை, நற்றிணை – தன்மையைக் கொண்டுள்ளதாகவே எனக்குப் படுகிறது. ஸ்ரீராம் தற்கால மொழியில் எழுதியிருக்கிறார் அதுதான் வித்தியாசம்.

இக்கவிதையின் கன்னட மொழியாக்கத்தைத் தமிழ் வரிவடிவில் தந்துள்ளேன். தமிழ் வாசகர்களுக்குக் கன்னடம் புரியாது என்பதை உணர்கிறேன். ஆனாலும் சிரமம் பார்க்காமல் அதை இரண்டு, மூன்றுமுறை படியுங்கள். பிறகு தமிழில் கவிதையைப் புரிந்திருப்பதால், உங்களால் கவிதையைக் கன்னடத்திலும் உணர முடியும். கன்னடத்தில் வல்லின றகரமும் றன்னகரமும் இல்லை என்பதை நினைவில் கொண்டு அதைப் படிக்க வேண்டுகிறேன்.

ஈ வருஷ மளெ கடிமெ

கடிமெ கூலிகெ கோடம்பி சிப்பு தெகியுவவளு
நநகெ கொத்து.
கடல மீநு சந்தெகெ பந்தரெ முகுள்நகுவளு.
ஜிநுகுவ திநகளல்லி சாலு மர ரஸ்தெயல்லி
கொடெ ஹிடிது ஹோகுவ அவளந்நு
தீவ்ரவாகி ப்ரீதிஸுத்தாநெ
குதிரெகெ லாள ஹொடெயுவ கம்மாளநொப்ப.
அவநு நந்நொடநெ மத்யபாந மாடுவதுண்ட்டு.
மளெகாலத மத்யதல்லி
ஒம்மெ அவளந்நு சம்போகக்கெந்து கரெதவு.
அவளு குதூஹலதிந்த ஒப்பிதளு.
எம்மெகளிகாகி பௌத ஹஸிரு ஹுல்லுகள இளிஜாரல்லி
ஹூடி ஒத்தெ உக்கலு இப்பரூ ஸுகபடதெவு.
ஸஞ்ஜெ பெட்டத கடிந தாரியல்லி
குதுரெமேலெ தாநியத ஹொரெ ஹூரிஸி பந்த
அவள கண்ட தந்ந மகளெம்பந்தெ
ஜவாப்தாரியில்லதெ அவளு ஓடாடுத்தாளெந்து பய்த.
அவளு முகுள்நகு பீருத்தா நம்மந்து சஹோதரரெந்து
பரிச்சயிஸிதளு.
கெலவு கித்தளெ ஹண்ணுகளந்நு உடுகொரெயாகி நீடித அவநு
'ஈ வருஷ மளெ கடிமெ' எந்நுத்தலே
அவள கூதலந்நு நேவரிஸி கண்ட்டு ஹாக்கித.
அவந ஹெகலல்லி ஒரகி அவளு பீள்கொண்ட க்ஷண
நம்மந்து கத்தலு ஆவரிஸித்து.
கைகளல்லி ஹண்ணுகளு மருதுவாகித்தவு.

●

அவளும் தன் பிறவும்

சுருக்கம்

யதார்த்த வாழ்க்கைக்கு எதிரான தர்க்க முரண் கவிதைகளில் வெளிப்படுவது இயல்பு. இது மரபுக்கவிதை, புதுக்கவிதை இரண்டுக்கும் பொது. ஆனால், இவ்விரண்டு இலக்கிய வகைமைகளில் அது செயல்படும் முறை வேறு. இக்கட்டுரையின் முதல் பகுதி இதை எடுத்துக்காட்டுகளுடன் நிறுவுகிறது. இதன் தொடர்ச்சியாக, ஒருவருக்குள் இன்னொருவர் என்னும் கருத்தாக்கத்தின் அடிப்படையில் தேவதச்சன் கவிதை ஒன்று பகுப்பாயப்படுகிறது.

1

தமிழில் புதுக்கவிதை பிறந்து, மரபுக் கவிதையோடு மல்லுக்கட்டி, கவிதை என்றாலே புதுக்கவிதைதான் என்னும் வழக்கு நிலைபெற்றுப் பல்லாண்டுகளானாலும், பின்னதை முன்னதோடு ஒப்பிட்டு, உறைத்துப் பார்ப்பது இன்னமும் தொடர்கிறது. இந்த நோக்கில், மரபுக்கவிதை ஒரு வகையில் தமிழ் இலக்கியத்துக்குப் பெருமை; மற்றொரு வகையில் சுமை.

கம்பன் இன்னமும் தமிழில் கவிச் சக்கரவர்த்தியாகவே வலம் வருகிறான். திருவாசகம், ஆழ்வார்களின் பாசுரங்களில் தமிழ் இலக்கிய ஆர்வலர்கள் எல்லோருந்தான் மனத்தைப் பறிகொடுக்கிறார்கள். தமிழ்ப் பண்பாட்டின் மகுடமாகவே சங்க இலக்கியம் பார்க்கப்படுகிறது. இருந்தாலும், தமிழில் 'டங்குடங்கு' செய்யுள்கள் (நன்றி:

படிகள் இதழ்) விரவியிருப்பதையும் மறுக்க முடியாது. புதுக்கவிதை தமிழில் அறிமுகமாகிப் புதிய வீச்சோடு துலங்கியபோது, அதை எதிர்த்தவர்கள் இந்த 'டங்கு டங்கு' செய்யுள் மரபின் அப்போதைய வழித்தோன்றல்களே. எண்பதுகளின் தொடக்கத்தில், பெங்களூர்த் தமிழ்ச் சங்கத்தில் நடைபெற்ற கூட்டம் ஒன்றில் தமிழ்த் திருமகன் ஒருவர், 'அப்பன் பேர் தெரிந்தவன் புதுக்கவிதை எழுதுவானா?' எனப் பேசியதாகக் கேள்விப்பட்டிருக்கிறேன். கவிஞர் கண்ணதாசன் மரபுக் கவிதையாளர்களில் விதிவிலக்கு, தொடர்ந்து மரபுக் கவிதை எழுதிவந்தாலும், தான் நடத்திவந்த கண்ணதாசன் இதழில் புதுக்கவிதைக்கு இடமளித்தார்.

சி. சு. செல்லப்பா தொடங்கிப் பலரும் புதுக் கவிதையை நியாயப்படுத்திக் காத்திரமாக நிறைய எழுதினார்கள். இந்நோக்கில் அவர் ஒருவரது கட்டுரைகள் மட்டும் ஒரு நூலளவுக்குப் பதிப்பாகியுள்ளன. அவர்கள் எல்லோரும் குறிப்பாகப் புலவர் குழந்தையின் விமர்சனங்களை எதிர்கொள்ள வேண்டியிருந்தது.

அற்புதமான தன் எள்ளல் கவிதை ஒன்றாலேயே ஞானக்கூத்தன் புதுக்கவிதை எதிர்ப்பாளர்களைக் காலிசெய்தார். அவரது யெதிரெதிர் உலகங்கள் கவிதையின் கடைசி இரண்டு பத்திகள்:

அன்றுமுதல் பிரம்மாவும் விஸ்வாமித்ர
மாமுனியும் படைத்தவைகள் அடுத்தடுத்து
வாழ்ந்துவரல் வழக்காச்சு. எடுத்துக்காட்டு:

மயிலுக்கு வான்கோழி புலிக்குப் பூனை
குதிரைக்குக் கழுதை குயிலுக்குக் காக்கை கவிஞர்களுக்
கெந்நாளும் பண்டிட்ஜீக்கள்.

சுந்தர ராமசாமி எழுதியுள்ள 'ந. பிச்சமூர்த்தியின் கலை மரபும் மனித நேயமும்' நூல் தமிழ் இலக்கிய வரலாற்றில் ஒரு மைல்கல்.

2

கட்டுரையின் இப்பகுதி, தேவதச்சனின் கவிதை ஒன்றை முன்வைத்து மரபுக்கவிதை அல்லது செய்யுளுக்கு இல்லாத ஒரு பண்பு அனாயசமாகப் புதுக்கவிதையோடு அணியமாதலை விவரிக்கிறது.

முன் தேவையாக, தர்க்க முரண் என்பதைக் கவனப்படுத்த விரும்புகிறேன். 'மரத்தில் காய்க்கிறது அரிசி' என்றால் அது தர்க்க முரண். அதாவது, இக்கூற்று தினசரி வாழ்க்கையின் யதார்த்தத்துக்கு முரணானது. இப்படிப்பட்ட தர்க்க முரண் செய்யுள்களிலும் – குறிப்பாகக் காப்பியங்களிலும் – ஏராளமாக உண்டு. எடுத்துக்காட்டாக, 'சீவகசிந்தாமணி'யில் வரும்

தென்திசை முளைத்த தோர் கோலச்செஞ்சுடர்
ஒன்றிமற்று உத்தரம் வருவது ஒத்தவன்

சிலப்பதிகாரத்தின் (மதுரைக் காண்டம்)

போருழந் தெடுத்த ஆரெயில் நெடுங்கொடி
வாரலென் பனபோல் மறித்துக்கை காட்ட

நளவெண்பாவின்

தையல் துயர்க்குத் தரியாது தம்சிறகாம்
கையால் வயிறலைத்துக் காரிருள்வாய் – வெய்யோனை
வாவுபரித் தேரேறி வாவென் றழைப்பனபோல்
கூவினவே கோழிக் குலம்

போன்றவற்றைச் சுட்டலாம். இவை யாவும் யதார்த்த வாழ்வில் இயலாதவற்றை நடப்பதாகச் சொல்கின்றன. அதாவது, இவை தர்க்க முரண் கொண்ட கூற்றுகள். இப்படிப்பட்டவற்றை 'இல்பொருள் உவமையணி' அல்லது 'தற்குறிப்பேற்ற உவமையணி' போன்ற வகையறாக்களுக்குள் அடக்கிவிடலாம்.

ஞானக்கூத்தனின் 'பிரச்சனை' கவிதை தமிழ் இலக்கிய வாசகர்களிடையே மிகப் பிரபலமானது. அது

திண்ணை இருட்டில் எவரோ கேட்டார்
தலையை எங்கே வைப்பதாம்
என்று எவனோ ஒருவன் சொன்னான்
களவு போகாமல் கையருகே வை.

இதோடு தேவதச்சனின்

நிர்வாணம்

யாருமில்லை என்பதால்
வீட்டில் சில நேரம்
நிர்வாணமாக இருந்தாள்
யாருமில்லை என்பதால்
நிர்வாணமாக இல்லை

கவிதையையும் இங்கே இணைத்துச் சுட்டுகிறேன்.

வெவ்வேறு தளங்களில் இயங்கும் இவ்விரு கவிதைகளும் தர்க்க முரண் சுமந்தவை. மரபுச்செய்யுள்களில் இடம்பெற்றுள்ள தர்க்க முரண்களுக்கும் ஞானக்கூத்தன், தேவதச்சன் கவிதைகளில் நாம் எதிர்கொள்ளும் யதார்த்தத்துக்கு எதிரான பண்புக்கும் இடையே நிறைய வேறுபாடுகள். முன்னவை ஒற்றைப் பரிமாணத்தில் செயல்படுகின்றன. பின்னவை, பல்வேறு பரிமாணங்கள் கொண்ட வாசிப்புக்கு அடித்தளங்களாக அமைகின்றன. அதாவது, ஒற்றைப் பரிமாண வாசிப்புத் தளையிலிருந்து கவிதைகளை

மீட்டு மேம்பட்ட பன்முக வாசிப்புக்கு வழியமைக்கின்றன. இது புதுக்கவிதையில் மட்டுமே சாத்தியம். வேறொரு வகையில் சொன்னால், இவ்வகையான தர்க்க முரண்கள் புதுக்கவிதைக்கு இன்றியமையாதன. இலக்கியத்தின் வகைமை ஒன்றை அடுத்தடுத்த கட்டங்களுக்கு மேம்படுத்துவதை அதில் அக்கறையுள்ள யார்தான் வேண்டாமென்பார்கள்?

ஞானக்கூத்தனின் நன்கறியப்பட்ட மற்றொரு கவிதை எட்டுக் கவிதைகள். அதன் ஐந்தாம் பகுதியின் ஒரு பத்தி:

வள்ளிக் கிழங்கின்
பதமாக
வெந்துபோன
அவள் உடம்பைப்
பிட்டுத் தின்னத்
தொடங்கிற்று
ஒவ்வொன்றாக அவையெல்லாம்.

‘பிரச்சனை’ கவிதையிலும் மேற்காணும் பத்தியிலும் மனித உடற்சிதைவு மையம். இவற்றில் உடலைப் பிய்த்தல் அல்லது சிதைத்தல் அச்செயலை மீறிய அர்த்தத்தைக் கொண்டுள்ளது. இக்கவிதை தர்க்க முரணை உள்ளடக்கியுள்ளது. இதை விளக்குவது அல்லது விரிவாக அலசுவது இக்கட்டுரையின் நோக்கமல்ல. செய்யுளில் இயற்றப்பட்ட பனுவல்களிலும் இவ்வாறான உடல் உறுப்புச் சிதைவுகள் இடம்பெற்றுள்ளன. எடுத்துக்காட்டுக்கு, சயங்கொண்டாரின் கலிங்கத்துப் பரணியின் களம் பாடியது பகுதியில் வரும்

சாதுரங்கத் தலைவனைப் போர்க் களத்தில் வந்த
தழை வயிற்றுப் பூதம்தான் அருந்தி, மிக்க
சாதுரங்கம் தலைசுமந்து, கமஞ்சூல் கொண்டு
தனிப்படும் கார் எனவரும்; அத்தன்மை காண்மின்

அதோடு கூழ் அடுதல் பகுதியில் இடம்பெற்றுள்ள

கங்காபுரியின் மதிற் புறத்துக் கருதார் சிரம்போய் மிக வீழ
இங்கே தலையின் வேல் பாய்ந்த இவை மூழைகளாகக் கொள்ளீரே!

ஆகியன.

மேற்படி இரண்டு செய்யுள்களிலும், தலையை மட்டும் தனியே சுமத்தலும் வேல்பாய்ந்த தலைகளைச் சமைப்பதும் நேரடி அர்த்தத்தையே சுட்டுகின்றன. போர்க்களத்தின் குரூரத்தை அழுத்தமாகக் காட்டவே இந்த உடற்சிதைவுகள் பயன்படுகின்றன. ஆனால் ஞானக்கூத்தன் கவிதைகளில் உடற்சிதைவுக்கு நேரடியான அர்த்தம் கவிதையின் இயக்கத்தில் இல்லை.

தொகுத்துக் கூறுவதென்றால், தர்க்க முரண் – அதாவது யதார்த்த வாழ்க்கையில் சாத்தியமற்ற செயல்கள் (உடற்சிதைவு உள்ளாக) – செய்யுள்களில் ஒற்றைப் பரிமாணம் மட்டுமே கொண்டது. ஆனால் அதுவே நவீன கவிதையில் பல்வேறு பரிமாணங்களுடன் வெவ்வேறு அர்த்தங்களைத் தந்து, பன்முக வாசிப்புக்கு வழியமைத்து அணியமாகிறது.

o

தேவதச்சனின் 'மர்ம நபர்' தொகுப்பிலுள்ள ஒரு கவிதை:

அவள் தன்

அவள் தன் அந்தரங்க ரோமங்களை
நீக்கிக்கொண்டிருந்தாள்
குளியலறை பூட்டியிருந்தது
வீடு உள் தாழ்ப்பாள் போட்டிருந்தது

அவள் அந்தப் புதர்வனத்தில் களைத்துப்போய்
நடந்துகொண்டிருந்தாள்
வழியில் அவள் வீடு, இதோ பக்கத்தில் வந்துவிட்டது
உள் தாழ்ப்பாள் போட்டிருந்தது

அழைப்பு மணியை அழுத்தினாள்
உள்ளே, குளியலறையில், அவசரமாய்
தண்ணீர் விழும் ஓசை கேட்டது.

கிளுகிளுப்பான சமாச்சாரத்தைச் சொல்வதுபோல் தொடங்கும் கவிதை சட்டென்று ஒரு பெண் தன் உடல் தூய்மை பேணும் தினசரி வாழ்வின் ஒரு பகுதி தொடர்பானதாக விரிகிறது. இந்தக் கவிதையில் இரண்டு 'அவள்'கள் இடம்பெறுகிறார்கள். அண்மைச் சுட்டு, சேய்மைச் சுட்டு என வேறுபடுத்தாமல் பிரக்ஞைபூர்வமாகத் தேவதச்சன் இவ்வாறு எழுதியிருப்பதாகக் கொள்வதற்கான நிகழ்மையே மிக அதிகம். அப்படியானால், கவிதை தர்க்க முரண் கொண்டதாகிறது.

ஏன் இந்தத் தர்க்க முரண்? இரண்டு அவள்களும் வெவ்வேறு பெண்களா? அல்லது ஒருவரா? இரண்டு அவள்களும் ஒருவரானால், அந்த அவள்களை ஒன்றாக்கும் தளம் எது? அவற்றின் காரணிகள் எவை? இவற்றையெல்லாம் பகுப்பாய்வது இக்கவிதையின் ஒரு வாசிப்பு. வசதிக்காக முதல் பத்தியின் அவளை அவள் – I எனக் கொள்வோம். இரண்டாம் பத்தியில் வருபவள் அவள் – II.

ஒரு கவிதையின் வரிகள் அல்லது பத்திகளை அச்சிடப்பட்டுள்ள அதே நிரலில் வாசிக்க வேண்டிய

அவசியமில்லை. நம் மரபில் உள்ள இடமாற்றுப் பொருள்கோளை இங்கே நினைவுகூர்க. தேவதச்சனின் கவிதையிலிருந்து கீழ்வருவனவற்றை நான் வரிசைப்படுத்திக்கொள்கிறேன் – எளிமை கருதி நிகழ்கால வினையில்.

1) அவள் – II ஒரு புதர்வனத்தில் களைத்துப் போய் நடந்துவருகிறாள். உள் தாழ்ப்பாள் போட்ட வீடு நெருங்குகிறது.

2) உள் தாழ்ப்பாள் போட்ட வீட்டின் குளியலறையில், அவள் – I தன் அந்தரங்க ரோமங்களை அகற்றிக்கொண்டிருக்கிறாள். அந்த வீட்டில் வேறு யாருமில்லை என்பதை ஊகத்தின் அடிப்படையில் ஏற்றுக்கொள்ளலாம்.

3) அவள் – II அழைப்புமணியை அழுத்த, அவள் – I அவசரமாய்க் குளித்துவிட்டோ தூய்மைப்படுத்திக்கொண்டோ வெளியேவர முயல்கிறாள்.

மேற்காணும் தரவுகளின் அடிப்படையில், இரண்டு அவள்களும் ஒருவரே என்னும் கருதுகோளை வந்தடைவது செயற்கையானதல்ல. அதாவது, குளியலறையிலிருக்கும் அவளின் உள்ளே இருக்கும் இன்னொரு அவள் புதர்வனத்தில் களைத்துப்போனவள். அதாவது, ஒரே நபருக்குள் இன்னொரு நபர். இது இரண்டகத் தன்மை (duality) அல்ல.

இதை அந்நியமாதலாகவும் புரிந்துகொள்ளக் கூடாது. மார்க்சியம் அந்நியமாதலை விரிவாகப் பேசுகிறது. அது பொருள் உற்பத்தியின் அடிப்படையிலானது. முதலாளித்துவப் பொருளாதாரத்தில் தொழிலாளி வெறும் உற்பத்திச் சாதனமாகித் தன் குடும்பம், சக மனிதர்கள், பண்பாடு என எல்லாவற்றிலிருந்தும் அந்நியப்படுகிறான். இது புறவயமான காரணிகளால் உருவாவது. இது தனி மனித, ஒட்டு மொத்தச் சமூக அந்நியமாதலுக்குக் காரணமாகிறது.

இருத்தலியலும் அந்நியமாதலை அணுகுகிறது. இதன்படி, அரசு, பெருவணிக நிறுவனங்கள், மதபீடங்கள் என அனைத்தும் மக்களிடமிருந்து விலகி அவற்றுக்கே உரிய ஜீவனற்ற விதிமுறைகளைக் கொண்டுள்ளன. எனவே, தனிமனிதர்கள் அவற்றின் செயல்முறைகளைப் புரிந்துகொள்வதுமில்லை, தங்களை அவற்றின் அங்கமாகவும் உணர்வதில்லை. அவர்கள் வரலாற்றிலிருந்தே அப்புறப்படுத்தப்படுகிறார்கள்; தங்கள் வேர்களை அடையாளம் காண்பதுமில்லை. எனவே, தனிமனிதர்களுக்குக் கடந்த, நிகழ், எதிர்காலம் என எவற்றிலும் இடமில்லை. அவர்கள் முழுமுற்றான அந்நியமாதலுக்கு ஆளாகிறார்கள்.

உளவியலும் அந்நியமாதலை மனநல, மருத்துவ நோக்கிலிருந்து அணுகுகிறது. பிளவு மனநிலை *(split personality)* ஒரு நோய். ஒருவருக்குள் அவரை அறியாமலேயே முற்றிலும் வேறான பண்புகளுடன் இன்னொரு நபர் இருப்பார். அவர் அவ்வப்போது செயல்பாடுகளின் மூலம் வெளிப்படுவார். உண்மையான நபர் தனக்குள் அப்படிப்பட்டவர் இருப்பதையோ அவர் செயல்பாடுகளையோ ஏற்றுக்கொள்ளமாட்டார். உளவியல் இதை நோயாகக் கருதி அதற்கான சிகிச்சை முறைகளை அலசுகிறது.

தேவதச்சன் கவிதையை முன்வைத்து நான் குறிப்பிடும் ஒருவருக்குள் இன்னொருவர் என்பது இவை எதிலும் சேர்த்தியல்ல. ஒருவருக்குள் இன்னொருவர் என்பதற்கு சாட்சியாக, வேறு சில இலக்கியப் பிரதிகளை எடுத்துக்காட்ட விரும்புகிறேன்.

உலகப் புகழ்பெற்ற டாக்டர் ஜெகில் அன்ட் ஹைட் குறுநாவல் அறிவியல் கலந்த பிளவு மனநிலை மீறிய கதைக்கருவுக்கு எடுத்துக்காட்டு. அதை எழுதிய ராபர்ட் லூயி ஸ்டீவன்சன் இது போன்ற அறிவியல் புதினங்களுக்குப் பெயர்பெற்றவர். அது வெளியான சில வருடங்களுக்குள்ளாகவே ஆங்கிலமொழியின் அடையாளமாகிவிட்டது. டாக்டர் ஜெகில் அன்ட் ஹைட் கதையை உங்களில் பலரும் பள்ளியிலோ கல்லூரியிலோ துணைப்பாடமாகவும் படித்திருக்கலாம். இதுவரை அதை நீங்கள் படிக்காதிருந்தால், அதன் சுருக்கத்தை விக்கிபீடியாவில் படித்துக்கொள்ளுங்கள். ஒருவருக்குள் இன்னொருவர் என்னும் கருத்தாக்கத்தைப் புரிந்துகொள்ள அது போதும்.

கன்னடத்தின் மிகச் சிறந்த சிறுகதையாசிரியர்களுள் ஒருவர் எஸ். திவாகர். ஒரு புகைப்படத்தை அடிப்படையாகக் கொண்டு, மிகச் சிறிய சிறுகதை ஒன்றை எழுதியிருக்கிறார். என் மொழிபெயர்ப்பில் இக்கதை விகடன் தடம் இதழில் (ஆகஸ்ட் 2019) வெளியாகியிருக்கிறது. திருமணப் புகைப்படத்தில் நகை அலங்காரபூஷணியாக, அடக்க ஒடுக்கமாக, பயந்தசுபாவியாகத் தோன்றும் சுமார் பதினான்கு வயதாகும் கமலம்மா, புகுந்த வீட்டுக்குச் சென்ற சில தினங்களில் தன் கணவன் வேறொருத்தியைத் தொடுப்பாக வைத்திருப்பதை அறிகிறாள். கணவனைத் தட்டிக்கேட்கவோ அழுது ஆர்ப்பாட்டம் செய்யவோ அவளுக்குத் தைரியமில்லை. ஒரு நாள் பூப்பறிக்கக் கணவன் புழைக்கடைக்குச் செல்லும்போது, எதுவும் பேசாமல் கமலம்மா புடவையைத் தூக்கிச் சொருகிக்கொண்டு அங்கே விறகுக்காக அடுக்கிவைத்திருக்கும் பெரிய மரக்கட்டைகளை ஒவ்வொன்றாக உருட்டிக் கோடாலியால் பிளந்துதள்ளுகிறாள். திக்பிரமை கொள்ளும் அவள் கணவன் அதன் பிறகு தன் தொடுப்பைத்

தேடிச் செல்வதில்லை. கமலம்மாவும் முன்னைப் போல் தன் இயல்புநிலைக்குத் திரும்புகிறாள்.

பயந்தசுபாவியான கமலம்மாவுக்குள் ஆக்ரோஷத்துடன் கோடாலியைத் தூக்கி மரக்கட்டைகளைப் பிளக்கும் (முற்றிலும் வேறான) இன்னொரு கமலம்மா!

மீண்டும் தேவதச்சன் கவிதைக்கு வருவோம். எதற்கு இரண்டு அவள்கள். இரண்டு பெண்களையும் அவள் என்றே குறிப்பது தர்க்க முரண். ஒரே அவள் புதர்வனத்தில் களைத்துப்போய் வீட்டுக்கு வந்து தன் அந்தரங்க ரோமங்களை அகற்றுவதாகத் தேவதச்சன் எழுதியிருக்கலாமல்லவா? அப்போது, இரண்டு அவள்கள் போன்ற குழப்பங்களையும் தர்க்க முரணையும் தவிர்த்திருக்கலாமே? இப்படிப்பட்ட கேள்விகள் எழுவது இயல்பு.

ஆனால், இரண்டு அவள்கள் – அதாவது ஒரே பெண்ணின் இரண்டு அவள்கள் – கவிதையில் இடம்பெறுவதுதான் கவிதையின் சூட்சுமம். அதுவே அதன் அழகியலைத் தீர்மானிக்கிறது. ஒரே அவள் உடல் தூய்மை பேணும் செயலில் ஈடுபடுவதாக எழுதப்பட்டிருந்தால், இது வெறுமனே செய்தி சொல்லுவதாக அமையும். கவிதையாகாது.

ரோமம் அகற்றலைக் குறியீடாகக் கொண்டோ நேரடியான பொருள் கொண்டோ இக்கவிதையை அணுகலாம். இப்போதைக்கு, இச்செயலின் நேரடியான அர்த்தத்தின் வழி கவிதையை அணுகலாம்.

எந்த இலக்கியப் பிரதியும் அதன் மையப் பொருள் குறித்த பல்வேறு சமிக்ஞைகளைத் தன்னகத்தே கொண்டிருக்கும். அவற்றை அடையாளம் காண்பதும் அதன் வாசிப்பில் பயன்படுத்துவதும் வாசகனுக்கு ஏற்பவும் காலத்தைத் தொட்டும் மாறும். இந்தச் சமிக்ஞைகள் நேரடிப் பொருள் தரமாட்டா. அவ்வாறு அவை செயல்படுவதுமில்லை. ஓர் இலக்கியப் பிரதி எல்லா வாசகர்களுக்கும் ஒரே புரிதலைத் தரும்; அது ஒரே வாசகனுக்கு எல்லாக் காலங்களிலும் (எப்போதும்) ஒரே புரிதலைத் தரும். இவை இரண்டும் சாத்தியமல்ல.

தன் தவறுகளைப் பிறர்மேல் ஏற்றிக் கூறுவது, மனித இயல்பு. அதற்கு முற்றிலும் பிறிதொரு நபர் தேவை. அந்தரங்க ரோமம் நீக்குதல் பிழையன்று. உடலில் ரோமம் முளைப்பது இயற்கை. ஆனாலும், 'புதர்வனத்தில் களைத்துப்போய்' என்னும் சமிக்ஞை அந்தரங்க ரோமம் கொண்டிருப்பது மன அவசத்தை அல்லது சங்கடத்தை உண்டாக்குவதைச் சுட்டுகிறது. அதாவது, அந்தரங்க ரோமம் கொண்டிருப்பது தன் தவறல்ல என்றாலும், அதைத்

தானே பெற்றிருப்பதை அவள் – Iஇன் மனம் ஏற்க மறுக்கிறது. எனவே, அதை வேறொருவரின் உடம்பில் ஏற்றிக்கூறுவது அவள் – Iஇன் விருப்பம். ஆனால், தன் அந்தரங்கத்தைப் பிறிதொரு நபருடன் பகிரவோ அல்லது அவர்மேல் சுமத்தவோ முடியாது. எனவே, அவள் – I தனக்குள்ளேயே அவள் – II ஐ அடையாளம் காண்கிறாள் அல்லது உருவாக்கிக்கொள்கிறாள்.

கவிதையில் இந்த விவாதத்தை நேரடியாகச் சமர்ப்பிக்க முடியாது. அப்படிச் செய்வது இலக்கியமும் ஆகாது. எனவேதான், அவள் – II வெளியில் திரிந்துவிட்டு, அவள் – I ஐத் தேடி வீட்டுக்கு வருவதாக, தேவதச்சன் நாடகீயமாக எழுதியுள்ளார். கவிதையில் சொல்லப்பட்டுள்ளதைத் தாண்டியும் காட்சி நீள்வதாகக் கற்பனைசெய்துகொள்ள வாசகருக்கு எல்லா உரிமையும் உண்டு. அப்படியானால், வீட்டின் கதவு திறக்கப்பட்டவுடன் அவள் – II அவள் – I உடன் இரண்டறக் கலப்பதை மான்டாஜ் சித்திரமாகக் கற்பித்துப் பாருங்கள், கவிதையின் பல பரிமாணங்களை நீங்கள் சிலாகிக்கலாம். தேவதச்சனின் இக்கவிதையை வெறுமனே தற்குறிப்பேற்ற அணிக்குள் அடக்க முடியாது என்பதையும் உணரலாம்.

சுருக்கமாகச் சொன்னால், தேவதச்சனின் கவிதை ஒரு பெண்ணின் அந்தரங்கத்தூய்மை தொடர்பான மன அவசத்தையும் அதனால் அவள் தன் பிற அவளை உருவாக்கி அதிலிருந்து விடுபடுவதையும் சொல்கிறது. இதற்கு வலு சேர்க்கும் விதமாக, ‘உள் தாழ்ப்பாள் போடப்பட்ட வீடு’ என்பதைப் பார்க்கலாம். அப்படிப்பட்ட வீடு வெறுமனே அந்தரங்கம் சார்ந்தது மட்டுமல்ல. மாறாக அது அவளது உள் ஒடுங்கும் பண்பின் குறியீடாகவும் செயல்கொள்கிறது.

ஒருவருக்குள் மற்றொரு நபர் இருப்பது ஆண் பெண் இருவருக்கும் பொது. தேவதச்சன் எதேச்சையாக, ஒரு பெண்ணுக்குள் இன்னொரு பெண்ணை முன்வைத்துக் கவிதையைப் படைத்துள்ளார். இதற்குச் சிறப்பான காரணம் எதையும் நான் காணவில்லை. இது படைப்பின் வேதியியல். ஆனால் சூத்திரங்களின் மூலம் இதை விளக்கிவிட முடியாது. ஆனால் அப்படிப்பட்ட சிறப்பான காரணம் எதுவும் இருந்தால் அது தேவதச்சன் என்னும் படைப்பாளிக்குப் பெண்கள் மீதான கரிசனையின் வெளிப்பாடாகக் கொள்ளலாம்.

முடிவுரை

தர்க்க முரண் செய்யுள்களில் அல்லது மரபுக் கவிதைகளில் தற்குறிப்பேற்ற அணி, இல்பொருள் உவமை அணி ஆகியவற்றுக்குள்

அடங்குபவை. அவற்றை மீறிய பொருளை அவை சுட்டுவதில்லை. மாறாக, தர்க்க முரண் நவீன கவிதைகளில் வெளிப்படையாகத் தோன்றும் வார்த்தைச் சேர்க்கைகள், விவரிக்கப்படும் நிகழ்வுகள் தாண்டி வேறு பரிமாணங்களைச் சுட்டி நின்று, அக்கவிதைகளின் அழகியல் விகாசத்துக்கு ஏதுவாகின்றன. இக்கட்டுரையில், தேவதச்சனின் அவள் தன் கவிதையில் தர்க்க முரணை அடையாளம் கண்டு, அதை ஒருவருக்குள் இன்னொருவர் என்னும் கருத்தாக்கத்தின் அடிப்படையில் பகுத்தாயப்பட்டுள்ளது. அதன் மூலம், கவிதையின் ஒரு போக்குப் பொருள் ஒன்று கண்டடையப்பட்டுள்ளது. இதேபோன்று வேறு கருத்தாக்கங்களின் அடிப்படையில், இக்கவிதையின் தர்க்க முரணை அணுகி முற்றிலும் புதிய வாசிப்புக்கான வாய்ப்பு பேரளவுக்கு உள்ளது.

நூற்பட்டியல்

1. *ஞானக்கூத்தன் (1998). ஞானக்கூத்தன் கவிதைகள், விருட்சம், சென்னை.*
2. *சயங்கொண்டார் 2004), கலிங்கத்துப் பரணி (புலியூர்க் கேசிகன் தெளிவுரை), பாரி நிலையம், சென்னை.*
3. *சுந்தர ராமசாமி (2001). ந. பிச்சமூர்த்தியின் கலை மரபும் மனித நேயமும், காலச்சுவடு, நாகர்கோவில்.*
4. *தேவதச்சன் (2017). மர்ம நபர், உயிர்மை பதிப்பகம், சென்னை.*
5. *புகழேந்திப் புலவர் (1995). நளவெண்பா (புலியூர்க் கேசிகன் தெளிவுரை), பாரி நிலையம், சென்னை.*
6. *Cooper, D. E. (1999). Existentialism: A Reconstruction, 2/e, Wiley – Blackwell, New York, USA*
7. *Mandel, E. and Novack, G. (1973). The Marxist Theory of Alienation, 2/e., Pathfinder, Newyork.*
8. *Stevenson, R. L. (1886). The Strange Case of Dr. Jekyl and Mr. Heyde, Longmans, Green & Co., London.*

●

சூர்யை

மகாகவி சுப்ரமண்ய பாரதி

எந்த நேரமும் நின் மையல் ஏறுதடீ
குற வள்ளீ, சிறு கள்ளீ!

என்னும் பல்லவியுடன் தொடங்கும் வள்ளிப் பாட்டின் மூன்றாம் பத்தியில்

எட்டுத் திசையும் ஒளிர்ந்திடுங் காலை
இரவியைப்
போன்ற முகத்தாய்!

என எழுதியுள்ளார். ஏழாவது மனிதன் (1982) திரைப்படத்திலும் இப்பாடல் இடம்பெற்றுள்ளது. இசை எல். வைத்தியநாதன். பாடியவர் ஜேசுதாஸ். அப்படத்தில் எல்லாப் பாடல்களும் பாரதி இயற்றியவையே.

எஸ்எஸ்எல்சி (பதினோராம் வகுப்பு) இறுதித் தேர்வில் நூற்றுக்கு நூறு மதிப்பெண் வாங்கியதற்காக எனக்குக் கொடுக்கப்பட்ட புத்தகம் பூம்புகார் பிரசுரத்தின் பாரதியார் கவிதைகள். அப்போது படித்தபோது இந்த வரிகள் எனக்கு எந்த ஆச்சரியத்தையும் தரவில்லை. பின்னாளில் இவற்றைப் படித்தபோதும் ஏழாவது மனிதன் படத்தின் பாடலைக் கேட்ட ஒவ்வொருமுறையும் வியப்பில் ஆழ்ந்தேன். ஒரு பெண்ணின் முகத்தைப் பாரதி சூரியனுக்கு ஒப்பிடுகிறார். ரவி என்றால் ஞாயிறு.

பொதுவாக இந்திய மொழி இலக்கியங்களிலும் பண்பாடுகளிலும் பெண்ணை நிலவோடு ஒப்பிடுவதே வழக்கம். இயல்பு. தமிழிலக்கியத்திலும் பாரதிக்கு முன்பு வேறெவரும் பெண்ணை ஞாயிறோடு வைத்துப் பேசியதாகத் தெரியவில்லை. சமஸ்கிருதத்திலும் யாரும் சூரியனைப் பெண்ணுக்கு உவமையாக்கவில்லை என அம்மொழிப் பண்டிதர்கள் சிலரிடம்

கேட்டறிந்தேன். (போலவே பாரதத்தில் நதிகளுக்கும் பெண்பால் பெயர்கள்தாம். ஒரே விதிவிலக்கு பிரம்மபுத்ர.)

ஷேக்ஸ்பியரின் நாடகங்களை (மூலபாடத்தில்) அவ்வப்போது படிப்பேன். ரோமியோ ஜூலியட் வாசித்தபோது எனக்கோர் ஆச்சரியம் காத்திருந்தது. அதன் அங்கம் இரண்டு இப்படித் தொடங்குகிறது:

SCENE II. Capulet's orchard.

Enter ROMEO
ROMEO
He jests at scars that never felt a wound.

JULIET appears above at a window

But, soft! what light through yonder window breaks?
It is the east, and Juliet is the sun.

ஷேக்ஸ்பியர் ரோமியோவின் வார்த்தைகளில் ஜூலியட் தோன்றும் ஜன்னலைக் கிழக்காகவும் அவளைச் சூரியனாகவும் வர்ணிக்கிறார். ஆங்கில மொழியிலும் பெண்ணைச் சூரியனோடு வைத்துப் பேசும் போக்கு இல்லை. ஆனால் ஷேக்ஸ்பியர் காரண காரியத்தோடு இந்த உருவகத்தைச் செய்துள்ளார் என்பது என் வாதம். நாமறிந்துள்ள ரோமியோ ஜூலியட் கதையைச் சற்றுச் சுருக்கமாகவேனும் நினைவுபடுத்திக்கொள்ள வேண்டுகிறேன்.

ரோமியோவும் ஜூலியட்டும் தலைமுறைப் பகைமை கொண்ட இரு குடும்பங்களைச் சேர்ந்தவர்கள். ஜூலியட்டின் தந்தை நடத்தும் விருந்தில் ரோமியோவும் அவனுடைய உறவினரும் கலந்துகொள்கிறார்கள். அங்கே சந்தித்துக்கொள்ளும் ரோமியோவும் ஜூலியட்டும் கண்டதும் காதல் வயப்படுகிறார்கள். ரோமியோ பகைக் குடும்பத்தைச் சேர்ந்தவன் எனக் கண்டுபிடிக்கப்பட்டு வெளியேற்றப்படுகிறான். வீட்டின் பின்புறத் தோட்டத்தையொட்டி அமைந்துள்ளது ஜூலியட்டின் அறை. அவளைப் பார்ப்பதற்காக இவன் சிலமுறை செல்கிறான். பின்னர் மடாலயத்தைச் சேர்ந்த துறவி லாரன்ஸ் இருவருக்கும் திருமணம் செய்துவைக்கிறார். எப்படியாவது இரண்டு குடும்பங்களையும் ஒன்று சேர்த்துவிடலாம் என்பது அவர் எண்ணம். ஜூலியட்டின் தாதிக்கு மட்டுமே இவர்கள் திருமணம் தெரியும். பகைக் குடும்பத்தைச் சேர்ந்த டைபால்டை ரோமியோ தெருச் சண்டையில் கொல்ல நேரிடுகிறது. ரோமியோ நாட்டைவிட்டு வெளியேற வேண்டும்; நாட்டுக்குள்ளிருந்தால் கொல்லப்படுவான் என அரசு ஆணையிடுகிறது. இதற்கிடையில் பாரிஸ் என்பவனை மணந்துகொள்ளுமாறு ஜூலியட்டின் பெற்றோர்கள் வற்புறுத்துகிறார்கள். திருமண நாளும்

குறிக்கப்படுகிறது. திருமணத்திலிருந்து தப்பித்துக்கொள்ள ஜூலியட் துறவி லாரன்ஸின் உதவியை நாடுகிறாள். அவர் அவளுக்கு ஒரு மருந்தைத் தருகிறார். அதை உட்கொள்கிறவர் பல மணிநேரம் இறந்ததைப் போன்று தோற்றமளிப்பார். திருமணத்துக்கு முதல் நாளிரவு ஜூலியட் மருந்தை உட்கொள்கிறாள். அந்த மருந்தின் தன்மை பற்றித் தலைமறைவாயிருக்கும் ரோமியோவுக்கு லாரன்ஸ் கடிதம் அனுப்புகிறார். ஜூலியட் இறந்துவிட்டதாகக் கருதிக் குடும்பத்துக்குச் சொந்தமான இடுகாட்டில் புதைக்கப்படுகிறாள். அவள் இறந்த செய்தி அறிந்து – ஜூலியட் குடும்பத்தினர் அவ்விடத்தைவிட்டு அகன்றவுடன் –ரோமியோ அவள் கல்லறைக்கு வந்து அதைத் திறக்கிறான். லாரன்ஸின் கடிதம் கிடைக்காததால், ஜூலியட் இறந்துவிட்டதாகக் கருதித் தான் ஏற்கனவே வாங்கிவந்திருக்கும் விஷத்தைத் துளியும் மிச்சம்வைக்காமல் குடித்து ரோமியோ மடிந்து விழுகிறான். பிறகு மயக்கம் தெளிந்து எழும் ஜூலியட் நடந்தவற்றை ஊகித்துத் தானும் உயிர்விடத் துணிகிறாள். ரோமியோ விஷத்தை மிச்சம்வைக்காததால், அவன் உடைவாளால் தன்னை மாய்த்துக்கொள்கிறாள். இருவரின் உண்மைக் காதலை அறியும் குடும்பங்கள் பகை மறந்து ஒன்று சேர்கின்றன.

என் விவாதத்துக்குத் தேவையான அளவிலேயே கதைச் சுருக்கத்தைத் தந்துள்ளேன். ஏற்கனவே இத்தாலியில் வழங்கிவந்த நாட்டுப்புறக் கதையை ஷேக்ஸ்பியருக்கு முன்பே சிலர் உரைநடையில் எழுதியிருந்தார்கள். அவர் அதையே தன் பாணியில் ரோமியோ ஜூலியட் நாடகமாகப் படைத்தார்.

கதையை மீண்டு நினைவுக்குக்கொண்டுவாருங்கள். ரோமியோ முதல்முறை ஜூலியட்டின் அறைக்குச் செல்லும்போது அவன் வார்த்தைகளாக மேற்சொன்னதை ஷேக்ஸ்பியர் எழுதியிருக்கிறார். ஜூலியட் பிறந்து பருவப் பெண்ணாக வளர்கிறாள். துறவி லாரன்ஸ் தரும் மருந்தால் இறந்தவளைப் போன்ற தோற்றம் பெறுகிறாள். மற்றவர்கள் அவள் இறந்துவிட்டதாகவே கருதி அடக்கமும் செய்கிறார்கள். ஆனால் ஜூலியட் மீண்டும் உயிர்த்தெழுகிறாள் (அல்லது விழித்தெழுகிறாள்). பிறகு ரோமியோவின் உடைவாளால் தன்னைக் குத்திக்கொண்டு இறக்கிறாள். அதாவது, ஜூலியட் தோன்றி, மறைந்து, மீண்டும் தோன்றி, மறைகிறாள். இப்படிப்பட்ட இயல்பு சந்திரனுக்கு இல்லை. ஆனால் சூரியன் தோன்றி, மறைந்து, மீண்டும் தோன்றி, மறைகிறது. அதனால்தான், ஷேக்ஸ்பியர் ஜூலியட் தலைகாட்டும் ஜன்னலைக் கிழக்காகவும் அவளைச் சூரியனாகவும் உருவகப்படுத்துகிறார்.

இது போன்ற பற்பல நயங்களை ஷேக்ஸ்பியரின் நாடகங்கள் ஒவ்வொன்றிலும் எடுத்துக்காட்டலாம். இப்படியான நயங்களை

இப்போது பேசுவற்கான காரணம் குறித்த கேள்வி உங்களுக்கு எழலாம். நியாயம்தான். வெறுமனே நயங்கூறுதல் மட்டுமே இலக்கியமாகிவிடாது. அதுவும் நவீன இலக்கியமாகிவிடாதுதான். ஆனாலும் இது இலக்கிய ரசனையின் ஒரு பகுதி. இலக்கிய ரசனை இல்லையேல் செவ்வியல் மட்டுமல்ல நவீன இலக்கியங்களையும் சுவைக்கவோ சிலாகிக்கவோ முடியாது.

ஒட்டு மொத்த உலக இலக்கியத்தில் ஷேக்ஸ்பியரைவிடப் புகழும் வாசிப்பும் வேறு யாருக்கும் வாய்க்கவில்லை. அவர் படைப்புகள் தொடர்பான விமர்சன நூல்களே எண்ணிக்கையில் அதிகம். இப்போதும் ஆண்டுதோறும் ஷேக்ஸ்பியரின் படைப்புகள் குறித்த புதிய நூல்கள் வந்தவண்ணமிருக்கின்றன. மேற்கத்திய நாட்டுப் பல்கலைக்கழகங்கள் பெரும்பாலானவற்றில் ஷேக்ஸ்பியர் இருக்கைகள் உண்டு.

தமிழகத்தின் எல்லாப் பல்கலைக்கழகங்களிலும் பிஏ, பிஎஸ்ஸியில் ஆங்கிலம்தான் இரண்டாம் மொழி. எண்பதுகளின் தொடக்கம்வரை பட்டப்படிப்பு மாணவர்கள் ஷேக்ஸ்பியரின் ஒரு நாடகத்தின் மூலத்தைப் பாடமாகப் படிக்கும் கட்டாயம் இருந்தது. ஆனால் இன்று அந்த நிலைமை மாறிவிட்டது. ஷேக்ஸ்பியர் நாடகங்கள் துணைப்பாடநூல் பகுதிக்குள் உரைநடையாகச் சுருங்கிவிட்டன. பெரும் இலக்கிய ரசனைப் பாரம்பரியத்தை இன்றைய பட்டப்படிப்பு மாணவர்கள் இழந்து நிற்கிறார்கள். ஆங்கில இலக்கியம் பயிலும் மாணவர்களாவது அவரை மூலத்தில் படிக்கிறார்கள் என்பது இப்போதைக்குச் சின்ன ஆறுதல்.

ஷேக்ஸ்பியரைப் பாடம் நடத்தும் விற்பன்னர்களும் ஒவ்வொரு இந்திய மாநிலத்திலும் இருந்தார்கள். இவர்களில் பலர் பாடமாக மட்டுமல்லாமல் அவர் நாடகங்களை நடித்தே காட்டும் திறன் மிக்கவர்களாயிருந்ததை முந்தைய தலைமுறையினரிடமிருந்து அறிகிறேன். மாநிலக் கல்லூரியின் எஸ். ராமசாமி (அறுபதுகளின் தொடக்கம்வரை), க்ளமெண்ட் (இவர் சென்னையிலும் பாண்டிச்சேரியிலும் பணியாற்றினார்) பற்றி ம ஆர். ராஜகோபாலன் நிறையச் சொல்வார். அண்ணாமலைப் பல்கலைக்கழகத்தில் எண்பதுகளின் தொடக்கம்வரை பணியாற்றிய சேதுராமன் ஷேக்ஸ்பியர் விற்பனராக அறியப்பட்டிருந்தார். நிர்வாகத்துடன் ஏற்பட்ட பிணக்கு காரணமாக அவர் ஆந்திரா பக்கம் போய்விட்டார். சேலம் சௌடேஸ்வரி கல்லூரியில் எனக்கு ஆசிரியராயிருந்த எம். கோபால் கள்ளிக்கோட்டைப் பல்கலையிலிருந்த சி. ஏ. ஷெப்பர்டின் (ஆங்கிலோ இந்தியர்) ஷேக்ஸ்பியர் நாடக வகுப்புகளை வானளாவப் புகழ்ந்ததைக் கேட்டிருக்கிறேன். இவர்களைப் போல ஷேக்ஸ்பியர் நாடகங்களின்

நயமுரைத்த பேராசிரியர்கள் இன்னும் ஏராளமானோர் இருந்திருப்பார்கள். இன்று இந்தப் பரம்பரை அருகிவிட்டது.

பெங்களூரின் செயின்ட் ஜோசப் கல்லூரியில் பணியாற்றி ஓய்வுபெற்ற ஆங்கிலப் பேராசிரியர் ஜி. கே. கோவிந்தராவ் இக்காலம் கர்நாடகத்தில் பிரபலமான ஷேக்ஸ்பியர் ஆசான். இவர் கன்னடத் திரைப்படங்கள் பலவற்றிலும் நடித்துள்ளவர். நாடகப் பாத்திரங்களை நடித்துக்காட்டியே பாடம் நடத்திவிடுவார். ஷேக்ஸ்பியரை மெச்சுவார். திட்டுவார். இவர் பேச்சைக் கேட்கும் அனுபவமே தனிதான். எனக்கும் அந்தப் பாக்கியம் ஒருமுறை கிடைத்தது.

மீண்டும் சூரிய உவமானத்துக்கு வரலாம். இரண்டு மகாகவிகள் தத்தம் போக்கில் அதுவரையிலான மரபை மீறி சூரியனைப் பெண்ணுக்கு ஒப்பிட்டிருக்கிறார்கள் அல்லது உருவகமாக எடுத்தாண்டிருக்கிறார்கள். தமிழகத்தின் ஏதாவதொரு பல்கலைக்கழகங்கள் ஏதாவதொன்றில் ஒப்பியல் இலக்கியத்தில் முனைவர் பட்டத்திற்காக ஷேக்ஸ்பியரையும் பாரதியையும் யாராவது ஒப்பிட்டிருப்பார்கள். அவர்கள் இந்த சூரிய உவமை/ உருவகம் தொடர்பாக ஏதும் குறிப்பிட்டிருக்கிறார்களா என்பது எனக்குத் தெரியாது.

ஆனால் தமிழ்ப் புதுக்கவிதையில் எங்கோ 'சூர்யை' எனப் படித்திருக்கிறேன். அதை எழுதியது யார் என்பது இப்போதைக்கு என் நினைவிலில்லை.

●

தூதில் வென்ற ஔவை

தூது செல்வது எளிதன்று. அதுவும் எல்லா அதிகாரங்களையும் தங்களிடம் குவித்துவைத்திருந்த அரசர்களிடம் தூது சென்றது கடினமான, சிக்கலில் மாட்டிக்கொள்ள பெரும் வாய்ப்பான காரியம்.

தூதுவர்களுக்கு இருக்க வேண்டிய பண்புகளை அபிதான சிந்தாமணி விரிவாகக் கூறுகிறது. அனைத்து சாஸ்திரங்களையும் அறிந்திருப்பதோடு, தேசபக்தி மிக்கவராகவும். எல்லோரிடமும் அன்புள்ளவராகவும் தூதர் இருக்க வேண்டும். வேற்றரசனிடம் பேசும்போது, கடுஞ்சொற்களை நீக்கி அவனுக்கு ஆகாதவற்றைப் பயமின்றி எடுத்துரைக்கும் ஆற்றலும் தேவை. இப்படிப் பலபடச் சொல்கிறது அபிதான சிந்தாமணி.

இலக்கியம்/ புராணங்களில் சில தூதுகள் பிரபலமானவை. அவற்றில் மூன்றைப் பார்க்கலாம். முதலாவது, ராமாயணத்தில் அனுமன் ராவணனிடம் சென்ற தூது. சீதையைத் தேடி இலங்கை செல்லும் அனுமன் அசோகவனத்தில் சீதையைக் காண்கிறான். பின் ராவணனின் காவலர்களிடம் பிடிபட்டு அவன் அரசவைக்குக் கொண்டுசெல்லப்படுகிறான். ராவணனிடம் தான் ராமபிரானின் தூதுவனாக வந்திருப்பதாகக் கூறிச் சீதையை விடுவிக்குமாறு பல நீதிகளை அனுமன் எடுத்துரைக்கிறான். கம்பன் இவற்றைப் பதினெட்டுப் பாடல்களில் விவரிக்கிறார். அதில் ஒரு பாடல்:

வெறுப்பு உண்டாய ஒருத்தியை வேண்டினால்
மறுப்பு உண்டாயபின் வாழ்கின்ற வாழ்வினின்
உறுப்பு உண்டாய் நடு ஓங்கிய நாசியை
அறுப்புண்டால் அது அழகு எனல் ஆகுமே.

(கம்ப ராமாயணம், சுந்தரகாண்டம், பிணி வீட்டு படலம்)

தன்னை வெறுக்கும் ஒரு பெண்ணை விரும்பி, அவளால் மறுக்கப்பட்ட பின்னும் (இறக்காமல்) வெட்கமில்லாமல் உயிர் வாழ்வதைவிட நடுவில் எடுப்பாகத் தெரியும் உறுப்பான மூக்கு அறுக்கப்பட்ட முகமே அழகு எனச் சொல்லலாம் என அனுமன் மிகப் பொருத்தமாகக் கூறுகிறான். இது போன்று இன்னும் பல நீதிகளைக் கேட்டும், ராவணன் சீதையை விடுவிக்க மறுப்பதோடு, அனுமனைத் துன்புறுத்தவும் தன் வீரர்களுக்குக் கட்டளையிடுகிறான். அனுமனின் தூது தோற்றுவிடுகிறது.

அடுத்த தூது மகாபாரதத்தில் கிருஷ்ணனின் தூது. இரண்டாம்முறையாக சூதாட்டத்தில் தோற்று, வனவாசமும் விராட தேசத்தில் ஒரு வருட அஞ்ஞாத வாசமும் முடித்த பாண்டவர்களுக்கு அவர்கள் நாட்டைத் திரும்பத் தருமாறு கேட்டுத் திருதராஷ்டிரன் அவைக்குக் கிருஷ்ணன் தூது செல்கிறான். கூர்மையான ஊசியின் முனையால் குத்தக்கூடிய இடமும் பாண்டவர்களுக்குத் தர முடியாது எனத் துரியோதனன் பிடிவாதமாகச் சொல்லிவிடுகிறான். இப்படியாகக் கிருஷ்ணனின் தூதும் தோற்றுவிடுகிறது. இவை இந்திய இதிகாசங்களில் இடம்பெறும் தூதுகள்.

தமிழ் இலக்கியப் பண்பாட்டின் மிக முக்கியமான அடையாளங்களில் ஒன்று ஔவையின் ஆளுமை. அவர் ஒருவர் அல்லர் பலர் என்பது ஆய்வாளர்களின் முடிபு. ஆத்திசூடி, கொன்றை வேந்தன் என இவர் பெயரால் வழங்கப்படும் நூல்கள் பல. ஔவையின் தனிப்பாடல்களும் பிரபலமானவை. சிற்றரசர்கள் மட்டுமல்லாது மூவேந்தர்களும் அவர் சொல் கேட்டு நடந்தார்கள். ஔவையரில் ஒருவர் தகடூரைத் (இன்றைய தர்மபுரி) தலைநகராகக் கொண்டு ஆண்ட வள்ளல் அதியமானின் அபிமானத்துக்குரியவராகத் திகழ்ந்தார். நீண்ட காலம் வாழவைக்கும் கிடைத்தற்கரிய நெல்லிக்கனியைத் தான் உண்ணாமல் ஔவைக்குத் தந்து மகிழ்ந்தவன் அதியமான். அவனுக்கும் காஞ்சியின் தொண்டைமானுக்கும் பகை மூண்டது. தொண்டைமான் அதியனோடு போரிட ஆயத்தமானதை அறிந்து காஞ்சிக்குச் சென்ற ஔவை கீழ்வரும் பாடலைத் தொண்டைமானுக்காகப் பாடினார்.

இவ்வே பீலி அணிந்து மாலைசூட்டிக்
கண்திரள் நோன்காழ் திருத்திநெய் அணிந்து
கடியுடை வியன்நக ரவ்வே அவ்வே
பகைவர் குத்திக் கோடுநுதி சிதைந்து
கொல்துறைக் குற்றில மாதோ – என்றும்
உண்டாயின் பதம் கொடுத்து
இல்லாயின் உடன் உண்ணும்
இல்லோர் ஒக்கல் தலைவன்
அண்ணல்எம் கோமான் வைந்நுதி வேலே.

(புறநானூறு, 95ஆம் பாடல்)

இப்படைக்கலங்கள் மயிலிறகு சூட்டப்பட்டு, நெய் பூசப்பட்டுக் காவல் மிகுந்த கோயிலில் வைக்கப்பட்டுள்ளன. (எந்நாளும்) தன்னிடம் பொருளிருந்தால் வருபவருக்கு அதைத் தந்தும் இல்லாதுபோனால், உள்ள உணவை வருபவர்களோடு உண்ணும் வறியவர்களின் தலைவனான எங்கள் மன்னனின் (அதியமானின்) படைக்கலங்களோ (எப்போதும்) பகைவரைக் குத்துவதால் முனை மழுங்கிக் கொல்லனின் குறுகிய கொட்டிலில் உள்ளன. இது இப்பாடலின் பொருள்.

தொண்டைமானின் படைக்கலங்கள் அழகுற அடுக்கி வைக்கப்பட்டிருப்பதாக ஔவை கூறுவது வஞ்சப் புகழ்ச்சி. அதாவது அவன் படைக்கலங்கள் போரில் பயன்படுத்தப்படாதவை. அவனும் போரிட்டு அறியாதவன். ஆனால் அதியமானின் படைக்கலங்கள் கூர் மழுங்கியவை. ஆதலால் அதியமான் பல போர்களை அறிந்தவன். எனவே அதியமானோடு போரிட்டு வெல்வது தொண்டைமானுக்குக் கடினம் அல்லது இயலாது. இதுவே ஔவை பாடலின் சாராம்சம்.

ஔவையின் பாடலைக் கேட்ட தொண்டைமான் அதியனுடன் போரிடும் எண்ணத்தைக் கைவிட்டான் என்பது இலக்கிய வரலாறு. அதாவது சொல்லின் செல்வன் அனுமன், பரந்தாமனான கிருஷ்ணன் ஆகியோரின் தூதுகள் தோற்கத் தமிழ்க் கவிதாயினி ஔவையின் தூது வென்றது.

●

கவிதையும் அரசாங்கமும்

உலகம் முழுவதும் அரசாங்கங்கள் கவிதை களைப் பூட்ஸ் காலில் போட்டு மிதித்ததைக் கேட்டுள்ளோம். சற்று வித்தியாசமான இரண்டு நிகழ்ச்சிகளைச் சொல்ல விரும்புகிறேன்.

கோபாலகிருஷ்ண அடிக கன்னட நவ்ய (நவீன) கவிதை இயக்கத்தின் முன்னோடி. இதற்கு முன்பிருந்த நவோதயக் காலகட்டத்திலேயே கவிதை எழுதத் தொடங்கிய அடிக இரண்டுக்கும் இணைப்புக் கண்ணி. இவரைத் தொடர்ந்த தலைமுறையைச் சேர்ந்தவர்களே ராமச்சந்திர சர்ம, ஏ. கே. ராமனுஜன் போன்றோர். நவ்ய கவிதைகளின் வெளிப்பாட்டு முறையும் பாடுபொருளும் புதியனவாயிருந்தன. தமிழில் புதுக்கவிதை இயக்கத்துக்கு ஏற்பட்டதுபோலவே, நவ்ய கவிதைக்கும் மரபாளர்களின் எதிர்ப்பு கிளம்பியது. கன்னடத்தில் இரண்டாம் ஞானபீட விருது பெற்றவர் வர கவி தத்தாத்ரேய பேந்த்ரெ. தொடக்கத்தில் அவரே அடிகவின் கவிதைத் தொகுப்பொன்றுக்கு முன்னுரையும் எழுதியுள்ளார். பின்னர், 'அடிக' என்றால் சமையல்காரன்; எனவே கோபாலகிருஷ்ண அடிக கவிதையெழுதுவதைவிட்டுச் சமையல் வேலைக்குப் போகலாம் என்று அவரே ஒருமுறை கருத்துரைத்தார். கட்டுரைகள், இலக்கிய உரைகளின் மூலம் கோபாலகிருஷ்ண அடிகவின் கவித்துவ நுட்பங்களைக் கன்னட உலகுக்கு உணர்த்திய முன்னணி விமர்சகர் யு. ஆர். அனந்தமூர்த்தி.

அடிக 1918ஆம் ஆண்டு கர்நாடகத்தின் இன்றைய உடுப்பி மாவட்டத்தில் மொகேரி என்னும் கடற்கரைக் கிராமத்தில் ஏழ்மையான குடும்பத்தில் பிறந்தார். உறவினர்களின் ஆதரவுடன் மைசூர்ப் பல்கலைக்கழகத்தில் பிஏ (ஹானர்ஸ்) படித்து முடித்த அடிக கல்லூரி ஆசிரியரானார். பின்னர் நாக்பூர் பல்கலைக்கழகத்தில் ஆங்கில இலக்கியத்தில் எம்ஏ பட்டம் பெற்று, மீண்டும் கல்லூரி ஆசிரியராகப் பல்வேறு இடங்களில் பணியாற்றி ஓய்வுபெற்றுப் பெங்களூரில் நிலைத்து 1992இல் காலமானார்.

1982இல் பாரிஸில் நடந்த உலகக் கவிதை விழாவில் தமிழின் சார்பில் கலந்துகொண்டவர் சுந்தர ராமசாமி. கன்னடத்தைப் பிரதிநிதித்துவப்படுத்தியவர் கோபாலகிருஷ்ண அடிக.

அடிக 1957ஆம் ஆண்டு ‘பிரார்த்தனை’ என்னும் தலைப்பில் கவிதை எழுதி அதைக் கவியரங்கம் ஒன்றில் (அநேகமாக தசரா விழாக் கவியரங்கம்) வாசித்தார். அது அகில இந்திய வானொலியிலும் ஒலிபரப்பாயிற்று. பிறகு பிரஜாவாணி நாளிதழும் அதை வெளியிட்டது. உடனே இக்கவிதை ஆபாசம் எனப் பல்வேறு தரப்புகளிலிருந்தும் குற்றச்சாட்டுகள் எழுந்தன. இலக்கிய ஆர்வலர்களும் தங்களைத் தரக்குறைவாக இது விமர்சித்ததாக அரசியல்வாதிகளும் அரசாங்கத்திடம் புகார் கொடுத்தார்கள். அப்போதைய கர்நாடக முதல்வர் எஸ். நிஜலிங்கப்ப. அவர் சார்பில், ‘உங்கள் பிரார்த்தனை கவிதை ஆபாசமாக இருப்பதாகப் புகார் வந்துள்ளது. இது குறித்து முதலமைச்சர் உங்களோடு விவாதிக்க விரும்புகிறார்’ என்னும் ரீதியில் நேரில் வந்து சந்திக்குமாறு முதலைச்சருக்கு வசதியான நாள், நேரம் குறிப்பிட்டு அடிகவுக்குக் கடிதம் வந்தது. திக்பிரமையடைந்த அடிக, ‘என் கவிதை குறித்து முதலமைச்சரோடு ஏன் விவாதிக்க வேண்டும் எனப் புரியவில்லை. அல்லாமல் முதலமைச்சருக்கு வசதியான நாள் நேரத்திலேயே ஏன் சந்திக்க வேண்டும்? எனக்கு வசதியான நாளும் நேரமும் இருக்கலாமல்லவா?’ எனப் பதில் எழுதினாராம். அதற்குப் பிறகு சில நாட்களுக்குப் பிறகு அடிகவுக்கும் முதலைமைச்சருக்கும் வசதியான நாள், நேரத்திலேயே முதலமைச்சர் அவரைச் சந்திக்க விரும்புவதாகக் கடிதம் வந்தது. இரண்டாம் கடிதத்தின் மொழிநடையும் சற்று மென்மையடைந்திருந்ததாம். பிறகு சில நாட்களுக்குள் நிஜலிங்கப்பவின் அமைச்சரைவை கலைந்து வேறு அமைச்சரவை ஆட்சிப் பொறுப்பேற்றுக்கொண்டது. இந்த நிகழ்ச்சியை ‘நெனப்பின கனிகளு (நினைவுச் சுரங்கங்கள்)’ என்னும் தன் நூலில் கோபாலகிருஷ்ண அடிக விவரித்துள்ளார். அவரது கவிதைகளின் ஒட்டுமொத்தத் தொகுப்பின் பின்னுரையிலும் இதைக் குறிப்பிட்டுள்ளார். அதில், ‘அப்போது இந்த நாட்டில் மக்களாட்சியும் தனிமனித சுதந்திரமும் இருந்தன. நிஜலிங்கப்ப

உடனே என்னைச் சிறையில் அடைக்கும் வேலையைச் செய்யவில்லை' என எழுதியிருக்கிறார் பெங்களூர்த் தெற்குத் தொகுதியிலிருந்து ஜனசங்க கட்சியின் சார்பில் 1971ஆம் ஆண்டு பாராளுமன்றத் தேர்தலில் போட்டியிட்டுத் தோற்ற கோபாலகிருஷ்ண அடிக.

ஆனால் 'பிரார்த்தனை' விஷயம் அத்தோடு முடியவில்லை. புதிய அரசாங்கத்திடமிருந்தும் விளக்கம் கேட்டுக் கடிதம் வந்தது. இந்தமுறை நண்பர் ஒருவரின் ஆலோசனையின் பேரில், 'நான் சொல்ல வேண்டியவற்றைக் கவிதையில் சொல்லிவிட்டிருப்பதால் அதை விவரிப்பது சாத்தியமல்ல. அதில் எடுத்தாளப்பட்டிருக்கும் ஒவ்வொரு வார்த்தையும் கவிதையின் பாடுபொருளான ஆளுமைச் சாதனையின் அர்த்தத்தைச் சிருஷ்டிக்கப் பயன்படுத்தப்பட்டவை. அவை ஆபாசமாக இருக்கச் சாத்தியமேயில்லை. உங்களுக்குக் கவிதையின் பொருள் வேண்டுமானால் அதை நன்றாகப் புரிந்துகொண்டுள்ள கே. நரசிம்மமூர்த்தி அல்லது யு.ஆர். அனந்தமூர்த்திக்குத் தயவுசெய்து எழுதிக் கேளுங்கள்' என அடிக பதிலளித்தார். அரசாங்கமும் அந்தக் கோப்பை மூடியது. இரண்டொரு வருடங்கள் அடிகவுக்குத் தொந்தரவு கொடுத்த அந்த விவகாரம் அத்தோடு முடிந்தது.

லிங்கதேவரு ஹளெமனெ கர்நாடகத்தின் மிக முக்கிய இடதுசாரிச் சிந்தனையாளர். மைசூரிலுள்ள இந்திய மொழிகள் நிறுவனத்தில் பணியாற்றியவர். என் மொழியியல் குரு. இவர் எனக்கு நேரில் சொன்ன தகவலின்படி, நிஜலிங்கப்ப 'பிரார்த்தனை' கவிதைமீதான புகார் பற்றித் தலைமைச் செயலரோடு பேசியிருக்கிறார். ஆனால் அவருக்குக் கடிதம் எதுவும் எழுதச் சொல்லவில்லை. தலைமைச் செயலர் தன்னிச்சையாக முதலமைச்சர் சார்பில் அடிகவுக்குக் கடிதம் எழுதிவிட்டார். அதற்கு வந்த பதிலை நிஜலிங்கப்பவிடம் காட்டியபோது, அவர் தலைமைச் செயலரைக் கடிந்துகொண்டாராம். அதனால்தான் அடிகவுக்கு வந்த இரண்டாம் கடிதத்தின் மொழிநடை மென்மையாயிருந்திருக்கிறது. எது எப்படியோ முதலமைச்சர் நிஜலிங்கப்ப கவிஞர் அடிகமீது எந்த நடவடிக்கையும் எடுக்கவில்லை. இதுவரை எந்த அரசாங்கமும் பிரார்த்தனை கவிதையைத் தடை செய்யவுமில்லை.

'பிரார்த்தனை' மிகக் கடினமான கவிதை. இன்றளவும் கன்னட நவ்ய கவிதைகளின் முக்கியமானதாகத் திகழ்கிறது. இதன் பொருளை விளக்கப்போனால் அது ஒற்றைப் பரிமாணத்தில் முடியும். என்னால் இயன்றளவு கவிதையின் சில பத்திகளைத் தமிழ் வாசகர்களுக்காக மொழிபெயர்த்துத் தருகிறேன்.

பிரார்த்தனை

பிரபு,

புகழ்ச்சிப் பம்பை அடித்து அடித்து முதுகு வளைந்த
வாய்க்கு வந்தபடி பேசும் முகஸ்துதிக்காரனல்ல (நான்)
நிச்சயமாக; வாலாட்டி நிலத்தில் தேய்ந்து முழங்காலிட்டு
வணங்கி குனிந்து புரளும் மூட்டுவலி பீடித்தவனல்ல;
தன் மெழுகுவர்த்தியை அணைத்துவிட்டு அரையிருட்டில்
இரை தேடும் நபும்சக ஓட்டுண்ணியல்ல;
அதிகாரத்திலுள்ளவர்களின் பிருஷ்டத்துக்கு முதுகு வளைத்து,
கத்தியை உறைக்குள் சொருகியிருக்கும் பேடியல்ல.

சின்ன தீவட்டியைப் பிடித்து விடியலுக்கு
வெளிச்சம் பரவியது தன்னால்தான் எனத் தனக்குள்
முகம் மலரும், அகங்காரம் கொள்ளும், குனிய
முடியாத தொந்திக்காரன்,
தலை நிமிர்ந்து நடக்கக் கற்ற கொழுப்பெடுத்தவன் –
குணப்படுத்தய்யா தண்ணீர் நிரம்பிய இந்த வயிற்றுப் பாரத்தின்
சோம்பலை.
இரவும் பகலும் புளியேப்பத்தின் கமலையை இறைத்து
ஒவ்வோர் ஏப்பத்துக்கும் அமோகமான உயிர்ப்பூட்டும் பாடலை
அழைக்கும்
நோயின் பயிரை முடிந்தளவு கத்தரி தந்தையே!
தின்றது சரியாக செரிக்கும்படி ஆசீர்வதி;
செரிக்காதனவற்றைக் காகிதத்தின் மேலெல்லாம்
வாந்தியெடுக்காதபடி
இயல்பான வடிகால்களுக்கு ஏற்பாடு செய்; ரகசிய வழிகளைக்
கொடு எல்லோருக்கும் அவரவர் சொந்த வீட்டுக்குச் செல்ல.
... ...
... ...
... ...

அணைப்புக்குச் சிக்காத பகல் கனவின் பருத்த தொடை
கிடைக்காமல் கிடைத்ததுபோலாகித் துவாரத்தைத் திறக்கும்
சொப்னேந்திரியம் தானாக வழிவதை நிறுத்து;
அதோடு, காற்றில் நிர்வாணமாக நடமாடும்
அப்சரஸ்களின் உச்சகட்டத்துக்குத் தேவையில்லாமல்
முஷ்டிமைதுனத்தின் அகங்காரத்தைத் தூண்டாதே.
தயவுசெய்து அவ்வப்போது என்னிடம் அனுப்பைய்யா
நிஜமான பெண்களை, மெய்யான தொடைகளை,
ஆன்மாவுக்குள்
நுழைந்து தேய்க்கத் தகுந்த சுருங்காத புத்தம் புதிய
தோல்களை.
... ...
... ...
... ...

இந்த அறிவு பாதி பொறிந்த முட்டை, துரையே,
ஓடுடைந்து வரட்டும் பரிபூர்ண அவதாரியே கருடனே –
காற்றைக் கத்தரிக்க விறைப்பான வெள்ளி அரிவாள்,
உன் தொடைக்குக் கீழே மீண்டும் – நெகிழ.

ஜூன் 1957

○

சேலம் தமிழ்நாடன் பிரபல வானம்பாடிக் கவிஞர். வேள்வி, மண்ணின் மாண்பு தொகுதிகளை வெளியிட்டபோதெல்லாம் அவருக்கு எந்தத் தொல்லையும் இல்லை. காமரூபம் (1973) எழுதினார். விவகாரந்தான். ரகசியமாக அதை ரசித்தவர் பலர். பகிரங்கமாக எதிர்த்தவர் சிலர். அத்தொகுப்பில்

செட்டிச்சி
தொட்டுலஷ்மி
பட்டப்பகலில்
பத்துச் சாவியைக்
கொத்தாய்ச் சொருகிக்கொள்வாள்
இடுப்பில்.

செட்டி
புட்டண்ணன்
ராவிலே
ஒத்தைச் சாவியைச்
செருகினால்
எங்ஙனே
சாலும்
அது ?

என்றொரு கவிதை. இது கலை, இலக்கியங்களோடு ஸ்நானப் ப்ராப்திகூட இல்லாத சேலம் குகை செட்டியார்கள் கவனத்துக்கு வந்து அவர்கள் கண் சிவந்தார்கள். அப்போது தமிழ்நாடன் சேலத்துக்கு அருகில் ஏதோ ஊரின் பள்ளியில் பணியாற்றிக்கொண்டிருந்தார். அவரை ஆசிரியர் பதவியிலிருந்து நீக்கக் கோரிக் கல்வி அமைச்சரிடம் செட்டியார்கள் புகார் மனு அளித்தார்கள். சேலத்துக்கு வருகை புரிந்த கல்வி அமைச்சரிடம் கும்பலாகச் சென்று நேரடியாகவும் முறையிட்டார்கள். கவிதைத் தொகுதியை வரவழைத்துப் படித்துப் பார்த்த கல்வி அமைச்சர் 'அட நல்லாத்தானே எழுதியிருக்கிறார்' எனச் சொல்லித் தொகுப்பைக் கையொடு எடுத்துச் சென்றுவிட்டார். பிறிதொரு சமயம் தமிழ்நாடனை நேரில் சந்தித்தபோது அத்தொகுப்பின் பல வரிகளைச் சொல்லிச் சிலாகித்தாராம். அந்த அமைச்சர் நெடுஞ்செழியன்.

○

கர்நாடக அரசாங்கமும் தமிழகக் கல்வி அமைச்சரும் (ஒருவகையில் தமிழ்நாட்டு அரசாங்கமும்) ஆபாசம் எனக் குற்றம்சாட்டப்பட்ட இரு கவிதைகளின் விஷயத்தில் எப்படி நடந்துகொண்டன என்பதைக் கூறியுள்ளேன். இரண்டு கவிதைகளும் ஒரே தரத்தவையல்ல என்பதையும் நானறிவேன். கவிஞர்களின் படைப்பாளுமைகளும் வெவ்வேறானவை.

'பிரார்த்தனை' கவிதை தொடர்பான செய்திகளில் சிலவற்றை மேற்கோள் குறிகளுக்குள் எழுதியுள்ளேன். இவற்றை அச்சு அசல் அடிகவின் கூற்றாகக் கொள்ள வேண்டாம்.

விஸ்வேஸ்வரய்யாவின் பொது ஆளுமை

மைசூர் சந்தன சோப்புத் தொழிற்சாலை கர்நாடக அரசு நிறுவனம். உலகப் புகழ்பெற்ற சந்தன சோப்பு மட்டுமல்லாமல், அன்றாட வீட்டுப் பயன்பாட்டுப் பொருள்கள் பலவற்றையும் இது தயாரிக்கிறது. முன்பு துணி துவைப்பதற்கான சோப்புத் தூளையும் தயாரித்தது. இரண்டாண்டுகளுக்கு முன்னர் சர் எம்.வி. 100 என்னும் ஊதுவத்தி வகையை அறிமுகப்படுத்தியது. பாக்கெட்டின் முகப்பை மைசூர்த் தலைப்பாகை அணிந்த மோக்ஷகுண்டம் விஸ்வேஸ்வரய்யாவின் வண்ணப் படம் அலங்கரிக்கிறது. பின்பக்கம் அவரைப் பற்றிய விவரக் குறிப்பும் அச்சாகியுள்ளது. நூறு கிராம் எடை கொண்ட ஊதுவத்திகள் அடங்கிய முப்பது ரூபாய் விலையுள்ள பாக்கெட்டைப் பார்த்தவுடன் பல சிந்தனைகள் எனக்குள் தோன்றின.

விஸ்வேஸ்வரய்யாவைப் பற்றிப் பலருக்கும் தெரிந்திருந்தாலும், அவரைப் பற்றிச் சொல்ல ஏராளமான செய்திகள் உள்ளன. 1860ஆம் ஆண்டு செப்டம்பர் மாதம் 15ஆம் நாள் அப்போதைய மைசூர் மாகாணத்தின் முத்தேனஹள்ளி கிராமத்தில் அவர் பிறந்தார். மோக்ஷகுண்டம் அவர் குடும்பப் பெயர். பள்ளிக் கல்வி சிக்பெள்ளாபூரில். பிறகு பெங்களூரின் சென்ட்ரல் காலேஜில் பிஏ பட்டம். அது அன்று மதறாஸ் பல்கலைக்கழகத்துடன் இணைந்திருந்தது. புணேயில் தங்கப் பதக்கத்துடன்

(இன்றைய பிஈக்கு இணையான) பொறியாளர் பட்டம் பெற்றார். விஸ்வேஸ்வரய்யாவின் முதல் பணி அன்றைய பம்பாய் மாகாணத்தில்.

நீர்மட்டத்திற்கேற்ப அணையில் நீர்ப்பிடிப்புக் கொள்ளளவை உயர்த்தும் தானியங்கித் தடுப்புகளை முதலில் உருவாக்கியவர் விஸ்வேஸ்வரய்யாவே. இந்த அமைப்பு பல அணைக்கட்டுகளிலும் பின்பற்றப்பட்டது. ஹைதராபாத்தில் வெள்ளப்பெருக்கால் ஆபத்தை விளைவித்துக்கொண்டிருந்த மூஸா நதியைக் கட்டுப்படுத்தும் வழிமுறைகளையும் கண்டறிந்து அவர் செயல்படுத்திக்காட்டினார்.

மைசூர் ராஜ்ஜியத்தின் திவானாக (இன்றைய தலைமைச் செயலாளர்) விஸ்வேஸ்வரய்யா சாதித்தவை ஏராளம். அதன் அரசராயிருந்த கிருஷ்ணராஜ உடையாருடன் அவருக்கிருந்த நெருக்கம் அதற்கு ஏதுவாயிருந்தது. கிருஷ்ணராஜ சாகர் அணைக்கான திட்ட வரைபடத்தைத் தயாரித்ததோடு முன்னின்றுக் கட்டுவித்தவரும் அவரே. இந்த அணையால்தான் மண்டியா பகுதியில் விவசாயம் செழித்தது. இப்பகுதியில் ஒவ்வொரு வீட்டிலும் சுவாமி படங்களுக்கு இணையாக விஸ்வேஸ்வரய்யாவின் படமும் மாட்டப்பட்டிருப்பதை இன்றும் காணலாம்.

பத்ராவதி இரும்பு – உருக்கு ஆலை, மைசூர் சோப்புத் தொழிற்சாலை,மைசூர் ஸ்டேட் வங்கி போன்ற ஏராளமானவற்றை அவர் நிறுவினார். நவீன மைசூர் ராஜ்ஜியத்தின் தந்தை எனப் பொருத்தமாகத்தான் அவர் அழைக்கப்பட்டார். பெங்களூரில் அரசு பொறியியல் கல்லூரி அமையவும் அவரே காரணர். இன்று பெங்களூர்ப் பல்கலைக்கழகத்துடன் இணைந்துள்ள அக்கல்லூரி அவர் பெயராலேயே வழங்கப்படுகிறது.

திருப்பதி கோவிலுக்கான மலைப்பாதையை அமைத்ததில் அவர் பங்கு முதன்மையானது. சேலம் நகரின் பழைய பேருந்து நிலையத்திற்கும் கோட்டை மாரியம்மன் கோவிலுக்கும் அருகில் அமைந்திருந்தது புகழ்பெற்ற, அழகான இந்தியன் வங்கிக் கட்டடம். அதன் திட்ட வரைபடத்தைத் தயாரித்தவரும் விஸ்வேஸ்வரய்யாதான். பராமரிப்பின்றிப் பழுதடைந்திருந்த அக்கட்டடம் சென்னை உயர்நீதிமன்ற ஆணையால் இடிக்கப்பட்டுவிட்டது.

சமூகப் பணிக்காக அன்றைய பிரிட்டிஷ் அரசாங்கத்தின் *Knight Commander of Indian Empire* விருது உள்ளிட்ட பல கீர்த்திகள் விஸ்வேஸ்வரய்யாவுக்குக் கிடைத்தன. அவற்றுக்கு மகுடமாக

விடுதலை பெற்ற இந்தியாவின் மிக உயரிய விருதான பாரத ரத்னா 1955ஆம் ஆண்டு அவர் உயிருடனிருந்தபோதே வழங்கப்பட்டது. 1962இல்தான் அவர் காலமானார்.

அணை, கட்டடங்கள் கட்டியதில் மட்டுமே விஸ்வேஸ்வரய்யா முனைப்பு காட்டவில்லை. கர்நாடகத்தின் தலைமைச் செயலகமான விதான செளதாவுக்கு நூறு மீட்டர் தொலைவிலேயே அமைந்துள்ள சென்சுரி கிளப் என்னும் மனமகிழ் மன்றத்தின் நிறுவனரும் அவரே. பெங்களூருக்குச் சுற்றுலா வரும் அனைவரும் காண வேண்டிய ஒன்று விஸ்வேஸ்வரய்யா அறிவியல் – தொழில் அருங்காட்சியகம். அவரைப் பற்றிச் சொல்ல இன்னும் நிறைய உள்ளன.

பூஜையில் தொடங்கி ஈமச்சடங்குவரை பல சந்தர்ப்பங்களிலும் பயன்படுத்தப்படும் பொருள் ஊதுபத்தி. வாசனைக்காக வீட்டிலும் அலுவலகங்களிலும் அதைக் கொளுத்திவைப்பதும் இயல்பு. எனவே ஊதுவத்திப் பாக்கெட்டில் இடம்பெறும் படத்துக்குரியவர் எல்லாத் தரப்பினருக்கும் பொது ஆளுமையாக இருக்க வேண்டியது அவசியம். அந்தத் தகுதி – இருபதாம் நூற்றாண்டில் கர்நாடகத்தின் மிகப் பிரபல ஆளுமையான – விஸ்வேஸ்வரய்யாவுக்கு நிச்சயம் உண்டு.

தமிழ்நாட்டில் – அதுவும் இருபதாம் நூற்றாண்டில் வாழ்ந்த – இப்படிப்பட்ட பொது ஆளுமைகள் உண்டா எனக் கேட்டால், நீண்ட யோசனைக்குப் பிறகே சிலரைக் குறிப்பிட முடியும். சுப்ரமண்ய பாரதி உடனடியாக நினைவுக்கு வருகிறார். பூஜைக்கான பொருளின் பாக்கெட்டில் அவர் படத்தைப் போடுவதால் அதைப் பயன்படுத்துவோருக்கும் மனக்கிலேசம் இருக்காதுதான்.

வேறு யார் படத்தை இப்படியான சந்தர்ப்பங்களில் நாம் பயன்படுத்திக்கொள்ள முடியும்? சில ஆளுமைகளின் படங்களைப் போட்டால். 'இது யார்?' எனக் கேட்டு நம்மவர்கள் ஏற்படுத்தும் அவமானத்தைவிட அப்பெரியவர்களின் உருவப் படங்களைப் பயன்படுத்தாமலிருப்பதே அவர்களுக்கு நாம் காட்டும் மரியாதையாகக்கூட அமையலாம். ஊதுவத்திப் பாக்கெட்டின் முகப்பின் இடம்பெறுவதற்காக ஒருவர் தன் ஆளுமையை உருவாக்கிக்கொள்ளத் தேவையில்லை என்பதை மனங்கொண்டே இதை எழுதுகிறேன்.

●

ஆசியாவின் முதல் நீர் மின் நிலையத்தை நிறுவிய தமிழர்

கே. சேஷாத்திரி ஐயர் 1845 ஆம் ஆண்டு ஜூன் முதல் நாள் பாலக்காட்டுக்கு அருகில் உள்ள குமாரபுரத்தில் தமிழ் பிராமணக் குடும்பத்தில் பிறந்தார். பெற்றோர் அனந்தகிருஷ்ண ஐயர் – வெங்கட்டலக்ஷ்மம்மா. சேஷாத்திரி ஐயரின் பாட்டனார் கௌரி சேஷன் பட்டு தஞ்சாவூரின் கணபதி அக்கிரஹாரத்திலிருந்து பாலக்காட்டில்

குடியேறியவர். அனந்தகிருஷ்ண ஐயருக்குக் கள்ளிக்கோட்டையில் வக்கீல் தொழில்.

சேஷாத்திரிக்கு ஒரு வயதாயிருந்தபோது அனந்தகிருஷ்ண ஐயர் இறந்துவிடவே, வெங்கட்டலக்ஷ்மம்மாவையும் சேஷாத்திரியையும் பராமரிக்கும் பொறுப்பை அனந்தகிருஷ்ண ஐயரின் முதல் மனைவியின் மகனான வெங்கட்டசுப்பையர் ஏற்றார்.

சேஷாத்திரியின் பள்ளிக்கல்வி கள்ளிக் கோட்டையிலும் பட்டப்படிப்பு சென்னை மாநிலக் கல்லூரியிலும் நிறைவேறின. அவர் 1866ஆம் ஆண்டில் பிஏ பட்டம் பெற்றார்.

1868இல் அப்போதைய மைசூர் அரசாங்கத்தின் நீதித் துறையில் வேலைக்குச் சேர்ந்து பல பொறுப்புகளை வகித்த சேஷாத்திரி 1874ஆம் ஆண்டு சென்னைப் பல்கலைக்கழகத்திலிருந்து பிஎல் பட்டமும் பெற்றார். தொடர்ந்து 1883ஆம்

ஆண்டு மைசூர் அரசாங்கத்தின் திவானாக (இன்றைய தலைமைச் செயலருக்கு நிகர்) நியமிக்கப்பட்டார். தன் பெயர் நிலைக்கும்படியான பல காரியங்களைத் திறம்படச் செய்து முடித்தவர் சேஷாத்திரி. பெங்களூரில் பரவிய பிளேக் நோயைத் திறமையோடு கட்டுக்குள் கொண்டுவந்தார். இவர் காலத்தில்தான் கோலார் தங்கச் சுரங்கப் பணி தொடங்கப்பட்டது. புகழ்பெற்ற லால்பாக்கிலுள்ள கண்ணாடி மாளிகையையும் பெங்களூரின் கிருஷ்ணராஜேந்திரா மார்க்கெட் பகுதியில் அமைந்துள்ள விக்டோரியா பொதுமருத்துவமனையையும் நிறுவியவர் சேஷாத்திரி. இந்தியாவிலேயே முக்கியத்துவம் வாய்ந்த முதன்மைக் கல்வி மற்றும் ஆராய்ச்சி மையங்களில் ஒன்றான இந்திய அறிவியல் கழகம் அமையவும் சேஷாத்திரி முன்முயற்சிகள் மேற்கொண்டார். இந்நிறுவனம் இவர் மறைவுக்குப் பின்னர்தான் செயல்படத் தொடங்கியது. மைசூர் ராஜ்ஜியத்தில் மிக நீண்ட காலம் திவான் பதவி வகித்தவர் சேஷாத்திரி ஐயர்தான்.

திவான் சேஷாத்திரி ஐயர் ஒரு நாள் ஆங்கிலப் பத்திரிகையொன்றில் மின்சாரத்தைப் பற்றியும் ஐரோப்பிய நாடுகளில் அது பயன்பட்ட முறைகளையும் படித்தாராம். கோலார் தங்கச் சுரங்கங்களில் அது மிகவும் பயனுள்ளதாக இருக்கும் என உணர்ந்து, உடனடியாக மைசூர் மன்னர் நான்காம் கிருஷ்ணராஜ உடையாரிடம் காவிரி நீர் மின் திட்டத்துக்கு அனுமதி பெற்றார். பத்திரிகைகளில் விளம்பரம் செய்து ஆங்கிலேயப் பொறியாளர்களைத் தேர்ந்து நீர் மின் உற்பத்தித் தொழில்நுட்பத்தில் பயின்று வர ஜெர்மனிக்கு அனுப்பினார். அவர்கள் திரும்பிவந்து நிர்மாணித்ததுதான் சிவசமுத்திரம் நீர் மின் நிலையம். இன்றைய மண்டியா மாவட்டத்தின் சிவசமுத்திரத்தில் காவிரி ஆறு இரண்டாகப் பிரிந்து அருவியாகக் கொட்டுகிறது. சிவசமுத்திரம் மைசூருக்குப் பக்கம். பெங்களூரிலிருந்து 139 கிமீ தொலைவு.

இங்கிலாந்திலிருந்தும் அமெரிக்காவிலிருந்தும் தருவித்த மின் உற்பத்திக்கான தளவாடங்களையும் இயந்திரங்களையும் மலைப் பகுதிக்கு யானைகள்மீதும் மாட்டுவண்டிகளிலும் கொண்டுசென்றிருக்கிறார்கள். 700 கிலோ வாட் உற்பத்தித் திறன் கொண்ட மின் நிலையம் 1902ஆம் ஆண்டு ஜூனில் பிரிட்டிஷ் பொறியாளர் ஜெனரல் டொனால்ட் ராபர்ட்ஸன் தலைமையில் செயல்பாட்டுக்கு வந்தது. இதுவே ஆசியாவின் – ஆக இந்தியாவின் – முதல் நீர் மின் உற்பத்தி நிலையம்.

இங்கே மின்சாரம் உற்பத்தி செய்யப்படுவற்கு முன்பே இத்திட்டத்திற்குக் காரணரான சேஷாத்திரி ஐயர் காலமானதுதான்

பரிதாபம். சிவசமுத்திரம் மின் உற்பத்தி நிலையத்திற்கு சேஷாத்திரி ஐயரின் பெயரே சூட்டப்பட்டது. இந்நிலையம் 2006இல் இந்தியப் பாரம்பரியச் சின்னமாக அறிவிக்கப்பட்டது. அங்கிருந்து 92 மைல் தொலைவிலுள்ள கோலார் தங்க வயலுக்கு மின்சாரம் கொண்டுசெல்லப்பட்டு, தங்கச் சுரங்க வேலைகளில் பெரும் மாற்றங்கள் நிகழ்ந்தன.

தங்கவயலில் தேவைக்குப் போக மின்சாரம் எஞ்சியிருக்கவே, பெங்களூர் நகருக்கும் மின்சாரம் விநியோகிக்கப்பட்டது. அதனால் சாலை விளக்குகளை மின் விளக்குகளாகப் பெற்ற முதல் இந்திய நகரம் என்ற பெருமையும் பெங்களூருக்குக் கிடைத்தது. இது நடந்தது 1905இல். அதே காலகட்டத்தில் லண்டன் மாநகரில் மின்சாரப் பயன்பாடு இருந்தாலும், தெரு விளக்குகள் அரிக்கேன் விளக்குகளாகவே இருந்தனவாம்.

பெங்களூரின் மையப் பகுதியான கெம்பேகௌடா பேருந்து நிலையத்திற்கு (மெஜஸ்டிக்) அருகில், மல்லேஸ்வரத்திற்குத் தென்கிழக்கில் உள்ள பகுதிக்கு சேஷாத்திரிபுரம் என்றே பெயர். கெம்பேகௌடா பேருந்து நிலையத்திலிருந்து செல்லும் முக்கியச் சாலைகளில் ஒன்றின் பெயர் சேஷாத்திரி மெயின் ரோட். பெங்களூரில் கப்பன் பூங்காவில் அமைந்துள்ள மாநில மைய நூலகம் சேஷாத்திரி ஐயர் நினைவு நூலகம். இப்பூங்காவில் அவருக்கு ஒரு சிலையும் உள்ளது. நவீன பெங்களூரை நிர்மாணித்தவர் எனத் தமிழரான சேஷாத்திரி ஐயர் மிகப் பொருத்தமாகத்தான் நினைவுகூரப்படுகிறார்.

●

செம்மைக் கட்டுரைகள்

எம்.எஸ்ஸும் மருத்துவ ஆலோசனைச் செம்மையாக்கமும்

பதிப்பிக்கப்படும் எதுவும் செம்மையாக்கப் பட வேண்டும் என வலியுறுத்திவருகிறேன். திரைக்கதைகளும் விளம்பரங்களும் இவற்றில் சேர்த்தி. அதே சமயம் வேறொரு தளத்தில் சத்தமில்லாமல் ஒருவர் செம்மையாக்குவதைப் பதிவுசெய்வது என் கடமை. தமிழின் நவீன, தீவிர வாசகர்களுக்கு நன்கு பரிச்சயமானவர் எம். எஸ். என அழைக்கப்படும் எண்பத்தைந்து வயதைக் கடந்துவிட்ட எம். சிவசுப்பிரமணியன். ஆங்கிலத்திலிருந்தும் மலையாளத்திலிருந்தும் தமிழுக்கு மொழிபெயர்த்துப் பல நூல்களை வெளியிட்டுள்ளார். சுந்தர ராமசாமியின் நீண்ட நாள் நண்பர். தீவிர வாசிப்பின் மூலமே மற்றவர்களின் எழுத்துக்களை நேர்த்தியாக்கும் கலை கைவரப்பெற்றவர். முறையாகத் தமிழ் இலக்கணம் படித்துத் தொழில்ரீதியாகச் செம்மையாக்கம் செய்பவரல்ல.

ஆயுர்வேத மருத்துவர் எல். மகாதேவனை நீங்கள் எல்லோரும் அறிவீர்கள். இவரது உணவே மருந்து மிக அதிகம் விற்பனையான காலச்சுவடு பதிப்பக நூல்களில் ஒன்று. டாக்டர் மகாதேவனின் பாட்டனாரால் நாகர்கோவிலுக்கு அருகிலுள்ள தெரிசனங்கோப்பில் தொன்னூறு ஆண்டுகளுக்கு முன் தொடங்கப்பட்டது ஸ்ரீ சாரதா ஆயுர்வேத

வைத்தியசாலை. அதை இப்போது மகாதேவன் தலைமையேற்று நடத்திவருகிறார். இம்மருத்துவமனைக்குப் போனால் ஏதோ மாவட்டப் பொதுமருத்துவமனைக்குச் சென்றுவிட்ட உணர்வு ஏற்படும். இதன் ஒரு பகுதியிலேயே ஆயுர்வேத மருந்துகளும் பாரம்பரிய முறையில் தயாரிக்கப்படுகின்றன. மகாதேவனுக்கு ஏராளமான உதவி மருத்துவர்கள். அதுமட்டுமல்லாமல் இது *BAMS* மாணவர்களுக்கு ஹவுஸ் சர்ஜன் பயிற்சி அளிப்பதற்கு அங்கீகாரம் பெற்ற மருத்துவமனைகூட. இதன் சார்பாக நிறைய நூல்கள் பதிப்பிக்கப்பட்டுள்ளன. டாக்டர் மகாதேவன் நரம்பியல் – குறிப்பாகப் பக்கவாதச் –சிகிச்சையில் நிபுணர். தென்னிந்தியா மட்டுமல்லாது, பல வெளிநாடுகளுக்கும் சிகிச்சையளிக்க அடிக்கடிப் பயணிக்கிறவர். அதோடு வாய்ஸ் ரெக்கார்டர், கணிப்பொறி, மின்னஞ்சல் என ஹைடெக் ஆசாமி.

மருத்துவ அறிவுரைகள் வேண்டி மகாதேவனுக்கு நாள்தோறும் உலகின் பல பாகங்களிலிருந்தும் அதிக எண்ணிக்கையிலான மின்னஞ்சல்கள் வருகின்றன. அவரே எல்லாவற்றுக்கும் கணிப்பொறியில் பதில்களை உள்ளீடுசெய்ய இயலாது. அவர் மின்னஞ்சல்களைப் படித்து அவற்றுக்கான பதில்களை டிஜிடல் ரெக்கார்டரில் பதிவுசெய்துவிடுகிறார். அவற்றை உதவியாளர்கள் கணிப்பொறியில் உள்ளீடுசெய்கிறார்கள். பதில்கள் ஆங்கிலத்திலும் தமிழிலும் இருக்கும். உதவியாளர்கள் தட்டச்சுசெய்வதில் பல வாக்கியப் பிழைகளும் தவறான பொருளைத் தரும் சொற்றொடர்களும் இருப்பது இயல்பு. வாரத்தில் ஐந்து அல்லது ஆறு நாட்கள் தெரிசனங்கோப்பு சாராதா மருத்துவமனை அலுவலகத்துக்குச் சென்று எம்.எஸ். அந்தப் பதில்களை நேர்த்தியாக்குகிறார். அதாவது செம்மைப்படுத்துகிறார். சந்தேகங்கள் இருந்தால் டாக்டர் மகாதேவனிடம் ஆலோசிக்கிறார். எம்.எஸ்ஸின் செம்மையாக்கத்திற்குப் பிறகே அவை தொடர்புடையவர்களுக்கு அனுப்பப்படுகின்றன.

எம்.எஸ்ஸின் இப்பணி எனக்குப் பிரமிப்பூட்டுகிறது. என்னுடைய செம்மையாக்கத்தினும் பெரிது. நோயாளிகளின் உடல்நலத்தோடும் உயிரோடும் நேரடித் தொடர்புள்ள செம்மையாக்கம் இதுதான். எம். எஸ்ஸை என்ன சொல்லிப் பாராட்டுவது?

❍

வாக்கியத்தில் சொற்களின் நிரலில் பிறழ்வு ஏற்பட்டால் – அதாவது சொற்கள் இடம்மாறி அமைந்தால் – எழுதுகிறவர் நினைக்கும் பொருள் கிடைக்காது. இப்படிப்பட்ட பிழைகளைச்

செம்மையாக்கத்தில் தொடர் பிழைகள் என அழைக்கிறோம். இதைத் 'தொடர்பிழை' என வினைத்தொகையாகக் கொள்ளாமல், 'தொடர் பிழை' என ஏழாம் வேற்றுமை உருபும் பயனும் உடன்தொக்க தொகையாகக் கொள்கிறேன். சிறுபத்திரிகைகள், பெரும்பத்திரிகைகள், தினசரிகள், தொலைக்காட்சி நிகழ்ச்சிகள், விளம்பரங்கள் யாவற்றிலும் இவை காணப்படுகின்றன.

நல பானம் ஒன்றின் தொலைக்காட்சி விளம்பரத்தில், வகுப்பாசிரியை மாணவர்களிடம் 'நான்கு சுதந்திரம் பெற்றுத் தந்தவங்க பேரைச் சொல்லுங்க' என்கிறார். தமிழ்த் தொலைக்காட்சியில் வரும் விளம்பரமாதலால் அவர் குறிப்பிடுவது இந்திய சுதந்திரத்தை என்பதில் சந்தேகமில்லை. ஆசிரியையின் கூற்றைக் கவனமாகப் படித்தால், இந்தியாவிற்கு நான்குமுறை சுதந்திரம் கிடைத்ததாகப் பொருள்படுகிறது. ஆனால் நாமறிந்தவரை இந்தியாவிற்கு ஒருமுறைதான் சுதந்திரம் கிடைத்தது. ஒரு சுதந்திரம்தானே? எங்கிருந்து வந்தன நான்கு சுதந்திரங்கள்? ஆசிரியை 'சுதந்திரம் பெற்றுத் தந்த நான்கு பேரைச் சொல்லுங்கள்' எனக் கூறியிருக்க வேண்டும். இந்த நேர்க்கூற்று வாக்கியத்தில் 'பேரை' என்னும் சொல்லுக்கு முன்னால் அமைய வேண்டிய 'நான்கு' அதற்கு மாறாக 'சுதந்திரம்' என்ற வார்த்தைக்கு முன்னால் இடம்பெற்றுப் பொருள் மயக்கத்தை ஏற்படுத்திவிட்டது.

இன்னொரு தொடர் பிழை.

சோப்பு விளம்பரம் ஒன்றில் 'பத்து இன்பெஃக்ஷனுக்கான கிருமிகளைப் பற்றிய கவலையே வேண்டாம்' எனச் சொல்லப்படுகிறது. இன்பெஃக்ஷன் ஒன்றுதான். கிருமிகள்தாம் பத்து. 'கிருமிகள்' என்னும் சொல்லுக்கு முன் அமைய வேண்டிய 'பத்து' இடம்மாறி 'இன்பெஃக்ஷன்'ஐ முந்தி நின்று ஒருமை பன்மை மயக்கத்தோடு தவறான பொருளையும் தந்துவிடுகிறது. 'இன்பெஃக்ஷனுக்கான பத்துக் கிருமிகளைப் பற்றிய கவலையே வேண்டாம்' என்பதே சரியான தொடர்.

❍

ஒரு மொழியின் பொதுப் பயன்பாட்டில் ஏதேனும் பொருளையோ செயலையோ குறிக்கத் தனிநபர்களின் பெயர்கள் எடுத்தாளப்படுவது அடிக்கடி நடக்கக்கூடியதல்ல. அறிவியல் உலகில் சற்று மாறுதல். எடுத்துக்காட்டாக, ***Raman effect, Chandrashekar constant*** எனப் பலவற்றைச் சுட்டலாம்.

ஜூன்மாதம் 1992ஆம் ஆண்டு (***English Language for Beginners*** நூலின்படி) நியூயார்க் நகரில் லொரினா பாப்பிட் ((***Lorena Bobbit***) என்ற பெண்மணி தன் கணவர் வெய்ன் பாப்பிட்டின் குறியைக்

கத்தியால் அறுத்துவிட்டார். சொல்வளம் மிக்க ஆங்கிலத்தில் தன்னை, குடும்பத்தில் ஒருவரை, தாயை, தந்தையைக் கொல்வதைக் குறிப்பதற்கெல்லாம் தனித் தனிச் சொற்கள் உள்ளன. கை, கால், தலை வெட்டும் செயல்களுக்கும் அம்மொழியில் வெவ்வேறு வார்த்தைகள். இதெல்லாம் ஒரு மொழியின் பெருமையா எனக் கேட்காதீர்கள். ஆனால் கணவனின் ஆண்குறியை வெட்டும் செயலைச் சுட்ட பத்திரிகையாளர்களுக்குச் சரியான சொல் கிடைக்கவில்லை. ஆகவே லொரினாவின் பெயரொட்டையே வினைச்சொல்லாக்கிவிட்டார்கள். அதாவது *bobbitting* என அதை அழைத்தார்கள். வன்மத்தோடு கணவனின் ஆண்குறியை வெட்டுவதை *bobbitting* எனப் பிறகு பத்திரிகைகளும் எடுத்தாண்டன. ஆனால் நானறிந்தவரையில் இச்சொல் இன்னும் அகராதியேறவில்லை.

•

அல்ல இல்லை அல்ல!

இன்று தமிழ் உரைநடையில் 'அல்ல' அருகிவருகிறது. அதற்கு மாற்றாக 'இல்லை' பரவலாக எடுத்தாளப்படுகிறது. இவ்விரண்டு சொற்களும் குறிப்பு வினைமுற்றுகள்தாம். ஆனால் இவற்றுக்கிடையே நுட்பமான வேறுபாடுகள் உண்டு.

அல்லேம், அல்லோம், அல்லீர், அல்லன், அல்லள், அல்ல எனப் பல வடிவங்கள் புழக்கத்திலிருந்தன. தற்காலத் தமிழ் உரைநடையில் 'அல்ல'வைத் தவிர ஏனையவை வழக்கொழிந்துவிட்டன எனலாம்.

'அல்ல'வின் தேவையைக் கீழ்க்காணும் எடுத்துக்காட்டின் மூலம் உணரலாம்.

கேள்வி: சேகர் வீட்டிலிருக்கிறாரா?

பதில்: இல்லை. அவர் வீட்டிலில்லை.

இங்கே 'இல்லை' மிகப் பொருத்தம்தான்.

ஆனால் "நீங்கள் செந்திலா?" எனச் சேகரிடம் கேட்கும்போது, சேகர் 'இல்லை. நான் செந்தில் இல்லை' எனக் கூறும் பதிலில் 'இல்லை' பொருத்தமற்றது.

'அல்ல. நான் செந்தில் அல்ல' என்பதே சரியானது. தமிழ் உரைநடை எழுதுபவர்கள் இதைச் சற்று யோசிக்க வேண்டுகிறேன். தமிழோடு தொப்புள்கொடி உறவுள்ள கன்னடத்தில் பேச்சு வழக்கிலும் இவற்றுக்கான வேறுபாடு கறாராகப் பேணப்படுகிறது.

பேச்சு, எழுத்து வழக்குகளுக்கிடையில் பாரதூரமான வேறுபாடுகளைக் கொண்டுள்ள தமிழ்மொழியில், பேச்சு வழக்கில் இல்லாவிட்டாலும் குறைந்தபட்சம் எழுத்து வடிவிலாவது 'அல்ல'வைத் தொடர்ந்து பயன்படுத்துவது அவசியம் எனக் கருதுகிறேன்.

மொழியில் மாற்றங்கள் ஏற்படுவது இயல்பென்பது உண்மைதான். சொல்லிச் சொல்லிப் பழசாகிப்போன அந்தநூற்பா மீண்டும் நினைவுக்கு வந்தாலும், வேறுபடுத்தலின் அவசியம் கருதி மனம் ஒப்பவில்லை.

○

முன்பெல்லாம் ஆனந்த விகடன், கல்கி போன்ற பல இதழ்களில் இந்தியாவின் பல்வேறு கோயில்கள், சுற்றுலாத் தலங்களுக்கும் நேரில் சென்று தலபுராணங்கள் உட்படத் தொடர்புடைய பல செய்திகளையும் கட்டுரையாக எழுதவென்றே சில எழுத்தாளர்கள் இருந்தார்கள். அவர்கள் அவற்றில் விற்பன்னர்களாகவும் இருந்தார்கள். அவர்கள் எழுதிய தகவல்கள் நேரடி அனுபவங்களின் மூலம் சேகரிக்கப்பட்டவை. அவை நம்பகத்தன்மை வாய்ந்திருந்தன. அப்படிப்பட்ட எழுத்தாளர்களின் தொடர்கள் பின்னர் புத்தகங்களாகவும் வெளிவந்தன. சேத்திராடனம் சென்றவர்கள் அவற்றைத் தம்மோடு எடுத்துப்போனதாகவும் கேள்விப்பட்டிருக்கிறேன்.

இன்று நேரடி அனுபவங்கள் ஏதுமின்றி, இணையத்திலிருந்து பதிவிறக்கி எழுதும் நோய்க்கூறு பரவிவருகிறது. கட்டுரைகள், இன்ன பிறவற்றை எழுத இணையத்தைப் பயன்படுத்தக் கூடாது என நான் சொல்லவில்லை.

தினமணி நாளிதழில் ஞாயிற்றுக்கிழமை வெளியாகும் 'கொண்டாட்டம்' பகுதியின் மூன்றாம் பக்கத்தில் சூரியனுக்குக் கீழுள்ள பலவற்றையும் பற்றிய குறிப்புகளைப் பலர் தொகுத்து வழங்குகிறார்கள். *13 அக்டோபர் 2013* அன்று வெளியான 'கொண்டாட்டம்' பகுதியில் கீழ்வரும் குறிப்பு இடம்பெற்றுள்ளது.

கபினி ஆறு . . . !

> கபினி ஆற்றில் வெள்ளப் பெருக்கு . . . ! பலன் . . . மேட்டூர் அணைக்கு தண்ணீர் வந்து கொண்டிருக்கிறது. என நாம் அடிக்கடி டிவி மற்றும் ரேடியோவில் கேட்போம்! அந்த கபினி கேரளாவில் உற்பத்தியாகி, கர்நாடகாவில் ஓடி, காவிரியில் கலந்து தமிழ்நாட்டிற்குள் நுழைகிறது!

கபினி, கர்நாடகாவில் திருமக்கலு நரசிபுரா என்ற இடத்தில் காவிரியில் இணைகிறது. கபினிக்கு 'கபிலா' என்ற பெயரும் உண்டு. வடநாட்டிலும் ஒரு கபிலா நதி உண்டு. அதனால் கபினியே சரி . . . !

இந்த நீர்தேக்கத்தின் பின் தண்ணீரை ஒட்டி 55 ஏக்கர் காட்டு நிலம் உள்ளது. இந்த ஏரியா ஆசிய யானைகளுக்கு மிகவும் பிரபலம். ஏராளமான பறவைகளையும் இங்கு காணலாம். நாகர்கோல் தேசிய பூங்காவின் ஒரு பகுதியாக இது அமைந்துள்ளது.

கபினி ஆற்றின் துவக்கம் கேரளாவின் வேநாட் ஜில்லாவில். பனமாரம் நதியும் மனந்தவாடி நதியும் இணையும் இடத்தில் ஆரம்பிக்கிறது. ஒரு காலத்தில் மைசூர் மகாராஜா மற்றும் பல மன்னர்கள், பிரிட்டிஷ் வைஸ்ராய்கள் வேட்டையாட பயன்படுத்திய பூமி . . . 55 ஏக்கர் காட்டுப் பகுதி! 1974 இல் தான் நாகர்கோல் தேசிய பூங்கா, ஆசிய யானையின் காப்பகமாக அறிவிக்கப்பட்டது.

இந்தக் குறிப்பை எழுதியவர் யார் என்னும் விபரம் இல்லை. படித்தவுடனே இது இணையத்திலிருந்து 'சுட்டது' எனத் தெளிவாகத் தெரிந்துவிட்டது. இதிலுள்ள தகவல்கள் அனைத்தும் கபினி ஆறு தொடர்பான விக்கிபிடியா (ஆங்கிலம்) இணையத் தளத்தில் உள்ளன. குறிப்பின் முதல் இரண்டு பத்திகளும் கபினி ஆறு தொடர்பான வாக்கியங்களைக் கொண்டுள்ளன. மூன்றாம் பத்தி 'இந்த நீர்த்தேக்கத்தின் . . .' எனத் தொடங்குகிறது. எந்த நீர்த்தேக்கம்? விளக்கம் எதுவும் இல்லை. கபினி நீர்த்தேக்கமா? அது எங்கே இருக்கிறது?

கர்நாடகத்தில் T. Narsipura என அறியப்பட்டுள்ள ஊரின் T திருமக்கூடலு. ஆங்கிலத்தில் Tirumakudalu என்றுள்ளதைத் தவறாகப் புரிந்து 'திருமக்கலு நரசிபுரா' என எழுதிவிட்டார் குறிப்பாளர். நாகரஹொளெ (நாகர்நதி) ஆங்கிலத்தில் Nagarahole என எழுதப்படுகிறது. இதையும் 'நாகர்கோல்' என மிகத் தவறாகப் புரிந்துகொண்டுள்ளார். இதேகதிதான் Wayanadக்கும். வயநாடு மிகப் பிரபலம். இதுகூடத் தெரியவில்லையா? 2013இல் 'ஜில்லாவில்' என எழுதுவது சமகால மொழிப் பிரக்ஞையுள்ள செயல்பாடா?

இவ்வளவு தவறுகளைக் கொண்ட குறிப்பை ஆசிரியர் குழு படிக்கவேயில்லையா? தினமணிக்கென மிக நீண்ட பாரம்பரியம் உள்ளது. அதன் மீது வாசகர்கள் கொண்டுள்ள நம்பிக்கை வீணா? நானும் பெங்களூரில் தினமணிதான் படிக்கிறேன். இக்குறிப்பு

காற்றின் நிழல் ❋ 211 ❋

கர்நாடகம் தொடர்பானது என்பதால் என்னால் இத்தவறுகளைக் கண்டுபிடிக்க முடிந்தது. அஸ்ஸாம் அல்லது மத்தியப் பிரதேசத்திலுள்ள ஏதேனும் ஆறு தொடர்பாக இப்படிப்பட்ட தவறுகள் நேர்ந்திருந்தால் என்னால் கண்டுபிடித்திருக்க முடியாது.

○

தமிழகத்தில் பரவலாக மாலைநேரத்தில் 'சில்லி சிக்கன்' கிடைக்கிறது. கோழிக்கறியை மசாலாவுடன் பிரட்டிச் சில மணிநேரம் ஊறவைத்து, எண்ணெய்யில் பொறித்தெடுத்தால் இப்பண்டம் தயார். இதன் உண்மையான பெயர் சிக்கன் கெபாப் *(Chicken Kebab)*. கபாப் என்றும் அழைக்கப்படுகிறது. இதில் ஏராளமான வகைகள் உண்டு. ஆப்கானின் பட்டாணியர்கள் கபாப் செய்வதில் விற்பன்னர்கள். அவர்கள் கபாப் தயாரிக்கும் முறை மிக விஸ்தாரமானது. 'சில்லி சிக்கன்' ஆந்திர அசைவ உணவகங்களில் முதலில் அறிமுகமான கோழிக்கறி உணவு. பச்சை மிளகாய் அதிகம் சேர்த்த மசாலாவுடன் தயாரிக்கப்படுவதுதான் சில்லி சிக்கன். அதாவது சில்லி சிக்கன் கபாப் அல்ல.

மாலை அல்லது முன்னிரவு நேரத்தில் தமிழகத்தின் ஏதாவதொரு புரோட்டாக் கடைக்குச் செல்லுங்கள். புரோட்டா, தோசை என நீங்கள் சாப்பிட்டுக்கொண்டிருக்கும்போதே, 'ஒரு ஆஃப் பாயில்' என்று கேளுங்கள். உடனே சரக்கு மாஸ்டர் ஒரு முட்டையை எடுத்துச் செல்லப்பிள்ளைபோல் அதைத் தோசைக்கரண்டியாலோ தாவாவின் ஓரத்திலோ கெட்டியான தன் ஆட்காட்டி விரலாலோ லாகவமாகத் தட்டி உடைத்து, முட்டையின் உள்ளடக்கத்தைத் தோசைக்கல்லில் ஊற்றுவார். அது அளவு மீறிப் பரவாமலிருக்க முட்டை ஓட்டாலேயே நாலாப்பக்கமும் தடுப்பார். பிறகு மிளகுத்தூள், உப்பு தூவி சற்று வேகவிடுவார். அதை அலுங்காமல் ஒரு தட்டில் எடுத்துவைத்து உங்களுக்குப் பரிமாறுவார்கள். நீங்கள் வாழையில் சாப்பிட்டால் இன்னும் சிரேஷ்டம். பச்சையான வாழையிலையில் அதன் அழகைச் சில வினாடிகள் ரசித்துப் பாருங்கள். பின்னர் ஐந்து விரல்களையும் பரப்பி, ஆக்டோபஸ்ஸின் சமத்காரத்தோடு மஞ்சள் கரு வழிதோடிவிடாதபடி உங்கள் கைக்குள் அடக்குங்கள். அண்ணாந்து வாயை அகல விரித்துப் பண்டத்தை வாய்க்குள் போட்டு லபக்குங்கள். நிதானமாகத் தலையைச் சமநிலைக்குக் கொண்டுவாருங்கள். அப்போது உங்கள் முகத்தில் படரும் ஆனந்தமே தனி. உங்களை இன்னொரு ஆஃப் பாயிலுக்கு ஆர்டர் கொடுக்கச் செய்யும். ஆஃப் பாயில் என அழைக்கப்படும் இப்பேர்ப்பட்ட பதார்த்தத்தின் சரியான பெயர் புல்ஸ் ஐ *(Bull's*

Eye). மாட்டுக் கண்ணை வடிவத்தில் ஒத்திருப்பதால் அந்தப் பெயர். ஆனால் ஆஃப் பாயில் என்பது பாதி வேகவைக்கப்பட்ட முட்டை. தமிழகத்தின் நட்சத்திர ஹோட்டல்களிலோ வெளிமாநில உணவகங்களிலோ நீங்கள் 'ஆஃப் பாயில்' எனக் கேட்டால், கொண்டுவந்து வைக்கப்படுவது நீங்கள் எதிர்பாராததாக இருக்கும்.

தமிழகத்தில் சில்லி சிக்கன், ஆஃப் பாயில் என்றே கேளுங்கள். நீங்கள் சிக்கன் கெபாப், புல்ஸ் ஐ எனக் கேட்டால் அவர்கள் அப்படிப்பட்ட அயிட்டங்கள் இல்லை எனச் சொல்லிவிடலாம்.

●

ஞாயிறு வந்த தபால்

சமீபத்தில் சுந்தர ராமசாமியின் 'ஒரு நாய், ஒரு சிறுவன், ஒரு பாம்பு' சிறுகதையைப் படிக்க நேர்ந்தது (காகங்கள் தொகுப்பு, காலச்சுவடு பதிப்பு, 2000). கதையின் இரண்டாம் பத்தியில்

'யாரோ ஒரு கட்சிக்காரர் தகப்பனாரை டாக்சி அமர்த்தி திருவனந்தபுரத்திற்கு அழைத்துச் சென்றுவிட்டாராம். அன்று ஞாயிற்றுக் கிழமையும்கூட. கல்லூரியும் இல்லை' என உள்ளது.

இக்கதையின் நான்காம் பக்கத்தில்

'ஷர்பத் குடித்து முடித்தோம். மேரி குரைத்தது. தபால்காரன் வந்துவிட்டுப் போனான்' என ஒரு பத்தி வருகிறது.

கதை முழுவதும் ஒரு முற்பகலில் நடக்கும் சம்பவங்களை விவரிக்கிறது. ஞாயிற்றுக்கிழமை தபால்காரன் வருவானா என்று உடனே கேட்டுக்கொண்டேன். முதல் பக்கத்திலிருந்து நான்காம் பக்கம்வரை கதை எழுதிச் செல்லும் இடைவெளியில் சுரா அது ஞாயிற்றுக்கிழமை என்பதை மறந்து கவனப்பிசகாகத் தபால்காரன் வந்துவிட்டுப் போனதாக எழுதியிருக்கக்கூடும் என முதலில் நினைத்தேன். சுராவின் எழுத்தில் இலக்கணப் பிழைகள் இருக்கலாம். ஆனால் அன்றாட வாழ்க்கை நிகழ்ச்சிகளின் விவரிப்பில் தகவல் பிழைகள் ஏற்படாமல் மிகக் கவனமாக எழுதியவர் சுரா.

சற்று நேரம் யோசித்த பின்னர் என் மாணவப் பருவ காலகட்டத்தில் இருந்த எக்ஸ்பிரஸ் தபால் சேவை நினைவுக்கு வந்தது. எக்ஸ்பிரஸ் தபால்களை மாவட்டத் தலைமைத் தபால் நிலையத்திலிருந்து சாத்தியப்பட்ட தொலைவுவரை ஞாயிற்றுக்கிழமைகளிலும் தபால்காரர் கொண்டுவந்து பட்டுவாடா செய்வார். ஒருவேளை எக்ஸ்பிரஸ் தபால் பட்டுவாடா செய்ய வந்த தபால்காரரைத்தான் சுரா குறிப்பிடுகிறாரா எனவும் நினைத்துக்கொண்டேன். ஆனாலும் மனம் சமாதானமடையவில்லை.

இன்றைய நடைமுறைகளை வைத்து மட்டும் இது போன்ற விஷயங்களை அணுகக் கூடாது என எடிட்டிங் கோட்பாடு எனக்கு அறிவுறுத்தியது. கதை வெளியான ஆண்டு 1964. கதைசொல்லியின் தகப்பனாரை அவர் கட்சிக்காரர் டாக்சி அமர்த்தித் திருவனந்தபுரம் அழைத்துச் செல்வது, கதைசொல்லி கிருஷ்ணன் கோவிலுக்கும் வடிவீஸ்வரத்துக்கும் சென்று நண்பர்களைச் சீட்டாட அழைத்துவருவது போன்ற சம்பவங்கள் கதை நடக்கும் இடம் நாகர்கோவில் என்பதை உணர்த்துகின்றன. நாகர்கோவில் மாவட்டத் தலைநகர்.

சுந்தர ராமசாமியின் படைப்புகளில் இது போன்ற குழப்பங்களை அல்லது சந்தேகங்களைத் தீர்த்துக்கொள்ளச் சரியான ஆளுமை மதிப்பிற்குரிய எம்.எஸ். அவர்கள்தான். அவரைத் தொடர்புகொண்டு என் சந்தேகத்தைக் கேட்டேன். கதை வெளியான ஆண்டு எது எனக் கேட்டார். 1961 என்றேன். அக்காலகட்டத்தில் வார நாட்களில் காலையில், பிற்பகலில் என இரண்டு பட்டுவாடாக்கள் இருந்தனவாம். ஞாயிற்றுக்கிழமைகளில் காலை பட்டுவாடா மட்டும் இருந்ததாம். பின்னர்தான் வார நாட்களில் ஒரு பட்டுவாடாவும் ஞாயிற்றுக்கிழமைகளில் பட்டுவாடா இல்லாமலும் தபால் சேவை தொடர்ந்தது.

சுந்தர ராமசாமி எழுதியுள்ளது சரிதான். என் எடிட்டர் மனம் சமாதானமடைந்தது.

○

கேரளாவுக்குச் சென்றிருந்த ஒரு சமயம் படிப்பறிவு மிக்க மலையாள மக்கள் ஒரு சொல்லைப் பயன்படுத்திய விதம் எனக்கு விசித்திரமாகத் தோன்றியது. அதை ஏற்கனவே கேள்விப்பட்டிருந்தாலும், நேரடியாகக் கவனித்தறியும் ஆசை எனக்கு. காலையில் மளிகைக் கடை ஒன்றுக்கு அருகில் நின்றுகொண்டேன். வாடிக்கையாளர்கள் ஒவ்வொருவராக வந்து ஏதேதோ வாங்கிச் சென்றார்கள்.

ஒரு வாடிக்கையாளரைக் கடைக்காரர் கேட்டார், 'எந்தா வேணும்?' வாடிக்கையாளர், 'கோல்கேட்' என்றார்.

கடைக்காரர் மீண்டும் கேட்டார், 'எந்தா கோல்கேட்?'

வாடிக்கையாளரின் பதில் 'பிராமிஸ் கோல்கேட்.'

கடைக்காரர் பிராமிஸ் பற்பசை டியூப் ஒன்றை எடுத்துக்கொடுத்தார்.

மலையாள மக்கள் (எல்லோருமா என்பதை என்னால் உறுதியாகச் சொல்ல முடியாது) பற்பசை என்னும் பொருளை 'கோல்கேட்' என இயல்பாக அழைப்பது எனக்கு முதலில் விநோதமாகத்தான் இருந்தது. யோசித்துப் பார்த்தால் அதைவிட விசித்திரங்கள் பலவும் தமிழ்நாடு உள்ளிட்ட பல இந்திய மாநிலங்களிலும் இருப்பதை அறியலாம்.

வனஸ்பதி என்பது தாவர எண்ணெய். உறையும் தன்மை கொண்ட வனஸ்பதி விலைக் குறைவால் நெய்க்கு மாற்று. இனிப்புகள், பிரியாணி போன்றவற்றைத் தயாரிக்க இது பெரிதும் பயன்படுத்தப்படுகிறது. வனஸ்பதி தயாரிக்கும் ஒரு நிறுவனத்தின் சந்தைப் பெயர் டால்டா. நாம் வனஸ்பதியை 'டால்டா' என்றே அழைக்கிறோம். வனஸ்பதி எனக் கேட்டால் கடைக்காரருக்கும் தெரியாதிருக்கலாம்.

அடுத்துக் கனிம நீர். இந்தியாவில் கனிம நீரை அறிமுகப்படுத்திப் பிரபலமான நிறுவனத்தின் சந்தைப் பெயர் பிஸ்லேரி. நம் மக்கள் பலரும் கடைகளில் 'பிஸ்லேரி ஒரு பாட்டில் கொடுங்கள்' எனக் கேட்பதை சர்வசாதாரணமாகப் பார்க்கலாம்.

இது போன்று மேலும் பல எடுத்துக்காட்டுகளைத் தரலாம். 'டால்டா', 'பிஸ்லேரி' ஆகியவற்றைவிட 'பிராமிஸ் கோல்கேட்' விசித்திரமல்ல. 'கோல்கேட்', 'டால்டா', 'பிஸ்லேரி' முறையே பற்பசை, வனஸ்பதி, கனிம நீர் ஆகியவற்றுக்கு ஆகுபெயர்களாக அமைந்துள்ளன.

என்னதான் கறாரான இலக்கணங்கள் இருந்தாலும், மொழியில் தர்க்கமற்ற பல தன்மைகள் இருக்கத்தான் செய்யும். அதுவும் பொதுமக்கள் எடுத்தாளும் மொழியில் இக்கூறுகள் அதிகமாக இருக்கும். மொழி வளர்வதும் இப்படிப்பட்ட கூறுகளைக் கொண்டே. ஆகவே இவற்றைப் புறமொதுக்காமல், நவீன ஆகுபெயர்கள் என ஏற்றுக்கொள்ளலாம்.

●

இயற்கை உபாதையும் இடக்கரடக்கலும்

கடந்த 18 செப்டம்பர் 2016 அன்று வெளியான தினமணி நாளிதழின் தமிழ்மணி பக்கத்தில் நினைவாற்றல் வேந்தர் என்னும் கட்டுரை வெளியாகியுள்ளது. மாம்பழக் கவிராயரின் நினைவாற்றலை ஒரு நிகழ்ச்சியின் மூலம் விளக்கும் சிறந்த தகவல் கொண்ட கட்டுரை. அதில்

'பல நாள்கள் இரவும் பகலுமாக ஓய்வின்றி(ச்) சிந்தித்து நான் கற்பனை கலந்து உருவாக்கிய பாடல்கள் இவருக்கு எப்படித் தெரிந்தது ...' என ஒரு மேற்கோளைச் சுட்டுகிறார் கட்டுரையாசிரியர் டி. எம். இரத்தினவேல்.

அதற்கு அடுத்த பத்தியில்,

'அவையோர்களே, உண்மையிலேயே இவர் பாடி அரங்கேற்றிய நூறு பாடல்களும் இவர் இயற்றியதுதான் ...' என மற்றொரு மேற்கோளில் உள்ளது.

'பாடல்கள்' என்னும் பன்மை எழுவாய்க்கு முறையே 'தெரிந்து', 'இயற்றியது' ஆகிய ஒருமை வினை முற்றுகளை எடுத்தாண்டுள்ளார் இரத்தினவேல். இது தவறு. சாதாரணர்களின் எழுத்தில் ஒருமை பன்மை மயக்கம் இருக்கலாம். அதுவும் தவறுதான். ஆனால் மாம்பழக் கவிச்சிங்க நாவலரைப் பற்றி எழுதப்படும் கட்டுரையில் ஒருமை பன்மை மயக்கம் இருக்கலாமா? கட்டுரையாசிரியர் யோசிக்க வேண்டும். கோபம்கொள்ளக் கூடாது.

o

மாதவிடாய் பெண்களுக்கு இயற்கையாக நடப்பது. அதைக் காரணம் காட்டி அவர்களை அந்த நாட்களில் விலக்கிவைப்பது கூடாதென்பதே என் கருத்தும். ஆனால் மொழிப் பயன்பாடு குறித்துப் பேசுவதால் அது தொடர்பாகப் பலவற்றைச் சுட்ட வேண்டியிருக்கிறது.

எந்தப் பெண்ணும் 'இன்று எனக்குக் கீழே ரத்தம் ஒழுகுகிறது' என்று நேரடியாக அல்லது பச்சையாகச் சொல்வதில்லை. உலகத்தில் எல்லாப் பண்பாடுகள் சார்ந்த மொழிகளிலும் மாதவிடாய் நேரடியாகச் சுட்டப்படாமல் வேறு சொற்றொடர்களிலேயே குறிப்பிடப்படுகிறது. இது தமிழ் இலக்கணத்தில் இடக்கரடக்கல் எனப்படுகிறது. கழிவறைக்குச் சென்று காரியத்தை முடித்த பின் சுத்தம்செய்வதை 'கால் கழுவுதல்' எனக் குறிப்பிடுவதை நாம் எல்லோரும் அறிவோம். மாதவிலக்கு நம் புராண இலக்கியங்களிலும் சுட்டப்படுகிறது.

மகாபாரதத்தில் இரண்டாம்முறை தர்மன் சூதாட்டத்தில் தோற்றபின், திரௌபதியை அரசவைக்கு அழைத்து வரச்செல்லும் தேர்ப்பாகன் திரும்பி வந்து

மாத விடாயி லிருக்கிறாள் அந்த
மாதர சென்பதுங் கூறினான்

எனக் கூறுவதைப் பாரதி தன் பாஞ்சாலி சபதத்தில் பதிவுசெய்கிறார்.

பின்னர் திரௌபதியை அழைத்து (இழுத்து) வரத் துரியோதனன் தம்பி துச்சாதனைப் பணிக்கிறான். அவன் திரௌபதியிருக்கும் மாளிகையை அடையும்போது, அவள்

'தீண்டலை யென்னி யொதுங்கினாள்' என்றும்

இருவருக்கும் நடக்கும் ஸம்வாதத்தில்,

அச்சா, கேள். மாதவிலக் காதலா லோராடை
தன்னிலிருக்கிறேன். தார்வேந்தர் பொற்சபைமுன்
என்னை யழைத்த லியல்பில்லை.

எனப் பாஞ்சாலி துச்சாதனனிடம் சொல்வதாகவும் பாரதி எழுதியுள்ளார். வியாச பாரத்திலும் திரௌபதி அன்றைய தினம் மாதவிலக்காயிருப்பதாக உள்ளது. கன்னடத்தில் பாரதத்தைப் படைத்த குமாரவியாசனும் இதைக் குறித்திருக்கிறார்.

உலகின் வெவ்வேறு மொழிகளில் ஐந்தாயிரத்துக்கும் மேற்பட்ட சொற்றொடர்களால் மாதவிலக்கு குறிக்கப்படுகிறது. இவை இடக்கரடக்கலாக மட்டுமல்லாது குழூக்குறிகளாகவும் பயன்படுகின்றன.

தமிழகத்தில் பெரும்பாலான பகுதிகளில் 'தீட்டு' என மாதவிடாயைச் சுட்டுகிறார்கள். இது வேடிக்கையான முரண். இயற்கையான நிகழ்வை அசிங்கமானதாகவும் தீண்டத்தகாததாகவும் கருதும் சமூகம் அதைத் 'தீட்டு' (தீண்டத் தகுந்தது) என அழைக்கிறது. தான் தூய்மையற்றதாகக் கருதும் மாதவிடாய்க் குருதியைத் 'தூமை' என்பதும் நகைமுரணே. இது போன்று வேடிக்கையான வேறு சிலவற்றையும் விக்கிரமாதித்தியன் தன் கவிதையொன்றில் சொல்லியிருக்கிறார்.

ஃபின்லாந்தில் மாதவிலக்கு 'பைத்தியக்காரப் பசு நோய்.' அதையே சீனர்கள், 'தங்கை வந்துவிட்டாள்' என்கிறார்கள். டென்மார்க் மக்களுக்குக் கம்யூனிஸ்ட்டுகள்மீது என்ன கடுங்கோபமோ தெரியவில்லை. அவர்கள் தங்கள் பெண்களுக்கு ஏற்படும் இந்த மாதந்திரத் தொல்லையை, 'கேளிக்கை விடுதியில் கம்யூனிஸ்ட்டுகள்' என்கிறார்கள்.

தென்னாப்பிரிக்கப் பெண்கள் அதைப் 'பாட்டி போக்குவரத்து நெரிசலில் சிக்கிக்கொண்டாள்' எனப் பாசம் பொங்கும் இரக்கத்தோடு சொல்கிறார்கள். பிரெஞ்சுக்காரர்கள் ஆங்கிலேயர்களை எப்படிப் பார்க்கிறார்கள் என்பதை நாம் அறிவோம். அவர்கள் 'ஆங்கிலேயர்கள் வந்திறங்கிவிட்டார்கள்' எனப் பெண்கள் விலக்காவதைச் சொல்லிப் புகைச்சலைத் தீர்த்துக்கொள்கிறார்கள்.

வளமான ஆங்கிலமொழியில் இதற்கும் நிறைய சொற்கள்/ சொற்றொடர்கள் உள்ளன. அதில் மாதவிடாய் 'அத்தையின் ஒழுக்கு, மாதாந்திர நேரம், சிவப்பு அலை, சிவப்பு நதி, சிவப்புக் கடல், சிவப்பு நிலா, சிவப்புக் குறி, மாதாந்திர விருந்தாளி, இயற்கைத் தாய், பெண் நேரம், பெண் தோழி, வண்ணம் தீட்டுவோர் உள்ளே' என்றெல்லாம் பற்பல விதமாகச் சொல்லப்படுகிறது.

நீங்களும் உங்கள் பகுதியில் மாதாந்திர விலக்கைக் குறிக்கும் இடக்கரடக்கல் அல்லது குழூக்குறிகளைப் பதிவுசெய்து வையுங்கள். என்றாவது மொழியியல் அல்லது சமூகவியல் ஆய்வுக்குப் பயன்படலாம்.

❍

பேசும்போது இலக்கணச் சுத்தமாகப் பேச முடியாதுதான். ஒருமை பன்மை மயக்கம் பேச்சுவழக்கில் அதிகம். ஆனாலும் இதை எழுத்தில் கட்டாயம் தவிர்க்க வேண்டும். பேச்சு வழக்கில் தன்வினை, பிறவினை வேறுபாட்டைக் கருதாமல் பேசும் போக்கு மிக்கு வருகிறது. கடந்த சில ஆண்டுகளாகவே – குறிப்பாகத்

தொலைக்காட்சிசெய்தித்தொகுப்புக்காகநேர்காணப்படும்போது– (கனமழைக்கு அடுத்த நாள்) பலரும் 'போக்குவரத்து பாதிச்சிருக்கு' எனச் சொல்கிறார்கள். கனமழையால் மக்கள் படும் அவதியை நானும் உணர்கிறேன். துன்பத்திலிருப்பவர் இலக்கணப் பிழையில்லாமல் பேச வேண்டும் என எதிர்பார்க்கக் கூடாதுதான். ஆனால் 'போக்குவரத்து பாதித்தது' எனத் தமிழின் முன்னணி நாளேடொன்றில் படிப்பதுதான் வருத்தமளிக்கிறது.

'பாதிப்பது' தன் வினை. 'பாதிக்கப்படுவது' பிறவினை. எனவே 'மழை போக்குவரத்தைப் பாதித்துள்ளது', 'மழையால் போக்குவரத்து பாதிக்கப்பட்டிருக்கிறது' என்பவையே சரி.

❍

தொலைக்காட்சி அலைவரிசைகளில் நேர்காணப்படும்போது, 'தமிழறிஞர்கள்' பலரும் 'பண்பாடு கலாச்சாரம்' என்று மொழிப் பிரக்ஞையில்லாமல் பேசுகிறார்கள். பண்பாடும் கலாச்சாரமும் ஒன்றே. மகிழ்ச்சியும் சந்தோசமும் போல. இதே வகையில் மேலும் பல எடுத்துக்காட்டுகளைக் கூறலாம். நீங்களும் கவனித்துப் பாருங்கள். வேடிக்கையாக இருக்கும்.

●

அள்ளித் தெளித்த அலங்கோலமும் தேனிலவும் மம்பட்டியானின் உக்கியும்

புகழ்பெற்ற மலையாள எழுத்தாளர் பால் சக்கரியாவின் பதினைந்து சிறுகதைகளின் தமிழாக்கத் தொகுப்பாக 2011ஆம் ஆண்டின் இறுதியில் வெளிவந்துள்ளது அல்ஃபோன்சம்மாவின் மரணமும் இறுதிச் சடங்கும். தலைப்பிலேயே கோளாறு தொடங்கிவிடுகிறது. தொகுப்பின் கடைசிக் கதையின் தலைப்பு: அல்ஃபோன்சாம்மாவின் மரணமும் இறுதிச் சடங்கும். முகப்பு அட்டையின் அல்ஃபோன்சம்மா புத்தகத்துக்குள் அல்ஃபோன்சாம்மாவாகிவிடுகிறார். கதையில் எல்லா இடங்களிலும் சாம்மாதான். நூலுள் நுழைய சகரக்குறில் நெடிலாகுமே என்பது புது விதிபோலும்! பிழைகள் மலிந்துள்ள இந்நூலில் இது சும்மா சாம்பிள். அவர் பால் சக்கரியா. பால் சக்காரியா அல்ல. பால் சக்கரியா தன் பெயரை ஆங்கிலத்தில் Paul Zackaria என்றே எழுதுகிறார். ஆனால் இப்புத்தகத்தின் imprint பக்கத்தில் அவர் பெயர் Paul sakaria என அச்சாகியுள்ளது. எந்தப் படைப்பாளிக்கும் செய்யக்கூடிய மரியாதை இதுவல்ல. நூலுக்கு முன்னுரை எழுதியுள்ள 'அறிவுஜீவி' மெக்ஸிகோ நாட்டைச் சேர்ந்த அக்டோவியா பயஸ் (Octovio payaz) என்னும் புதிய கவிஞர் ஒருவரைத் தமிழ் வாசகர்களுக்கு அறிமுகப்படுத்துகிறார். ஆஹா, தமிழ் வாசகர்கள் பாக்கியசாலிகள்தாம்.

தொகுப்பில் உள்ள இரண்டாம் கதை செய்தித்தாள். சந்திரன் என்பவன் தன் மனைவிக்குள்ள கள்ளத் தொடர்பால் அவளையும் இரண்டு குழந்தைகளையும் பிரிந்து தன்னை அடையாளம் காண முடியாத ஊரில் பிச்சைக்காரர்களுக்குத் தினமும் செய்தித்தாள் வாசித்துக்காட்டிக் காலங்கழிக்கிறான். அப்போது நடக்கும் ஒரு சம்பவம் கீழ்வருமாறு மொழிபெயர்க்கப்பட்டுள்ளது.

> அவன் வீட்டைவிட்டு வெளியேறிய நாலாவது வாரத்தில் அக்கும்பலுக்காகப் பத்திரிகை வாசிக்கும்போது, ஒரு விளம்பரத்தில் அவனுடைய கண்கள் நிலைத்து அகல மறுத்தது. அது அவன் மனைவியின் விளம்பரம்: 'சந்திரண்ணா மன்னிச்சுடுங்க. திரும்பி வாங்க. நானும் ரமேஷும், மல்லிகாவும் காத்திருக்கோம்.'

எந்தப் பெண்ணாவது கணவனை 'அண்ணா' என அழைப்பாளா எனத் தமிழ் வாசகர்கள் தத்தளித்துப்போவார்கள்.

பொருள் புரியாமல் மலையாளத்திலிருந்து வார்த்தைக்கு வார்த்தை தமிழாக்கியதன் விளைவு இது. மலையாளத்தில் அண்ணனுக்கும் அத்தானுக்கும் ஒரே விளிச்சொல்.

சேட்டா. சந்திரன் சேட்டா (சந்திரேட்டா) என்பதைப் பொருளறியாமலும் தமிழ் வாசகர்களுக்காக இதை எழுதுகிறோம் என்னும் ஓர்மையில்லாமலும் 'சந்திரண்ணா' என மொழிபெயர்த்துவிட்டார்.

இந்த இடத்தில் பிராமணப் பெண்கள் 'வாங்கோன்னா' எனச் சொல்வதிலுள்ள 'அன்னா' வேறு என்பதை நினைவூட்ட விரும்புகிறேன்.

எழுதப்படும் எதுவும் பதிப்பாவதற்கு முன் செம்மையாக்கப்பட வேண்டும் என்பது என் கருத்து. திறமையான எடிட்டர் ஒருவர் செம்மைப்படுத்தியிருந்தால், அள்ளித் தெளித்த அலங்கோலமாக இந்நூல் வெளிவந்திருக்காது.

○

16ஆம் நூற்றாண்டிலேயே ஹனிமூன் ஆங்கில மொழியில் புழக்கத்துக்கு வந்துவிட்டது. அதன் முதல் அகராதியைத் தொகுத்த டாக்டர் சாமுவேல் ஜான்சனும் இந்த வார்த்தைக்குப் பொருள் தந்துள்ளார். தொடக்கத்தில் திருமணத்துக்குப் பிந்தைய முதல் மாதக் காலத்தை இது குறித்தது. அப்போது குடும்பத்தில் இனிமையும் மகிழ்ச்சியும் நிலவும். இன்று இச்சொல்லின் பொருள் மாறிவிட்டது.

புதுமணத் தம்பதி சுற்றுலா செல்லும் பழக்கத்தை மேற்குலகம் இந்தியாவிலிருந்து கற்றுக்கொண்டது ஆச்சரியமான தகவல். மணமான புதிதில் தம்பதி உறவினருடன் தங்கள் திருமணத்திற்கு வர இயலாதவர்களைச் சந்திக்கச் சுற்றுப் பயணம் செல்லும் வழக்கம் இந்தியாவில் பரவலாக இருந்துள்ளது. மேற்குலகம் இதை இன்றுள்ள ஹனிமூனாக்கிக்கொண்டது.

புதுமணத் தம்பதியைத் தனியே அனுப்பும் வழக்கம் இந்தியப் பண்பாட்டில் இருக்கவில்லை. மாறாக அவர்கள் பெரியவர்களின் கண்காணிப்பிலேயே இருந்தார்கள். மேற்கின் ஹனிமூன் இந்தியாவிற்கு வந்தபோது, இந்திய மொழிப் பண்பாடுகளுக்கு அதை எவ்வாறு எதிர்கொள்வதெனத் தெரியவில்லை. இந்திய மொழிகள் அதற்குப் புதிய சொல்லை உருவாக்காமல் ஹனிமூன் என்பதை மொழிபெயர்த்துக்கொண்டன. அனேகமாக இந்திய மொழிகள் அனைத்திலும் இப்படித்தான். சிறிய பட்டியல் கீழே.

தமிழ்	தேனிலவு
மலையாளம்	மதுவது
கன்னடம்	மதுசந்திர
தெலுங்கு	மதுசந்திரமு
மராட்டி	மதுசந்த்ர
இந்தி	மதுசந்திரம
வங்காளம்	மொதுசந்த்ரொம
உருது	மாஹே உசல்.

இவை அந்தந்த மொழிகளில் தேனுக்கும் நிலவுக்குமான சொற்கூட்டுகள். நான் பிறரிடம் கேட்டு இச்சொற்களை எழுதியுள்ளேன். இவற்றில் உச்சரிப்புக் குறைபாடும் இருக்கலாம்.

வின்ஸ்லோவின் தமிழ் – ஆங்கில அகராதியிலும் கதிரைவேற்பிள்ளையின் தமிழ்மொழியகராதியிலும் கழகத் தமிழகராதியிலும் தேனிலவு சேர்க்கப்படவில்லை.

க்ரியாவின் தற்காலத் தமிழ் அகராதியில் தேனிலவு (தேன்நிலவு) இடம்பெற்றுள்ளது.

○

கடந்த ஆண்டு மலையூர் மம்பட்டியான் படம் இரண்டாம்முறையாகத் தயாரிக்கப்பட்டுத் திரைக்கு வந்தது. அதில் ஒரு காட்சியில் மம்பட்டியான் ஆட்டக்காரி

சொர்ணாவின் வீட்டில் தன்னிடம் சிக்கிக்கொண்ட சின்னப் பண்ணையை 'சரி சரி மூவாயிரம் உக்கி போட்டுட்டுப் போ' என்கிறார். வலக்கையால் இடது காதையும் இடக்கையால் வலது காதையும் பிடித்துக்கொண்டு கால்களை மடக்கி உட்கார்ந்து எழுவது தோப்புக்கரணம். விநாயகனுக்குரிய வழிபாட்டு முறை. பள்ளிக்கூடங்களில் மாணவர்களுக்குத் தண்டனையாகத் தோப்புக்கரணம் போடச் சொல்வதும் உண்டு. தமிழகத்தின் பெரும்பாலான பகுதிகளில் தோப்புக்கரணம் என்றுதான் சொல்கிறார்கள். இன்றைய மதுரை மாவட்டம், அதைச் சுற்றியுள்ள தேனி, விருதுநகர்ப் பகுதிகளில் பேச்சு வழக்கில் உக்கி எனச் சொல்கிறார்கள். கோவை, ஈரோடு, சேலம், வேலூர், கடலூர், செங்கல்பட்டு, திருச்சி, தஞ்சாவூர்ப் பகுதிகளிலெல்லாம் தோப்புக்கரணம்தான். மம்பட்டியான் பிறந்து வாழ்ந்தது சேலம் மாவட்டத்தின் மேச்சேரித் தாலுக்காவைச் சேர்ந்த கிராமத்தில். ஆகவே மம்பட்டியான் 'உக்கி' என நிச்சயம் சொல்லியிருக்க முடியாது. அவர் தோப்புக்கரணம் என்றுதான் கூறியிருப்பார். படத்தின் வசனகர்த்தாவுக்கு இப்பகுதி மக்களின் பேச்சு வழக்கைப் பற்றிய பிரக்ஞை இல்லை. அதனால் கோட்டைவிட்டுவிட்டார். அதனால்தான் சொல்கிறேன் திரைப்பட ஸ்கிரிப்டுகளையும் தக்கவர்களைக் கொண்டு செம்மையாக்க வேண்டும்.

●

சுருக்க வடிவங்களும் முற்றுப்புள்ளியும்

நான் காலச்சுவடு ஆசிரியர் குழுவில் செயலாற்றியபோது, அரவிந்தன், கண்ணன், தேவிபாரதி (பெயர்கள் அகரவரிசைப்படி) எனக்களித்த கட்டற்ற சுதந்திரத்தால் நான் சோதித்துப்பார்த்தவற்றில் ஒன்று சுருக்க வடிவங்களில் (abbreviations) முற்றுப்புள்ளியை நீக்கியது. சுருக்க வடிவங்கள் தொடர்பாகச் சில கூடுதல் தகவல்களைப் பகிர்ந்துகொள்ள விரும்புகிறேன்.

இருபதாம் நூற்றாண்டின் தொடக்கத்திலிருந்தே வஉசி, உவேசா, ஈவேரா, முவ, ஜிஎன்பி போன்ற சுருக்க வடிவங்கள் தமிழில் பிரபலம். பிறகு திமுக, அதிமுக, மதிமு, தமாக எனக் கட்சிகளின் சுருக்க வடிவங்கள் தினசரி வாழ்வில் புழக்கத்துக்கு வந்தன. ஜெயலலிதா அதிமுகவின் கொள்கைப் பரப்புச் செயலாளராக நியமிக்கப்பட்டபோது. அவரைக் கொபசெ எனத் தனக்கேயுரிய பாணியில் கிண்டலடித்து அந்தச் சுருக்க வடிவத்தைப் பிரபலப்படுத்தியவர் துக்ளக் ஆசிரியர் சோ.

யோசித்துப் பார்த்தால் சுருக்க வடிவங்கள் தமிழுக்கு ஒன்றும் அவ்வளவு புதியனவல்ல. ஏறக்குறைய இருநூறாண்டுகளுக்கு முன்னரே அவை வழக்கத்துக்கு வந்திருக்கலாம் என்பது என் கருத்து. சீனாதானா, ஆனாபானா போன்ற குடும்பச் சுருக்கப் பெயர்களை நாம் அறிவோம். இவையும் சுருக்க வடிவங்களே. இவ்வாறு பெயர்களைச் சுருக்கி அழைக்கும் வழக்கம் ஒரு குறிப்பிட்ட சமூகத்திற்கு

மட்டும் உரியது என அறுதியிட்டுக் கூறிவிட முடியாது. இந்த வழக்குகளில் பொதுவாக ஒரு முறைமை இருப்பதை அவதானிக்கலாம். இவற்றில் இரண்டு எழுத்துகள் மட்டும் நெடிலாக 'னா' விகுதியோடு துலங்குகின்றன. சிவபுரி தங்கவேல் ஆனாலும் அவர் சுருக்க வடிவில் 'சீனாதானா'தான். சீராப்பள்ளி தாமோதரனும் 'சீனாதானா'தான். சமூகத்தில் (ஏதேனும் ஒருவகையில்) செல்வாக்குப் பெற்றவர்களுக்கே இப்படிப்பட்ட சுருக்கப் பெயர்கள் வாய்க்கிறதோ என எண்ணத் தோன்றுகிறது.

வஉசி, உவேசா, ஈவேரா போன்ற சுருக்க வடிவங்கள் எப்போதிலிருந்து, யாரால் தமிழ்ப் பதிப்புலகில் (பத்திரிகை, நூல்கள் இன்னபிற உள்ளாக) புழக்கத்துக்கு வந்தன என்பதை ஆ. இரா. வேங்கடாசலபதி போன்ற தமிழ்ப் பதிப்பு வரலாற்றாசிரியர்கள்தாம் சொல்ல வேண்டும். எது எப்படியாயினும், தமிழில் சுருக்க வடிவங்கள் தொடர்பாக உருப்படியான முனைவர் பட்ட ஆய்வுக்குப் பெருவாய்ப்பு காத்திருக்கிறது.

சரி. நான் தொடங்கிய விஷயத்துக்கு வருவோம். பொதுவாக இன்றும் தமிழில் தி.மு.க., சு.ரா., வெ.சா., எம்.ஏ., பிஹெச்.டி. என முற்றுப்புள்ளியிட்டே எழுதப்படுகிறது. இது தேவையில்லை என்பது என் கருத்து. திமுக, சுரா, வெசா, எம்ஏ என முற்றுப்புள்ளியிடாமலேயே எழுதலாம். English கடந்த 70களின் இறுதியிலேயே சுருக்க வடிவங்களில் முற்றுப்புள்ளியைத் தூக்கிவிட்டது.

ஆனால் ஒரு கட்டுரையில் 'வெசாவுக்கு' என்று எழுதுவது நெருடலாக இருப்பதாகச் சிலர் சொல்வது புரிகிறது. இந்தச் சிக்கலையும் தீர்க்கலாம். எடுத்துக்காட்டாக, வெசா என்பது வெங்கட் சாமிநாதனைக் குறிப்பதாகக் கொள்வோம். கட்டுரை அல்லது நூலில் 'வெங்கட் சாமிநாதன்' முதன்முதலில் இடம்பெறும்போது, அடைப்புக்குறிகளுக்குள் 'வெசா' என எழுதிவிட்டால் இந்தச் சிக்கல் தீர்ந்துவிடும்.

சுருக்க வடிவங்களில் முற்றுப்புள்ளியிடாமல் எழுதும்போது, அது ஏற்கனவே புழக்கத்திலுள்ள வேறொரு சொல்லாக இருந்துவிடக் கூடாது என்பதில் கவனமாக இருக்க வேண்டும். ஆனால், சுந்தர ராமசாமியை 'சுரா' என எழுதும்போது இந்தச் சிக்கல் இல்லை.

சுராவிடம், வெசாவுக்கு, திமுகவில் எனப் புள்ளியிடாமல் எழுதுவதால் எந்தக் குழப்பமும் இல்லை. இதையே நான் பரிந்துரைக்கிறேன்.

○

ஒருவாக்கியத்தில் ஒவ்வொரு சொல் அல்லது சொற்றொடருக்கு என்று ஓர் இடமிருக்கிறது. அதை மாற்றினால், நாம் எதிர்பார்க்கும் அர்த்தம் வாக்கியத்தில் கிடைக்காது. எழுதிச் செல்லும் வேகத்தில் நாம் இதைக் கவனிக்கத் தவறலாம். எழுதியதை மீண்டும் சிலமுறை படித்துப் பார்த்துத் திருத்தங்கள் செய்ய வேண்டும் என வலியுறுத்த இதுவே காரணம்.

சொல் அல்லது சொற்றொடரின் இடப்பெயர்ச்சியால் உண்டாகும் பொருள் மாறுபாட்டுக்கு இரண்டு எடுத்துக் காட்டுகளைப் பார்க்கலாம்.

காலச்சுவடு ஜூன் 2016 இதழில் வெளியான பிரபஞ்சன் எழுதிய கடற்கரைக்கு அருகில் உள்ள விடுதி சிறுகதையிலிருந்து முதலாவது. மதிப்பிற்குரிய பிரபஞ்சன் அவர்களின் முத்திரை திகழும் இச்சிறுகதை எனக்கு மிகவும் பிடித்தமானது. சிலமுறை வாசித்து மகிழ்ந்தேன். கதையின் முதல் பத்தி இப்படித் தொடங்குகிறது.

அவன் எப்போதும் அந்த இடத்தில்தான் நிற்கச் சொல்வான். பேருந்து நிலையத்துக்கு அருகில் இருக்கும் பத்திரிகை, சிகரட் மற்றும் தின்பண்டங்கள் விற்கும் கடைக்குப் பக்கத்தில். வெயில்படாமல் நிற்க, சார்ப்பு இருக்கும். தவிரவும், ஒரு வகையான மறைப்பு வேறு இருக்கும். அனாவசியமாகப் பயணம் போகும் தெரிந்தவர் கண்களில் விழ வேண்டாம் ...

இந்தப் பெண் பிறர் பார்வையில் படாமல் மறைவாக நின்று காத்திருக்க விரும்புகிறாள் என்பது மிகத் தெளிவு. மேலே உள்ளதில் கடைசி வாக்கியத்தைக் கவனமாகப் படியுங்கள்.

அனாவசியமாகப் பயணம் போகும் தெரிந்தவர் கண்களில் விழ வேண்டாம்.

'அனாவசியமாக' என்னும் சொல் இவ்வாக்கியத்தில் பெற்றுள்ள இடத்தால், இந்தப் பெண்ணுக்குத் தெரிந்தவர் அனாவசியமாகப் பயணம் போகிறார்கள் என்றாகிவிடுகிறது. ஆனால் உள்ளபடிக்கு இந்தப் பெண் பயணம் போகும் தெரிந்தவர்களின் கண்களில் தான் அனாவசியமாகப் பட்டுவிடக் கூடாது என நினைக்கிறாள். இந்த அர்த்தம் இப்போதுள்ள வாக்கிய அமைப்பில் கிடைக்கவில்லை. ஆனால் வாக்கியம்

பயணம் போகும் தெரிந்தவர் கண்களில் அனாவசியமாக விழ வேண்டாம்

என அமைந்தால் ஆசிரியர் எதிர்பார்க்கும் பொருள் கிடைக்கிறது.

சுந்தர ராமசாமியின் நினைவுகளாகக் கமலா ராமசாமி எழுதியுள்ள 'நெஞ்சில் ஒளிரும் சுடர்' நூலைப் படிக்கும் வாய்ப்பு

கடந்த வாரந்தான் கிட்டியது. வாசித்து மகிழ்ந்தேன். சுராவைப் பற்றி நானறிந்திராத பல தகவல்களைத் தெரிந்துகொள்ள ஏதுவாயிற்று. கமலாம்மா தொழில் முறை எழுத்தாளர் அல்லர். ஆற்றொழுக்குப் போன்ற நடை அவருக்குக் கைவந்திருந்திருப்பது பெரிய ஆச்சரியமல்லதான். ஆனால் சில சுழிப்புகள் என் கண்ணுக்குத் தென்பட்டன. அவற்றில் ஒன்றைச் சுட்ட நினைக்கிறேன். கமலாம்மா தன் பள்ளிப் பருவத்தில் பாரதியின் பாடல்களை முறையான ராகங்களில் பாடக் கற்றுக்கொண்ட விதத்தை விளக்கும் பகுதியில் கீழ்க்காணும் ஒரு பத்தியை எழுதியுள்ளார்.

நான் ஐந்தாம் வகுப்புப் படிக்கும்போது ஒரு வார லீவில் என் மாமாவின் கல்யாணத்துக்குக் குடும்பத்துடன் கொச்சிக்குப் போயிருந்தோம். அங்குப் பாரதியார் பாடல்களை கிராமபோனில் பிரபல கர்னாடிக் இசை மேதை டி. கே. பட்டம்மாள் பாடுவதைக் கேட்கும் வாய்ப்புக் கிட்டியது.

இதில் விவரிக்கப்படும் சம்பவம் இறந்தகாலத்தது. எனவே முதல் வரியில் உள்ள 'படிக்கும்போது' என்பது 'படித்தபோது அல்லது படித்துக்கொண்டிருந்தபோது' என இருக்க வேண்டும். இது பொதுவாகப் பலரும் செய்யக்கூடிய பிழைதான். நான் சுட்ட விரும்புவது வேறொன்று.

'கிராமபோனில்' என்னும் சொல் அதன் அமைவிடத்தால் பட்டம்மாள் கிராமபோனில் பாடுகிறார் எனப் பொருள் தருகிறது. கிராமபோனில் ஒருவர் பாட முடியாது. மாறாக அவர் பாடிப் பதிவுசெய்யப்பட்டதைக் கேட்க முடியும். இந்தக் குழப்பத்தைத் தவிர்த்திருக்கலாம். கிராமபோன் என்ன மாதிரியான சாதனம் எனத் தெரிந்தவர்களுக்கு 'கிராமபோனில் பட்டம்மாள் பாடுவது' என்றால் என்ன என்பது விளங்குகிறதே என்னும் வாதத்தையும் என்னால் ஊகிக்க முடிகிறது. ஆனால் தொழிற்பட ரீதியாக அது சரியல்ல. இதே பத்தி

நான் ஐந்தாம் வகுப்புப் படித்துக்கொண்டிருந்தபோது, ஒரு வார லீவில் என் மாமாவின் கல்யாணத்துக்குக் குடும்பத்துடன் கொச்சிக்குப் போயிருந்தோம். அங்குப் பிரபல கர்னாடிக் இசை மேதை டி. கே. பட்டம்மாள் பாடிய பாரதியார் பாடல்களை கிராமபோனில் கேட்கும் வாய்ப்பு கிட்டியது.

என இருந்தால் எந்தக் குழப்பமும் இல்லை.

நான் இப்பகுதியில் சுட்டியுள்ள இரண்டு பிழைகளும் சொற்களின் இடமாற்றத்தால் உண்டானவை. இவை முறையே மரியாதைக்குரிய பிரபஞ்சன், மதிப்பிற்குரிய கமலாம்மா ஆகியோர் அறியாததல்ல. அவர்களின் கவனப் பிசகை என் செம்மைக் குறிப்புக்கு வாகாகப் பயன்படுத்திக்கொண்டுள்ளேன். அவ்வளவே.

வழக்குச் சொல் விளக்கம்

வழக்குச் சொல் விளக்கம் என்றொரு நூலை சி. என். துரைராஜ் என்பவர் எழுதியுள்ளார். கோவை விஜயா பதிப்பகம் இந்த நூலை 2010இலேயே வெளியிட்டிருந்தாலும், எனக்குச் சில மாதங்களுக்கு முன்புதான் படிக்கக் கிடைத்தது. கோவை சென்றிருந்தபோது ராஜ வீதிக்குச் சென்று ஆர்வத்தோடு வாங்கினேன். படித்துப் பார்த்தபோது பல ஏமாற்றங்கள். தலைப்புக்கும் உள்ளடக்கத்துக்கும் பொருத்தமில்லை என்பது முதலாவது.

ஆடிக்காற்றில் அம்மியும் மிதக்கும்
கூழுக்கும் ஆசை மீசைக்கும் ஆசை
பதினாறும் பெற்றுப் பெருவாழ்வு வாழ்க
பண்ணாடை
காந்தி கணக்கு

எனக் கலந்துகட்டி பலவற்றுக்கும் அகர வரிசைப்படி விளக்கம் தந்துள்ளார். அதோடு

கோழி முதலா முட்டை முதலா?
கோலம் போடுவது எதற்காக?
நோபல் பரிசு பிறந்தது எப்படி?
விமானத்தில் கறுப்புப் பெட்டி ஏன்?

போன்ற வினாக்களுக்கும் பதில் தந்துள்ளார்.

நூலின் தலைப்புக்கும் இவற்றுக்கான விளக்கங்களுக்கும் என்ன தொடர்பு?

துரைராஜ் அவர்கள் வழக்குச் சொல், மரபுத் தொடர், பழமொழி ஆகியவற்றுக்குள்ள வேறுபாடுகளைப் புரிந்துகொள்ளவில்லையோ எனத் தோன்றுகிறது. வழக்கு என்பதற்கு

மக்களால் பின்பற்றப்படுவதாகவும் பயன்படுத்தப் படுவதாகவும் இருப்பது. புழக்கம்.

என்று க்ரியாவின் தற்காலத் தமிழ் அகராதி விளக்கம் தருகிறது. எடுத்துக்காட்டாக, தற்காலத்தில் 'யானை' வழக்குச் சொல். ஏனென்றால் இது மக்களின் பேச்சு, எழுத்து இரண்டிலும் புழக்கத்தில் உள்ளது. ஆனால் யானையைக் குறிக்கும் 'களிறு' இன்று வழக்குச் சொல் அல்ல. ஒரு மொழியிலுள்ள வழக்குச் சொற்கள் காலத்துக்குக் காலம் மாறும். வழக்குச் சொல் உண்டு. ஆனால் வழக்குத் தொடர் இல்லை.

வார்த்தைக்கு வார்த்தை அர்த்தம் தராததும் ஒரு குறிப்பிட்ட மொழியில் மட்டுமே பொருள் கொண்டு நிற்பதுமான சொற்றொடரே மரபுத் தொடர். அப்படிப்பட்ட தொடரை வேற்று மொழியில் அப்படியே மொழிபெயர்த்தால் அபத்தமாகத் தோன்றும். எடுத்துக்காட்டாக,'முதலைக் கண்ணீர்.' இதில் முதலை, கண்ணீர் எனச் சொல்லுக்குச் சொல் பொருள்கொள்ளக் கூடாது. 'முதலைக் கண்ணீர்' தமிழறிந்த அனைவருக்கும் புரியும். ஆனால் இதை 'Chrocodile tear' என மொழிபெயர்த்து ஓர் ஆங்கிலேயரைப் படிக்கச் சொன்னால் அவருக்கு எதுவும் விளங்காது. எனவே, 'முதலைக் கண்ணீர்' மரபுத் தொடர். மரபுச் சொல் என ஒன்று இல்லை என்பதும் கவனத்திற்குரியது.

●

விரைவுப் பரவி

பல்வேறு காரணங்களால் அவ்வப்போது புதிய சொற்கள் ஒரு மொழியில் அறிமுகமாகிப் பரவலாகப் பயன்பாட்டுக்கு வரும். சமீபகாலத்தில் பிரபலமாகிவரும் சொல் வைரல் (viral). சமூக ஊடகங்களில் ஒரு படமோ செய்தியோ விவாதமோ திடீரெனப் பரவி மிகுந்த பரிமாற்றத்துக்கும் அலசலுக்கும் உள்ளாகும்போது, அது வைரலாகிவிட்டது என்கிறார்கள். சன் தொலைக்காட்சியிலும் தினமும் மாலைச் செய்தியில் சமூக ஊடகங்களில் வைரலாகும் விஷயங்களைப் பற்றிய தொகுப்பும் தற்போது இடம்பெறுகிறது. ஆங்கிலத்திலிருந்து இந்தச் சொல் தமிழுக்கு வந்துள்ளது. இன்னும் இதற்குத் தமிழ் வார்த்தை உருவாகவில்லை எனக் கருதுகிறேன். அப்படியேதாவது புழக்கத்திலிருந்தால் எனக்கும் சொல்லுங்கள்.

ஏற்கனவே கணிப்பொறி வைரஸ் உண்டு. எல்லாக் கணிப்பொறி வைரஸ்களும் அவைநுழையும் பொறியின் செயல்பாட்டைக் குலைத்துத் தீமை உண்டாக்குபவை. ஆனால் சமூக ஊடகங்களின் வைரல்களை நன்மை x தீமை என்னும் அடிப்படையில் பொதுப்படையாக வகைப்படுத்திவிட முடியாது. ஆனால் விரைந்து (கட்டுக்கடங்காமல்) பரவும் பண்பு கணிப்பொறி வைரஸுக்கும் சமூக ஊடக வைரலுக்கும் பொது. இவை இரண்டுக்குமான வேர்ச்சொல் உயிரியல் வைரஸ்.

உயிரியலில் பாக்டீரியாக்களும் வைரஸ்களும் உண்டு. இரண்டும் நுண்ணியிரிகள்தாம். ஆனால் வேறுபட்டவை. நன்மை செய்யும் பாக்டீரியாக்களும் தீமை (நமக்குத்தான்) செய்யும் பாக்டீரியாக்களும் உண்டு என்பது பள்ளிக்கூடப் பாடத்திலேயே நாமறிந்தது. எல்லா வைரஸ்களும் நமக்குத் தீமை செய்பவைதாம் என்பது நம் பொதுப்புத்தியில் படிந்துள்ள கருத்து. ஆனால் மனிதர்களுக்கு நன்மை பயக்கும் வைரஸ்களும் உள்ளன. அவற்றின் பட்டியலைத் தருவது இக்குறிப்பின் நோக்கமல்ல. வைரல் என்று ஆங்கிலத் திரைப்படம்கூட வெளியாகியிருக்கிறது.

ஆகவே, சமூக ஊடகங்களில் சொல்லப்படும் வைரல்கள் நல்லவை, கெட்டவை என்னும் அடிப்படையில் அல்லாமல், விரைந்து பரவும் தன்மையின் காரணமாகவே அவ்வாறு அழைக்கப்படுகின்றன. சமூக ஊடகங்கள் சார்ந்து புழங்கும் வைரல் இனி வாழ்வின் பல தளங்களிலும் எடுத்தாளப்படும். தமிழில் இதை 'விரைவுப் பரவி' என அழைக்கலாம் எனக் கருதுகிறேன்.

❍

சென்னைப் பல்கலைக்கழகத்தின் ஆங்கிலம் – தமிழ்ச் சொற்களஞ்சியத்தைப் புரட்டிக்கொண்டிருந்தபோது, '*creche*' என்னும் ஆங்கில வார்த்தைக்கான தமிழ் விளக்கத்தைப் பார்த்து வியந்தேன். 'குழந்தைகளைப் பேணி வளர்க்கும் பொது நிறுவனம்.

குழந்தை வளர்ப்புப் பண்ணை' என இந்த அகராதி விளக்குகிறது. தற்காலத் தமிழில் நோக்க இந்த விளக்கம் விநோதமாகத் தோன்றுகிறது. இக்காலத்தில் பண்ணை என்பது பொதுவாகக் ஆடு, மாடு, கோழி போன்ற விலங்குகள் அல்லது பறவைகளை வளர்க்கும் இடத்தையே குறிக்கும். விவசாயப் பண்ணையும் உண்டு. ஆனால் இது அருகிவருகிறது.

1961இல் தொடங்கிய இந்த அகராதிப் பணி 1965இல் நிறைவடைந்தது. தொகுப்பாளர்களுக்கு அக்காலத்திய மொழியில் இந்த விளக்கம் நெருடலாகத் தெரிந்திருக்க வாய்ப்பில்லை. ஆனால் மிகப் பயனுள்ள, சிறப்பான அகராதி இது என்பதில் ஐயமில்லை. மேற்சொன்ன வார்த்தை ஜெர்மனி மொழி மூலத்தைச் சார்ந்தது. இச்சொல்லின் பொருளை இன்று யாராவது நம்மைக் கேட்டால், சற்றும் தயக்கமில்லாமல் 'குழந்தைகள் வளர்ப்பகம்' எனச் சொல்வோம். அகராதியைத் தொகுத்தவர்களும் இப்போது உயிரோடிருந்தால் அப்படித்தான் சொல்வார்கள். இதைத் தமிழ் மொழியில் ஏற்பட்டுள்ள வளர்ச்சியாகக் கருதுகிறேன்.

❍

தீபாவளிக்கு விஜய் நடித்து வெளியாகியுள்ள மெர்சல் திரைப்படத்தின் விளம்பரத்தைத் தொலைக்காட்சி அலைவரிசைகளில் பார்த்தேன். முன்னணி நட்சத்திரங்களின் படங்கள் பஞ்ச் டயலாக்குகள் இல்லாமல் அமையக் கூடாது என்பது தமிழ்த் திரையுலக விதிபோலும். இந்தப் படத்திலும் விஜய், 'ஒரு குழந்தை உருவாகப் பத்து மாசம். ஒரு பட்டதாரி உருவாக மூணு வருசம். ஒரு தலைவன் உருவாக ஒரு யுகமே தேவை' எனப் பேசும் வசனம் இடம்பெற்றுள்ளது. ஒரு குழந்தை உருவாகப் பத்து மாதங்களும் ஒரு தலைவன் உருவாக ஒரு யுகமும் தேவை என்பது சரிதான். ஆனால் ஒரு பட்டதாரி மூன்று வருடங்களில் உருவாக முடியாது. பட்டப்படிப்புதான் மூன்று வருடம். இயல்பான முறையில், ஒன்று முதல் பன்னிரண்டாம் வகுப்புவரை படித்த பிறகுதான் ஒருவர் பட்டப்படிப்பில் சேர முடியும். எல்லாப் பட்டப்படிப்புகளும் மூன்று வருடக் கல்வியல்ல. பொறியியல் பட்டப்படிப்பு நான்கு வருடங்கள். சாதாரணமாக ஒருவர் ஆறாம் வயதில் முதல் வகுப்பில் சேர்ந்தால் மூன்றாண்டுப் படிப்பைத் தன் இருபதாம் வயதில் நிறைவுசெய்து பட்டதாரியாக முடியும். ஆகவே, 'ஒரு பட்டதாரி உருவாக மூணு வருசம்' என்பது தவறான பஞ்ச் டயலாக். வசனத்தை எழுதிப் படமாக்கி ரசிகர்களைக் கைதட்டவைக்கும் அவசரத்தில் கவனக்குறைவாக எழுதிவிட்டார்களோ? அல்லது நாம் எதை எழுதினாலும் தமிழ் ரசிகர்கள் ஏற்றுக்கொள்வார்கள் என்னும் நம்பிக்கையிலா?

❍

தமிழில் எழுதும் பலரும் ஒரே சொல்லை ஒரு வாக்கியத்தில் ஒன்றுக்கு மேற்பட்ட முறை பயன்படுத்துகிறார்கள். இது செறிவான உரைநடைக்கு அழகல்ல. ஆங்கிலப் பதிப்பகங்களின் எடிட்டர்கள் இதில் கறாராக இருக்கிறார்கள்.

ஆங்கில வெகுஜன எழுத்தாளர் ஜெஃப்ரி ஆர்ச்சர் பல நாவல்களையும் சிறுகதைத் தொகுதிகளையும் எழுதியுள்ளவர். கச்சிதமான உரைநடைக்கும் அங்கங்கே கவித்துவம் மிக்க வாக்கியங்களைத் தூவி வாசகர்களை வியப்புக்குள்ளாக்கும் தன்மைக்கும் பெயர்பெற்றவர். மேற்சொன்ன விதியை அடிப்படையாகவைத்தே அவர் ஒரு சிறுகதையே எழுதியிருக்கிறார். அது *A Twist in the Tale* தொகுப்பில் இடம்பெற்றுள்ளது. அதில் ஆங்கிலத்தைத் தாய்மொழியாகக் கொண்டிராத ஒரு பாத்திரம் முதலில் '*Did you find it difficult to find my house*' எனக் கேட்கும். சற்று நேரம் கழிந்து தன் தவறை உணர்ந்து '*Did you find my house?*' என்றே தான் கேட்டிருக்க வேண்டும் எனச் சொல்லும்.

சமீபத்தில் நான் படித்த காத்திரமான நூலில் ஒரு வாக்கியம் கீழ்வருமாறு அமைந்துள்ளது.

'எந்த ஒரு பிரதிமீதான வாசிப்பும் அந்தப் பிரதியை வாசிப்பவரின் நோக்கில் மறுநிர்மாணம் செய்யப்படுவதால்,...'

இது ஒரு கலவை வாக்கியம். நான் உணர்த்த விரும்பும் விதிக்கு இந்தச் சார்பு வாக்கியமே போதும். 'பிரதி' என்னும் சொல் இரண்டுமுறை இடம்பெறுகிறது. பிரதி என்பது அஃறிணை ஒருமை. எனவே இதற்கு மாற்றுப்பெயர்ச்சொல் 'இது' அல்லது 'அது'. ஆகவே, மேற்காணும் வாக்கியப் பகுதியை

'எந்த ஒரு பிரதிமீதான வாசிப்பும் அதை வாசிப்பவரின் நோக்கில் மறுநிர்மாணம் செய்யப்படுவதால்,...'

என அமைந்தால் செறிவாக இருக்கும்.

பல ஆண்டுகளுக்கு முன் என்னிடம் செம்மையாக்கத்திற்கு வந்த ஒரு நூலின் ஒளியச்சுப் படியில்,

'நாங்க கிட்டி வெளையாட்டு, பம்பரம் வெளையாட்டு, கிளித்தட்டு வெளையாட்டு, கபடி வெளையாட்டுன்னு வெளையாடுவோம்'

என்னும் வாக்கியம் இடம்பெற்றிருந்தது. ஒரு வாக்கியத்தில் எத்தனை வெளையாட்டுகள்? வாக்கியம் செறிவாகவா உள்ளது? இதையே

'நாங்க கிட்டி, பம்பரம், கிளித்தட்டு, கபடின்னு வெளையாடுவோம்'

என்று எழுதினால் எவ்வளவு செறிவாக அமைகிறது என்பதைத் தயவுசெய்து யோசியுங்கள்.

ஒரு வார்த்தையை ஒரே வாக்கியத்தில் ஒருமுறைக்கு மேல் பயன்படுத்தவே கூடாது என்பதல்ல என் வாதம். ஒரே சொல் திரும்ப வருவதைத் தவிர்க்க வேண்டும் என்பதே என் பரிந்துரை. செறிவான குறட்பாக்கள் பலவற்றிலும் ஒரே சொல் ஒன்றுக்கு மேற்பட்டமுறை எடுத்தாளப்பட்டுள்ளதைக் கவனத்தில் கொண்டே இதைச் சொல்கிறேன்.

ஒரு வாக்கியம் முடியும் சொல்லைக் கொண்டே அடுத்த வாக்கியம் தொடங்குவதும் இதேபோலத் தவிர்க்கப்பட வேண்டிய பாணிதான். (இங்கே 'வாக்கியம்' இரண்டுமுறை வருவதைத் தவிர்க்க முடியாது.) மரபான தமிழ்ச் செய்யுளில் இந்தப் பாணி முக்கியமானதென்றாலும், உரைநடையில் இது தவிர்க்கப்பட

வேண்டும். எடுத்துக்காட்டாகக் கீழ்வரும் பகுதியை நோக்குக.

'இதற்கு ஒரு விதிவிலக்கு மன்னார்குடி. மன்னார்குடி பழைய பஸ் நிலையப் பகுதியிலுள்ள அந்தக் கால் நூற்றாண்டு வயதான கடையில் . . .'

முதல் வாக்கியத்தின் ஈற்றான 'மன்னார்குடி'யைக் கொண்டே அடுத்த வாக்கியமும் தொடங்குவதைக் காண்க. மாற்றுப்பெயர்ச்சொல்லைப் பயன்படுத்துவதன் மூலம் இதை எளிதாகத் தவிர்க்கலாம். மேற்காணும் பகுதியை

'இதற்கு ஒரு விதிவிலக்கு மன்னார்குடி. அங்கே பழைய பஸ் நிலையப் பகுதியிலுள்ள அந்தக் கால் நூற்றாண்டு வயதான கடையில் . . .' என எழுதலாம் என்பதுதான் என் பரிந்துரை.

●

வெற்றுப் பொய்யும் சொற்களின் பொருள் மாற்றமும்

சன் தொலைக்காட்சியில் ஒளிபரப்பாகும் மகாபாரதத் தொடரை மிக ஆர்வத்துடன் கவனித்துவருகிறேன். மற்ற மகாபாரதத் தொடர்களில் இடம்பெறாத பல நுட்பங்களும் கிளைக்கதைகளும் இதில் உள்ளதற்காகத் தொடர்புடைய அனைவரையும் பாராட்டத்தான் வேண்டும். பாத்திரங்கள் எடுத்தாளும் மொழிநடை குறித்து இன்னும் அதிகக் கவனம் செலுத்தியிருக்கலாம். ஒரே பாத்திரத்தின் மொழிநடை வெவ்வேறு சந்தர்ப்பங்களில் மாறி மாறி விளங்குகிறது. அதாவது பாத்திரங்களின் மொழிநடை சீராக இல்லை. அதோடு ஏராளமான மொழிப் பிழைகளையும் கவனிக்க நேர்ந்தது. எடுத்துக்காட்டுக்காக ஒன்றை மட்டும் விளக்குகிறேன்.

மகாபாரதத்தில் சூதாட்டம் இரண்டுமுறை நடைபெறுகிறது. முதல்முறை பாண்டவர்கள் சூதில் தோற்ற அனைத்தும் அவர்களுக்கே திரும்ப அளிக்கப்படுகின்றன. அதைப் பொறுத்துக்கொள்ள முடியாத கௌரவர்கள் மீண்டும் சூதாட வருமாறு பாண்டவர்களுக்கு அழைப்புவிடுக்கிறார்கள். தம்பிகள் தடுத்தும், அழைப்பை ஏற்க வேண்டும் என்னும் நீதிக்குக் கட்டுப்பட்டுத் தர்மன் அஸ்தினாபுரம் வருகிறான். அவையில் தனக்கு சூதாட விருப்பமில்லை எனத் தெரிவிக்கிறான்.

அப்போது தர்மனுக்கும் சகுனிக்கும் நடக்கும் விவாதத்தின்போது ஒரு கட்டத்தில், 'அப்படியென்றால் உன் தம்பிகள் உன் பேச்சைத் தட்டமாட்டார்கள் என்பது வெற்றுப் பொய்யா?' எனச் சகுனி கேட்கிறான். (அப்போது அவையில் நடக்கும் அனைத்தையும் நான் இங்கே விளக்கத் தேவையில்லை எனக் கருதுகிறேன்.) சற்று யோசித்துப் பாருங்கள். அது என்ன 'வெற்றுப் பொய்'? பொய் என்றால் உண்மை அல்லாதது. பொதுவாக 'வெற்று' எதிர்மறைப் பொருள் தருவது. எனவே வெற்றுப் பொய் 'உண்மை' எனப் பொருள்படாதா? சகுனி அதையா குறிப்பிடுகிறான்?

ஆகவே, 'அப்படியென்றால் உன் தம்பிகள் உன் பேச்சைத் தட்டமாட்டார்கள் என்பது பொய்யா?' அல்லது 'அப்படியென்றால் உன் தம்பிகள் உன் பேச்சைத் தட்டமாட்டார்கள் என்பது வெற்று உண்மையா?' எனச் சகுனி கேட்டிருக்க வேண்டும். இன்னொரு வழியிலும் இதைத் தீர்த்திருக்கலாம். ' . . . என்பது வெறுமனே பொய்யா?' என்றிருந்திருக்கலாம். 'வெற்றுப் பொய்யா?' என்னும்போதுதான் சிக்கல் எழுகிறது. வசனம் எழுதியவர் இதைக் கவனிக்கத் தவறிவிட்டார்.

மிகப் பெரும் பொருட்செலவில் பிரம்மாண்டமாகத் தயாரிக்கப்படும் தொடரில் இது போன்ற பிழைகளைக் கண்டுபிடித்துக் களைவதற்கென்றே தனிக்குழு அமைய வேண்டும். அதனால் மிகுந்த பயன் உண்டு.

❍

காலந்தோறும் சொற்களின் பொருள் மாறிவருகிறது. 'நாற்றம்' முன்பு நறுமணத்தைக் குறித்தது.

கருப்பூரம் நாறுமோ கமலப்பூ நாறுமோ?
திருப்பவளச் செய்வாய்தான் தித்தித் திருக்குமோ
மருப்பொசித்த மாதவன்றன் வாய்ச்சுவையும் நாற்றமும்
விருப்புற்றுக் கேட்கின்றேன் சொல் ஆழி வெண்சங்கே.

இது சூடிக்கொடுத்த சுடர்க்கொடியின் பாடல். இதில் நாற்றம் என்பது நறுமணம் என்னும் பொருள் கொள்கிறது. ஆனால் இக்காலம் நாற்றம் 'துர்நாற்றத்தை(கெட்ட வாசனை)யே' குறிக்கிறது.

'பரதேசி' என்பவன் 'வேற்று தேசத்தவன்' (அயல்நாட்டவன், *foreigner*). இச்சொல்லுக்கு முன்பு இப்பொருள்தான். 'பர' என்னும் (வடமொழி) வேர்ச்சொல்லுக்கு 'பிற (வேற்று)' எனப் பொருள். பரங்கியர், பரங்கிப்பேட்டை, பரகாயப் பிரவேசம் (கூடுவிட்டுக் கூடு பாய்தல்), பரவசம் போன்றவற்றையும் ஒப்பு நோக்குங்கள். இன்று (தமிழில்) பரதேசி என்பவன் ஒன்றுமில்லாதவன், ஆதரவற்றவன், ஏறக்குறைய பிச்சைக்காரன்.

முற்காலத்தில் அன்பு, காதல் போன்ற விரிந்த தளத்தில் காமம் பொருள் கொண்டிருந்தது. திருக்குறளின் காமத்துப்பாலை மனங்கொள்க. இன்றோ இச்சொல் உடல்சார்ந்த இச்சையை மட்டுமே சுட்டுவதாக மலினப்பட்டுவிட்டது.

போலவே சூழ்ச்சி. ஆராய்ச்சி, (மந்திர) ஆலோசனை ஆகிய அர்த்தங்களைத் தந்தது.

குறுந்தொகையின் 73ஆம் பாடல் பரணர் எழுதியது. தோழி கூற்றாக அமையும் அப்பாடல்

. . .
ஒன்றுமொழிக் கோசர் போல
வன்கட் சூழ்ச்சியும் வேண்டுமால் சிறிதே

என முடிகிறது. சூழ்ச்சி இங்கு 'ஆராய்ச்சி' என்னும் பொருள் கொள்கிறது. இக்காலத்தில் சதி, காலைவாருதல் போன்ற செயல்பாடுகளுக்குள் சூழ்ச்சி சுருங்கிவிட்டது.

சொற்களின் அர்த்தங்கள் எவ்வளவு மாறிவிட்டன பாருங்கள்! அதனால்தான் க்ரியாவின் தற்காலத் தமிழ் அகராதி தேவைப்படுகிறது.

இனிச் சொற்களைச் சேர்த்தும் பிரித்தும் எழுதுவது தொடர்பாக...

தமிழ் இலக்கணத்தில் 'தொகை' என்றால் தொக்கி (மறைந்து) வருதல். அதாவது தொடர்புடைய உருபு வெளிப்படையாக வரிவடிவில் தெரியாமல் மறைந்து வரும். பண்புருபு மறைந்து வந்தால் அது பண்புத்தொகை. வேற்றுமை உருபு மறைந்து வந்தால் அது வேற்றுமைத்தொகை. இவை பற்றி விரிவாக வேறொரு சந்தர்ப்பத்தில் பார்க்கலாம். இப்போது வினைத்தொகை, இருபெயரொட்டுப் பண்புத்தொகைகளை எளிய முறையில் தெரிந்துகொள்வோம்.

வினைச்சொல்லின் முக்கியப் பண்பு காலங்காட்டுதல். எடுத்துக்காட்டாக, 'படித்தான்' என்னும் வினைச்சொல் இறந்தகாலச் செயலைச் சுட்டுகிறது. பகுபத இலக்கணப்படி, படித்தான் = படி + த் + த் + ஆன். இதில் முதல் 'த்' இறந்தகாலம் காட்டும் இடைநிலை. இதுபோல் நிகழ்காலம், எதிர்காலம் காட்டும் இடைநிலைகளும் உண்டு. இவற்றையெல்லாம் புரிந்துகொள்ளப் பகுபத இலக்கணம் முழுவதையும் அறிய வேண்டும். ஆனால் வினைத்தொகையைப் புரிந்துகொள்ள இவை தேவையில்லை. பள்ளிசார்ந்த இலக்கண வகுப்புகளில் வினைத்தொகை என்றாலே 'ஊறுகாய்'தான். இப்படி எந்திரகதியில் இலக்கணம் கற்கத் தேவையில்லை.

சுடு, ஊறு, எழு இவையெல்லாம் வினையடிகள். பெயர்ச்சொற்களை நாம் நன்கறிவோம். நீர், காய், ஞாயிறு போன்றனவெல்லாம் பெயர்ச்சொற்கள். வினையடியைத் தொடர்ந்து பெயர்ச்சொல் அமைந்தால் அதுதான் வினைத்தொகை. ஆகவே

சுடு + நீர் = சுடுநீர்

ஊறு + காய் = ஊறுகாய்

எழு + ஞாயிறு = எழுஞாயிறு

என்பனவெல்லாம் வினைத்தொகைகள். நீங்களே இவை போன்று பல வினைத்தொகைகளை உருவாக்கலாம். மேற்கண்ட வினைத்தொகைகளில் காலங்காட்டும் இடைநிலைகள் இல்லை என்பதையும் கவனிக்க.

2. வினைத்தொகைகளைச் சேர்த்தெழுதுக.

சுடு நீர், ஊறு காய், எழு ஞாயிறு என்றெல்லாம் பிரித்தெழுதுவதைத் தவிர்க்க

வேண்டும். மாறாக, சுடுநீர், ஊறுகாய், எழுஞாயிறு எனச் சேர்த்தெழுத வேண்டும்.

3. இருபெயரொட்டுப் பண்புத்தொகைகளைச் சேர்த்தெழுதுக.

அது என்ன இருபெயரொட்டுப் பண்புத்தொகை? இதையும் மிக எளிதாக விளங்கிக்கொள்ளலாம். சிறப்புப் பெயரைத் தொடர்ந்து பொதுப்பெயர் அமைந்தால் அதுதான் இருபெயரொட்டுப் பண்புத்தொகை.

பாம்புகளில் ஒரு வகை நாகம். ஆகவே நாகம் சிறப்புப் பெயர். பாம்பு பொதுப்பெயர். எனவே, 'நாகப்பாம்பு' இருபெயரொட்டுப் பண்புத்தொகை. இதுபோலவே வாழைப்பழம், ஆலமரம், கத்தரிக்காய், சூறைக்காற்று ஆகியனவும் இருபெயரொட்டுப் பண்புத்தொகைகளே.

நாகப் பாம்பு, வாழைப் பழம், ஆல மரம், கத்தரிக் காய், சூறைக் காற்று எனப் பிரித்தெழுதக் கூடாது. நாகப்பாம்பு, வாழைப்பழம், ஆலமரம், கத்தரிக்காய், சூறைக்காற்று எனச் சேர்த்தெழுத வேண்டும்.

●

சிக்மகளூர்

அக்டோபர் மாதம் ஒரு ஞாயிற்றுக்கிழமைக் காலை சன் தொலைக்காட்சியில் ஒளிபரப்பான தெய்வ தரிசனம் நிகழ்ச்சியில் கர்நாடகத்தின் சிக்மகளூர் (சிக்கமகளூர் என்பதே பேச்சு வழக்கில் இப்படியாகிவிட்டது) மாவட்டத்திலுள்ள கோதண்ட ராமர் ஆலயத்தைக் கண்டு களிக்கச்செய்தார்கள். நிகழ்ச்சியின் தொகுப்பாளரான மங்கையர்க்கரசி தன் விஸ்தாரமான பேச்சில் திரும்பத் திரும்ப 'சிக்மங்களூர்' என்றே குறிப்பிட்டார். மகளூர் வேறு; மங்களூர் வேறு.

சிக்மகளூர் மாவட்டம் கர்நாடகத்தின் மேற்குத் தொடர்ச்சி மலையின் மடியில் அமைந்துள்ளது. சிக்க என்றால் சின்ன. சிக்மகளூர் என்பதற்குச் சின்ன மகளின் ஊர் எனப் பொருள். ருக்மாங்கதன் என்னும் குறுநில மன்னன் தன் இளைய மகளுக்குச் சீதனமாகக் கொடுத்ததால் இது சிக்மகளூர். மூத்த மகளுக்குத் தந்த ஊரும் அருகிலேயே உள்ளது. அது ஹிரெமகளூர். ஹிரெ என்றால் மூத்த (பெரிய) என அர்த்தம்.

தொகுப்பாளர் உள்ளிட்ட நிகழ்ச்சித் தயாரிப்புக் குழுவினர் நிச்சயம் மேற்படிக் கோவிலுக்கு நேரில் சென்றுதான் படமெடுத்திருப்பார்கள். ஊரின் பெயரை அப்போது யாரிடமும் சரியாக மங்கையர்க்கரசி அம்மை கேட்டறியவில்லையோ? கர்நாடகத்தின் மங்களூர் மிகப் பரிச்சயமானது என்பதால் அப்படிச் சொல்லிவிட்டாரோ? நேயர்களுக்கு ஊர்ப் பெயர்களைச் சரியாகத் தெரிவிப்பது இது போன்ற நிகழ்ச்சித்

தயாரிப்பாளர்களின் கடமை. யார் இவற்றையெல்லாம் கவனிக்கப்போகிறார்கள் எனக் கிஞ்சித்தும் கவலைப்படாமல் இப்படித் தப்புத் தப்பாக உளறுவது தடித்தனம்.

ஆகவே – ஆமாம், நீங்கள் நினைப்பது சரிதான் – இது போன்ற தொலைக்காட்சி நிகழ்ச்சிகளில் இடம்பெறும் வர்ணணை, உரையாடல்கள் போன்றவற்றையும் செம்மைப்படுத்திய பிறகே ஒளிபரப்ப வேண்டும்.

❍

பொதுவாகப் பேச்சு வழக்கில் 'பஸ்ஸு கிஸ்ஸு வருதான்னு பாருங்க', 'ஏதாவது கடை கிடை தொறந்திருந்தா சாப்பிடலாம்' என்பன போன்று அடிக்கடி சொல்கிறோம்.

மேலோட்டமாகப் பார்த்தால் இது வேடிக்கையாகத் தோன்றும். ஆனால் உண்மையில் இது வேடிக்கை சமாச்சாரமாக எனக்குத் தோன்றவில்லை. 'டேய், பஸ்ஸு வருதான்னு கேளு. அதென்ன கிஸ்ஸு? யாராவது பொம்பிளைகிட்டப் போயிக் கேளுடா?' எனத் தமிழ்த் திரைப் படங்களில் இடம்பெறும் கவுண்டமணி பாணியிலான காமெடியின் அடிப்படையில் நாம் இதை அணுகக் கூடாது.

மொழியியலில் இதற்குக் கலைச்சொல் இல்லை. மேற்சொன்ன எடுத்துக்காட்டுகளில் 'கிஸ்ஸு', 'கிடை' என்பவை முறையே 'பஸ்', 'கடை' ஆகியவற்றை எதிரொலிப்பதால் இவற்றை எதிரொலிப்புச் சொற்கள் *(reflexive words)* என அழைக்கலாம். (நன்றி: இலக்கணவியல் அறிஞர் சு. இராசாராம், நாகர்கோவில்.)

எதிரொலிப்புச் சொற்கள் கிகர, கீகரங்களிலேயே தொடங்குவது சின்ன ஆச்சரியந்தான். எதிரொலிக்கப்படும் வார்த்தை குற்றெழுத்தில் தொடங்கினால், எதிரொலிக்கும் சொல்லின் முதலெழுத்து கிகரமாகவே அமையும். போலவே, எதிரொலிக்கப்படும் சொல்லின் முதலெழுத்து நெடிலானால், எதிரொலிக்கும் வார்த்தை கீயிலேயே தொடங்கும்.

கடை கிடை, சண்டை கிண்டை, வழி கிழி

காதல் கீதல், பாட்டில் கீட்டில், வார்த்தை கீர்த்தை

போன்ற எடுத்துக்காட்டுகளைக் கவனியுங்கள். இதில் தமிழ்ச் சொற்கள் பிறமொழிச் சொற்கள் என்னும் வேறுபாடு கிடையாது. அதோடு, எதிரொலிப்புச் சொற்கள் ஒருமுறை மட்டுமே வரும். இரட்டித்து வரமாட்டா.

கிகர, கீகரங்களில் தொடங்கும் சொற்களுக்கு எதிரொலிப்பு வார்த்தைகள் இல்லை என்பதையும் மனங்கொள்க.

எடுத்துக்காட்டாக, 'கருடன் கிருடன்' எனச் சொல்லலாம். ஆனால் 'கிருஷ்ணன் கிருஷ்ணன்' எனக் கூறுவது வழக்கமல்ல. அதாவது, கிருஷ்ணன், கிடங்கு, கிடாய், கீற்று போன்றவற்றுக்கு எதிரொலிப்புச் சொற்கள் இல்லை.

எதிரொலிப்புச் சொற்கள் தாம் உணர்த்தும் தொனிப்பொருளால் முக்கியத்துவம் பெறுவதைச் சில எடுத்துக்காட்டுகளின் மூலம் பார்க்கலாம்.

'கடன் வாங்கி அல்லல் படாதே' என்று சொல்லும்போது, கடன் என்பதற்குப் பொதுவான அர்த்தம் மட்டுமே கிடைக்கிறது. ஆனால், 'கடன் கிடன் வாங்கி அல்லல் படாதே' எனக் கூறும்போது, கடன் என்பதற்கு முதல் வாக்கியத்திலுள்ளதைவிட அது தாழ்ந்தது என்னும் தொனிப்பொருள் விளங்குகிறது. அதாவது 'கிடன்' என்பது உச்சரிப்பினாலேயே (ஒலிப்பினாலேயே) தாழ்ந்தது என்னும் பொருளை உணர்த்துவதோடு கடனையும் தான் சார்ந்த அர்த்தத் தளத்துக்கு இழுக்கிறது. முதல் வாக்கியத்தைவிட இரண்டாம் வாக்கியத்தால் கடன் மிகுந்த அல்லல் தருவது என்னும் தொனிப்பொருள் கிடைக்கிறது.

இதே நோக்கில்,

1. அவர் சம்பளம் வாங்குகிறார்
2. அவர் சம்பளமும் கிம்பளமும் வாங்குகிறார்

ஆகிய வாக்கியங்களை நோக்குங்கள்.

இரண்டாம் வாக்கியத்தில் அமையும் கிம்பளம் தாழ்ந்தது என்னும் தொனி துலக்கமாகத் தெரிகிறது. அது சம்பளத்தைத் தொடர்ந்து நின்று சம்பளத்தின் மதிப்பைக் கூட்டுகிறது. அதாவது முதல் வாக்கியத்திலுள்ளதைவிட இரண்டாம் வாக்கியத்தில் சம்பளத்துக்கு மதிப்பு அதிகம்.

ஆக, எதிரொலிப்புச் சொற்கள் தாம் அமையும் வாக்கியத்துக்கேற்பத் தாம் எதிரொலிக்கும் பெயர்ச்சொற்களின் மதிப்பைக் கூட்டவோ குறைக்கவோ செய்கின்றன. எனவே, எதிரொலிப்புச் சொற்களைப் பயன்படுத்துவது வெறுமனே கேலிக்குரியதல்ல.

கன்னடத்தில் எதிரொலிப்புச் சொற்களைப் பயன்படுத்துவது வெகுசாதாரணம். தெலுங்கு, மலையாள மொழிகளிலும் இதுபோலும் சொற்களை எடுத்தாளும் வழக்கம் உண்டு என அறிகிறேன்.

●

கால்திருத்தி

சுந்தர ராமசாமியின் ஜே. ஜே: சில குறிப்புகள் தலைசிறந்த தமிழ் நாவல்களில் ஒன்றாக இதுகாறும் திகழ்கிறது. வெளியான குறுகிய காலத்திலேயே இதுபோல் பெரும் விவாதங்களைக் கிளப்பிய பிறிதொரு தமிழ்ப் புதினம் இல்லை. இன்றுவரையிலும் பரவலாக வாசிக்கப்படுகிறது. படித்தவர்கள் மீண்டும் படிப்பதும் தமிழ் இலக்கியத்தில் புதிதாக அறிமுகம் கொள்ளும் இளையோர் அவசியம் வாசிக்கப் பரிந்துரைக்கப்படுவதும் ஜே. ஜே: சில குறிப்புகள். பில் போட்டு இதன் முதல் பிரதியை வாங்கியது நான்தான். அப்போது நான் சென்னை மாநிலக் கல்லூரி மாணவன். அதுசமயம் க்ரியா அலுவலகம் ராயப்பேட்டையில் பைலட் திரையரங்குக்கு அருகிலிருந்த கட்டடத்தில் இயங்கிவந்தது.

நாவலின் நடையும் வடிவமும் உடனடியாக என்னை வசீகரித்தன. முழுதாக ஒருமுறை படித்துப் பின்னர் தோன்றும்போதெல்லாம் ஏதேனும் ஒரு பக்கத்தில் தொடங்கி வாசித்துக்கொண்டிருந்தேன். பல வாக்கியங்கள் மிக மிகப் புதிதாக இருந்தன. அவை போகப்போகத்தான் புரிபட ஆரம்பித்தன. இப்போது வாசித்தாலும் ஏதேனும் ஒரு வாக்கியம் மிகவும் புதிய தோரணை காட்டி நிற்கும் என்பது என் அசைக்க முடியாத நம்பிக்கை.

செம்மையாக்கத்தில் தீவிரமாக ஈடுபடத் தொடங்கிய காலம் அடிக்கடி என் நினைவுக்கு வந்த வார்த்தை 'கால்திருத்தி'. ஜே. ஜே: சில குறிப்புகளின் மூன்றாம் அத்தியாயத்தில், சென்னையில் நடந்த

உலக எழுத்தாளர் சங்க மாநாட்டில் நடந்த நிகழ்சிகளைக் கதைசொல்லியான பாலு விவரிக்கும் கீழ்வரும் பகுதியில் இச்சொல் இடம்பெற்றுள்ளது.

ஆல்பெர் காம்யு விபத்தில் இறந்துபோன செய்தி வந்தது.... வராண்டாப் படிக்கட்டில் ஒரு கூட்டம் மொய்த்துக்கொண்டிருந்தது. நான் அங்கு போனேன். ஒரு வயோதிக அறிஞர் சோடை தட்டாத குரலில் பேசிக்கொண்டிருந்தார்... இவரை எனக்கு மிக நன்றாகத் தெரியும். இந்து மதத்தையும் அக்டோபர் புரட்சியையும் **கால்திருத்திச்** சம்மேளிக்கச் செய்தவர்.

கால்திருத்தி எனக்கு முதலில் புரியவில்லை. சுராவை நேரில் சந்திக்கும் வாய்ப்பு பலமுறை கிடைத்தாலும் ஏனோ அவரிடம் இதைக் கேட்கத் தோன்றவில்லை. அவர் காலமான பிறகு இது தொடர்பாக மிகவும் யோசிக்கத் தொடங்கினேன். சுராவின் தீவிர வாசகர்கள் பலரிடம் கேட்டும் எனக்குச் சரியான விளக்கம் கிடைக்கவில்லை. நாவலை வாசித்துச் செல்லும் வேகத்தில் ஒவ்வொரு வார்த்தைக்கும் முழுமையான பொருளை அறிந்து பிறகு மேலே தொடர்வது இயலாத காரியம். அந்த அறிஞர் இந்து மதத்தையும் ரஷ்யாவில் நடந்த அக்டோபர் புரட்சியையும் இணைத்து அல்லது ஒப்பிட்டு எழுதியவர் என்ற அளவில் புரிந்தாலே நாவல் வாசிப்பில் எந்தத் தடையும் நேராது. நான் நேரில் கேட்டபோது பலரும் இப்படித்தான் சொன்னார்கள். ஆனாலும் என் மனத்தில் சப்பணமிட்டு உட்கார்ந்திருந்த கால்திருத்தி எழுந்துபோக மறுத்தது. 'சம்மேளிக்கச் செய்தவர்' என்பதைப் புரிந்துகொள்வதில் சிரமமில்லை. சம்மேளனம் கூட்டமைப்பு. 'சம்மேளிக்கச் செய்தவர்' என்றால் இணையச் செய்தவர் எனப் பொருள்கொள்ளலாம்.

கால்திருத்தியை நினைத்துக்கொண்டபோதெல்லாம், தமிழில் உள்ள துணைக்கால் (ா) எழுத்து நினைவுக்கு வந்தது. அதன் அடிப்படையில் இச்சொல்லுக்கு என்னளவில் ஒரு பொருளைக் கற்பித்துக்கொண்டேன். ஒருவர் 'வணாக்கம்' என எழுதுவதை 'வணக்கம்' என்று திருத்துவதும் 'அனுதபம்' என்பதை 'அனுதாபம்' என்று சரிப்படுத்துவதும் கால்திருத்தங்கள் அல்லவா? இவை மிக ஆழமான திருத்தங்கள் அல்ல.

மேம்போக்கானவை. ஆகவே அந்த அறிஞர் இந்து மதத்தையும் அக்டோபர் புரட்சிக்கும் உள்ள மேம்போக்கான வேறுபாடுகளைத் திருத்தி அல்லது களைந்து அவற்றை ஒப்பிட்டவர் எனப் புரிந்துகொண்டேன். இதைச் சில நண்பர்களிடம்

பகிர்ந்துகொண்டபோது, அவர்களுக்கும் இது சரியாகவே பட்டது. புரட்சியும் மதமும் மேம்போக்கான பேதங்கள் கொண்டவையல்ல என்பதால் மனம் முழுமையாகச் சமாதானமடையவில்லை.

கடந்த மாதம் க்ரியா ராமகிருஷ்ணனுடன் பேசும் வாய்ப்பு கிடைத்தது. ஜே.ஜேயைப் பதிப்பித்தவரே அவர்தான். தமிழ்ச் சூழலில் மிக விரிவான செம்மையாக்கத்துக்கு உட்பட்ட நாவல் இது. சுரா அதற்கு முழுமையாக ஒத்துழைத்தார் எனவும் அறிவேன்.

மதிப்பிற்குரிய ராமகிருஷ்ணனிடம் மேற்சொன்ன வாக்கியத்தைப் பற்றிய விளக்கம் கேட்டேன். ஜே. ஜேயில் இது போன்று ஏராளமான வாக்கியங்கள் இருப்பதாகவும் ஆணுக்கும் பெண்ணுக்கும் கால்களை இணைத்துவிட்டால் அவர்களுக்குள் உடல் சேர்க்கை சாத்தியம் என்னும் நோக்கில் இந்த வாக்கியத்தைப் புரிந்துகொள்ள வேண்டும் எனக் குறிப்பளித்தார்.

அவர் சொன்ன நோக்கில் கால்திருத்தியை அணுகினேன். திரைப்படங்களில்கூட வன்புணர்ச்சிக் காட்சிகளில் ஆண், பெண்ணின் கால்கள் பின்னிக்கொள்வதாகக் காட்டி அவர்களுக்குள் உடலுறவு நடந்துவிட்டதாக உணர்த்துவது வெகுசாதாரணம். இப்போது கால்திருத்தியைப் புரிந்துகொள்ள முடிகிறது.

அந்த அறிஞர் இந்து மதத்தையும் அக்டோபர் புரட்சியையும் வலிந்து இணையச் செய்தவர் அல்லது இணைத்து எழுதியவர் என்னும் பொருள் கிடைக்கிறது. நாவலில் விவரிக்கப்படும் சம்பவத்தின் கதையாடலில் இது பொருத்தமாகவும் தோன்றுகிறது.

இது போன்ற விளக்கங்களை வேண்டும் ஏராளமான வாக்கியங்கள் ஜே. ஜே: சில குறிப்புகளில் உண்டு. ராம் சாருக்கு என் நன்றி.

●

சக்திசாலியும் கழிப்பறையும்

தற்போது தொலைக்காட்சி அலை வரிசைகளில் ஒளிபரப்பாகும் லைஃபாய் சோப்பு விளம்பரத்தில் 'இப்போதெல்லாம் கிருமிகள் சக்திசாலிகளாக மாறிவிட்டன' எனச் சொல்லப்படுகிறது. இது பலருக்கும் விசித்திரமாகத் தோன்றியிருக்கலாம். தமிழில் 'சக்திசாலி' என்னும் வழக்கு இல்லை. 'பலம்', 'புத்தி' போன்ற வெகுசில பெயரடிகளோடு பெயரடையான 'சாலி'யைச் சேர்த்து 'பலசாலி', 'புத்திசாலி' எனச் சொற்கள் எடுத்தாளப்படுகின்றன. அதிர்ஷ்டசாலி, திறமைசாலியும் இவற்றோடு சேர்த்தி. கதிரைவேற்பிள்ளையின் தமிழ்மொழி அகராதி சாலி என்பதற்கு

அருந்ததி, கவசம், கள், நாவி, நெல், நென்மணி, புழுகுசட்டம், மிக்கோன்

எனப் பொருள்தருகிறது.

பலசாலி, புத்திசாலி போன்ற சொற்களில் சாலிக்கு மிகுந்தவன் (மிக்கோன்) என்னும் பொருளே பொருத்தம். சாலிக்கு நிகராக மிக்க என்பதையும் கொள்ளலாம். ஆகவே விளம்பரத்தில் 'இப்போதெல்லாம் கிருமிகள் சக்திமிக்கவையாக மாறிவிட்டன' என்றிருக்க வேண்டும்.

சோப்பு விளம்பரத்தில் சக்திசாலி எப்படி வந்தது எனப் பார்க்கலாம். இந்தியாவின் வணிகத் தலைநகர் மும்பை. அதனால் விளம்பரப்படங்கள் அங்குதான் தயாராகின்றன. வெளிப்புறப் படப்பிடிப்பு தேவைப்பட்டாலும், இறுதிவடிவம் பெறுவது மும்பையில். முதலில் இந்தியில் தயாராகும் இவை அங்கேயே இந்தியாவின் வெவ்வேறு

மொழிகளுக்குப் பெயர்க்கப்படுகின்றன. விளம்பர நிறுவனத்தில் பணியாற்றுபவரின் இந்தி – இலக்கு மொழியறிவுக்கேற்ப இந்த விளம்பரப்படங்கள் அந்தந்த மொழிகளுக்குச் செல்கின்றன. மேற்சொன்ன விளம்பரத்தைத் தமிழாக்கியவர் இந்தியில் சாதாரணமாகப் புழங்கும் 'சக்திசாலி'யை அப்படியே எடுத்தாண்டுவிட்டார். கன்னடத்திலும் 'சக்திசாலி' உண்டு. ஆனால் தமிழில் 'சக்திசாலி' வழக்கல்ல. இது போன்ற தவறுகளைத் தவிர்க்க, விளம்பரப்படங்களை அந்தந்த மொழிவல்லுநர்களின் உதவியோடு செம்மைப்படுத்த வேண்டும்.

○

ஒருவரை அல்லது ஒன்றைச் சுட்டப் பயன்படுத்தப்படும் ஒரு சொல்லுக்குப் பதிலாகக் காலப்போக்கில் வேறொன்றை எடுத்தாள்வது மொழிப் பயன்பாட்டில் இயல்பான மாற்றம். இதற்கான காரணங்கள் வெவ்வேறாயிருக்கலாம்.

இக்காலத்தில் – குறிப்பாக நகர்ப்புறங்களைச் சேர்ந்தவர்கள் – ஆங்கிலத்தில் டாய்லட் எனச் சொல்வதேயில்லை. ஆம். டாய்லட் (லாவட்ரி) நகர்ப்புற நாகரிகத்தில் இடக்கராகிவிட்டது. இதற்கு அடக்கலாக வாஷ் ரூம் (அல்லது ரெஸ்ட் ரூம்) என்கிறார்கள். இது அமெரிக்க நாகரிகத்தின் அப்பட்டமான தாக்கம். இது சரியா தவறா என்பதல்ல என் வாதம்.

பத்தொன்பதாம் நூற்றாண்டின் தொடக்கத்தில்தான் மேற்கத்திய நாடுகளில் பொதுக்கழிப்பிடங்கள் தோன்றின. ஆங்கிலத்தில் அவற்றை gents என்றழைத்தார்கள். ஆரம்பத்தில் ஆண்கள் மட்டுமே அவற்றைப் பயன்படுத்தினார்கள். அதன் காரணம் ஆண்கள் ஜென்ட்ஸ் ஆனார்கள். பல பத்தாண்டுகள் கழித்துத்தான் toilet என்னும் பெயர் நிலைபெற்றது. ஆனால் இருபதாம் நூற்றாண்டின் இறுதியிலிருந்தே 'டாய்லட்' தவிர்க்கப்பட்டு, 'வாஷ் ரூம்' புழக்கத்துக்கு வந்துவிட்டது. பலரும் இன்னமும் டாய்லட் வார்த்தையைப் பயன்படுத்தினாலும், இந்தப் பதினாண்டின் இறுதிக்குள் டாய்லட் நீங்கி வாஷ் ரூம் மக்கள் மத்தியில் பரவலாக நிலைபெறும் என்பது உறுதி.

காரணம் பிறிதென்றாலும், தமிழில் 'குருடர்', 'செவிடர்', 'நொண்டி' போன்ற மனத்தைப் புண்படுத்தும் சொற்கள் தவிர்க்கப்பட்டு, முறையே 'பார்வையற்றவர்', 'காதுகேளாதவர்', 'ஊனமுற்றவர்' ஆகியன புழக்கத்துக்கு வந்தன. மேலும் அதிக நாகரிகம் மிக்கதாகவும் பொதுச்சொல்லாகவும் இப்போது 'மாற்றுத் திறனாளி' திகழ்கிறது. சுமார் கடந்த பத்தாண்டுகளாக 'திருநங்கை' பரவலான பயன்பாட்டுக்கு வந்துள்ளது.

ஆனால் தமிழில் கழிப்பறை அவ்வளவு விரைவில் காலாவதியாகிவிடாதென்றாலும், கண்டிப்பாக அதற்கு

காற்றின் நிழல்

அடைக்கலாகவேறொரு சொல் நிச்சயம் நிலைபெறும். மேற்சொன்ன எடுத்துக்காட்டுகள் இந்த நம்பிக்கைக்கு ஆதாரம்.

○

சொற்களைச் சேர்த்தும் பிரித்தும் எழுதுவது தொடர்பான பிரக்ஞை தமிழ் எழுத்து, பதிப்புலகில் இன்னமும் பரவலாகவில்லை. ஒரே வார்த்தையை ஒரு வரியில் சேர்த்தும் அதே பக்கத்தில் மற்றொரு வரியில் பிரித்தும் தாறுமாறாகப் பதிப்பாவதை நூல்களிலும் பத்திரிகைகளில் வெளியாகும் கட்டுரைகளிலும் வெகுசாதாரணமாகக் காணலாம்.

ஒழுக்கம் விழுப்பம் தரலான் ஒழுக்கம்
உயிரினும் ஓம்பப் படும்.

இக்குறளின் இரண்டாம் வரியில் 'ஓம்பப் படும்' எனப் பிரித்தெழுதப்பட்டுள்ளது. வெண்பா இலக்கணப்படி ஈற்றடி முச்சீராயிருக்க வேண்டிய விதியால் இவ்வாறு அமைந்துள்ளது. ஆனால் 'படும்' தனிச்சொல்லல்ல. செய்யுளில் உள்ளதுபோல உரைநடையில் பிரித்தெழுதக் கூடாது. மரபான இலக்கண நூல்கள் சொல்லிலக்கணத்தைத் தந்தாலும், சொற்களைச் சேர்த்தும் பிரித்தும் எழுதுவது தொடர்பாகத் தனித்துப் பேசுவதில்லை. யாப்பிலக்கணத்தின் விதிகளை உரைநடையில் பின்பற்ற முடியாது. இதில் நவீன மொழியியலே பெரிதும் துணையாகும்.

சொற்களைச் சேர்த்தும் பிரித்தும் எழுவது பற்றி மொழி அறக்கட்டளையின் தமிழ் நடைக் கையேடுதான் முதலில் தனித்துக் கவனப்படுத்தியது. இதில் அதிகம் மெனக்கெட்டவர் மதிப்பிற்குரிய பேராசிரியர் அ. தாமோதரன். இவர் ஜெமர்மனியிலுள்ள ஹைடல்பெர்க் பல்கலைக்கழகத்தில் சுமார் முப்பதாண்டுகள் தமிழ்ப் பேராசியராகப் பணியாற்றித் தற்போது காட்டுமன்னார் கோயிலில் வசிக்கிறார். க்ரியாவின் தற்காலத் தமிழ் அகராதியின் இரண்டாம் பதிப்பைச் செம்மைப்படுத்தியவர்களுள் ஒருவர்.

'அவர் தன் வீட்டிலிருந்து வந்தார்.'

'அவர் தன் வீட்டில் இருந்து வந்தார்.'

இவ்விரண்டு வாக்கியங்களுக்கும் உள்ள நுட்பமான வேறுபாட்டை மனங்கொள்க. பொருள் வேறுபாடு கருதி மட்டுமல்லாமல், மொழியைச் சீராக எழுதுவது அதைக் கையாள்வோரின் கடமை என்பதாலும், சொற்களைச் சேர்த்தும் பிரித்தும் எழுதுவதில் கவனம் தேவை.

நான் செம்மையாக்கிய காலச்சுவடு இதழின் கட்டுரைகள், சிறுகதைகள் தவிர பிற நூல்களிலும் பெரிதும் கவனமெடுத்து என்னாலான அளவில் வார்த்தைகளைச் சேர்த்தும் பிரித்தும்

எழுதுவதைத் தரப்படுத்தியுள்ளேன். ஒரே செம்மைக் குறிப்பில் அத்தனையையும் கொட்டித் தீர்த்துவிட இயலாது. ஒவ்வொரு குறிப்பிலும் சில விதிகளைப் பகிர்ந்துகொள்கிறேன். நான் குறிப்பிடப்போகும் விதிகள் முற்ற முடிவானவையல்ல. பலரும் விவாதிக்கலாம். நான் திறந்த மனத்தோடு அவற்றை வரவேற்கிறேன்.

1. துணைவினைகளைச் சேர்த்தெழுத வேண்டும்.

தனித்து ஒரு செயலைச் சுட்டும் சொல் தனிவினை. எழுது, ஓடு, நட, படி, வா ஆகியன தனிவினையடிகள்.

தனித்து நிற்காமல், ஒரு தனிவினையைச் சார்ந்து (பொதுவாகத் தொடர்ந்து) நின்று பொருள் தரும் சொல் துணைவினை. கிட, கொள், செய், பார், விடு போன்றவை துணைவினைகள்.

ஒரே சொல் தனிவினையாகவும் துணைவினையாகவும் செயல்படுவதுண்டு. கீழ்வரும் வாக்கியங்களைக் கவனியுங்கள்.

அ) பத்து ரூபாய் நோட்டு கீழே கிடந்தது.

ஆ) அவர் தரையில் விழுந்துகிடந்தார்.

முதல் வாக்கியத்தில் 'கிட' தனிவினையாகவும் இரண்டாம் வாக்கியத்தில் துணைவினையாகவும் செயல்படுகிறது.

அவர் புத்தகம் படித்துக்கொண்டிருந்தார்.

இந்த வாக்கியத்தில் 'கொண்டிருந்தார்' தனித்து நின்று பொருள் தருவதில்லை. 'படி' என்னும் தனிவினையின் எச்ச வடிவத்தைத் தொடர்ந்து நின்று பொருள் தருகிறது. ஆகவே இது துணைவினை. பிரித்தெழுதக் கூடாது.

'அவர் புத்தகம் படித்துக்கொண்டிருந்தார்' என்பது சரி.

'அவர் புத்தகம் படித்துக் கொண்டிருந்தார்' எனப் பிரித்தெழுதுவது தவறு. பின்வரும் எடுத்துக்காட்டுகளையும் மனத்தில் பதியுங்கள்.

அ) அவர் பாட்டு கற்றுக்கொள்கிறார்.

ஆ) சேகரைக் கடிதம் எழுதச்செய்தேன்.

இ) அந்தக் கவிதையைப் படித்துப்பார்த்தேன்.

ஈ) தயவுசெய்து இங்கிருந்து போய்விடு.

துணைவினைகள் எல்லாவற்றுக்கும் நான் இக்குறிப்பில் எடுத்துக்காட்டுகளைத் தர முடியாது. மேலுமுள்ள துணைவினைகளை அறிய க்ரியா அகராதியைப் பாருங்கள்.

•

தொட்டுக்கைகள்

நண்பர் சமஸ் எழுதியுள்ள புத்தகம் சாப்பாட்டுப் புராணம். இதிலுள்ள கட்டுரைகளை அவை தினமணி நாளிதழின் ஞாயிறு இணைப்பில் தொடராக வந்தபோதே படித்தேன்.

சமையலில் எனக்கு அதீத ஆர்வம். எனவே சாப்பாட்டுப் புராணத்தைப் பலமுறை பாராயணம் செய்திருக்கிறேன். கட்டுரைகளைப் படிக்கப் படிக்க உணவின் (காபி, டீ உட்பட) மீதான சமஸ்ஸின் ரசனை நம்மையும் தொற்றிக்கொள்கிறது. "... அந்தக் காலத்து 'காபி பேலஸ்' கட்டடத்துக்குள் நுழைவதே ஒரு பழுப்பு நிறப் புகைப்படத்துக்குள் நுழைவதுபோல் இருக்கிறது" போன்ற கவித்தும் மிக்க வரிகளை சமஸ் அங்கங்கே பதிந்திருக்கிறார். பாடல் பெற்ற தலங்களுக்கு வரிசையாகச் சென்று அவற்றின் மீது தேவார மூவர்கள் இயற்றிய பாடல்களைத் தாங்களும் பாடிக் கோவில் தரிசன உலா மேற்கொள்ளும் வழக்கம் தமிழ்நாட்டுச் சைவர்களிடமிருந்ததாகக் கேள்விப்பட்டுள்ளேன். சமஸ்ஸின் புத்தகத்தைப் படிப்பவர்களுக்குத் தாங்களும் அவர் விவரித்துள்ள பல்வேறு ஊர்களிலுள்ள உணவகங்களுக்குச் சென்று அத்தனை அயிட்டங்களையும் சுவைத்துப் பார்த்துவிடும் எண்ணம் தோன்றாமலிருக்காது. என்ன சமஸ்ஸின் பட்டியலில் அசைவமும் அடக்கம்.

'தொட்டுக்கை'கள் என்னும் சொல்லை சமஸ் பல இடங்களில் பயன்படுத்தியுள்ளார். 'நேரக் கடையும் ஏழு தொட்டுக்கைகளும்' என்பது ஒரு

கட்டுரையின் தலைப்பு. தேங்காய்ச் சட்னி, புதினா சட்னி, மிளகாய்ப் பொடி, கத்தரிக்காய்க் கொத்சு, சாம்பார் போன்றவற்றை இவர் 'தொட்டுக்கை'கள் என அழைக்கிறார். 'தொட்டுக்கை' என்பதே தமிழ் மரபுக்கு உகந்தது அன்று என்பது என் கருத்து. 'இட்டிலிக்குத் தொட்டுக்கொள்ள வெங்காய சாம்பார் உள்ளது' என்பது போன்ற வாக்கியங்கள் வழக்கமானவை. 'தொட்டுக்கொள்ள' என்பது வினையெச்சம். இட்டிலி, தோசை போன்றவற்றுடன் தொட்டுக்கொள்ளும் சட்னி, சாம்பார், பொடி போன்றவற்றைக் குறிக்கப் பெயர்ச்சொல் தேவைதான். தொடுகறி என்னும் வினைத்தொகைச் சொல் வழக்கில் உள்ளது. இதன் வட்டார வழக்கு வெஞ்சனம். சாம்பார், சட்னி போன்றவை வெஞ்சனங்கள் அல்ல. மாறாக, கத்தரிக்காய்ப் பொறியல், உருளைக்கிழங்கு வறுவல் போன்றவையே வெஞ்சனங்கள். இட்லி, தோசை, பூரி, பரோட்டா (இந்தக் காலத்தில் பரோட்டாவை விட்டுத் தமிழர் உணவை எழுத முடியுமா?) ஆகியவற்றுக்குத் தொட்டுக்கொள்ளும் சட்னி, பொடி வகையறாக்களைத் 'தொட்டுகை'கள் எனத் தமிழ் மரபுக்கு ஏற்ப அழைக்கலாம்.

●

சொற்பயன்பாட்டின் இரண்டகத் தன்மை

செம்மையாக்கத்தில் எதிர்கொள்ளும் எல்லாப் பிழைகளையும் திருத்த வேண்டுமா என்னும் கேள்வி இயல்பாக எழுகிறது. இதற்கு இரண்டு எடுத்துக்காட்டுகளின் மூலம் நாம் விடை காணலாம்.

அ. முத்துலிங்கத்தின் வியத்தலும் இலமே நூலை 2006 நவம்பர் – டிசம்பர் காலகட்டத்தில் செம்மையாக்கக் கிடைத்த வாய்ப்பு நான் பெற்ற பேறு. அதற்கு முந்தைய அல்லது அந்த ஆண்டில் அவர் எழுதி வெவ்வேறு இதழ்களில் வெளியாகியிருந்த கட்டுரைகளின் தொகுப்பு அது. விஞ்ஞானிகள் ஒரே விதம் என்னும் கட்டுரையில் கீழ்க்காணும் வாக்கியங்கள் இருந்தன.

'அந்த மியூசியம் தொடங்கியது தியோடர் ரூஸ்வெல்ட் அமெரிக்க அதிபராக இருந்த காலத்தில். அதாவது 150 வருடங்களுக்கு முன்பு. ஆகவே 150 வருடங்களுக்கு முன்பு பிடிக்கப்பட்ட பறவைகள்கூட அங்கே இருந்தன.'

இதில் தகவல் பிழை ஒன்று உள்ளது. ரூஸ்வெல்ட் அமெரிக்க அதிபராக இருந்த காலம் 1908 – 16. ஆனால் 2006ஆம் ஆண்டிலிருந்து 150 வருடங்களுக்கு முன்னால் என்பது 1856க்கு முற்பட்டது. அக்காலகட்டத்தில் ரூஸ்வெல்ட் அதிபராக இல்லை. 2006இலிருந்து சுமார் 100 ஆண்டுகளுக்கு முன்புதான் அவர் அமெரிக்க அதிபர். ஆகவே மேற்படிப் பகுதியைக் கீழ்வருமாறு எழுதுவதே சரி.

‘அந்த மியூசியம் தொடங்கியது தியோடர் ரூஸ்வெல்ட் அமெரிக்க அதிபராக இருந்த காலத்தில். அதாவது சுமார் 100 வருடங்களுக்கு முன்பு. ஆகவே 100 வருடங்களுக்கு முன்பு பிடிக்கப்பட்ட பறவைகள்கூட அங்கே இருந்தன.’

இவ்வாறு தகவல்களைச் சரிபார்ப்பது செம்மையாக்கத்தின் முக்கியமான பகுதி. பிழையைச் சுட்டிக்காட்டியதும், முத்துலிங்கம் உடனே திருத்தத்தை ஏற்றுக்கொண்டார்.

தொடர்வண்டிப் பயணம் ஒன்றின்போது, எனக்கு எதிர் இருக்கையில் ஒரு தம்பதி அமர்ந்திருந்தார்கள். பக்கத்திலிருந்தவரிடம் அந்தக் கணவர் பேசியதிலிருந்து அவர் சிஷிமிஸி நிறுவனத்தில் விஞ்ஞானியாகப் பணியாற்றி ஓய்வுபெற்றிருந்தார் எனத் தெரிந்தது. இரவு எட்டு மணியளவில் பயணிகள் அவரவர் கொண்டுவந்திருந்த அல்லது வாங்கிய உணவைச் சாப்பிடத் தொடங்கினார்கள். தம்பதியர் தாங்கள் கொண்டுவந்திருந்த உணவுப் பாத்திரத்தைத் திறந்தார்கள். தயிர்சாதமும் தொட்டுக்கொள்ள ஏதோ ஒன்றும். சாப்பாட்டுக்கு இடையில் அவர் குறிப்பாக ஒருவரிடம் என்றில்லாமல் பொதுவாக, ‘தயிர்சாதத்தைக் கண்டுபிடித்தவனுக்கு நோபல் பரிசுதான் தர வேண்டும்’ என்றார்.

யோசித்தேன். நோபல் பரிசு நிறுவப்படுவதற்குப் பல நூற்றாண்டுகளுக்கு முன்னரே தயிர்சாதம் புழக்கத்துக்கு வந்திருக்கும். அதைக் குறிப்பிட்ட ஒரு நபர் மட்டுமே கண்டுபிடித்திருக்க முடியாது. அதோடு சமையல் கலைக்கு நோபல் பரிசு கிடையாது. ஆகவே அவர் சொன்னது அபத்தமாகத் தோன்றலாம். ஆனால் இவையெல்லாம் CSIR விஞ்ஞானியாயிருந்த அவருக்கு என்னைவிட நன்றாகத் தெரிந்திருக்கும். இருந்தாலும் அவர் ஏன் அப்படிச் சொன்னார் என்பது சிந்தனைக்குரிய விஷயம்.

மிக உன்னதமானதாகத் தான் கருதும் ஒன்றைச் சிறப்பிக்க அதைக் கண்டுபிடித்தவராக ஒருவரைக் கற்பித்துக்கொண்டு, அவருக்கு உலகின் மிக உயர்ந்த சிறப்பைத் தந்து விதந்தோதுவதே இதற்கு அடிப்படை. இங்கே தயிர்சாதத்தைக் கண்டுபிடித்தவரோ நோபல் பரிசோ முக்கியமல்ல. தயிர்சாதத்தின் மேன்மையே முதன்மை. ஆகவே பெரியவர் சொன்னது அபத்தமோ தவறோ அல்ல. மாறாக ஏற்றுக்கொள்ளத் தக்கது. எனவே நாவல் அல்லது சிறுகதையின் செம்மையாக்கத்தில், ஏதேனும் ஒரு பாத்திரம் இது போன்ற வாக்கியத்தைப் பேசுவதாக எழுதப்பட்டிருந்தால், அதை நீக்க வேண்டியதில்லை. வழுவமைதியாகக் கொள்ளலாம். ஆனால் அதிலுள்ள இலக்கணப் பிழைகளைத் திருத்துவது அவசியம்.

இவ்விரண்டு எடுத்துக்காட்டுகளிலிருந்து, எப்படிப்பட்ட பிழைகளைத் திருத்தலாம், எவற்றை உள்ளதுபோலவே விட்டுவிடலாம் என்னும் தெளிவு கிடைக்கிறது.

○

பால், நாய், வானம், வீடு போன்ற சொற்களைப் பொதுவாக நாம் பேசும்போது அப்படியே பயன்படுத்துகிறோம். ஆனால் சில ஆங்கில வார்த்தைகளைப் பேச்சில் சரளமாக எடுத்தாளுகிறோம். பஸ், வைஃப், ரூம், க்யூ போன்றவை இதற்கு உதாரணம்.

'இந்த பஸ் எங்கே போகிறது?'

'உங்க வைஃப் நல்லா இருக்காங்களா?' 'நமக்கு ஒரு ரூம் போதும்.'

'க்யூவுல நெறைய பேர் நின்னுட்டிருக்காங்க.'

இவைபோலும் பலவற்றை நாம் அன்றாட வாழ்வில் கேட்கிறோம். அதுவே எழுத்து என வரும்போது, எந்தத் தயக்கமுமில்லாமல் (அதுதான் அவசியமும்கூட) பேருந்து, மனைவி, அறை, வரிசை என எழுதுகிறோம். வார்த்தைகளைப் பயன்படுத்துவதிலுள்ள இரண்டகத் தன்மை என இதை அழைக்கலாம். வேற்று மொழிச் சொற்களே கலக்காமல் மிகுந்த கவனத்தோடு தமிழில் பேசுகிறவர்களும் இருக்கிறார்கள். அவர்கள் இதில் சேர்த்தியல்லர்.

இதே போன்று பேச்சு, எழுத்து வழக்குகளை எடுத்தாளுவதிலும் ஒரு விதமான இரண்டகத் தன்மை நிலவுகிறது. இதைத் தொலைகாட்சி அலைவரிசைகளில் அடிக்கடி காணலாம்.

ஏதேனும் சிக்கல், போராட்டம் முதலானவை குறித்துத் தொலைக்காட்சி நிருபர் கருத்துக்கேட்கும்போது, பேசுகிறவர்கள் எழுத்து வழக்கில் தொடங்குவார்கள். மூன்று அல்லது நான்கு வாக்கியங்களுக்குப் பிறகு அவர்கள் சரளமான பேச்சு நடைக்கு வந்துவிடுவார்கள். இதுவும் இரட்டைத் தன்மைதான்.

இரண்டகத் தன்மை என்னும் சொற்றொடரைக் கீழான பொருளில் நான் பயன்படுத்தவில்லை. இத்தன்மை சரியா தவறா என்பது பற்றியும் நான் பேசவில்லை. இந்தப் போக்கைப் பதிவுசெய்வதே என் நோக்கம்.

○

நேர்க்கூற்று, அயற்கூற்று ஆகிய அடிப்படை இலக்கணக் கூறுகள் பள்ளி அளவிலேயே கற்பிக்கப்பட்டாலும், இவை குறித்த ஓர்மை

இல்லாமல் எழுதப்படுவதை இதழ்களிலும் நூல்களிலும் பரவலாகக் காண்கிறேன். எடுத்துக்காட்டாக,

பணப்புழக்கச் சிக்கல் எப்போது தீரும்? என்ற கேள்வி மக்கள் மத்தியில் பரவலாக எழுந்துள்ளது

என்பது போன்ற வாக்கியங்களைப் பார்க்க முடிகிறது. இது கலவை வாக்கியம்.

நேர்க்கூற்றில்தான் கேள்வி, வியப்புக் குறிகள் இடம்பெறும். அயற்கூற்றில் அவை கூடாது.

நேர்க்கூற்றுப் பகுதி மேற்கோள் குறிகளுக்குள் அமையும். அயற்கூற்று சார்பு வாக்கியமாக மேற்கோள் குறிகளின்றி எழுதப்பட வேண்டும். மேற்காணும் வாக்கியத்தில் 'பணப்புழக்கச் சிக்கல் எப்போது தீரும்?' என்னும் சார்பு வாக்கியம் மேற்கோள் குறிகளின்றி அமைந்துள்ளதால், அது அயற்கூற்றாகிறது. ஆனால் அயற்கூற்றில் கேள்விக்குறி கூடாது. எனவே இவ்வாக்கியம் கீழ்வருவது போன்று இரண்டு விதமாக எழுதப்படலாம்:

அ) 'பணப்புழக்கச் சிக்கல் எப்போது தீரும்?' என்ற கேள்வி மக்கள் மத்தியில் பரவலாக எழுந்துள்ளது.

ஆ) பணப்புழக்கச் சிக்கல் எப்போது தீரும் என்ற கேள்வி மக்கள் மத்தியில் பரவலாக எழுந்துள்ளது.

வினா, வியப்புக் குறிகளை இடுவதிலும் எவ்வளவு கவனம் தேவைப்படுகிறது!

●

தவிர்க்கப்பட வேண்டிய ஒரு

நாம் தேவையில்லாமல் பல இடங்களிலும் 'ஒரு' பயன்படுத்துகிறோம். ஆங்கிலத்தாக்கத்தின் விளைவு. நானும் வேறொருவர் சொல்லித்தான் உணர்ந்தேன். ஆங்கிலத்தில், 'This is my friend Ram. He is a lawyer' என்பது இயல்பு. அதுவே அம்மொழியின் இலக்கணப்படி சரி. அதில் ஒவ்வொரு பெயர்ச்சொல்லுக்கு முன்னாலும் article (a, an, the) இடம்பெற வேண்டும். இதே விதியைத் தமிழில் எல்லா இடங்களிலும் நம்மையறியாமல் எடுத்தாண்டுவிடுகிறோம். மேற்சொன்ன அறிமுகத்தைத் தமிழில் 'இவர் என் நண்பர் ராம். இவர் வழக்கறிஞர்' என்றாலே போதும். அதைவிடுத்து 'இவர் என் நண்பர் ராம். இவர் ஒரு வழக்கறிஞர்' என்றா சொல்வோம்? இது ஆங்கிலத் தாக்கம். இப்படிச் சொன்னால், 'ஒருவர் ஒரு வழக்கறிஞராகத்தான் இருக்க முடியும் இரண்டு வழக்கறிஞர்களாக இருக்க முடியாது' எனக் கவுண்டமணி பாணியிலான இடக்கான பேச்சையும் எதிர்கொள்ள நேரிடலாம். இதுபோல் 'ஒரு' தேவையற்ற ஏராளமான வாக்கியங்களைக் கதைகள், கட்டுரைகள், செய்தித் தொகுப்புகள் என எங்கும் காணலாம். தற்காலத் தமிழ் உரைநடையில் சுமார் 50 விழுக்காடு 'ஒரு'க்களை நீக்கிவிடலாம்.

'நான் கடந்த வாரம் என் நண்பர் வீட்டுக்குச் சென்றிருந்தேன். வீடே ஒரு கவலையில் மூழ்கியிருந்தது.'

'இது ஒரு சன் டிவி தயாரிப்பு.'

‘இது ஒரு கேப்டன் டிவி தயாரிப்பு.’

இம்மூன்று எடுத்துக்காட்டுகளிலும் ஒரு தேவையேயில்லை.

‘ஒரு’வைப் பயன்படுத்தவே கூடாது என்பதல்ல என் வாதம். இச்சொல் இல்லாமல் தமிழ் உரைநடை எழுத இயலாது. ஜெயகாந்தன் நாவலின் தலைப்பான ‘ஒரு மனிதன் ஒரு வீடு ஒரு உலகம்’ என்பதில் மூன்று ‘ஒரு’க்களும் அவசியம். கூடவே பிரபஞ்சனின் சிறுகதைத் தொகுப்பின் தலைப்பான ‘குமாரசாமியின் பகல் பொழுது’ என்பதைக் கவனியுங்கள். அவர் ‘குமாரசாமியின் ஒரு பகல் பொழுது’ என எழுதவில்லை. இதுவே தமிழ் மரபு.

‘ஒரு’வை வாக்கியத்தில் எச்சொல்லுக்கு முன்னால் எழுதுகிறோம் என்பதிலும் கவனம் தேவை. எடுத்துக்காட்டாக, ‘நானிருந்த பெட்டியில் ஒரு வயதான முதியவர் ஏறினார்’ என எழுதுவதிலுள்ள பிழையை நோக்குங்கள். சாராம்சமாக வாக்கியம் விளங்கினாலும், இதில் சிக்கல் இருக்கிறது. வயதான என்னும் சொல்லுக்கு ‘ஒரு’ அடையாக எழுதப்பட்டுள்ளது. ஆனால் ஒரு வயதே நிரம்பியவர் முதியவர் அல்லர். குழந்தை. இவ்வாக்கியத்தை ‘நானிருந்த பெட்டியில் வயதான முதியவர் ஒருவர் ஏறினார்’ என எழுதினால் எந்தக் குழப்பமும் இல்லை. இதுபோல் ஏடாகூடமான இடங்களில் ‘ஒரு’ அமைந்துள்ள ஏராளமான வாக்கியங்களை நீங்களே கண்டறியலாம்.

ㅇ

நாளடைவில் தமிழில் செய்வினை, செயப்பாட்டுவினைகளுக்குள்ள வேறுபாடு காணாமல்போய்விடுமோ என அச்சமாக உள்ளது. இடச் சுருக்கம் கருதி ஒரு சொல்லை மட்டும் எடுத்துக்காட்டாகத் தருகிறேன். தொலைக்காட்சி நிகழ்ச்சிகள் மட்டுமல்லாது பத்திரிகைகளிலும் ‘பாதித்திருக்கு’ தவறாகப் பயன்படுத்தப்படுவதை இப்போதெல்லாம் அடிக்கடிக் காண முடிகிறது. சென்னையில் தொடர்ந்து இரண்டு, மூன்று நாட்கள் மழை பெய்தால் தொலைக்காட்சி அலைவரிசையினர் தண்ணீர் தேங்கியுள்ள ஏதேனும் ஒரு பகுதியின் மக்களை நேர்காணுகிறார்கள். அப்போதெல்லாம் அவர்களில் ஒருவர் ‘. . . தண்ணி தேங்கி போக்குவரத்து பாதிச்சிருக்கு’ எனச் சொல்வதை நீங்கள் கவனித்திருக்கலாம். பாதித்திருக்கிறது – தன்வினை. எழுவாய் தானே செய்யும் வினை. பாதிக்கப்பட்டிருக்கிறது – பிறவினை. எழுவாய் பிறிதொருவரால் அல்லது பிறிதொன்றால் செய்யப்படும் வினைக்கு உள்ளாவது. (ஆங்கிலத்தில் தன்வினை – *active voice*, பிறவினை – *passive voice*.) ஆகவே மேற்சொன்ன சூழலில் ‘. . . தண்ணி தேங்கி போக்குவரத்து பாதிக்கப்பட்டிருக்கு’ என்று

சொல்வதே சரி. பேசும்போது இலக்கணச் சுத்தமாகவெல்லாம பேச முடியாதுதான் என்றாலும், குறைந்தபட்சம் எழுத்திலாவது 'தண்ணீர் தேங்கிப் போக்குவரத்து பாதிக்கப்பட்டிருக்கிறது' எனக் கூறலாம்.

○

பேராசிரியர் சுப. வீரபாண்டியன் திங்கள் முதல் வெள்ளிவரை தினந்தோறும் காலையில் கலைஞர் தொலைக்காட்சியில் பேசிவருகிறார். தமிழகம் அறிந்த பேச்சாளர். ஆற்றொழுக்குப் போல் செல்கிறது அவர் பேச்சு. தான் படித்த நூல்கள், வரலாற்று நிகழ்வுகள், சமகால அரசியல் போக்குகள், சமூகச் சிக்கல்கள் எனப் பலவற்றையும் பற்றிய விரிவான தகவல்களுடன் தன் கருத்தைத் தெளிவாகச் சொல்லி உரையாற்றுகிறார். மிகக் குறைவான மொழிப் பிழைகள்தாம் சுபவீயின் பேச்சில் தென்படுகின்றன. முடிந்தளவு தொடர்ந்து அவர் பேச்சைக் கவனித்துவருகிறேன்.

சில நாட்களுக்கு முன் அவர் பேசிய வாக்கியம் இது. 'நீதிமன்றங்களின் மேல் மக்கள் வைத்திருக்கும் அசைக்க முடியாத நம்பிக்கை இனிக் கொஞ்சம் கொஞ்சமாகக் குறையும்.' இவ்வாக்கியத்தின் மூலம் அவர் சொல்ல நினைக்கும் கருத்து விளங்குகிறது. ஆனால் இதில் குறைபாடு உள்ளது. 'அசைக்க முடியாது' என்னும் தொடருக்கு 'குறையும்' எதிர்ப்பதமல்ல. 'தகரும்', 'ஆட்டம் காணும்', 'சரியும்' போன்றவையே பொருத்தமான எதிர்ச்சொற்கள். ஆகவே 'நீதிமன்றங்களின் மேல் மக்கள் வைத்திருக்கும் அசைக்க முடியாத நம்பிக்கை இனிக் கொஞ்சம் கொஞ்சமாக ஆட்டம் காணும்' என்பதுபோல இவ்வாக்கியம் இருக்கலாம்.

இது பேசும்போது நேரும் கவனப்பிசகு. மதிப்பிற்குரிய சுபவீ இதையே எழுதியிருந்தால் இப்பிழையை நிச்சயம் தவிர்த்திருப்பார்.

மரபான தமிழ் இலக்கணப் பாடத்தில் இது போன்ற பிழைகளைக் கவனப்படுத்துவதில்லை. ஆங்கில இலக்கணத்தில் பொதுப்பிழைகள் *(common errors)* தனிப்பகுதியாகவே கவனம்பெற்றுள்ளது. *Common Errors* என்ற தலைப்பில் நிறைய புத்தகங்களும் கிடைக்கின்றன. தமிழ்ப் பாடத்திட்டத்தில் நிலைமை வேறு. கடந்த சில ஆண்டுகளாகத்தான் – அதுவும் தமிழ் இளங்கலை மாணவர்களுக்கு மட்டும் – பயன்பாட்டு இலக்கணம் கற்பிக்கப்படுவதாக அறிகிறேன். இதை எல்லா மாணவர்களுக்கும் பரவலாக்கினால், கவனப்பிசகால் ஏற்படும் மேற்சொன்னது போன்ற பிழைகளை அவர்கள் தவிர்க்க ஏதுவாகும்.

●

நினைவுக் குறிப்புகள்

நஞ்சுண்டன்: ஆழமான வாசகர்... நுட்பமான ஆய்வாளர்!

சுகுமாரன்

மிக நெருக்கமானவரும் அல்லர்; முற்றிலும் அந்நியரும் அல்லர் – இந்த இரு நிலைகளுக்கும் இடைப்பட்ட ஒன்றாகவே ஜி. நஞ்சுண்டனுடன் நிலவிய நட்பைச் சொல்ல முடியும். இதை நஞ்சுண்டனுடனான எனது நட்பின் தனி அனுபவம் என்று எண்ணியிருந்தேன். தன்னுடன் தொடர்புகொண்டிருந்த எல்லாருடனும் இப்படித்தான் பழகியிருக்கிறார் என்பதை அவரது மறைவை ஒட்டிப் பலரும் எழுதியிருக்கும் ஃபேஸ்புக் குறிப்புகளிலிருந்து அறிய முடிகிறது. நஞ்சுண்டனின் இலக்கிய ஆளுமையின் இயல்பாக இந்த இணக்கத்தைக் காண விரும்புகிறேன். இந்த இயல்பின் காரணமாகவோ பல இளம் எழுத்தாளர்களுக்குத் தூண்டுதல் அளிப்பவராக இருந்தார். தமிழில் மட்டுமல்ல; கன்னடத்தில் எழுதும் புதிய தலைமுறையினர் சிலரும் அவரது ஈர்ப்பு வட்டத்தில் இருந்தார்கள்.

தொண்ணூறுகளில் வெளிவந்த 'சிமெண்ட் பெஞ்சுகள்' கவிதைத் தொகுப்பின் வாயிலாக நஞ்சுண்டன் அறிமுகமானார். அப்போது நான் பணியாற்றிக்கொண்டிருந்த வார இதழில் மதிப்புரைக்காகப் புத்தகத்தை அனுப்பியிருந்தார். அதில் இருந்த ஒரு கவிதையை இதழில் வெளியிட்டிருந்தேன். அதற்கு நன்றி சொல்லத் தொலைபேசியில் அழைத்ததுதான் நட்பின் தொடக்கம். தமிழ்க் கவிதை நூலுக்கு அந்தத் தலைப்பு

அவ்வளவு பொருத்தமானதாக இல்லை என்ற கருத்தையும், தொடர்ந்து கவிதைகள் எழுத வேண்டும் என்ற ஆலோசனையையும் அந்த உரையாடலில் தெரிவித்தேன். "எழுதிவிட்டால் போயிற்று. நீங்களே சொல்லும்போது ஒரு கை பார்த்துவிடுகிறேன்" என்று உற்சாகமாகச் சிரித்தார். அவரால் கவிதைக்குள் தொடர்ந்து செயல்பட இயலவில்லை. ஆனால், கவிதை மொழியாக்கங்களிலும், கவிதையின் நுட்பங்களை விரிவாகப் பேசும் கட்டுரைகள் எழுதுவதிலும் ஈடுபட்டார். நவீன கவிதையியலுக்கு அவருடைய பங்களிப்பு அது.

பண்பாட்டுப் பெயர்ப்பாளர்

ஆழமான வாசகனும், நுட்பமான ஆய்வாளனும் இணைந்த கலவை நஞ்சுண்டன். வாசகனாக ஒரு படைப்பின் உயிரை அவர் உணர்ந்திருந்தார். ஆய்வாளனாக அதன் உருவக் கூறுகளை அறிந்திருந்தார். இரண்டும் ஒன்றாகிச் செயல்படும் இயக்கப் புள்ளியையும் கணித்திருந்தார். இதுவே அவரை மொழிபெயர்ப்பாளராகவும் செம்மையாக்குநராகவும் மாற்றியது என்று எண்ணுகிறேன். ஒரு படைப்பின் உயிரானது துடிப்புடனும், உருவமானது ஆரோக்கியத்துடனும் இருப்பதே சிறப்பு என்ற சிந்தனையில்தான் அவரது மொழியாக்கங்களும் செம்மையாக்கங்களும் அமைந்தன. ஒரு மொழியில் எழுதப்பட்ட படைப்பு அந்த மொழியின் ஆதார இயல்புகளுடன் இருப்பது அவசியம் என்பது அவரது மொழியாக்கம், செம்மையாக்கம் இரண்டுக்கும் மையம். அவர் மொழியாக்கம் மேற்கொண்டது பெரும்பாலும் கன்னட மொழிப்படைப்புகளில்தான். யூ. ஆர். அனந்தமூர்த்தியின் சிறுகதைகளை 'பிறப்பு' என்ற தொகுப்பாகவும், 'அவஸ்தை' என்ற நாவலை அதே பெயரிலும் தமிழாக்கம் செய்தார். கன்னடப் பெண் எழுத்தாளர்களின் கதைகள் அடங்கிய 'அக்கா' தொகுப்பையும், கன்னட நவீன தலைமுறை எழுத்தாளர்களின் சிறுகதைகள் கொண்ட 'மரணம் மற்றும்' தொகுப்பையும் கொண்டுவந்தார். இந்த மொழியாக்கங்களை வாசிக்கும் எளிய வாசகருக்கும் அவரது கன்னட மொழித் தேர்ச்சியும் தமிழ்ப் புலமையும் புலனாகும். அவை வெறும் மொழிபெயர்ப்பாக இல்லாமல் பண்பாட்டுப் பெயர்ப்பாக இருப்பதும் தென்படும். மொழிபெயர்ப்பாளர்களுக்குச் சவாலாக அமையும் சிக்கலை நஞ்சுண்டனின் தமிழாக்கங்கள் எளிதாக வெற்றிகொண்டவை.

செம்மையாக்கமே முதன்மைக் கனவு

நஞ்சுண்டனின் முதன்மையான கவனமும் கனவும் ஒரு படைப்பின் செம்மையாக்கம் எனலாம். ஒரு படைப்பில் மொழி பிழையின்றிப் பயன்படுத்தப்பட வேண்டும் என்பதில்

அவர் எச்சரிக்கை கொண்டிருந்தார். 'பதினைந்து குதிரைகள் ஓடியது' என்ற வாசகத்தை அவரால் ஏற்கவே முடியாது. 'அவன் டில்லியில் கடற்கரையில் அமர்ந்து பேசிக்கொண்டிருந்தான்' என்ற சித்தரிப்பை அவரால் சகித்துக்கொள்ள இயலாது. 'பெருமாள் கோவிலிலிருந்து குருக்கள் வெளியே வந்தார்' என்ற குறிப்பு அவருக்கு மண்டையிடியைக் கொடுத்துவிடும்.

இதுபோன்ற செம்மையாக்கக் குணம் ஒருகட்டத்தில் அவரிடம் ஆவேசமாகவே மாறியது. எழுத்தாளர்களிடையில் அவர் மதிக்கப்படவும் விமர்சிக்கப்படவும் இதுவே காரணமும் ஆனது. அவர் தொடர்ந்து கவிதைகள் எழுதாமற்போனதற்கும் இந்தச் செம்மை மனநிலையே காரணம் என்று கருதுகிறேன். அவரது இந்த மனநிலை முற்றிலும் தன்னலமில்லாதது என்று உறுதியாகச் சொல்லலாம். செம்மையாக்கம் தொடர்பாக மூன்றோ நான்கோ முகாம்களை நடத்தியிருக்கிறார். அவை அவரது சொந்தப் பணத்தில் நடத்தப்பட்டவை. அவற்றின் வாயிலாகத் தமிழைத் தமிழாக எழுத கணிசமான இளைஞர்கள் ஊக்கம் பெற்றார்கள். அவர் விரும்பியதும் அதைத்தான். அந்த அளவில் நவீனத் தமிழ் இலக்கிய உலகம் அவருக்குக் கடமைப்பட்டது; அவரது மறைவு முக்கியமான இழப்பு.

தமிழில் எழுத்து, பதிப்பு, இதழியல் ஆகிய துறைகளில் இன்று ஒரு செம்மையாக்குநரின் – காபி எடிட்டரின் – தேவை இன்றியமையாதது. மிக முக்கியமான படைப்புகள்கூட இன்னும் செம்மையாக்கப் பட்டிருக்கலாமோ என்ற ஏக்கத்தை வாசிப்பவரிடம் ஏற்படுத்துகின்றன. இந்தப் பின்னணியில் நஞ்சுண்டனின் பணி முக்கியமானது; அவரது இடையீடு அவசியமானது. படைப்புக்கும் வாசகருக்கும் இடையிலான உறவில், அந்த உறவை வலுப்படுத்தும் மூன்றாவது பார்வை செம்மையாக்குநருடையது. அது படைப்பை மேலும் காத்திரமானதாக்குகிறது.

செம்மைப் பிடிவாதம்

இந்தத் தன்னலமற்ற பணியில் ஈடுபடும் ஒருவருக்கு இருக்க வேண்டிய பிடிவாதம் நஞ்சுண்டனுக்கு இருந்தது. சற்று அதிகமாகவே இருந்தது. தமிழைத் தவிரப் பிற மொழிகளில் வெளியாகும் புனைவுகளும் கவிதைகளும் பிற ஆக்கங்களும் செம்மையாக்கப்பட்டே வெளியாகின்றன. ஆக்கியவர்களின் அணுக்கமான நண்பர்களோ தொழில்முறை செம்மையாக்குநர்களோ அதைச் செய்கின்றனர். அதை எழுதியவர்களும் ஏற்றுக்கொள்கிறார்கள். தமிழில் அந்த நிலைமை அநேகமாக இல்லை. 'நான் எழுதியதை இன்னொருவர் திருத்துவதாவது?' என்ற

இலக்கியத் தன்முனைப்பு செம்மையாக்கத்துக்குத் தடையாகிறது. நஞ்சுண்டனின் செம்மைப் பிடிவாதம் அந்த மனநிலையைக் கணக்கில்கொள்ளவில்லை என்றே சொல்லலாம்.

"நான் செய்வது அவர்களின் நன்மைக்குத்தானே, அது ஏன் அவர்களுக்குப் புரியவில்லை?" என்று ஒருமுறை குறைப்பட்டுக்கொண்டார். "நான் ஒரு எடிட்டராக இருந்து இப்படிக் குறைப்பட்டுக்கொண்டால் நியாயம். நீங்கள் ஆதங்கப்படுவது சரியில்லை?" என்றேன். பதற்றத்துடன், "ஏன் அப்படிச் சொல்கிறீர்கள்?" என்றார். "நஞ்சுண்டன் என்ற பேருக்குப் பொருத்தமாக இல்லை. எல்லாக் கசப்பையும் விழுங்கிவிடும் கண்டமல்லவா உங்களிடம் இருப்பது" என்றதும் அவர் சிரித்த சிரிப்பு அலாதியானது.

பேச்செல்லாம் இலக்கியம்

இலக்கியம் தவிர வேறு எதைப் பற்றியும் அவரிடம் பேசியதாக நினைவில்லை. "வீட்டிலே நல்லாருக்காங்களா?" போன்ற சம்பிரதாயமான விசாரிப்புக்கு அப்பால் தனி வாழ்க்கை பற்றிய உரையாடல்கள் நிகழ்ந்ததில்லை. அவருடனான கடைசி இரு தொலைபேசி உரையாடல்கள் மனதில் எதிரொலிக்கின்றன. கடந்த செப்டம்பர் இறுதியில் தொலைபேசியில் அழைத்தார், "இப்போதே துண்டைப் போட்டு வைக்கிறேன். அடுத்த காலச்சுவடு இதழில் மூன்று பக்கங்களை எனக்காக ஒதுக்கிவிடுங்கள். காந்தியைப் பற்றி கன்னடத்தில் வெளியாகியிருக்கும் சிறந்த கவிதைகளின் தொகுப்பு ஒன்றைக் கொடுக்கிறேன்" என்றார். அவரது அண்மைக் கால வாக்குறுதிகள் உத்தரவாதமற்றவை என்று அனுபவத்தில் தெரிந்துகொண்டிருந்தேன். எனினும், காத்திருந்தேன். எதிர்பார்த்ததுபோலவே கன்னட காந்தி வரவில்லை.

டிசம்பர் முதல் வாரத்தில் நானே அவரை அழைத்தேன். பலமுறை முயன்ற பின்பு அழைப்புக்குச் செவிசாய்த்தார். "உங்கள் மொழியாக்கத்தில் உயிர்மை இதழில் வந்திருக்கும் போளுவார் மகம்மது குஞ்ஞியின் கன்னடக் கதை இத்தத்தை வாசித்தேன். நல்ல கதை. சேதாரமில்லாத மொழிபெயர்ப்பு. காந்தி கவிதைகளைத் தராமல் ஏமாற்றியதற்குப் பதிலாக இதை எனக்குக் கொடுத்திருக்கலாம்" என்றேன். குழறலான பதில் வந்தது. "கவலையே படாதீங்க, இப்ப கொஞ்சம் பணிச்சுமை குறைந்திருக்கிறது. ஜனவரி முதல் ஒவ்வொரு இதழுக்கும் எழுதுகிறேன்" என்று சிரித்தார். "இதை நான் எந்தத் தண்ணீரில் எழுதி வைக்க வேண்டும் நஞ்சுண்டன்? காவிரித் தண்ணீரிலா, கரமனையாற்றுத் தண்ணீரிலா?" என்றேன். அப்போது அவரிடமிருந்து வெளிப்பட்ட சிரிப்பில் கேட்டது நீரின் கடைசித் தளும்பல் என்பது இப்போதுதான் புரிகிறது.

உற்ற சொல்லைத் தேடி

மு.குலசேகரன்

துயரமான நிகழ்வில் கலந்துகொண்டு நதிக்கரையோரமாக தளும்பிய மனதுடன் நிற்கையில் அலைபேசி அழைத்தது. காலச்சுவடு இதழுக்கு அனுப்பியிருந்த என் சிறுகதையைப் பற்றி பேச வேண்டும் என்றது. அந்த சூழலிலும் உடனே ஒப்புக்கொண்டேன். என் கதை வெளியிடப்படுவதும் உரையாடப்படுவதும் மகிழ்ச்சியான விஷயம். வளைந்து நெளிந்த கரையோரமாக தனியாக சென்று நின்றேன். கதையின் தொடக்கத்தில், தன் இடம் குறித்து பாத்திரம் கொள்ளும் குழப்பத்தை எழுதியிருந்தேன். அதை சற்று தெளிவுபடுத்தலாம் என்றது அலைபேசிக் குரல். மிகவும் ஆச்சரியமாயிருந்தது. என் கதை கவனமாக படிக்கப்பட்டிருக்கிறது. அதன் கதையாக்கத்தைப் பற்றி துல்லியமாக விவாதிக்கிறது. எந்த மாற்றங்களையும் ஏற்றுக்கொள்ளும் நம்பிக்கையான நிலைக்கு வந்தேன். சில வார்த்தைகளை நீக்கி வாக்கிய அமைப்பு மாற்றப்பட வேண்டியிருப்பதை அந்தக் குரல் கூறியது. அதனால் கதைக்கு எந்த பாதிப்பும் வராதிருப்பதையும் பிரதி மேம்பட்டிருப்பதையும் உணர்ந்தேன். எழுதிய எனக்கு தெளிவையும் தந்தது. அது நான் எண்ணியதைப்போலுமிருந்தது.

கதையின் ஆரம்பம் எழுத்தாளனுக்கு எப்போதும் சவாலானது. அதில் இனி அமையப் போகும் தொனி தீர்மானமாகிறது. முழுக் கதைக்கும் அடித்தளமாக அமைகிறது. என்னைப் பொறுத்தவரை

துவக்கம் பெரும்பாலான சமயங்களில் கடும் உழைப்பைக் கோருவது. மீண்டும் மீண்டும் திருத்தங்களை வேண்டுவது. அதனால்தான் பெரும் கவிகளுக்கு முதல் வார்த்தைகளை கடவுள் எடுத்துக்கொடுப்பதாக வாய்மொழிக்கதைகள் அமைந்திருக்கின்றன. முதல் சொல் என்னும் இறைக்கு அவர்கள் தவமிருந்திருக்கிறார்கள். "உலகெலாம்" என்று கடவுளே அடியெடுத்து தந்ததாக நம்பப்படுகிறது. "உலகெலாம் உணர்ந்து ஓதற்கு அரியவன்" என்று உலகளாவ சிந்தித்தவர் கடவுளுக்கு நிகரானவர்தான்.துவக்கத்துக்கு பல காலம் காத்திருந்ததாக பெரும் எழுத்தாளர்களும் தெரிவித்திருக்கின்றனர். பிறகு ஒரே அமர்வில் வேகமாக எழுதி முடித்துவிட்டதாக கூறியிருக்கின்றனர். அதுவும் என்னைப்போன்று அன்றாட சமுத்திரத்தில் மூழ்கி எழுபவனுக்கு நல் தொடக்கம் கொடுமையானது. அதனால், அந்த கதையின் முதல் வரியை கூறி சீர்படுத்தியவர் கடவுளாகத் தோன்றினார்.

மேலும் கதையின் போக்கில் சில சொற்களை மாற்றும் தேவையை அந்த குரல் எடுத்துக் கூறியது. கதையில் வரும் தந்தை பாத்திரம், வங்கி வித் டிராயல் ஸ்லிப்பை சலான் என்கிறது. பிறகு "பிளாங்க் செக்கில் மகன் கையெழுத்து வாங்கி ஏமாற்றினான்" என்று சொல்கிறது. அந்த சலான் என்கிற வார்த்தை, வாசிப்பில் குழப்பமுண்டாக்கும் எனவும், செக் என்றே எழுதலாம் என்றும் குரல் தெரிவித்தது. கதையின் உண்மைத்தன்மை கெடலாம் எனப் பயந்து "இல்லை, அவர் அப்படிதான் சொன்னார்" என்றேன். அதனால் கதையாடலில் எந்த மாற்றமும் நிகழப்போவதில்லை என்றுஏற்ற பதில் கிடைத்தது.எனவே அதற்கும் ஒப்புக்கொண்டேன். அவ்வளவுதான், பெரிய மாற்றங்களில்லை என்று சொல்லி முடித்தது அந்த அலைபேசிக் குரல். அணைக்கும் தருவாயில் "நான் யார் என்று தெரியுமா" என்றும் கேட்டது. அதுவரையில் நான் யாரென்று கேட்டிருக்கவில்லை. சுந்தர ராமசாமி போன்ற பெரும் எழுத்தாளர் எழுதிய காலச்சுவடு அலுவலகத்திலிருந்து அழைக்கிறார்கள், அதுதான் கதைப் பிரசுர நடைமுறை போலும் என்று நினைத்திருந்தேன். முழுக் கதையையும் ஒருவர் நுட்பமாக வாசித்துக் கேட்டதில் மயங்கியிருந்தேன். "என்னால் கண்டுபிடிக்க முடியலை.நீங்க யாருன்னு சொல்ல முடியுமா" என்று தயக்கத்துடன் கேட்டேன். "பெயரை சொல்ல முடியாது. நான் ஆசிரியர் குழுவில் ஒருவர்" என்று பதில் வந்தது. காலச்சுவடு போன்ற பெரும் பத்திரிகைக்கு அது ஒரு வழக்கம் என்று எண்ணினேன். தொடர்ச்சியான சிரிப்புக்கு பின்பு "என் பெயர் நஞ்சுண்டன்" என்று சொல்லிவிட்டு அலைபேசி குரல் நின்றது. நான் மீண்டும் துக்கமான நிகழ்ச்சியில் பங்கெடுக்க திரும்பினேன்.

அதுதான் குரல் வழியாக நஞ்சுண்டனை முதன்முதலாக சந்தித்தது. அழுத்தமான, தெளிவான, தன்னம்பிக்கை தொனிக்கும் குரல். கூடவே அவருடைய பிரத்யேகமான உரத்த சிரிப்பு. அவர் எழுதிய ‘மாற்றம்’ என்கிற கவிதைத் தொகுப்பை படித்து ஓர் இதழில் குறிப்பும் முன்பு எழுதியிருக்கிறேன். அவர் கன்னடத்திலிருந்து மொழிபெயர்த்த ‘அவஸ்தை’ (எழுதியவர் யு.ஆர். அனந்தமூர்த்தி) நாவலை விரும்பிப் படித்துமிருக்கிறேன். ஆனால் எதுவும் என் நினைவுக்கு அப்போது வரவில்லை. ஒருவர் கதையை ஆழ்ந்து படித்து, மொழிப் பிரச்சினை, தகவல் பிழைகளை காண்பதை நினைத்தவாறிருந்தேன். நிறைய தவறுகளை கூறியிருந்தால் மேலும் மகிழ்ந்திருப்பேன், இன்னும் முழுமையாகப் படித்திருக்கிறார் என்று அதற்கு பொருள். அந்தக் கதை வெளியாகி மீண்டும் அச்சில் வாசிக்கையில் உவகையூட்டியது. கால், அரைப்புள்ளிகள், வார்த்தை சேர்ப்பு, பிரிப்பு, ஒற்றுகள் என்று அனைத்துடனும் முழுமையான தோற்றத்தை அடைந்திருந்தது. ஆனால், நான் எழுதியவற்றுக்கு எதிரிடையான வேறு வார்த்தைகள் இடம்பெற்றிருக்கவில்லை. முன் பின்னாகவுள்ள நடை எனப்படும் வாக்கியமைப்பை மாற்றவில்லை. முக்கியமாக என் மனதிலிருந்த கதைத் தன்மை சிறிதும் சிதையவில்லை. ஒரு செம்மையாக்குனருக்கு தன் சுய விருப்பு மேலிட்டிருந்தால் தன் தடயத்தை கதையில் ஆழமாக விட்டுச்சென்றிருப்பார். அது வாசகருக்கு தெரியாது. சம்மந்தப்பட்ட இருவருக்கும் மட்டுமான ரகசியம். நான் அவருடைய அழுத்தமான குரலுக்குப் பின்னிருக்கும் தன்னை மறைத்துக்கொள்ளும் செம்மையாக்க மனதை அறிந்தேன். அது அவருடைய ஆளுமையாகவே தெரிந்தது. கோப, எள்ளல், செருக்குகளுக்கு அப்பாலுள்ள எளிய உள்ளம். வேக சிரிப்புக்கு அடியிலுள்ள நகைச்சுவை. அது ஓயாது மோதிக்கொண்டிருக்கும் அலைகளைத்தாண்டி உணரக் கிடைக்கும் ஆழ்ந்த அமைதி.

என்னுடைய மேலும் சில கதைகளை காலச்சுவடு இதழுக்காக நஞ்சுண்டன் செப்பனிட்டுள்ளார். பெரும்பாலும் பெரிய மாற்றங்களை புரிந்ததில்லை. எழுதும்போதே அவருடைய பார்வையால் என் கதைகளை விலகி நின்று திருத்திக்கொள்வேன், அந்தளவு அவர் துணை நின்றிருக்கிறார். அவர் என் மொழியுடன் தன் மொழியால் மோதியதில்லை. எப்போதும் நான் அவரால் சீண்டப்பட்டதில்லை, இலக்கியத்தில் மட்டுமல்ல, தனிப்பட்ட வாழ்க்கையிலும். அவருடைய எண்ணற்ற அலைபேசி அழைப்புகளை தவற விட்டிருக்கிறேன். நான் பயணிக்கையில் அதை எடுப்பதில்லை. இயந்திரம் சப்தமிடுகையிலும் கேட்பதில்லை. அதற்காக அவர் கோபமடைந்ததில்லை. பேச முடிந்தால் பேசலாம்

என்றுதான் சொல்வார். ஆனால் அந்த அழைப்புகள் ஒரு வழிப் பாதைதான். அவரை நாம் நினைத்தால் தொடர்பு கொள்ள முடியாது. அவராக கூப்பிட்டால்தான் உண்டு. அவர் கல்லூரியில் புள்ளியியல் துறையில் பெரும் பேராசிரியர். வகுப்புகள், ஆய்வுகள், கூட்டங்கள், உரைகள், பயணங்கள் என்று ஓய்வில்லாதிருப்பார். சனி, ஞாயிறுகளில் தவறாமல் ஏதாவது ஒரு செய்தியுடன் பேசுவார். அது சிலருக்கு மட்டும் தினம் தினம் அழைப்பாயிருக்கும். ஒருவருக்கு காலையென்றால், மற்றொருவருக்கு மாலை அழைப்பு. அப்படி தனியேயிருந்த ஓர் எழுத்தாளருக்கு நாள்தோறும் தொடர்புகொண்டு சாப்பிட்டீர்களா, மாத்திரை எடுத்துக்கொண்டீர்களா என்று அன்பாக வினவி வந்தார். அந்த எழுத்தாளருக்கு அது மிகப் பெரிய ஆறுதல். நிறைய இலக்கிய ஆளுமைகளுடன் தொடர்பு கொண்டு பேசினார். "தானாக வந்து அன்பு பாராட்டிய நஞ்சுண்டனுக்கு" என்று தன் நாவலை சமர்ப்பித்திருந்தார் மிகச் சிறந்த நாவலாசிரியரான பா. வெங்கடேசன். பெரும் புயலாக கவிதையுலகில் வீசியிருந்த ஒரு சிறந்த கவிஞரை அழைத்துப் பாராட்டி விருந்தும் அளித்திருந்தார் நஞ்சுண்டன். அவர் கடைசிவரை தன் இலக்கிய உலகுடன் உரையாடிக்கொண்டிருந்தார். என் அலைபேசி பழுதடைந்து தெளிவாக பேச முடியாததால் ஒரு முறை மட்டும் நஞ்சுண்டன் சினந்து, அழைப்பை துண்டித்ததை கண்டேன். ஆனால் அதற்கு பின்னால் நேசமான ஒரு செயல் ஒளிந்திருந்ததை பின்னர் அறிந்தேன்.

நஞ்சுண்டனுடனான தொடர்பு முதலில் அலைபேசி வழியாகவே சற்று காலம் நீடித்தது. ஒருவேளை அலைபேசி காதல் போல், அலைபேசி நட்பாக முடிந்திருக்கலாம். ஆனால் அவர் தரங்கம்பாடியில் செம்மையாக்க முகாம் ஒன்றை நடத்தினார். அதை எழுத்தாளர் கூடுகை என்றும் இலக்கியச் சுற்றுலா என்றும் சொல்லலாம். தரங்கம்பாடியில் அழகான தேவாலாயத்தில் அதையொட்டிய பழமையான தங்கும் விடுதியில், அலையோசை கேட்கும் தூரத்தில் கூட்டம் நடந்தது. மூன்று வேளையும் மிகத் தரமான சுவையான உணவு வழங்கப்பட்டது. நஞ்சுண்டன் மிக குறைவாக உண்கிற தீவிர உணவு ரசிகர். கூட்டத்தில் கலந்துகொள்ளும் அனைவருக்கும் அவர் இரயிலில் இருக்கைகள் பதிவு செய்திருந்தார். நான் செல்லும் வழியில் நள்ளிரவில் ஓர் இரயில் நிலையத்தில்தான் நஞ்சுண்டனை சந்தித்தேன். கழுத்துப்பட்டையற்ற ஜிப்பா போன்ற அரைக்கைச் சட்டையில், அளவான தாடியுடன், பளபளக்கும் கண்ணாடியுடன், அறிவுஜீவி பேராசிரியர் தோற்றத்தில் அந்நேரத்திலும் சுறுசுறுப்பாக

இருந்தார். அசப்பில் வெள்ளைக்காரரை போல். "இங்க பத்து நிமிஷம் நிற்கும். ஒரு டீ சாப்பிடலாம்" என்றார். உறுதியான தகவலுடனான கூற்று, அவர்தான் நஞ்சுண்டன். மீண்டும் பயணித்து விடியற்காலை தரங்கம்பாடியை ஒட்டிய இரயில் நிலையத்தில் இறங்கினோம். அங்கு நடைமேடையில்தான் சுகுமாரன், தேவிபாரதி, எம்.கோபாலகிருஷ்ணன், என். ஸ்ரீராம், எஸ்.செந்தில்குமார், கணேசகுமாரன், சிவபிரசாத், குமாரநந்தன், சசி போன்ற எழுத்தாளர்களை நேரில் கண்டேன். என் என்றுமான கதாநாயகர் கவிஞர் சுகுமாரனை சென்னையில் அவர் பணிபுரியும் அலுவலகத்திற்கு சென்று பார்த்திருந்தாலும் இம் முறைதான் நெருங்கிக் காண்பது. அவருடைய கவிதைகளை என்னுடையவையாக காதல் கடிதங்களில் உபயோகித்தவன். அதே போல் சிகரெட் புகை கசிய ஓயாமல் உரையாடும் தேவிபாரதி. எனக்கு அவர் கதைகளின் பாத்திரங்கள் நேரில் புறப்பட்டு வந்தது போல் தோன்றி வியந்து பார்த்துக்கொண்டிருந்தேன்.

செம்மையாக்க முகாமுக்கு நஞ்சுண்டன் அதி தொழில் நுட்ப வடிவத்தை வழங்க முயற்சித்துக்கொண்டிருந்தார். குறிப்பிட்ட நேரத்துக்கு தொடங்குவது, பேசுவது, முடிப்பது, உரையாடுவது, இறுதியாக்குவது என்றெல்லாம் நிமிடக் கணக்கு வாரியாக திட்டமிட்டிருந்தார். இரண்டு மூன்று கணினிகள், அச்சு இயந்திரங்கள், டிஜிட்டல் திரை, ஒலிபெருக்கி, எல்லாம் தயாராயிருந்தன. படிப்படியான செம்மையாக்கத்திற்கு வெள்ளை, மஞ்சள், நீல, பச்சை வண்ணத் தாள்களையும் கூட ஏற்பாடு செய்திருந்தார். அவர் வார, மாதக் கணக்கில் இந்த கூட்டத்திற்காக ஒவ்வொன்றுக்கும் நுட்பமாக திட்டமிட்டதை அறிவேன். கூட்டம் முடிந்து ஓர் உலா செல்வதற்கும் நேரம் ஒதுக்கியிருந்தார். அனைத்து சிறுகதைகளையும் முன்கூட்டி பிழைகள் களைந்து அவர் செம்மைப்படுத்தியிருந்தார். ஒவ்வொரு சிறுகதை எழுதியவருடனும் ஒரு மேல்நோக்கு எழுத்தாளரை கதை குறித்து உரையாட வைத்தார். சிறுகதைகள் திருத்தி எழுதப்பட்டன. அவர் டிஜிட்டல் திரை விளக்கங்களுடன் மொழி இலக்கணங்களைப் பற்றி எளிய முறையில் சுருக்கமான உரை நிகழ்த்தினார். அவை பள்ளிப் புத்தகங்களின் பாடங்கள்தான் என்றார் முடிவில். இம் முகாமுக்கு எழுதப்பட்ட கதைகள் பல இதழ்களில் வெளியாகி பரவலான கவனத்தையும்பெற்றன.

நஞ்சுண்டன் ஒரு பேராசிரியர் போல் (உபயம்: சுகுமாரன், முகாமைப் பற்றிய கட்டுரையில்) நடத்திய கூட்டத்தில் எழுந்த சிறு பிரச்சினைகளையும் அவரால் சகித்துக்கொள்ள முடியவில்லை. சில

எழுத்தாளர்களால் வர முடியவில்லை. அமர்வுகள் தொடங்க கால தாமதமாகிக்கொண்டிருந்தது. பங்கேற்பாளர்கள் அட்டவணையை மீறி இலக்கிய அரட்டையில் ஈடுபட்டிருந்தார்கள். ஓர் எழுத்தாளர் அங்கு வந்து மீதிக் கதையை எழுதினார். ஒரு கணினி வேலை செய்யவில்லை. அச்சுக்கான இணைப்பு பழுதடைந்திருந்தது. நஞ்சுண்டன் அதிருப்தியில் ஒரு வயரைப் பிடுங்கி வீசினார். சிலருக்கு பூரி கிழங்கு கிடைக்கவில்லை. அவர் அவற்றைத் தாண்டி செம்மையாக்க கூட்டத்தை செம்மையாக நடத்த போராடினார். முதல் நாள் கூட்டம் முடிந்து இரவில் ஆளற்ற கடற்கரையில் அலைகளின் பாடலை கேட்டபடி நீண்டநேரம் எழுத்தாளர்களின் சுவாரசியமான பேச்சு நடந்தது. கூட்டத்துக்கு தன் மனைவியையும் மகனையும் உடன் அழைத்து வந்திருந்தார் நஞ்சுண்டன். அவருடைய மகன் பாரதியாரின் பாடலை இனிமையாக பாடினார். அது பாரதியார் பாடிய அதே ராகத்தில் அமைந்தது என்று கவி சுகுமாரன் மனம் திறந்து பாராட்டினார். முடிவில் தரங்கம்பாடி கோட்டைக்கும், சீகன்பால்க் அச்சுக்கூடத்துக்கும் உலா சென்றதும் மறக்க முடியாத நினைவுகள். இரு நாள் முகாம் முடிந்து இரவில் நஞ்சுண்டனும் நண்பர்களும் வாடகைக் காரில் திரும்பினோம். அவர் உணவு கூட உட்கொள்ள முடியாதளவுக்கு செம்மையாக்கக் கூட்டம் நிகழ்ந்ததில் மிகுந்த மனநிறைவிலிருந்தார்.

நஞ்சுண்டனுக்கு வெளிநாடுகளில் போல் முறையாக செம்மையாக்கம் நடைபெற வேண்டுமென்ற ஆசையிருந்தது. முதலில் ஒரு பிரதியானது ஆசிரியர்களால் பரிசீலிக்கப்பட்டு தேர்வுக்காக எடுத்துக்கொள்ளப்படும். பிறகு அது ஒவ்வொரு துறை சார்ந்த நிபுணர்களுக்கு அனுப்பப்பட்டு தகவல் பிழைகள் களையப்படும். பின்பு மொழி ரீதியிலான தவறுகள் நீக்கப்படும். அடுத்ததாக இலக்கணப் பிழைகள். கடைசியாக அச்சுப் பிழைகள். இவை பலமுறை சரிபார்க்கப்பட்டு படிப்படியாக செம்மையாக்கம் பெற்று பிரதி முடிவை எட்ட வேண்டும். பின்னரே அது பிரசுரிக்கப்பட வேண்டும். அதற்குதான் வண்ணக் காகிதங்கள். அவற்றை கோப்பு செய்வதற்கு தாளில் துளைக்கு இடும் வட்ட பிளாஸ்டிக் துண்டுகளையும் எடுத்து வந்திருந்தார் நஞ்சுண்டன். ஓர் ஏழை தமிழ் எழுத்தாளனுக்கு இதெல்லாம் சாத்தியமில்லையென்பதையும் அவர் உணர்ந்திருந்தார். ஆனால் முகாமில் இவை ஒரு முறைமைக்காக கையாளப்பட வேண்டும் என்று நினைத்தார். அதை செயல்படுத்தியும் காட்டினார்.

தான் எழுதிய கதையை தானே மறுமுறை கவனமாக திரும்பப் படிக்காத சில எழுத்தாளர்களுள்ள சூழலில் இவை

முக்கியமானவை. இலக்கியம் ஆழ்மனதின் வெளிப்பாடு எனினும் அதற்கு பிரக்ஞையின் கட்டுப்பாடு அவசியம் என்று நஞ்சுண்டன் நினைத்தார். தேர்ந்த ஆழ்மனமும் மொழியால்தான் வெளிப்பாடு கொள்ள முடியும். தொடர்புறுத்துவது மொழிக்கென்றுள்ள பணி. அதன் மரபுகள் கடைபிடிக்கப்பட வேண்டுமென்றார். வணிகப் பண்டங்களுக்குதான் தரப்படுத்தல் தேவை என்பதற்கு, எப்படி செம்மையாக்கம் செய்யப்படுகிறது என்பதை சார்ந்தது அது என்பார். செம்மையை செயற்கையான ஒன்றாக கருதவேண்டியதில்லை, நம் மனம் தர்க்கப்படுத்தியே மொழியை வெளிப்படுத்துகிறது. அது முழுமுற்றாக தன்னிச்சையானதல்ல என்பார். மேல் நாடுகளில் செம்மையாக்கம் பெறாமல் எதுவும் பிரசுரமாவதில்லை. அங்கு தொழில் ரீதியிலான செம்மையர்க்குநர்கள் உண்டு என்பார். அது போன்ற செம்மையாக்க அமைப்பை நிறுவவும் அவர் எண்ணியிருந்தார். கிராமம் சார்ந்த இடத்தில் இயற்கை முறையிலான கட்டடம் ஒன்றைக் கட்ட அவர் நினைத்திருந்தார். அதில் செம்மையாக்கம் மட்டுமல்ல, கல்வி, வேலை வாய்ப்புகளில் அடித்தள மக்களுக்கு உதவும் அமைப்புக்கான கனவையும் கொண்டிருந்தார். அவர்களுக்கு பயிற்சி நிறுவனத்தையும் உருவாக்க விரும்பியிருந்தார்.

நஞ்சுண்டன் செம்மையாக்குதலில் கொண்டிருந்த ஈடுபாடு அபாரமானது. அவர் அதைப் பற்றியே எண்ணிக்கொண்டிருப்பார். ஒரு பெயர்ப்பலகையைக் கண்டாலும் தான் ஆசிரியராக கருதிய எம்எஸ்ஸை போல் ஆராய்வார். தவறுகளிருந்தால் உடனே பிறரிடம் தெரிவிப்பார். வழியெல்லாம் கடை, ஊர் பெயர்ப்பலகைகளை படித்துக்கொண்டே வருவார். எழுதுகையில் சில சொற்களுக்கு சரியான பொருள் காண துறை சார்ந்த பலரை தொடர்புகொண்டு விசாரிப்பார். அதற்காக யாரிடமும் எந்த எல்லைக்கும் எவ்வேளையிலும் போகத் தயார். ஒரு சொல்லின் அர்த்தம் தேடி நாட்கணக்காக அலைந்திருக்கிறார். ஓரிரு சமயங்களில் அவர் தவறாகவும் வழிநடத்தப்பட்டார். அதற்காக பெரிதும் நையாண்டி செய்யப்பட்டதில் வருந்தினார். அவருக்கு தமிழில் போலவே ஆங்கிலத்திலும் கன்னடத்திலும் தேர்ந்த புலமையிருந்தது. அது அவருக்கு செம்மையாக்கம் செய்யும் முழுத் தகுதியையும் அளித்திருந்தது. அவர் பல சிறந்த செம்மையாக்கம் பற்றிய அளவான கட்டுரைகளை இதழ்களில் எழுதி வந்தார். அவற்றைத் தொகுத்து நூலாக்கம் செய்ய திட்டமுமிட்டிருந்தார்.

கன்னடத்திலிருந்து கவிதை, சிறுகதைகள், நாவல்கள் மொழிபெயர்ப்பிலும் தொடர்ந்து நஞ்சுண்டன் ஈடுபட்டிருந்தார்.

இலக்கு மொழி தாய் மொழியாக இருப்பது சிறந்தது என்றும் கூறுவார். மோர், தலையில் மலத்தை சுமந்து செல்லல் போன்ற வார்த்தைகளைப் பிறர் மொழியாக்கம் செய்ததை அவர் குறை சொன்னது தேவையற்ற தனி நபர் மோதலான விவாதத்தையும் கிளப்பியிருந்தது. சிறுகதைகளின் கச்சிதத் தன்மையையும், ஒருமையையும் அவரால் மொழியாக்கத்தில் சிறப்பாக கொண்டுவர முடிந்தது. கடைசியாக அவர் மொழிபெயர்த்த "இத்தாத்" சிறுகதை எனக்கு மிகவும் பிடித்தது. அதன் ஒவ்வொரு சொல்லும் வாக்கியமைப்பும் தேர்ந்தவை. அதில் வரும் பெண்ணின் மனம் வெளியாகும் அழகியலை கதை கொண்டிருந்தது. அவள் உரையாடுவதே அதில் இல்லை. முழு கதையிலும் அவள் காத்துக்கொண்டிருக்கிறாள். அந்த இத்தாத் சொல் நீண்ட நாட்களாக என் மனதில் தங்கியிருந்தது. ஒரு மசூதியை காண செல்லும்போதும் கூட அது என் நாவில் வந்துவிட்டது. இத்தாத் என்னும் உருது சொல்லுக்கான தமிழ் சொல்லை ஏன் வைக்கலாகாது என்று வழக்கம்போல் அவரிடம் விவாதித்தேன். வேறு மொழி சொல்லை தலைப்பாக வைப்பதற்கென்று ஒரு மரபு இருக்கிறது என அவர் சொன்னார். அது ஏற்றதாயிருக்கும் என்றும் தெரிவித்தார். எல்லாவற்றையும் மனம் தோய்ந்துதான் அவர் செய்வார். அதைப் பற்றியே பல நாட்களாக பலரிடமும் பேசிக்கொண்டிருப்பார். இவ்வளவு மன இணைவைக் கொண்டிருக்கும் எதுவும் இறுதியில் சிறப்பாகவே வெளிப்பட்டுவிடும்.

கவிதைகளையும் நஞ்சுண்டன் தொடர்ந்து மொழிபெயர்த்து வந்தார். அவை தலித்தியம் சார்ந்த கவிதைகளாக அமைந்தது தற்செயலாகவும் இருக்க முடியாது. அது பற்றி கேட்டிருக்கிறேன். தற்போது வெளியாகும் கவிதைகளை மொழிபெயர்ப்பதாகவும் திட்டமிட்டதல்ல என்றும் அவர் கூறினார். அந்தக் கவிதைகளில் அவருடைய மொழிப்புலமை சற்றும் வெளித்தெரியாது. மிக சரியான, இயல்பான சொற்களில் அமைந்தவையாயிருக்கும். சில இடங்களில் இன்னவென்று அறுதியாக சொல்ல முடியாத கவிதைகளுக்குரிய அதர்க்கமும் வெளிப்பட்டிருக்கும். அந்த சொல்லிணைவுகளைப் பற்றியும் பேசியிருக்கிறோம். பொதுவாக மொழிபெயர்ப்பு கவிதைகளில் அர்த்த வெளிப்பாடு தெளிவாயிருப்பது ஒரு குறையாக இருக்கும். கவிதையை மொழிபெயர்ப்பதுதான் ஆக சிரமமானது என்றும் சொல்லுவார். அதற்காக அவற்றை எழுதிய கவிஞர்களிடம் பல முறை பேசியிருக்கிறார். அவர்களை நேரில் சந்தித்து விருந்துண்டும் மகிழ்ந்திருக்கிறார். அவர் மொழிபெயர்ப்புகளெல்லாமும்

இப்படியானவை என்றுதான் சொல்ல வேண்டும். மூல மொழி எழுத்தாளரை அவர் கொண்டாடித் தீர்ப்பார். நஞ்சுண்டன் மொழிபெயர்த்த ஒரு கவிஞரை நேர்காணல் செய்ய எழுத்தாளர் அழகியபெரியவன் விரும்பினார். அவரும் நஞ்சுண்டனும் நானும் பெரிய ஒரு நகரத்திலுள்ள கவிஞரின் வீட்டிற்கு சென்றோம். அழகியபெரியவன் விரிவான ஆழ்ந்த ஒரு நேர்காணலை நிகழ்த்தினார். அதற்கு நஞ்சுண்டன் மொழிபெயர்ப்பாளராக இருந்தார். அந்தக் கவிஞரின் வீட்டில் சிறிய இடங்களிலும் பாத்திரங்களிலும் பசுமையான செடிகள் வளர்க்கப்பட்டிருந்தது அழகாயிருந்தது.

நஞ்சுண்டன் முன்பு கவிதைகள் எழுதியவர். சில தொகுப்புகளுக்கு முன்னுரைகளும் எழுதியிருக்கிறார். கதைகள், கட்டுரைகளையும் கிடைத்த நேரங்களில் எழுதியும் வந்தார். அவற்றை புத்தகங்களாக வெளியிட வேண்டுமென்ற எண்ணம் அவருக்கு எப்போதுமிருந்தது. கதைகளை மிகவும் திட்டமிட்டு உருவாக்குவார். உள்ளூர பூரண வடிவம் கொண்ட பின்னரே அவர் எழுத உட்காருவார். அதை இரவெல்லாமும் அல்லது நீண்ட நாட்களாகவும் செப்பனிட்டு எழுதி முடிப்பார். பிரசுரிப்பதற்கு முன்பு சில எழுத்தாளர் நண்பர்களுக்கு அனுப்பி வைப்பார். அவர்களில் முக்கியமானவர் சிவபிரசாத். நஞ்சுண்டனின் கணினியிலிருந்து அழிந்தாலும் கூட சிவபிரசாத்திடம் எல்லாமும் சேகரமாயிருந்தன. நஞ்சுண்டன் கட்டுரைகளை எழுதும் முன்பாக அதைப் பற்றிய துல்லியமான தெளிவுடனிருப்பார். நாளிதழ்களுக்கேற்ற குறிப்பிட்ட எண்ணிக்கை சொற்களுள்ள கட்டுரைகளை கச்சிதமாக எழுதியுள்ளார். தெளிவான, தீர்க்கமான, பிழைகளற்ற மொழியாக அவை அமைந்திருக்கும். கவிஞர்கள் தேவதச்சனையும், ஞானக்கூத்தனையும் பற்றி அவர் எழுதிய கட்டுரைகள் தமிழ் இந்து நாளிதழில் வெளியாகி பரவலான கவனத்தைப் பெற்றிருக்கின்றன.

நஞ்சுண்டன் இரண்டு மூன்று, எழுத்தாளர் கூடுகைகளை ஒழுங்குபடுத்தியிருக்கிறார். செம்மையாக்கம் பற்றி விவாதித்தலே முக்கிய நோக்கம் என்றாலும் சந்திப்புகளை அவர் பெரிதும் விரும்பினார். அவர் பணியாற்றிய கல்லூரியில் கூடிய போது ஏதோ ஆசிரமத்தில் தங்கி உரையாடி உண்டது போன்ற உணர்வே தோன்றியது. அப்போது தன் குடியிருப்புக்கும் அனைவரையும் அழைத்துச் சென்று சுவையான உணவு வழங்கினார். அங்கு எங்கு நோக்கினாலும் புத்தகங்கள், இதழ்கள், கழிவறையிலும் கூட. அவர் சில மாணவர்களுக்கு கல்விக்காகவும் தனிப்பட்ட

வாழ்க்கைக்காகவும் பிறரறியாமல் பெரும் பொருளாதார உதவிகளை செய்திருக்கிறார் என்று நினைக்கிறேன். வேறொரு மதத்தை சேர்ந்த ஒரு மாணவருக்கு, அவருக்கு தமிழே தெரியாது, ஞானத் தந்தையாக இருந்திருக்கிறார். ஒரு பெண்ணுக்கு, வயதுக்கு வந்த சடங்குகளை செய்யும் செலவுகளை மட்டுமல்ல, திருமண செலவுகளையும் ஏற்றிருக்கிறார். அவர்கள் எப்போதாவது செழித்து திரும்பத் தந்து விடுவார்கள் என்ற நம்பிக்கை. அவர் திரும்ப அவற்றைக் கேட்டதில்லை. சில எழுத்தாளர்களுக்கு மிக நெருக்கடியான தருணங்களில் ஆறுதலாயிருந்து, வலிந்து நிதியுதவிகளையும் வழங்கியிருப்பதாக, அவர் கோடி காட்டிய வாசகங்களைக்கொண்டு ஊகிக்கிறேன். அது நம் சூழலில் அனைவரும் கூடித் திரட்டினாலும் கிடைக்காத பெரும் தொகை. தனி நபராக அவர் கொடுத்ததைக் கேள்விப்பட்டு வியந்திருக்கிறேன். அவர்கள் பெயர்களை அவர் ஒருபோதும் தெரிவித்ததில்லை. அந்த உதவிகள் "ஞாலத்தின் பெரிது, கடலினும் பெரிது" என்றெல்லாம் அவரை புகழ்ந்திருக்கிறேன். "என்னால் முடிந்தது, தந்திருக்கிறேன்" என்பார் அடக்கமாக. "பலருக்கு பணம் இருந்தாலும், தர மனமிருக்காது" என்பேன். அவர் மிக எளிமையாக வாழ்ந்தார். அவருடைய ஆசைகள் பொருள் ரீதியாலானதல்ல. அதனாலேயே அவருக்கு பிறருக்கு உதவும் எண்ணமிருந்தது.

ஒரு முறை நஞ்சுண்டனும் நண்பர்கள் சிவபிரசாத்தும் சசியும் நானும் கங்கை கொண்ட சோழபுரத்துக்கு உலா சென்றிருந்தோம். நஞ்சுண்டன் மொழிபெயர்ப்புக்காக சாகித்திய அகாதமி விருது வாங்கியதற்கு முன் தினம். அதை எனக்கு பயணத்துக்கு காரில் ஏறும்போதுதான் தெரிவித்தார்கள். அவருக்கு பெரிய விருது கிடைத்ததில் மிகவும் மகிழ்ச்சியாயிருந்தது. அவர் பெரும் ஆனந்தத்தில் திளைக்கவில்லை, அமைதியாயிருந்தார் என்றும் தெரிந்தது. நான் குறிப்பிட்ட நேரத்தைவிட இரண்டொரு மணி நேரம் தாமதாகத்தான் சென்றிருந்தேன். எனக்கு மிகவும் பிடித்த மலைக்கணவாயில் வழக்கம்போல் இரவு நேர போக்குவரத்துத் தடை. பல வாகனங்கள் நீண்ட வரிசையில் மூங்கில் காட்டின் நடுவில் நின்றிருந்தன. அடர்ந்த இருட்டில் நட்சத்திரங்களும் மின்மினிகளும் ஒன்றாகக் கலந்து ஒளிவிட்டன. கணவாயில் சிள் வண்டுகளின் இரைச்சலுடன் உறைந்துள்ள ஆழ்ந்த அமைதி. நான் பல நாள் விரும்பிய விஷயம். பாதை சீரடைந்து போய் சேர நீண்ட நேரமாகிவிட்டது. நஞ்சுண்டனும் நண்பர்களும் சலிக்காது காத்திருந்தார்கள். நள்ளிரவில் வாகனத்தில் புறப்பட்டோம். நஞ்சுண்டன் வழியெல்லாம் சளைக்காமல் பேசிக்கொண்டிருந்தார். வழக்கம் போல் ஊர் பெயர்ப்பலகைகள்

அனைத்தையும் படித்தபடி வந்தார். பெயர்களின் அர்த்தம் என்னவாயிருக்கலாம் என்று பேசிக்கொண்டோம். சில அழகிய ஊர்ப்பெயர்களை மீண்டும் மீண்டும் சாக்லெட்டை நாவிலிட்டு சுவைப்பதைபோல் சொல்லிக்கொண்டிருந்தார். வாழப்பாடி, தாழக்குடி போன்ற பெயர்களெல்லாம் அவருக்கு மிகவும் பிடித்திருந்தன. சில பெயர்கள் காலப்போக்கில் எப்படி மருவியிருக்கலாம் என்றும் கூறினார். அவ்வப்போது தோன்றும் இடங்களிலெல்லாம் நிறுத்தி தேநீர் குடித்தோம். அது மார்கழி மாதமாதலால் "புள்ளும் சிலம்பின காண்" என்பதிலுள்ள காண் என்னும் வார்த்தை, கேட்பது என்பதற்கு மாற்றாக எப்படி போடப்பட்டுள்ளது என்று பேச்சு வாக்கில் தொடங்கினோம். நஞ்சுண்டன் போர்ஹெஸ், ஹெமிங்வே போன்றவர்களை ஆங்கிலத்தில் ஆழ்ந்து படித்தவர். அதன் தடயங்களை அவருடைய கதைகளில் காணலாம். ஷேக்ஸ்பியரையும் ஏற்ற இறக்கங்களுடன் பாடமாக சொல்லுவார். அதேபோல் சங்க இலக்கியங்களையும் கம்ப ராமாயணத்தையும் சிலப்பதிகாரத்தையும் விரும்பிக் கற்றவர். அதுவும் கம்பராமாயணத்தின் பல பாடல்களை மனப்பாடமாக கூறுவார். அன்றிரவு பெரும் மனவெழுச்சியுடன் தொடர்ச்சியாக பல பாடல்களை கூறினார். சிலவற்றுக்கு புதிய விளக்கங்களையும் தந்தார். கம்பனைப் போல் சிறந்த கவி உலக மொழிகளிலும் இருக்க மாட்டான் என்றார். சில வரிகளை சந்தத்துடன் பாடுகையில் அவர் கண்கள் கசிந்தன. நீண்ட சாலையில் கார் வழுக்கிக்கொண்டு செல்கையில், எதிரில் வாகனங்கள் ஒளியுமிழ்ந்தபடி பாய்ந்து வருகையில், அங்கங்கே விளக்குகள் வெளிச்சம் வீசுகையில், இருண்ட அந்த இரவு இன்னும் நினைவில் நீடித்துக்கொண்டிருக்கும். காரோட்டி மெய்மறந்து ஒரு சொல்லின்றி அமைதியாக ஓட்டிக்கொண்டிருந்தார். நாங்களும் பெரும்பாலும் பேசவில்லை. எப்போதாவது விளக்கம் கேட்போம். அவர் சலியாது சொல்வார். அன்றைய இரவு கம்பனுக்கு அளிக்கப்பட்ட மாபெரும் கொடை.

"மைவண்ணத்து அரக்கி போரில், மழை வண்ணத்து அண்ணலே, உன் கைவண்ணம் அங்கு கண்டேன், கால் வண்ணம் இங்கு கண்டேன்" "வன்மருங்குல் வாள் அரக்கியர் நெருக்க அங்கு இருந்தாள்... மென்மருங்குல்போல் வேறுள அங்கமும் மெலிந்தாள்" என்ற மடிப்பு மடிப்பான பாடல்களை ரசித்துக் கூறிவிட்டு சொற்களின் மேல் மிகவும் மோகம் கொண்டவன் கம்பன் என்றார். ஒரே சொல்லை மீண்டும் மீண்டும் உபயோகித்து வேறு பொருளை தொனிக்கச் செய்துவிடுகிறான் என்றார். "கண்ணொடு கண் இணை கவ்வி, ஒன்றை ஒன்று உண்ணவும்

நிலைபெறாது உணர்வும் ஒன்றிட, அண்ணலும் நோக்கினான், அவளும் நோக்கினாள்” இருவரும் ஒரே கணத்தில் காதலிக்கத் தொடங்குவது மிகவும் உளப்பூர்வமானது என்று விளக்கமளித்தார். ராமாயணம் வேறொரு மொழியிலிருந்து தழுவப்பட்டதென்றாலும் நாட்டார் வழக்காறுகளிலும் உள்ளதென்றாலும் கம்பன் தனக்கென மொழியையும் கற்பனையையும் கொண்டுள்ளது மிக முக்கியமானதென்றார். “கிள்ளையொடு பூவை அழுத... உள் உறையும் பூசை அழுத...” எனும் பாடலில் அழும் பூனை போன்ற, காவியக் குறியீடு அற்ற சாதாரண விலங்கு இடம் பெறுவதை சுட்டிக்காட்டினார். இதுதான் நவீனமென்றார். “குகனொடும் ஐவர் ஆனேம் முன்பு, பின் குன்று சூழ்வான் மகனொடும், அறுவர் ஆனேம், எம்முழை அன்பின் வந்த அகன் அமர் காதல் ஐய, நின்னொடும் எழுவர் ஆனேம், புகல் அருங் கானம் தந்து, புதல்வரால் பொலிந்தான் நுந்தை” போன்ற சில புகழ்பெற்ற முதலடிகளை நாங்கள் விரும்பி சொன்னதால் முழுபாடல்களையும் பாடினார். “கையால் எடுத்தது கண்டனர், இற்றது கேட்டார்” “கண்டெனன் கற்பினுக்கு அணியை, கண்களால், தெண்திரை அலைகடல் இலங்கைத் தென் நகர்“ போன்ற பாடல் வரிகளை சுருக்கமான மொழிதலுக்கு உதாரணங்களாக கூறினார். “நதியின் பிழை அன்று நறும்புனல் இன்மை” என்ற வரியை இருத்தலியல் கருத்தில் பொருத்தியும் பார்த்தார். கம்ப ராமாயணப் பாடல்கள் அத்தனையும் அவராலும் சீடர்களாலும் செம்மையாக்கப்பட்டிருக்கலாம் அல்லது காலப்போக்கில் பலரால் மேம்படுத்தப்பட்டு வந்திருக்கலாம் என்ற பொருள்பட தெரிவித்தார். இன்று நமக்கு கிடைத்திருப்பது நன்கு எடிட் செய்யப்பட்ட ஒரு பிரதி. “கற்பினுக்கு அரசினை, பெண்மைக்காப்பினை, பொற்பினுக்கு அழகினை, புகழின் வாழ்க்கையை தற் பிரிந்து அருள் புரி தருமம் போலியை, அற்பின் அத் தலைவனும் அமைய நோக்கினான்” என்ற பாட்டை நஞ்சுண்டன் எடுத்துக்காட்டினார். எவ்வளவு செம்மையாக எழுதப்பட்ட வரி!

அது நஞ்சுண்டனின் இரவு. அவர் சிறிதும் கண் துஞ்சவில்லை. இரவெல்லாம் கண் விழித்தும் ஓய்வெடுக்காதிருந்தும் மறுநாளும் உற்சாகத்துடன் இருந்தார். நாங்கள் சிறிது களைத்து சோர்ந்திருந்தோம். அவ்வப்போது கண்களை மூடி ஓய்வெடுத்தோம். அவர் சில நேரங்களில் தனக்குள் தான் ஆழ்ந்து மௌனமாயிருப்பார். கண்கள் நம்மைத் தாண்டி நோக்கிக்கொண்டிருக்கும். நாம் எதிரில் இருப்பதால் மீண்டு வந்து, தான் நினைத்துக்கொண்டிருந்ததை எடுத்துப் பேசுவார். அது

வரையிலுமிருந்த பேசுபொருள் வேறாக மாறியிருக்கும். அதுதான் நஞ்சுண்டன். மறுநாள் அதி காலையில் அறையெடுத்து சில்லிட்ட நீரில் குளித்தோம். குளிர் தெரியாதிருக்க முதலில் முதுகில் குளிர் நீரை ஊற்ற வேண்டும் என்பார். அவர் தினமும் காலை வேளையில் குளிர்ந்த நீரில் குளித்து நடை பயிற்சி செய்யும் வழக்கமுடையவர். நண்பர் சசி விரும்பியவாறு விடியலில் கங்கைகொண்டசோழபுரம் கோயிலில் அடியெடுத்து வைத்தோம். “பலபலவென்று விடியும் வேளை” என்று நஞ்சுண்டன் சொன்னார். கோயில் நுழைவு வாயில், நந்தி, மதில் என்று சசி புகைப்படங்களை எடுத்துக்கொண்டு வந்தார். சாதாரண புகைப்படக் கருவியில் எடுக்கப்பட்ட அந்த புகைப் படங்களெல்லாம் மிக அழகாயிருந்தன. நாங்கள் கருவறைக்கு செல்லும் வேளையில் அதை திறந்தார்கள். முழு கருவறைக்கும் மாபெரும் லிங்கம் பிரம்மாண்டமாக நின்றிருந்தது. அதனருகில் மனிதர்கள் மிக அற்பமாகத் தோன்றினார்கள். அந்த கோயிலின் விசேஷ அம்சமான வெயில் எதிரிலிருந்து வீசிக்கொண்டிருந்தது. லிங்கத்தின் மேல் பொன்னைப் போல் உருகி ஊறியிருந்தது. மிகவும் மகிழ்ச்சியடைந்த சசி புகைப்படங்களாக எடுத்துக்கொண்டிருந்தார். அவருக்காகத்தான் நஞ்சுண்டன் இந்த பயணத்தை மேற்கொண்டிருந்தார் என்று தெரிந்தது. பிறகு கோயிலை ஒப்பீடு செய்வதுபோல் மாளிகை மேடு பகுதிக்கு சென்றோம். சோழனின் அரண்மனை முழுவதுமாக அழிந்திருந்தது. சிற்சில செங்கற்கள்தான் சுவடுகளாக எஞ்சியிருந்தன. சுற்றிலும் முட்புதர்கள் அடர்ந்திருந்தன. இன்னும் ஆயிரமாண்டுகளானும் கோயில் நின்றிருக்கும். ஏனென்றால் அது மக்களுடையது. இந்த வசிப்பிடம் மன்னனுடையது என்று பேசிக்கொண்டோம்.

நஞ்சுண்டனுடன் சென்ற மற்றொரு பயணம் எழுத்தாளர் தேவிபாரதியை சந்திக்க சென்றது. அவருக்கு தொடர்ந்து எழுத்தாளர்களை சென்று சந்திக்கும் இலக்கிய பயணங்ளை மேற்கொள்ளும் ஆசையிருந்தது. எங்களைக் கண்டதும் தேவிபாரதி மிகவும் மகிழ்ந்தார். நாங்கள் அடைவதற்கு முன்பிருந்து வருகையை முகநூலில் பதிவுகளிட்டுக்கொண்டிருந்தார். அவருடைய எழுத்துகளைப் பற்றி பயணிக்கையில் பேசியவாறிருந்தோம். நஞ்சுண்டனுக்கு தேவிபாரதி குறித்து உயர்ந்த அபிப்ராயமிருந்தது. நம் காலத்து வாழும் சிறந்த கலைஞன் என்றார். காலத்தில் முன் பின் உலவும் சிக்கலான அவருடைய நடையை சிலாகித்தார். அதை மார்க்வெஸூடன் ஒப்பிட்டார். எனக்கு "கறுப்பு வெள்ளைக் கடவுளு"ம், "பிறகொரு இரவும்" மிகவும் பிடித்தமானவை. அவை முன்பின் உதாரணமற்ற அபூர்வ நிகழ்வென்றேன். நஞ்சுண்டன் அதை ஆமோதித்தார். தேவிபாரதியின் தனித்திருந்த வீட்டை

அடைந்தோம். நீண்ட நாள் கழித்து சந்தித்த இரு உற்ற நண்பர்களும் கட்டித் தழுவிக்கொண்டார்கள். நஞ்சுண்டன் எப்போதும் அதிகப்படியாக உணர்ச்சிகளை காட்டிக்கொள்ளாதவர். அவருடைய அதிக பட்ச வெளிப்பாடு உரத்த சிரிப்புதான். தெளிவான, வெளிப்படையான சிரிப்பு. தேவிபாரதி எழுத்தாளரான தன் மனைவியை அறிமுகப்படுத்தினார். அனைவருக்கும் தான் எழுதிய புத்தகங்களை பரிசு வழங்கினார். புயல் போல் காற்று சுழன்று வீசும் அவருடைய மாடியறையில் உட்கார்ந்தோம். தேவிபாரதி தனக்கு வந்த எழுத்தாளர்களின் கடிதங்களையும் கற்றை கற்றையாக எழுதப்பட்ட இன்னும் பிரசுரமாகாத தன் நாவல்களையும் காண்பித்துக்கொண்டிருந்தார். பிறகு வீட்டு முறையிலான சமையல் உணவு விடுதிக்கு சென்றோம். அங்கு இரண்டு பேருக்கு ஓர் வாழையிலை போடுவார்கள். அதில்தான் உண்ணவேண்டும். நஞ்சுண்டனும் தேவிபாரதியும் ஓரிலையில் உண்டார்கள். உணவு சுவையாகவும் அதிகமாகவுமிருந்தது. நஞ்சுண்டன் ருசித்து குறைவாக சாப்பிட்டார். அதுதான் அவரை கடைசியாக நேரில் சந்தித்தது.

நஞ்சுண்டன் உடல் நலமில்லாதிருந்த அன்று கடைசியாக 'இத்தாத்' கதையைப் பற்றிதான் அலைபேசியில் பேசிக்கொண்டிருந்தார். அது இணைய தளங்களில் மிகவும் பாராட்டப்படுவதை அவருக்கு சொன்னேன். "அந்தக் கதை முழுக்க வரும் நாயகிப் பாத்திரம் 'தௌபா' என்ற வார்த்தையை மட்டும்தான் பேசுகிறாள், வேறு சொற்களை உபயோகிப்பதில்லை. கதை மிகச்சிறந்த உதாரணமான வடிவத்தைக் கொண்டிருந்தது" என்று சொல்லிக்கொண்டிருந்தேன். அவர் எல்லாவற்றையும் மௌனமாக கேட்டார். அந்த உருது வார்த்தைகளின் அர்த்தத்தை அவர் எழுதுகையில் பலரிடம் கேட்டறிந்திருந்தார். அவற்றின் பொருள்களை அடிக்குறிப்பாக எழுதவேண்டிய தேவையில்லாமல், கதை முழுவதுமாக உணர்த்திவிடுகிறது. கதைக்குள் சொற்கள் இப்படித்தான் துருத்தலில்லாது அமைய வேண்டும் என்றுதான் அவர் எப்போதும் விரும்புவார். சொற்கள் தம் தனித்தன்மையை இழந்து பிரதியில் ஒன்றுவது, அவரைப்போலவே. தான் சிறந்த எழுத்தாளராக, எடிட்டராக, உதவுபவராக, பேராசிரியராக இருந்தாலும் தன்னை வாழ்க்கையில் கரைத்துக்கொள்வது. நஞ்சுண்டன் இறந்த அன்று காலையில் ஏனோ எனக்குள் தெளிவற்ற காட்சியொன்று தோன்றியது. அவர் உட்புறம் மூடிய கதவை நிராதரவாக பார்த்துக்கொண்டிருக்கிறார். படுக்கையிலிருந்து எழ முயன்று தோற்றுக்கொண்டிருக்கிறார்.

இரவு பகல்கள் தெரிவதில்லை. கதவு இடுக்கிலிருந்து ஒளி கோடாக கண்ணை சூசுமளவு கசிந்துகொண்டிருக்கிறது. அவர் மிகுந்த வேதனைப்பட்டுக்கொண்டிருக்கிறார். இதை நானும் நண்பர் சிவபிரசாத்தும் பகிர்ந்துகொண்டோம். பிறகு அவர் இறந்துவிட்ட துயரச் செய்தி கிடைத்தது. நான் என்னையறியாமல் பல மணி நேரம் பயணித்து மயானத்தை அடைந்தேன். அவருடைய உடல் தகனத்துக்காக உள்ளே எடுத்துச்செல்லப்பட்டிருந்தது. வெளியில் கண்களில் நீருடன் உற்றார் உறவினர்கள். அவர் முகம் கடைசியாக புகைப்படமாக எடுக்கப்பட்டிருந்ததை காட்டினார்கள். அதை எப்போதும் மறந்துவிடவே முயலுகிறேன். அங்கு முதலிலிருந்து கடைசி வரை உடனிருந்த இலக்கியவாதி க. ஸ்ரீனிவாசனும் நானும் திரும்பினோம். மற்ற சாதாரண மனிதர்களைவிட எழுத்தாளர்களுக்கு ஒரு மேன்மை. அவர்கள் மறைந்துவிட்டாலும் அவர்களுடைய எழுத்துகள் காலத்துக்கும் வாழும். மொழி உள்ளளவும் நஞ்சுண்டனுடைய எழுத்துகள் ஆழமான நினைவுகளாக உயிர்த்திருக்கும்.

●

காலச்சுவடு பப்ளிகேஷன்ஸ் (பி) லிட்.
Published by Kalachuvadu Publications (Pvt. Ltd.),
669, K.P. Road, Nagercoil 629001, India
Phone: 91-4652-278525
e-mail: publications@kalachuvadu.com

12/2022/S.No. 1024, kcp 4193, 18.6 (1) rss